என்னைச்சுற்றி சிறகுகள்

ஆவிச்சி

டிஸ்கவரி பப்ளிகேஷன்ஸ்
எண்: 9, பிளாட் எண்: 1080A, ரோஹிணி பிளாட்ஸ்,
முனுசாமி சாலை, கே.கே.நகர் மேற்கு,
சென்னை - 600 078. பேச: 99404 46650

வெளியீட்டு எண்: 0234

என்னைச்சுற்றி சிறகுகள் (கட்டுரைகள்),

ஆசிரியர்: **ஆவிச்சி**

Ennaichutri Siragugal (Essays),

Author: **Avichi Avichi L M** ©

Print in India

1st Edition: Jan - 2023, 2st Edition: NOV - 2023,

ISBN :978-93-95285-49-0

Pages - 328

Rs - 375

Publisher • Sales Rights

Discovery Publications
No. 9, Plot,1080A, Rohini Flats,
Munusamy Salai,
K.K.Nagar West, Chennai - 78.
Tamilnadu, India.
Mobile: +91 99404 46650

Discovery Book Palace (P) Ltd
No. 1055-B, Munusamy Salai,
K.K.Nagar West,
Chennai-600 078.
Ph: (044) 4855 7525
Mobile: +91 87545 07070

discoverybookpalace@gmail.com / www.discoverybookpalace.com

இந்த நூலில் பிரசுரமாகியுள்ள எந்த ஒரு பகுதியையும் எழுத்துபூர்வமான முன்அனுமதி பெறாமல் எடுத்தாள்வதோ, மறுபிரசுரம் செய்வதோ, மொழியாக்கம் செய்வதோ, ஊடகங்களில் மறுபதிப்புச் செய்வதோ, காப்புரிமைச் சட்டப்படி தடை செய்யப்பட்டுள்ளது. இந்த நூலிலிருந்து சில பகுதிகளை மேற்கோள்காட்டி நூல்அறிமுகம் செய்யலாம்.

உங்கள் மொபைல் போனிலிருந்து ஸ்கேன் செய்து 'டிஸ்கவரி புக் பேலஸ்' மொபைல் ஆப்பை டவுன்லோடு செய்து, புத்தகங்களை வாங்குங்கள்.

சமர்ப்பணம்

*மதுரை மற்றும் சிதம்பரத்தில்
பயின்ற தோழர்களுக்கு*

முன்னுரை

நான் யார்?

மிக அதிகமாக என்னிடம் நானே கேட்ட கேள்வி. உங்களுக்குள்ளும் இந்தக் கேள்வி பலமுறை குமிழ்ந்திருக்கும். இதற்கான விடை தேடி ஞானிகள் ஆனவர்கள் பலர். போதிமரம் புத்தனுக்கென்றால், வங்காள விரிகுடா விவேகானந்தருக்கு.

வெற்றி பெறும்போது மமதைப்படும் மனது, அதற்கு மாறாக அவமானப்படும்போது நிச்சயம் இந்தக் கேள்வியை அவிழ்க்கும். தோல்விதான் மிகப்பெரிய போதிமரம். அப்படியான ஒரு தோல்வியின் விளிம்பில் உதித்த இந்தக் கேள்விக்கான விடைதான் இந்தப் பயணம்.

நாம் பார்க்கும் தோற்ற மயக்கங்கள், வாழ்ந்த, பார்த்த ஊர்கள், நாம் பழகும் மனிதர்கள், நம் உறவுகள், நட்பு, செயல், சிந்தனை, பயணம் இவைதான் நாம் என்கிறது உளவியல். இவற்றை சிலிக்கானில் இறக்கி யாருடைய மூளை நரம்புகளோடாவது இணைத்துவிட்டால் அவர்கள் நாமாகிவிடும் வாய்ப்புள்ளது என்கிறது அறிவியல். செயற்கை நுண்ணறிவை விட்டு விட்டு, உளவியலைக் கையில் எடுப்போம். நான் உங்களோடு பழகிய நாட்கள், நீங்கள் எனக்குள் ஏற்படுத்திய தாக்கம் இவைதான் இந்தப் பகிர்வின் சாராம்சம்.

‘ஸ்ரீரங்கத்துத் தேவதைகள்’ தந்த ஆதர்ச சுஜாதாவும், இந்தக் குளத்தில் கல்லெறிந்தவர்களைக் கைப்பிடித்துக் கூட்டிப்போய்க் காட்டிய வைரமுத்து ஐயாவும், ‘அணிலாடும் முன்றிலில்’ விளையாடிய நா.முத்துக்குமாரண்ணனும், ‘வட்டியும் முதலுமாய்’ தந்த தம்பி ராஜூ முருகனும் விளையாடிய களமிது. என் மொழியில் குறையிருக்கலாம் என்றாலும், உணர்வில் குறையில்லை. நிச்சயம் உங்கள் வாழ்வை அசைபோட வைக்கும் இந்தப் பயணம், சில தெளிவுகளையும் தரும், முடிவெடுக்கும் திறனைக் கூட்டும், ஒரு உன்னதமான அனுபவத்தைத் தரும்.

நான் இவற்றைப் பகிர்வதால், நீங்கள் இதை வாசிப்பதால், உங்களுக்கு என்ன பயன்? என்னைப்பற்றி அறிந்து உங்களுக்கு என்ன ஆகப்போகிறது?

உணர்வுகளின் பகிர்வில் உள்ளக்கிளர்ச்சி ஏற்படும். உங்களுக்கும் அந்த உணர்வும் தொடுதலும் ஸ்பரிசமும் எப்போதாவது ஏற்பட்டிருக்கும். அந்த அனுபவத்தை இக்கட்டுரைகள் தரமுடிந்தால் மகிழ்ச்சி, இல்லை என்றாலும் நீங்களும் எனக்குச் சிறகுகள் தந்தவர்கள்தானே; என்னில் உங்கள் பங்கும் உள்ளதுதானே. உங்களில் என் பங்கும்...

இந்தப் புத்தகத்தின் ஒவ்வொரு அத்தியாயத்தின் முடிவிலும், அந்த அத்தியாயத்துக்கு நிகரான நீங்கள் வாழ்ந்த இடங்கள், பார்த்த ஊர்களின், நிகழ்வுகளின், மனிதர்களின் தொகுப்பை எழுதி வாருங்கள். முழுதாக எழுத முடியவில்லை என்றால் சிறு குறிப்பாக எழுதிக்கொள்ளுங்கள், குறைந்த பட்சம் அந்த ஞாபகம் பற்றிய ஒரு புகைப்படத்தை ஒட்டி வாருங்கள். இந்தப் புத்தகத்தை முடிக்கும் தருணம் உங்கள் சிறகுகளும் வளர்ந்து உங்கள் வானமும் தயாராயிருக்கும். நீங்களும் உங்கள் புத்தகத்தை உங்கள் சிறகுகள் வளர்ந்த விதத்தை எழுதி முடித்திருப்பீர்கள். நிச்சயம் உங்கள் ஞாபகச் சிறகுகள் என்னோடு முடியாது, இன்னும் இன்னும் எழுதத் துவங்குவீர்கள். வாழ்வு என்பது தீரா நதிதானே!

உங்கள் புத்தகத்தைப் படிக்க ஒரு வாசகனாய்க் காத்திருப்பேன்.
திருமூலர் வாக்குப்படி,
'அண்டமே பிண்டம், பிண்டமே அண்டம்'
நானே நீங்கள், நீங்களே நான், இருவரும் வேறுவேறல்ல!

பொருளடக்கம்

1. அம்மா மீனாட்சி — 11
2. பிறவி — 14
3. எண்ண மயிலேறிப் பறப்போம் — 17
4. மதுர — 20
5. அன்னையும் பிதாவும் — 22
6. மொழி — 24
7. சைவர் பாலர் பள்ளி — 27
8. ஹார்வி இங்லீஸ் ஸ்கூல் — 29
9. சித்ரா டீச்சர் — 31
10. ரத்ன பாலா — 32
11. வலையபட்டி — 33
12. மாரியம்மன் தெப்பக்குளம் — 35
13. சௌராஷ்டிரா உயர்நிலைப் பள்ளி — 37
14. அரச மரம் — 39
15. ஏழாம் நாள் சாதனையாளர் பள்ளி — 41
16. கொடைக்கானல் — 42
17. ஓவியம் — 44
18. மருத்துவர் கிரிஜா பாய் — 46
19. கையெழுத்துப் போட்டி — 47
20. காப்பியடித்தல் கலை — 48
21. சதுரக் கண்ணாடி, தாட்டியான தேகம், மாநிறம் — 49
22. கட்டையாண்ணே — 51
23. மீனாக்கா — 53
24. வள்ளுவன் — 55
25. முத்திரை சேகரிப்பு — 59
26. டானியல் தாமஸ் — 61
27. இரயில் — 63
28. சித்தி — 65
29. வாண்டு மாமா — 67
30. வாசிப்பு — 69
31. அழ வள்ளியப்பா — 71
32. வாசுதேவன் பாஸ்கரன் — 73
33. கவிதை — 75
34. கபில்தேவ் — 78

35. உசிலம்பட்டி	80
36. புலவர் கீரன்	81
37. அடைக்கன் குளம்	82
38. கிராம விளையாட்டுகள்	84
39. நட்பு வட்டம்	86
40. கோனார் தமிழுரை	88
41. கதைகள்	90
42. டி வி எஸ் பள்ளி	92
43. பல்கி (ஏ) பாலகிருஷ்ணன்	94
44. சுஜாதா எனும் மந்திரன்	96
45. சேமிப்பு	98
46. காதல் எனும் வேதியியல்	102
47. ரோஜா கலை மன்றம்	104
48. வினோ ஆபா	106
49. மனனக் கலை	108
50. குலசாமி	111
51. கமல் ஹாசன்	114
52. அரசியல்	116
53. ஆயா	118
54. இளையராஜா	120
55. இலங்கை வானொலி	123
56. இடைப் பலகாரம்	125
57. ரிக்சா பாண்டியன்	127
58. குற்றாலம்	129
59. வலம்புரி தியேட்டர்	132
60. ரா கி ரங்கராஜன்	134
61. தாழ்வு மனப்பான்மை	136
62. ஆங்கிலம்	138
63. உறுதிமொழி	140
64. அமெரிக்கன் கல்லூரி	142
65. சுவாசிப்பு	144
66. அமர் அக்பர் ஆண்டனி	146
67. கால்பந்து	149
68. கமலம் அம்மா	152
69. வள்ளி திருமணம்	154
70. குறளி வித்தை	157
71. தேடல்	159

72. அண்ணாமலை	161
73. முல்லை இல்லம்	164
74. பல்கலைக் கழக வளாகம்	167
75. சரோஜ் நாராயணசாமி	169
76. ராகிங்	171
77. பாரீஸ் கார்னர்	173
78. மெஸ்	175
79. புகைப்படச் சங்கம்	177
80. நடராசர்	179
81. பிச்சாவரம்	182
82. லேனா வடுகநாதன் தியேட்டர்	184
83. டிராயிங் ஹால் 1	187
84. கனவுகள் கற்பனைகள் காதல்கள்	189
85. கால வரையற்ற வேலை நிறுத்தம்	191
86. முனைவர் ஆறுமுகம்	193
87. பதவி	195
88. இராசேந்திரன் சிலை	197
89. சிதம்பரம் இரயில் நிலையம்	199
90. கலைஞர்	201
91. குஞ்சிதபாதம்	204
92. அழகப்பன்	207
93. ஆங்கில வழிக் கல்வி	209
94. ஜானகிராம் பேப்பர் ஸ்டோர்ஸ்	211
95. எம் இரமேஷ்	213
96. சி ஜே தங்கராஜ் மாஸ்டர்	216
97. திறந்த வெளித் திரையரங்கம்	218
98. ஆஸ்துமா	220
99. கங்கை கொண்ட சோழபுரம்	222
100. அப்பத்தா	224
101. புல்லாங்குழல்	227
102. ஒரு பக்கக் கதை	230
103. சீனியர்கள்	232
104. பழனி	234
105. விகடன்	237
106. டபுள் ஏ	239
107. ஞாயிற்றுக் கிழமைகள்	241
108. கண்ணதாசன்	243

109.	ஔவை நடராசன்	245
110.	தேவநேயப் பாவாணர் நூலகம்	247
111.	பட்டுக்கோட்டை கல்யாண சுந்தரம்	249
112.	நியூ ப்ளாக்	252
113.	சாதிக் கோடுகள்	253
114.	கச்சேரி	256
115.	அறை எண் 13	258
116.	நாட்டியா	260
117.	மட்டன் விண்டல்	262
118.	சைக்கிள் டை	264
119.	நேஷனல் செல்லையா	267
120.	தென்னிந்திய சுற்றுலா	269
121.	மூன்றாம் ஆண்டு	271
122.	விகடன் தாத்தா	273
123.	மலர்	275
124.	அழுகை	277
125.	செஞ்சிக் கோட்டை	279
126.	ஆட்டுக் கடன்	281
127.	வைர விழா	283
128.	வைர விழா (ஆ)	285
129.	கூடைப் பந்து	287
130.	சிரிப்பு	289
131.	ராத்திரி ரவுண்ட் அப்	291
132.	இடை நிலை மனிதர்கள்	294
133.	தேடல்	296
134.	நாடகம்	298
135.	பரங்கிப் பேட்டை	301
136.	விகடன் பயிற்சிப் பட்டறை	303
137.	பட்டிமன்றம்	305
138.	இலக்கியச் செயலகம்	308
139.	இரத்தின சபாபதி ஐயா	310
140.	டி வி ரூம்	312
141.	இரு கோடுகள்	315
142.	லே ஃபீனிக்ஸ்	318
143.	நட்பு	320
144.	வெற்றி	323

1
அம்மா மீனாட்சி

எனக்கு மட்டும் இல்ல, மதுரைல பிறந்த அத்தனை பேருக்கும் அம்மா... எங்க மீனாட்சிதான்!

மதம் கடந்து, மொழி கடந்து, இனம் கடந்து அத்தன மதுரக்காரங்களுக்கும் (மதுரைக்காரர்கள் மதுரையை மதுரை என்று சொல்வதில்லை, மதுர என்றுதான் சொல்வார்கள். மதுரக்காரன், மதுரமல்லி... இப்படி) அவங்கதான் அம்மா. (மதுரம் என்றால் தேன் என்று பொருள்).

மதுரக்காரங்களுக்குத் திருவிழாப் பஞ்சமே கிடையாது, சித்திரையில் சித்திரைத்திருவிழா, வைகாசியில் விசாகம், கோடை வசந்தத் திருவிழா, ஆனியில் ஊஞ்சல் உற்சவம், ஆடியில் முளைக்கொட்டு உற்சவம், ஆவணியில் மூல உற்சவம், புரட்டாசியில் நவராத்திரி, ஐப்பசியில் கோலாட்டம், கார்த்திகையில் தீப உற்சவம், சொக்கப்பனை, மார்கழியில் திருவெம்பாவை ஓதுவார் திருவிழா, தையில் தெப்பத் திருவிழா, மாசியில் மண்டல உற்சவம், பங்குனியில் உத்திரத் திருவிழா, மொத்தத்தில் வாழ்க்கையே திருவிழாதான். தினந்தோறும் கொண்டாட்டம்தான். சைவ நம்பிக்கைகளில் மிக முக்கியமான முக்தி தரும் இடம் மதுரை.

பணியிடத்தில் வேற்று மதத்தவர் ஒருவருக்கு ஒரு விபத்து... தாடை பொடிப்பொடியாகிவிட்டது! ஆறு மாத சிகிச்சைக்குப்பிறகு நல்லபடி ஆனபிறகு, ''என்னைய மீனாட்சி அம்மன் கோயிலுக்குள் அழைத்துப் போக முடியுமா?'' என்று தயங்கித்தயங்கி கேட்டார். ''அதற்கென்ன தாராளமாய்...'' என்றேன். வேற்று மதத்தவர் சந்நிதிக்குள் போகத் தடையிருக்கிறது. ஆனால், சைவ அடையாளங்களை எப்போதும் அணிந்திருக்கிற என்னோடு அவர் வந்தபோது யாரும் தடுக்கவில்லை.

சுற்றுப் பிராகாரங்களைத் தாண்டி பிராகாரப்பிள்ளையாருக்கு விபூதி அபிஷேகம் செய்துவிட்டு சந்நிதிக்குள் நுழைந்தோம். பிரபஞ்சத்தின் கிரியா சக்தியாக விளங்கிக்கொண்டிருக்கும், பெருங்கருணையையும், பேரன்பையும் மட்டுமே வழங்கிக் கொண்டிருக்கிற அம்மா மீனாட்சி பச்சைக்கிளியுடனும், பச்சைப்பட்டுடனும் காட்சியளித்துக்கொண்டிருந்தாள்.

உலகம் மறந்து ஒரு நிமிடம், அருள் என்பார்களே, மெய் சிலிர்ப்பு என்பார்களே, அனுபவித்தால்தான் அது புரியும். உணர்ச்சிப்பெருக்கின் ஆர்ப்பரிப்பில் நண்பரை மறந்துவிட்டோமே என்று திரும்பிப் பார்த்தேன்.

கண்கள் கலங்கவில்லை, மெய் சிலிர்க்கவில்லை, கை கூப்பவில்லை, சலனமற்று இருந்தார். 'வேற்று மதத்தவர்தானே, நம்பிக்கையின் தளம் வேறுதானே' என்று நினைத்துக்கொண்டேன், வெளியே வந்தோம். சுவாமி சந்நிதிக்கு எல்லாரும் வலதுபக்கம் செல்வர். நான் எப்போதும் இடதுபக்கம் சென்று நவக்கிரகங்களை வழிபட்டு பிறகே சுவாமி சந்நிதிக்குள் செல்வேன். தாயார் ஏற்படுத்திய பழக்கம்.

அவ்வாறே அவரையும் அழைத்துச்செல்லும்போது கேட்டேன், ''நீங்கள் தொழவில்லையே, பின் ஏன் அம்மாவைப் பார்க்க விரும்பினீர்கள்?'' என்று.

''நன்றி சொல்ல'' என்றார். பின் பணியிடம் வரும் வரை நாங்கள் பேசிக்கொள்ளவில்லை. மௌனத்தின் மொழிக்கு ஆழ்ந்த அர்த்தங்கள். இறை நம்பிக்கையும் அப்படித்தான். நாம்தான் மதங்களின் பெயரில் அதைக் குழப்பிக்கொள்கிறோம். கோயிலின் வடப்புற சந்து ஒன்றில் உள்ள கிரிஜா பாய் மருத்துவமனையில் பிறந்ததால் மீனாட்சியின் மடியில் பிறந்ததாகவே ஒரு பிரமை.

மதுரையில் அந்த நாட்களில் கோயில் தக்காராக இருந்த வி.என்.சிதம்பரம் அவர்களை, 'மீனாட்சி மைந்தன்' என்ற அடைமொழியுடனேயே எல்லாரும் அழைப்பர். எனக்கு மிகச்சிறிய வயதிலேயே அவர் மேல் பொறாமை ஏற்பட்டது. பொறாமை அவர் செய்த சேவையில் அல்ல, அவருக்குக் கொடுக்கப்பட்ட

அடைமொழியில். பின்னாளில் நாமும் அந்தப் பெயருடன் அழைக்கப்பட வேண்டும் என்று விரும்பினேன்.

படிப்பு, பணி, தொழில் காரணமாக ஊரைவிட்டு சென்னைக்கு வந்தாச்சு. தொப்புள்கொடி நினைவுகள் எப்போதும் அம்மாவை முதல் நிலையிலேயே வைத்திருக்கிறது.

என் சிறகுகள் சிதையும் போதெல்லாம் மதுரைக்குப்போய் அம்மாவைப் பார்ப்பேன். முன்பை விட பல மடங்கு வீரியத்தோடு கூடிய சிறகுகளோடு வெளிவருவேன்.

உங்களுக்கும் இது போன்ற வைத்தியசாலை இருக்கும்தானே?

●

2
பிறவி

பிறவி... எங்கிருந்து துவங்க? எனக்கு மட்டுமில்லை, எல்லா மனிதர்களுக்கும் ஒரு நிகழ்வைத் துவங்கும் முன் இருக்கும் கேள்வி, ‘நினைவு தெரிந்த நாள் முதல் என்ன செய்தோம்?’ என்று அசை போடும் ஆசைகள் எல்லாருக்கும் இருக்கும். வெற்றி வரும்போது தலை கால் புரியாமல் ஆடுவதும், தோல்வி வரும்போது சித்தாந்தங்களை அசைபோடுவதும், தத்துவம் பேசுவதும், மாட்டிக் கொள்ளும்போது இந்தப் பிரபஞ்சத்தில் தவறுகள் செய்வோரைப் பட்டியல் இடுவதும் எல்லாரும் செய்வதுதான்.

அப்படி நினைவு தெரிந்த நாள் முதல் என் வாழ்க்கையை அசைபோட எத்தனித்தக் கதைதான் ‘என்னைச்சுற்றி சிறகுகள்!’ இதில், எனக்குச் சிறகு தந்தவர்கள் இருக்கிறார்கள், என் சிறகைப் பிடிங்கிக்கொண்டவர்கள் இருக்கிறார்கள். போதிமரம் போல வாழ்வியல் தத்துவங்களைத் தந்த இடங்கள், ஊர்கள் இருக்கின்றன. உங்களுக்கும் இதுபோன்ற மனிதர்கள் இருந்திருப்பார்கள். என்னதான் சுயத்தைத் தனியாகக் கட்டமைக்கும் சுயம்புகளாக நாம் காட்டிக்கொண்டாலும் இந்த மனிதர்களின், ஊர்களின், இடங்களின் தடங்கள் நமக்குள் இருக்கத்தான் செய்கின்றன.

அதிகம் வேண்டாம், கொஞ்சமும் பரிச்சயிமில்லாத நபரிடம் கொஞ்சநேரம் பேசிக்கொண்டிருந்தாலே, ‘சார், நீங்க மதுரையா?’ என்று கேட்டுவிடுவார்கள், மதுரையிலிருந்து புலம் பெயர்ந்து பல ஆண்டுகள் ஆகியும் அப்படி மண்ணின் மணம் ஒட்டிக்கொண்டு விடுகிறது. நம்முடைய மரபணுவில் கலந்துவிடும் இது போன்ற துகள்களைத்தான் இதில் பரப்பியிருக்கிறேன்.

பிரபலங்கள், பெரிய மனிதர்கள் என்பவர்கள் யாரோ வேற்றுக்கிரகவாசிகள் அல்லர். நம்மைப்போல மனிதர்கள். ஆனால், சில மேன்மை குணம் பெற்றவர்கள் அல்லது மேன்மைக் குணங்களை வளர்த்துக்கொண்டவர்கள், அவ்வளவுதான். நாமும்

ஏன் அவர்களைப்போல் வலம் வரக்கூடாது? அதற்கானத் தேர்வு நம்மிடமே உள்ளது.

அதி முக்கியமாக தோல்வி அடையும் தருணங்கள்தான் வாழ்வில் இன்றியமையாதது. அப்போதுதான் நம் மனமும் அறிவும் விழித்திருக்கும். நாம் எப்படித் தோற்கலாம் என்று நம்மிடமே வாதிடும். நாம் செய்த செயல்கள்தான் சரியானது என்னும் வாதங்கள் நமக்குள்ளே உரத்துக் கேட்கும். அப்போது உங்களிடம் ஒரே ஒரு கேள்வியைக் கேளுங்கள், "நாம் செய்தது சரியா? அல்லது இன்னும் உயரமாகப் பறந்து பெரிய மனிதராக வேண்டுமா?" இதற்கு ஒரு பதில்தான்.

சரியானதைத்தான் செய்தோம் என்னும் பதிலைத் தீர்மானித்தால் நீங்கள் அந்த இடத்திலேயே நின்றுகொண்டிருப்பீர்கள். மாற்றாக உங்களுக்குப் பெரிய மனிதராகும் திட்டம் உள்ளதென்றால், துடைத்துக்கொண்டு அந்தக் கணத்தில் இருந்து மீண்டு எழுவீர்கள், இந்தப் புத்தகம் செய்ய விளைவதும் அதைத்தான்.

என்னுடைய காலத்தில், என் பார்வையில் எழுதப்பட்டது இந்தப் புத்தகம். ஒவ்வொரு அத்தியாயத்திலும் உங்களுடைய வாழ்க்கையின் பிரதிபலிப்பைக் குறித்துக்கொண்டே வாருங்கள். அது என்னுடையது போன்றே இருக்க வேண்டும் என்று அவசியமில்லை. உதாரணத்துக்கு நான் கும்பிட்ட தெய்வமும் நீங்கள் கும்பிடும் தெய்வமும் ஒன்றாக இருக்க வேண்டிய தேவையில்லை, அந்த இடத்தில் உங்கள் தெய்வத்தை எழுதி வையுங்கள், அல்லது தெய்வ நம்பிக்கையே இருக்க வேண்டிய தேவையில்லை. அந்தப் பொழுதுகளில் உங்கள் நம்பிக்கையை எழுதி வையுங்கள். என் ஊர் மதுரையென்றால் உங்கள் ஊரைப்பற்றி எழுதுங்கள். என்னுடைய எழுத்தைப்போலவே தாக்கம் கொண்ட நிகழ்வுகள், ஆட்கள், ஊர்கள், இடங்கள் பற்றி எழுதுங்கள்.

இப்படி எழுதுவதனால் என்ன பலன் என்கிறீர்களா? சில கேள்விகளுக்கு வாழ்வில் பதில் கிடையாது... இறைவன் இருக்கிறானா என்பதுபோல. ஆனால் எழுதித்தான் பாருங்களேன். நிச்சயம் ஒரு வடிகாலாக மன அமைதி கிடைக்கும் என்கிறார் என் மன நல மருத்துவ நண்பர். அதையே உங்களுக்கும் பரிந்துரைக்கிறேன்.

ஔவையார் எழுதிய மூதுரையில், ஏழாம் அத்தியாயம், 'அறிவு, செல்வம், குணம் அமைதல்' பற்றி:

நீரளவே யாகுமாம் நீராம்பல் தான்கற்ற
நூலளவே யாகுமாம் நுண்ணறிவு மேலைத்
தவத்தளவே யாகுமாம் தான்பெற்ற செல்வம்
குலத்தளவே யாகுமாம் குணம்

நீரினது உயரத்தின் அளவே அல்லிக்கொடி இருக்கும், அது போல, ஒருவருக்கு அவர் கற்ற புத்தகங்களின் அளவே அறிவு அமையும்; செய்த தவத்தின் அளவே செல்வம் அமையும்; வளர்ந்த குடியின் இயல்புக்கு ஏற்றவாறே குணம் அமையும். ஆகவே நல்ல நூல்களைக் கற்போம், நல்ல தவம் செய்வோம், நல்ல குலத்தோடு பழகுவோம், வற்றாத நுண்ணறிவு, குன்றாத செல்வம், மாறாத நற்குணம் பெற்று மேதையாவோம்.

●

3

எண்ண மயிலேறிப் பறப்போம்...

எப்போது அறிமுகம் என்று தெரியவில்லை, ஏன் பிடித்தது என்றும் தெரியவில்லை. நானும் கடைக்குட்டி, அவனும் அப்படித்தான். அவனைப்போலவே நானும் கோபக்காரன், அளவறிந்து அன்பு செலுத்துபவன், பகைவனுக்கும் அருள் செய்பவன், சார்ந்தவர்களின் வழி - வலி அறிந்தவன், விருப்பு வெறுப்பின்றி தராசுபோல நீதி வழங்கும் துலா ராசிக்காரன், வம்புக்குப் போகாதவன் (வீண்வம்பு செய்வோரை ஒரு நாளும் விட்டதில்லை), தாய் தந்தையரை விட்டுவிலகித் தனியே வாழ்பவன்.

இந்நேரம் புரிந்திருக்கும்... 'முருங்' என்று பண்டைய தமிழ் மரபினர் வழிபட்ட, 'முருகு' என்று இடைச்சங்க காலத்தில் போற்றப்பட்ட தமிழர்களின் ஆதி குலசாமி...

சேவற்கொடியோன், மயில்வாகனன், வேலாயுதன், சத்ருக்களின் சண்டமாருதன், ஏழைகளின் விடிவெள்ளி, சாங்கிய மறுப்பாளன், ஆசீவகத் தெய்வம், முடிப்பிரியன், மலைவாசன், பஞ்சாமிர்த மேனியன், அழகன், அமுதன், சண்முகன், சரவணன், தண்டபாணித்தெய்வம், சுருக்கமாக முருகன்.

அம்மா சொன்ன கதைகளில் அறிமுகமாகி, கிருபானந்த வாரியாரின் முருக புராணக்கதைகளில் வளர்ந்து, பாதயாத்திரைகளின் அடியாழத்தில் பதிந்துபோன பெயர். போராட்டக் களத்தில் நிலம் அகழ எடுத்து வைக்கும் ஏர், ஆலமரமாய் சமூகத்தில் என்னை வாழ வைத்த வேர், கழகக் குடும்பத்தில் பிறந்தாலும், சனாதன தர்மம் வேரூன்ற காரணமாயிருந்த புலவர் கீரன் போன்றோர் வளர்த்தெடுத்திருந்தாலும், சங்கரய்யாவின் கம்யூனிச சித்தாத்தங்களில் ஊறியிருந்தாலும், எல்லாரையும் சமூக நீதியோடு பார்க்க வைத்தவன் முருகன்.

சிறு பிராயத்தில் நண்பனாக உலா வந்தவன், இளைஞனான போதும் உற்ற தோழனாக உடன் வந்தவன், மெல்ல நரை தோன்றி,

நடை தளர, முதுமை தொடங்கிய போதும் இளமையின்கண் நின்று இன்றும் கள்ளச்சிரிப்பு உதிர்க்கிறான். முதுமையின் கொடுங்கரங்கள் தீண்டாது நம்மை காத்துக்கொள்ளும் யோகத் தந்திரம் உரைக்கிறான்

சிறு நகை கொண்டு பெருவினை தீர்ப்பவன்,
சொல்லில் வடிக்கமுடியாத பெருங்கொடையாளன்,
உணர்வின் வாயிலாக வாழ்வின் உன்னதம் உரைப்பவன்,
தெய்வம் என்று தள்ளி வைக்க விரும்பவில்லை,
மெய்தானா என்று கிள்ளிப்பார்க்க உறுத்தவில்லை,
பொய்யா என்றென்னை எண்ணிப்பார்க்க விட்டதில்லை,
என்
உயர்வில் உப்பானவன்,
சறுக்கலில் கிளையானவன்,
ஆணவத்தில் ஆப்பானவன்,
மொத்தமாக
உணர்வில் நிலையானவன்!

★

முருகனின் பெயர்கள் (நன்றி: தெய்வீகம்.காம்)

1.சக்திபாலன், 2.சரவணன், 3.சுப்ரமண்யன், 4.குருபரன், 5.கார்த்திகேயன், 6.சுவாமிநாதன், 7.தண்டபானி, 8.குக அமுதன், 9.பாலசுப்ரமணியம், 10.நிமலன், 11.உதயகுமாரன், 12.பரமகுரு, 13.உமைபாலன், 14.தமிழ்செல்வன், 15.சுதாகரன், 16.சத்குணசீலன், 17.சந்திரமுகன், 18.அமரேசன், 19.மயூரவாகனன், 20.செந்தில்குமார், 21.தணிகைவேலன், 22.குகானந்தன், 23.பழனிநாதன், 24.தேவசேனாபதி, 25.தீஷிதன், 26.கிருபாகரன், 27.பூபாலன், 28.சண்முகம், 29.உத்தமசீலன், 30.குருசாமி 31.திருஆறுமுகம், 32.ஜெயபாலன், 33.சந்திரகாந்தன், 34.பிரபாகரன், 35.சௌந்தரீகன், 36.வேல்முருகன், 37.பரமபரன், 38.வேலய்யா, 39.தனபாலன், 40.படையப்பன், 41.கருணாகரன், 42.சேனாபதி, 43.குகன், 44.சித்தன், 45.சைலொளிபவன் 46.கருணாலயன் 47.திரிபுரபவன், 48.பேரழகன், 49.கந்தவேல், 50.விசாகனன், 51.சிவகுமார்,

52.ரத்னதீபன், 53.லோகநாதன், 54.தீனரீசன், 55.சண்முகலிங்கம், 56.குமரகுரு, 57.முத்துக்குமரன், 58.அழகப்பன், 59.தமிழ்வேல், 60.மருதமலை, 61.சுசிகரன், 61.கிரிராஜன், 62.குமரன், 63.தயாகரன், 64.ஞானவேல், 65.சிவகார்த்திகேயன், 66.குஞ்சரிமணாளன், 67.முருகவேல், 68.குணாதரன், 69.அமுதன், 70.செங்கதிர்செல்வன், 71.பவன்கந்தன், 72.திருமுகம், 73.கதிர்காமன், 74.வெற்றிவேல், 75.ஸ்கந்தகுரு 76.பாலமுருகன், 77.மனோதீதன், 78.சிஷிவாகனன், 79.இந்திரமருகன், 80.செவ்வேல், 81.மயில்வீரா, 82.குருநாதன், 83.பழனிச்சாமி, 84.திருச்செந்தில், 85.சங்கர்குமார், 86.சூரவேல், 87.குருமூர்த்தி, 88.சுகிர்தன், 89.பவன், 90.கந்தசாமி 91.ஆறுமுகவேலன், 92.வைரவேல், 93.அன்பழகன், 94.முத்தப்பன், 95.சரவணபவன், 96.செல்வவேல், 97.கிரிசலன், 98.குலிசாயுதன், 99.அழகன், 100.தண்ணீர்மலயன், 101.ராஜவேல், 102.மயில்பிரீதன், 103.நாதரூபன், 104.மாலவன்மருகன், 105. ஜெயகுமார் 106.செந்தில்வேல், 107.தங்கவேல், 108.முத்துவேல், 109.பழனிவேல், 110.கதிர்வேல், 111.ராஜசுப்ரமணியம், 112.மயூரகந்தன், 113.சுகதீபன், 114.குமரேசன், 115.சுப்பய்யா, 116.கார்த்திக், 117.சக்திதரன், 118.முத்துக்குமரன், 119.வேலவன், 120.கதிர்வேலன், 121.விசாகன், 122.கந்தன், 123.குமாரன், 124.அக்னி பூ.

4

மதுர

மதுரைக்கென்றே ஒரு வாசம் உண்டு! என்னது ஊருக்குன்னு ஒரு வாசமா? அது எப்படின்னு கேப்பீங்கதானே? ஆனா மதுரக்காரனுக்கு மட்டும்தான் தெரியும் அந்த மண்ணோட வாசம்.

என்னோட சொந்த ஊருன்னு ஏதோ ஒரு கிராமத்தச் சொன்னாலும் நான் பிறந்து வளர்ந்த மதுரைதான் என் சொந்த கிராமம். ஆமாங்க, மதுர இன்னும் ஒரு கிராமம்தான். ஸ்மார்ட் சிட்டி அந்தஸ்து கெடச்சு ஊரு பூரா பெரிய பெரிய சாலையானாலும், பெரிய பெரிய பாலமானாக்கூட அந்த வெள்ளந்தி மக்களோட பாசம் மட்டும் இன்னும் மாறல. மதுரைக்கு வரும் எல்லா கிராமத்தானுக்கும் மதுரதான் சொந்த ஊரு. மதுரையிலேர்ந்து வேற ஊருக்கு என்னைய மாதிரி பிழைக்கப்போன எல்லாருக்கும் மதுர தான் சொந்த ஊரு.

சினிமாவுல காட்ற மதுர வேற, நேர்ல பாக்குற மதுர வேற. உங்களப் பிடிக்கிற வரைக்கும்தான் நீங்க அன்னியன், பிடிச்சுப் போச்சுன்னா வீச்சருவாகூட நீங்க சொல்ற பேச்சக் கேக்கும் அம்பியாயிடும்!

மீனாட்சி அம்மன் கோயிலச் சுத்தி சதுரம் சதுரமாக் கட்டமைக்கப்பட்ட ஊரு. சத்தமில்லாம ஓடும் வைகை (ஓடை?), மனிதத்தோட பயணிக்கிற ஆன்மீகம். வடக்கூருல நிக்கிற தேவர் சிலை, தெக்கூருல நிக்கிற காமராசர் சிலை... வீரத்துக்கும் கல்விக்கும் ஆன அடையாளம்னு சொன்னா அடிக்கவா வருவீங்க?

மாரியம்மன் தெப்பக்குளம், திருப்பரங்குன்றம், அழகர் கோயில் (திருமாலிருஞ்சோலை), பழமுதிர்ச்சோலை, திருமோகூர் சக்கரத்தாழ்வார், இன்மையிலும் நன்மை தருவார் கோயில், பாண்டி கோவில்... ஊரச்சுத்திக் கோயிலு, கோயிலச்சுத்திக் குடிகள்னு நிம்மதியான ஊருதான் மதுர.

நாயக்கர் மஹால், ஆயிரங்கால் மண்டபம், சங்கீத தூண், காந்தி மியூசியம், தமுக்கம் திடல், ரேஸ்கோர்ஸ், கோவலன் பொட்டல், விரகனூர் அணைன்னு பாக்குறதுக்கு எத்தனையோ சுற்றுலாத்தலம். தமிழனின் தொன்மம் பாக்கணும்னா பக்கத்துலயே கீழடி ஆய்வரங்கம்.

பத்து ரூபாய்க்கு டீ சாப்புடுற காலத்துல, அதே பத்து ரூபாய்க்கு சாப்பாடு போடும் ஊரு. அதுவும் இரவு, பகல், நள்ளிரவு எந்த நேரத்துலன்னாலும் அள்ளிச் சாப்பிட இடமிருக்கு. ஊரு விரிஞ்சிருச்சி, மக்களோட மனசும்தான்.

மனசுல கஷ்டம் வரும்போது மட்டுமில்ல, எப்பப் போய் மதுரையில இறங்குனாலும் ஓர் உணர்வு வரும் பாருங்க... அது பாதுகாப்பா, தாயின் அரவணைப்பா, தன்மான எழுச்சியா, என்னன்னு தெரியாது! ஏன்னா, எத்தனை முறை விழுந்தாலும், மதுரைக்கு ஒருமுறை போய்ட்டு வந்தா எழுந்திருச்சுருவேன். அது, சங்கம் வச்சுத் தமிழ் வளர்த்த பெருமையா? முறத்தால் புலி விரட்டுன தமிழச்சியின் வீரமா? அம்மா மீனாட்சியின் ஆளுமையா? திருப்பரங்குன்ற முருகனைச் சுற்றி பெண்கள் ஆடும் உற்சாக நடனமா? சித்திரைத் திருவிழாவின் கொண்டாட்டமா? யானை மலையின் பிரமாண்ட கல்லா? வைகை ஆற்றிலிருந்து வீசும் ஈரக் காற்றா? எதுவா இருந்தா என்ன? அதுதான் அந்த மண்ணோட வாசம்!

அட, ஒரு தடவ மதுரைக்கு வந்துதான் பாருங்களேன்...

5

'அன்னையும் பிதாவும் முன்னறி தெய்வம்'

'அன்னையும் பிதாவும் முன்னறி தெய்வம்' - இது கொன்றை வேந்தன்.

நாம் எல்லாருமே சிறு வயதில் படித்ததுதான். ஏன் தெய்வத்துக்குச் சமமாக வைக்கிறார்கள்..? உணர்வுகளைக் களைந்துவிட்டுப் பார்த்தோமானால், நாம் உருவாவதற்குக் காரணமானவர்கள்; கிரியா சக்தி மூலம் நம்மை இந்தப் பிரபஞ்சத்துக்கு அழைத்து வந்தவர்கள. தாய்தான் முதன்முதலாக நம்மை உலகுக்கு அறிமுகம் செய்கிறாள். தந்தையை, மரபை, இனத்தை, அடையாளம் காட்டுகிறாள். ('எந்தையும் தாயும் மகிழ்ந்து குலாவி' பாரதி தந்தையை முன்னால் வைக்கிறான். காரணம்: உயிர் சேர்க்கைக்கு ஆணின் குரோமோசோமே முதல் காரணி!)

நம்மைப் படைத்தவர்கள் என்ற முறையில்...

அம்மா = அம்மு, அம்மே, அம்மை, அன்னை, ஆத்தா, ஆய், தாய், தாயார், மாதா.

அப்பா = அப்பு, அத்தா, அச்சன், அய்யா, ஆஞ்ஞான், எந்தை, தந்தை, தந்தே, தகப்பன், வாப்பா.

இடுப்பில் உட்கார்ந்து பார்த்த உலகம் அம்மாவுடையது. தான் பார்த்ததை தன் மகனும் பார்க்க வேண்டும் என்று விரும்பியவள் தாய். தோளில் உட்கார்ந்து பார்த்த உலகம் அப்பாவுடையது. தான் பார்க்க முடியாததையும் தன் மகன் பார்க்க வேண்டுமென விரும்பியவர் தந்தை. உணர்வு ரீதியாக நம்மைக் கையாள்பவர் அன்னை; அறிவு ரீதியாக எந்தை. தன் மகவு கீழேயே விழக்கூடாது என்று நினைப்பவள் அம்மை. எத்தனை முறை விழுந்தாலும் தன் மகன் வீறுகொண்டு எழ வேண்டும் என நினைப்பவன் அச்சன்.

எனக்கு என்றில்லை, யார் படிக்கணும்னு கேட்டாலும் தயங்காமல் பள்ளிக்கல்வி, கல்லூரிக்கல்வி என்று தன்னால்

முடிந்ததை எல்லாம் கொடுப்பார் அப்பா. மற்றைய புத்தகங்களை என்னுடைய எட்டு வயதில் அறிமுகப்படுத்தியவர்; படிக்கணும் என்கிற வெறியை ஊட்டியவர்; எது கிடைத்தாலும் படிக்க முற்படுகிற என்னுடைய எத்தனிப்புக்கு முழு முதல் காரணி அப்பாதான். கடைக்குட்டியான எனக்கு மட்டும் இரட்டைக் கட்டளை தந்த அம்மாவின் அன்பு அளவிடமுடியாதது.

ஒரு வார்த்தைக் கவிதை - 'அம்மா!'
வாழ்க்கைக் கவிதை - 'அப்பா!'

எல்லோருக்குமே இப்படியான தாய் தந்தையின் கவனிப்பு இருந்திருக்கும். நம் ஆளுமையைக் கட்டமைத்தவர்களில் மிக முக்கியமானவர்கள் அவர்கள். சமூகத்திலிருந்து சற்றே திசை மாறி. கொஞ்சநேரம் அதை அசைபோடலாமா?

கண்களை மூடுங்கள்...

கண்களுக்குள்ளே யார் தோன்றுகிறார்கள்..?

6
மொழி

தமிழ் என்றவுடன், அதுவும் ஒரு மொழி என்று உங்களுக்குத் தோன்றினால் நீங்கள் சராசரி இந்தியர்; தமிழ் நம் அடையாளம் என்றால் இனப்பற்றாளன்; உயிர் என்றால் தமிழ் ஆர்வலர்; மூச்சு என்றால் படைப்பாளி; வாழ்க்கை என்றால் தமிழாசிரியன்; உறவு என்றால் இலக்கியவாதி; உடமை என்றால் பொதுவுடமைவாதி; அழகியல் என்றால் கவிஞர்; தொன்மம் என்றால் வரலாற்று ஆய்வாளர்; ஆஹா என்றால் பிற மொழிக்காரர்; பெருமை என்றால் இனவாதி; செழுமை என்றால் ஆராய்ச்சியாளர்; விழுமியம் என்றால் மொழிப் பற்றாளர்; தமிழ் எங்கள் மூச்சு என்றால் தமிழர்.

மூன்று பத்திக்குள் தமிழ் பற்றி என் எண்ணச் சிறகுகள் விரிவது சிரமம்.

அம்மா வாயிலாக அறிமுகமானது தமிழ் (அதனால்தான் எல்லா மொழிகளையும் தாய்மொழி என்கிறோம்). சிவபெருமான் தோன்றி, பல காலம் தவம் புரிந்த அகத்தியருக்குத் தமிழையும், பாணினிக்கு சமஸ்கிருதத்தையும் அருளியதாக சொற்கேள்வி. உண்மையாகத்தான் இருக்க வேண்டும். அதனால்தான் தமிழை அழிக்க வந்தவரையெல்லாம் புகழ வைத்தது தமிழ்.

(உம்: கால்டுவெல்) தெய்வீக மொழியல்லவா!

ஹீப்ரு, பாஸ்கு, தமிழ், பார்ஸி, கிரேக்கம், சீனம், லத்தீன் இந்தப் பண்டைய மொழிகளில் தமிழும் சீனமும் இன்னும் தப்பிப் பிழைத்திருக்கிறது. ஹீப்ரு பல மாற்றங்களுடன் இஸ்ரேல் நாட்டில் வழக்கில் இருக்கிறது. பாஸ்கு ஐரோப்பிய மொழியாக திரிந்து ப்ரெஞ்ச், இத்தாலி, ஜெர்மனாக மாறிவிட்டது. பார்ஸி அரபியோடு கலந்து இந்தியாகிவிட்டது. கிரேக்கமும் லத்தீனும் கலந்து ஆங்கிலமானது... இது வரலாறு. தமிழும் சீனமும் மாற்றுக் குறையாமல் இன்னும் அப்படியே இருப்பதற்குக் காரணம் அதன் செழுமையும் தன்னிறைவும்தான். தமிழ் மெல்ல தன் தன்னிறைவை

இழந்துகொண்டிருக்கிறது. அறிவியல் வளர்ச்சிக்கேற்ப தன்னை வளர்த்துக்கொள்ளவில்லை தமிழ்.

- ★ தமிழுக்கும் அமிழ்தென்று பேர், அந்தத் தமிழ் இன்பத்தமிழ் எங்கள் உயிருக்கு நேர். – பாரதிதாசன்
- ★ யாமறிந்த மொழிகளிலே தமிழ்மொழிபோல் இனிதாவது எங்கும் காணோம். – பாரதியார்
- ★ என்றுமுள தென்றமிழ்! – கம்பர்
- ★ எவ்வுலகும் புகழ்ந்தேத்தும் இன்தமிழ்! – பெரியபுராணம்.
- ★ நல்லதமிழை வித்தி என் உள்ளத்தை நீ விளைத்தாய்!
  – நாலாயிரத் தெய்வியப் பனுவல்
- ★ கண்ணுதற் பெருங்கடவுளும் கழகமோ டமர்ந்து
  பண்ணுறத் தெரிந்தாய்ந்த இப்பசுந் தமிழ் ஏனை
  மண்ணிடைச் சில இலக்கண வரம்பிலா மொழிபோல்
  எண்ணிடைப் படக்கிடந்ததா எண்ணவும் படுமோ?
  – திருவிளையாடற் புராணம்
- ★ கொழி தமிழ்ப் பெருமையை யார் அறிவார்?
  – மதுரைக் கலம்பகம்
- ★ இருந்தமிழே உன்னால் இருந்தேன் இமையோர்
  விருந்தமிழ்தம் என்றாலும் வேண்டேன். – தமிழ்விடு தூது.
- ★ ஓங்க லிடைவந் துயர்ந்தோர் தொழவிளங்கி
  ஏங்கொலிநீர் ஞாலத் திருளகற்றும் – ஆங்கவற்றுள்
  மின்னேர் தனியாழி வெங்கதிரொன் றேனையது
  தன்னேர் இலாத தமிழ். – தண்டியலங்காரம்
- ★ ஆரியம்போல் உலகவழக் கழிந்தொழிந்து சிதையாஉன்
  சீரிளமைத் திறம்வியந்து செயல்மறந்து வாழ்த்துதுமே!
  – மனோன்மணீயம் சுந்தரனார்.
- ★ அதூஉம் சாலும் நற்றமிழ் முழுதறிதல் – புறநானூறு
- ★ ஆடல் பாடல் இசையே தமிழே. – சிலப்பதிகாரம்
- ★ சொல்லில் உயர்வு தமிழ் சொல்லே, அதைத் தொழுதுப் படித்திடடி பாப்பா. – பாரதியார்

* தமிழ்மொழியே எல்லா மொழிகளுக்கும் தாய்மொழியாக அமைந்தது. – ஆபிரகாம் பண்டிதர்
* தமிழ் உயர்தனிச்செம்மொழி. – பரிதிமாற் கலைஞர் (சூரிய நாராயண சாஸ்திரியார்)
* தமிழைப்போலும் கொத்துக் கொத்தாய்க் கூடி இயலும் சொற் பரப்பைக் கொண்ட ஒரு மொழி நாம் அறிந்தவற்றுள் வேறில்லை. – ஞானப்பிரகாசர்
* எம்மொழிக்கும் 'பித்ரு' மொழி தமிழ். – இராமலிங்க வள்ளலார்
* தமிழ் மொழி, திரவிடத்துக்குத் தாயும், ஆரியத்துக்கு மூலமும் ஆகும். தமிழ் வடக்கே போய் திரவிடமானது. திராவிடம் வடமேற்கே போய் ஆரியமாக மாறியது. அந்த ஆரியத்திலே ஒரு பகுதியினர் கிரேக்கத்துக்கு இனமான ஒருமொழி பேசிய ஒருதொகுதி ஆரியர் இந்தியாவுக்கு வந்தனர்.
– தேவநேயப்பாவாணர்
* தமிழர்கள் தென்னாட்டின் பழங்குடி மக்கள். நாகரிகமாந்தன் தோன்றியது தென்னாடாகத்தான் இருக்க முடியும்.
– பி.டி. சீனிவாசஅய்யங்கார்
* இங்கிருந்து (பழந்தமிழகத்திலிருந்து) போன தமிழர்தாம் சுமேரிய நாகரிகத்தைப் பரப்பினார்கள்.
– இராமச்சந்திர தீட்சிதர்.

  தமிழ்க் குடும்பத்தில் பிறந்திட எந்த உழைப்பும் போடவில்லை. தமிழ் கற்க என்னை விட என் ஆசான்கள்தான் உழைத்தார்கள். ஆனால் தமிழ் எழுத ஏதோவொரு மாதவம் செய்துவிட்டேன். தமிழைத் தன்னிறைவை நோக்கிச் செலுத்தும் இயக்கமொன்றில் இணைத்துக்கொண்டேன். இதற்கெல்லாம் மகுடமாகத் திக்கெட்டும் தமிழ் பரப்பும் சாதனை ஒன்று செய்துவிட்டால் அதைவிடப் பிறவிப்பயன் வேறேது?

7

சைவர் பாலர் பள்ளி

நான்கு வயது இருக்கும்... தாயின் நெருக்கத்தில் இருந்து என்னைப் பிரித்துப்போட்டது காலம். பள்ளிக்கூடங்களை யார் கண்டுபிடித்தது என்று தெரியவில்லை, வீடு என்கிற ஒரு அற்புதமான கனவுக் கூடாரத்தை விட்டு, பள்ளி என்கிற அறிவுக்கூடாரத்தை நோக்கிய பயணம் எல்லாருக்கும் பொதுவானதுதான் என்றாலும்கூட இம்சையானது. கனவுகளுக்கு அறிவு ஆடை அளிப்பவை பள்ளிகள்.

அண்ணன்கள், அக்காக்கள் என்று எல்லாரும் பள்ளிக்குப் போனால்கூட படிக்காமல் வீட்டில் இருப்பதுதான் எனக்குப் பிடித்திருந்தது. முதல் நாள் புதிய சூழலைப் பார்க்கும் ஆர்வம் இருந்தாலும்கூட, சாளரத்தின் வெளியே நிற்கும் அம்மாவை அடிக்கடி திரும்பிப் பார்த்துக்கொண்டே அறிவு வெளியின் அரிச்சுவடிகளை வேடிக்கைப் பார்த்துக்கொண்டிருந்தேன்

அ, ஆ வின் வளைவுகளில் என்னைத் தொலைத்துக் கொண்டிருந்தபோது, அம்மாவை மறந்து போயிருந்தேன். ஐயின் வளைவுகளில் குழம்பிப்போய் 'என்னால் முடியாது' என்றவுடன் சற்றென்று அம்மா ஞாபகம். பதினாறாம் முறை சாளரத்தைப் பார்த்த போது அம்மா அங்கில்லை. தாயும் சேயுமானாலும் வாயும் வயிறும் வேறு வேறு என்கிற வைசிய குலச் சட்டம் உணர்ந்த தருணம் அது. இரு வேறு உயிர்கள், இரு வேறு பயணம். என் எல்லாமாக இருந்த அம்மாவின் அரவணைப்பில் இருந்து ஒரு புதிய உலகத்தை அறிமுகப்படுத்தியிருந்தது அந்த பாலர் பள்ளி.

அ என்றால் அம்மா. தரையில் இருந்துதான் வேலை செய்ய வேண்டியிருக்கும். அந்தக் காலத்தில், காலை மடித்து வேலை செய்யும் அம்மாவை பக்கவாட்டில் கற்பனை செய்தால் 'அ' போலத்தான் இருப்பாள். அவள் முந்தானையைப் பிடித்துக்கொண்டு உட்கார்ந்திருக்கும் குழந்தையையும் சேர்த்துக் கற்பனை செய்தால் 'ஆ' என எனக்குத் தோன்றியது!

'அ' இல்லாமல் 'ஆ' இல்லை. இப்படித்தான் தாயை உணர்ந்து கொண்டேன்; தமிழையும் உணர்ந்து கொண்டேன்.

உங்களின் முதல் பள்ளி அனுபவமும் இப்படித்தான் இருந்திருக்கும். எவ்வளவு வயதானாலும் மறக்காது முதல்நாள் பள்ளி சென்ற அனுபவம். எப்போதெல்லாம் கல்வி ஓவர்டோசாகிறதோ, இயலாமல் போகிறதோ அப்போதெல்லாம் நம்மைத் தாங்கிப்பிடித்தது அம்மாதான். டியூஷன் டீச்சராய் மாறிவிடுகிற நிறைய அம்மாக்களை எனக்குத் தெரியும். அவர்களின் அறிவைத்தாண்டி நாம் நிற்கிற தருணங்களில் புத்தர் சிரிக்கிறார்.

8

ஹார்வீ இங்லீஷ் ஸ்கூல்

மதுரையைச் சுற்றி நூல் தொழிற்சாலைகள் உருவாகிக் கொண்டிருந்த காலம். நல்ல வருமானம் ஈட்டிக்கொண்டிருந்த ஹார்வீ மில்ஸ் நிறுவனம் தங்கள் தொழிலாளர்களுக்காக ஒரு ஆரம்பப் பள்ளியைத் துவக்க, கான்வெண்ட் மோகத்தில் இருந்த என் அப்பா என்னை அதில் கொண்டு போய்ச் சேர்க்க, அப்படி அறிமுகமானதுதான் HES *(Harvey English School)*

ஐந்து வயதில் வெள்ளைச்சட்டை, கருநீல அரைக்கால்சட்டை, கழுத்தில் டை, அதன் நடுவே பள்ளி வில்லை *(HES Badge)*, எல்லாமே கொஞ்சம் ஓவராகத்தான் தெரிந்தது என் (உபி சுக்கு) உடன்பிறப்புகளுக்கு இதுகூடப் பிறந்த உடன்பிறப்புகள். என் மேல் இன்று வரை அந்தப் பொறாமையின் சாயல் இருக்கிறது. பாரபட்சமாக இருந்த என் பெற்றோருக்கு நன்றி. முதன் முதலில் மதுரையில் இப்படி ஒரு சீருடையை அறிமுகப்படுத்தியிருந்தது ஹார்வீ பள்ளி.

ஒரு ஓட்டு வீட்டின் மாடிப்பகுதியில்பள்ளி இருந்தது. கீழே ஒரு ஆர்ச் கட்டி, அந்த ஆர்ச்சின் வளைவில் 'ஹார்வீ இங்லீஷ் ஸ்கூல்' என்று எழுதியிருக்கும். அதிலிருந்து மாடிப்படி ஏறிப்போனால் இரண்டு கூடம், அதோடு அந்தப் பள்ளி முடிந்துவிடும். அண்ணாக்கள் படித்த சௌராஷ்ட்ரா பள்ளியும், அக்காக்கள் படித்த செயின்ட் ஜோஸப் பள்ளியும் பல மடங்கு உயரத்தில் இருந்தது. அந்தப் பள்ளிகளின் விளையாட்டு மைதானத்தில் நூறில் ஒரு பங்குகூடக் கிடையாது என் பள்ளி, ஆங்கிலவழிக் கல்வியும், மேனாமினிக்கி சீருடையும்தான் என் பள்ளியின் வெற்றி இரகசியம். அந்தப் பள்ளியின் ஆசிரியர்கள்தான் அந்தப் பள்ளியின் வித்தியாசத்தை உணர வைத்தவர்கள். பின்னாளில் விற்பனைப் பிரதிநிதியாக ஊர் சுற்றிய நாட்களில் இந்தத் தத்துவம்தான் என்னை வெற்றி பெற வைத்தது.

இது போன்று, ஆங்காங்கே ஐந்து வீடுகளில் இயங்கிக் கொண்டிருந்தது அந்த ஆங்கிலப் பள்ளி. ஐந்தாம் வகுப்புக்கு மேல் அங்கு வசதி இல்லாததால், தரையில் விழுந்த பாசிமணி போல் ஆளுக்கொரு திசையில் உருண்டோடிய நண்பர்கள், ஆனாலும் SDA விஜயராகவன் மற்றும் அருள் பிரகாஷ், TVS மனோஜ், OCPM ஹேமா என்று இன்று வரை தொடர்பில் இருக்கும் அந்தப் பால்ய நண்பர்கள் அதிமுக்கியமானவர்கள். பல பள்ளிகளில் படித்தவர்களுக்கு எப்போதும் பல நண்பர்கள்.

●

9

சித்ரா டீச்சர்

கருப்பு நிலா பார்த்திருக்கிறீர்களா? நான் பார்த்திருக்கிறேன்! முழுநிலவைப் போய் ஏன் எல்லாரும் இரசிக்கிறார்கள். அது எப்போதும் முழு வெள்ளையாக நான் பார்த்ததே இல்லை. மேகச்சூழலூடிதான் அது இருக்கும். சீரான அதன் வட்டமும் மாறிக் கொண்டே இருக்கிறது. கவிஞர்கள் ஏன் அதைக் கொண்டாடுகிறார்கள்? பொய்யிலே பிறந்தது என்பதனாலா? இல்லை, தான் சொல்லவந்த சுட்டெரிக்கும் சூரியச் சிந்தனைகளை, குளிர வைக்கும் நிலாச் சொற்களால் சொல்ல முடிவதால், அவர்களுக்கு நிலா பிடிக்கிறது என்று நினைக்கிறேன்.

அப்படிக் கடினமாக இருந்த ஆங்கிலத்தையும், கணிதத்தையும் இனிமையாகச் சொல்லிக்கொடுத்த ஒரு கருப்பு நிலா என் சித்ரா டீச்சர். தொட்டால் ஒட்டிக்கொள்ளும் கருப்பு; களையான முகம்; முதல் தலைமுறைப் பட்டதாரி; பொட்டு வைக்காத கிருத்துவ முகம்; வாழ்வில் எனக்கு மிகவும் பிடித்த முகங்களில் முக்கியமான முகம்; இன்றுவரை என்னால் மறக்க முடியாத முகம். இன்று நேரில் பார்த்தால் வயோதிகத்தின் சாயல் என்னை அச்சுறுத்தும் என்பதால் அதில் விருப்பமில்லை. அதனால் நிலவாகவே அந்த நினைவை வைத்துக்கொள்கிறேன்.

''பொட்டு வைக்கக் கூடாதா மேடம்?'' என்று அறியாச் சிறுவனாக, கேட்கக்கூடாத கேள்வியை நான் கேட்டு வைக்க, ''ஏம்மா ஆவிச்சி?'' என்று கேட்டார் அந்த ஆசிரியை. (பெண்களை 'ஏண்டா' என்றும், ஆண்களை 'ஏம்மா' என்றும் அழைப்பதும் அவர் வழக்கம். சமன்பாட்டின் துவக்கம் என்று பின்னாளில் வியந்தேன்) ''நீங்க இன்னும் அழகா இருப்பீங்க மேடம்!'' என்றேன். மறு நாளில் இருந்து கறுப்புப்பொட்டு வைத்துக்கொண்டது கறுப்பு நிலா. நிலாவுக்கு மேலும் அழகு கூடியது. இன்றுவரை கறுப்புதான் எனக்குப் பிடிச்ச கலரு. சமய வேறுபாடுகள் என்னை நெருங்காததன் காரணமும் அந்தக் கருப்பு நிலாதான்!

உங்களுக்கும் அப்படி ஒரு டீச்சர் இருந்தாங்க தானே?

10
ரத்ன பாலா

பால்யத்துக்குள் ஒரு கனவு உலகம் ஒழித்து வைக்கப் பட்டிருக்கும். விவரம் தெரியாத வயதிலிருந்து, விவரம் புரிய ஆரம்பிக்கும் அந்த முகிழ் வயதில் எனக்கு மிக நெருக்கமான ஒரு பொருள் என்னவென்றால் அது 'ரத்னபாலா' என்னும் சிறுவர் பத்திரிகை. என்னை ஒரு புதிய உலகுக்கு, ஒரு புதிய சிந்தனைத் தளத்துக்கு, ஒரு கற்பனா உலகத்துக்கு அழைத்துச் சென்றது ரத்னபாலா. படக்கதை, தொடர்கதை, நல்லொழுக்கக்கதை, கவிதை, விளையாட்டு, உலக அதிசயங்கள், குறுக்கெழுத்துப் போட்டி, பாட்டுப் போட்டி, கண்டுபிடி என்று ஒரு அது எனக்கு ஒரு ஜீனி. அது என்னுடைய தனிப்பட்ட உலகம். அங்கு நான்தான் கோ (அரசன்). நான் தான் மந்திரி. நான்தான் சேவகன். அதிவேகமாக, துல்லியமாக வீட்டுப் பாடங்களை முடித்துவிட்டு, ரத்னபாலாவுடன் ஐக்கியமாகி விடுவேன். கோகுலம், அம்புலி மாமா போன்ற சீரிய சிறுவர் பத்திரிகைகள் இருந்தாலும் ரத்னபாலா தான் என் ஆதர்சம்.

இன்று Logical Reasoning (தர்க்க பகுத்தறிவு) என்கிறார்களே, அதை என்னவென்று அறியாமல் கற்றுக்கொடுத்தது ரத்னபாலா. என்னுடைய GRE Score உயரப் பறந்ததுகூட அதன் நீட்சியாக இருக்கலாம். இன்றைய குழந்தைகளை அடிமையாக்கும் இணைய விளையாட்டுக்கள் போலல்லாமல் அது அளவான கற்பனைக் கல்வி, ஒரு கனவுலகம், நாம் இப்படி ஆக வேண்டும், அப்படி ஆக வேண்டும் என்று சதா சர்வ காலமும் கற்பனையிலேயே மிதக்க வைக்கும். அதுவும் ஒரு வகை போதைதான். ஆனால் அது நேர்மறை போதை. பிற்காலத்தில் ஒரு மகான் 'கனவு காணுங்கள்' என்று சொல்லியே தமிழ்மக்களின் மனதில் இடம் பிடித்தார். நாற்பது வருடங்களுக்கு முன் என்னை அதைச் செய்ய வைத்தது அந்த சிறு பத்திரிகை.

இன்றும் கூட வாசிப்பில் என் உயிரை வைப்பதற்கு முழுமுதற் காரணம் ரத்னபாலா என்னும் சிறுவர் மலர்தான். வாசிப்பின் ருசி போதையல்ல... ஊட்டச்சத்து.

11
வலையபட்டி

இன்று சென்னையில் வசிக்கும் முக்கால்வாசிப் பேருக்கு, சொந்த ஊர் சென்னை கிடையாது. தமிழகத்தின் எல்லா நகர, கிராம மக்களும் புலம்பெயர்ந்து சென்னைவாசிகள் ஆகி, நகரத்தை வளர்த்தெடுக்கின்றனர். இன்று தமிழகம் மட்டுமல்லாமல் இந்தியா முழுவதும் சென்னைக்குப் புலம்பெயர்வது தனிக்கதை. அதுபோல தமிழகத்தின் பெருநகரங்களை நோக்கி கிராமங்களிலிருந்து புலம்பெயர்பவர்களும் அதிகம். அப்படி 'வலையபட்டி' என்ற கிராமத்திலிருந்து மதுரைக்குப் புலம்பெயர்ந்த குடும்பம் என்னுடையது.

விவரம் தெரிந்து கிராமத்துக்குப் பயணப்பட்டபோது பசுமையான வயல்வெளிகளையும், ஓடைகளையும் தேடி ஏமாந்து போனேன். வறண்ட, காய்ந்துபோன, வானம் பார்த்த பூமியாக நின்றுகொண்டிருந்தது என் கிராமம். ஆனால், பெரிய பெரிய வீடுகளும், பிரம்மாண்டமான குளங்களும், தொல்லியல் பெருமை மிக்க கோயில்களும் ஆறுதல். அதுவும் மலைக்கோயில் அந்தப் பிராந்தியத்தில் மிகவும் அரிது. தேனிமலை, பிரான்மலை மற்றும் வலையபட்டி மலையாண்டி கோயில் போன்றவை.

கிராமத்துக்கென்று ஒரு ஆன்மா உண்டு. ஆளரவமற்ற தெருக்களில் சைக்கிள் ஓட்டிச்செல்லும்போது இயற்கை உங்களோடு பேசும். இயற்கைக்கு அப்பாற்பட்டு இது என் சொந்த கிராமம், என் ஊர் என்கிற பெருமிதம், எங்கு சென்றாலும் இது என் தாய் மடி என்கிற பரவசம். இது எல்லாம் ஏற்பட்டதா? ஏற்படுத்தப்பட்டதா? என்று இன்றுவரை புரியவில்லை. ஆனால் அந்த அனுபவம் பிடித்திருக்கிறது. அதே ஊரில் இன்று கார்களில் பயணப்படும்போது அந்த அனுபவம் குறைகிறது என்ற கவலை அரிக்காமல் இல்லை. அதனாலேயே அத்தியாவசியம் தவிர நடந்தே கடக்கிறேன், உரு மாறாமல் இருக்கும் என் பால்யத்தின் கிராமத்தை!

புதுக்கோட்டை மாவட்டம், பொன்னமராவதி பேரூராட்சியில் வலையபட்டிதான் பிரதான ஊராட்சி, பொன்.வலையபட்டி என்றும் வலம்புரி என்றும் விருப்பம் போல் அழைக்கப்படும் ஊரை இரட்டையர்கள் பொன்னன், அமரன் என்ற இரு மன்னர்கள் ஆட்சி செய்ததாகவும், அவர்கள் பெயரிலேயே ஊர் அழைக்கப்பட்டதாகவும் சொல்லக் கேள்வி. வலையர்கள் (முத்தரையர்கள்) அதிகம் வாழும் பகுதி. ஆகையால் வலையபட்டி என்று பெயர் பெற்றதாகவும் கூறுவர்.

சிலப்பதிகாரத்தில் இடம் பெற்ற அழகு நாச்சியம்மன் கோயில், பொன்னன் அமரன் நினைவாக நடப்பட்ட நாட்டுக்கல், சாலையோர பட்டமரத்தான் கோயில் அதன் பூச்சொரிதல் விழா, இரண்டாம் இராஜராஜனால் கட்டப்பட்ட தொல்லியல் சிவன் கோயில், வாரம் இருமுறை கூடும் வாரச் சந்தை, கூப்பிடு தூரத்தில் வடக்கே கொன்னையூர் மாரியம்மன் கோயில் தேனிமலை முருகன் கோயில், மேற்கே வேந்தன்பட்டி நந்தி கோயில், தெற்கே பாண்டிய மன்னர்களால் கட்டப்பட்ட ப்ரியா மருதீஸ்வரர் கோயில், ஆக மொத்ததில் பதினெட்டுப் பட்டியில் கூடும் 48 பஞ்சாயத்துக்கு பொன்னமராவதிதான் தலைமை.

உங்கள் ஊருக்கும் இப்படி ஒரு வரலாறு, இப்படி ஒரு புவியியல் காரணம், குடிப்பெயர்கள், தனிப்பெருமை இருக்கத் தானே செய்யும், அதைக் கண்டுணர்வதில், அடுத்த தலைமுறைக்குக் கடத்துவதில்தான் இருக்கிறது நம் பாரம்பரியமும் எதிர்காலமும்.

●

12
மாரியம்மன் தெப்பக்குளம்

பதின் வயதுகளில் பரிச்சயமான வார்த்தை, 'டாப்' அடிப்பது. அதாவது நண்பர்களுடன் ஒரு இடத்தில் கூடி வெட்டிப் பேச்சு, வெட்டி விவாதம், வெட்டி நியாயம் பேசுவது. உலக நாடுகளின் அமைதி, அமெரிக்காவை வெற்றி கொள்வது எப்படி? குஷ்புவை எப்படி மடிப்பது? இந்தியப் பொருளாதாரத்தை எப்படி தலை நிமிர்த்துவது..? இப்படி எல்லாவற்றுக்கும் இந்த டாப் அடிக்கிற இடத்தில் தீர்வு உண்டு. காரசாரமான விவாதம் கடைசியில் டீ வாங்கித் தருபவரிடம் சரணடைவது தனிக்கதை.

அப்படி மதுரையில் பல இடங்கள் உண்டு. மதுரையைச் சேர்ந்த இன்றைய பல சினிமாப் பிரபலங்கள் (பாலா, சசி உட்பட) கூட இந்த 'டாப்'பில் பங்கேற்றவர்கள்தான். கே.கே.நகர் ரேமுகி மற்றும் மாரியம்மன் தெப்பக்குளம் இரண்டும் எனக்குப் பிடித்த டாப் அடிக்கும் இடங்கள். கடற்கரை இல்லாத மதுரை வாசிகளுக்கு இந்தத் தெப்பக்குளம்தான் 'மாலை நேரத்து மயக்கம்'!

நண்பர்கள், காதலர்கள், குடும்பங்கள் என்று எத்தனையோ பேர் டாப் அடிக்கும் இடம். பல நண்பர்களோடு உரையாடி, உறவாடிக் களித்த இடம், தனியாக வந்தால்கூட போரடிக்காத களிப்பிடம். மாரியம்மன் திருவிழா சமயங்களில் கேட்கவே வேண்டாம். குளத்தில் பெரும்பாலான நாட்களில் நீர் இருக்காது. தெப்பத் திருவிழாவுக்கு மட்டும் வைகையிலிருந்து நீர் திறந்துவிடுவார்கள். குளத்தைச்சுற்றி விளக்கேற்றி, அதன் பிம்பங்கள் நீரில் தெரியும் அழகு இருக்கிறதே... அது பாரதி பாடிய 'காட்சி சொப்பனம்'! சில காட்சிகள் எப்போதும் மனதை விட்டு நீங்காது.

மகிழ்வு, துக்கம் இரண்டையும் கடையேற்றும் இடம் இந்த தெப்பக்குளம். தெளிவில்லாமல் பல விவாதங்கள் இங்கு துவங்கி முடிந்திருக்கின்றன. ஆனால் விவாதிக்கக் கற்றுக்கொடுத்த இடம் இது. வீட்டுக்குச் சென்ற பிறகும் அந்த விவாதங்கள் எனக்குள்

ஆவிச்சி

முடிந்த பாடில்லை. முடிவாக அந்த விவாதங்களில் வரும் தெளிவு இன்றுவரை நின்றபாடில்லை.

நல்லது எது, கெட்டது எது என்று தெரியாமல் இன்று பல இளைஞர்கள் இருக்கிறார்கள். நண்பர்களுடனோ, தனியாகவோ இதுபோல் ஒரு டாப் அடிக்கும் இடத்தைத் தேர்ந்தெடுத்துக் கொள்வது நல்லது. நம்மை அறியாமலேயே இப்படி ஓர் இடம் நமக்குக் கிடைத்துவிடும். 'மனம் அதிகபட்சக் குழப்பத்தில் இருக்கும்போது இப்படியான இடத்துக்குப்போனால் தெளிவு கிடைக்கும்' என்று நீங்கள் நினைக்கும் இடமே 'டாப்' அடிக்கும் இடம்.

உங்களுக்கும் அப்படி ஒரு இடம் இருக்கும்தானே?

13
சௌராஷ்டிரா உயர்நிலைப் பள்ளி

தட்டான் பிடிக்கும் போட்டியில் கலந்துகொண்டிருக்கிறீர்களா? ஹார்வியில் சிதறுண்டு மீண்டும் பள்ளிக்குச் செல்ல அப்பா தேர்ந்தெடுத்தது அண்ணன்கள் படித்த சௌராஷ்டிரா பள்ளி. அப்பாவின் நண்பர் உத்தமன் மாமா அறக்கட்டளை உறுப்பினராக இருந்ததும் ஒரு காரணம். பள்ளிகளில் இடம் கிடைப்பது அரிதாகிக் கொண்டிருந்த காலம். கிடைத்த பள்ளியில் படிக்க வேண்டிய நிர்ப்பந்தம். திருமலை நாயக்கர் காலத்தில் மதுரைக்கு அழைத்து வரப்பட்ட சௌராஷ்டிரர்கள் தங்களுக்கென்று உருவாக்கிக் கொண்ட பள்ளி, கலைக்கல்லூரி, மதுரையில் ரொம்பப் பிரசித்தம். நம் பிரதமர்கூட குஜராத்தின் ஒரு பகுதியான சௌராஷ்டிரா பகுதியைச் சேர்ந்தவர் என்பது கூடுதல் தகவல்.

பள்ளியின் நுழைவாயிலில் இருக்கும் இரண்டு பெரிய சிங்கங்கள் என்னை வரவேற்றன. நான் சிங்கமாகப் போகிறேனா, சிங்கத்துக்கு இரையாகப் போகிறேனா? முதல் நாள் பள்ளி அனுபவமே வித்தியாசமாய் இருந்தது. சக மாணவர்களின் வட்டார வழக்கு வேறுமாதிரி இருந்தது. நிறைய புது வார்த்தைகள் கற்றுக்கொண்டேன். கான்வென்ட் வாழ்க்கைக்கும், மற்ற பள்ளி வாழ்க்கைக்கும் உள்ள வேறுபாடு எனக்கு முற்றிலும் ஒரு புதிய வாழ்க்கையைக் காட்டியது. 16 தமிழ் செக்‌ஷனுடன் ஒரேயொரு ஆங்கில செக்‌ஷனில் தனிக்காட்டு ராஜாவாக நாங்கள் அறுபது பேர், வாழ்வின் எல்லா பொருளாதார தரப்பு மாணவர்களுடனும் பழகும் வாய்ப்புக் கிடைத்தது. எல்லா பள்ளிகளிலும் இந்த வாய்ப்புக் கிடைக்காது. நான் சேர்ந்த வருடம்தான் பள்ளியின் 75ம் ஆண்டு விழா, வருடம் முழுவதும் பள்ளியில் திருவிழா தான். இன்று வரை பள்ளியை சினிமாவில் பார்க்கும் போதோ, கதைகளில் படிக்கும் போதோ எனக்கு அந்த ஆறாம் கிளாஸ் வகுப்பறைதான் ஞாபகம் வரும்.

பள்ளி மதியஉணவு இடைவேளையில் எல்லாரும் விரும்பி விளையாடும் விளையாட்டு, தும்பி எனும் தட்டான் பிடிக்கும் விளையாட்டு. படிப்போடு அதிலும் பட்டம் பெற்றிருக்கிறேன். அதிகம் தட்டான் பிடித்து சாதனையாளர் விருதுகூட வாங்கியிருக்கிறேன். வெற்றி எதில் வந்தால் என்ன... எல்லாவற்றையும் ஜிகர்தண்டாவுடன் கொண்டாடித் தீர்ப்போம்!

அப்போதுதான் பட்டாம்பூச்சியின் அழகியலும் அறிமுகமானது. யார் அதன் இறக்கைகளுக்கு வண்ணம் கொடுத்தது? இயற்கையின் இரசனையை எந்த வண்ணம் தீர்மானிக்கிறது?

நீங்களும் இப்படி வித்தியாசமான போட்டிகளில் கலந்து கொண்டிருக்கிறீர்கள்தானே?

14

அரச மரம்

'என்னடா மரம் மாதிரி நிக்கிற?' என்று யாரையும் கேட்க மாட்டீர்கள் இதைப் படித்தவுடன்

எங்க ஊருக்கு (வலையபட்டி) நடுவே ஒரு அரசமரம் இருக்கும். (எல்லா ஊருலயும்) பக்கத்துலயே குளம், மரத்த சுத்தி உட்காருவதற்கு வசதியா பட்டியக்கல்லு போட்டிருப்பாங்க. வெய்யில் காலத்துல இளநீர், நுங்கு அந்த மரத்தடியில விப்பாங்க. மழைக் காலத்துல பெரும்பாலும் சும்மா இருக்கும். இன்னொரு பக்கத்துல பேருந்துக்குக் காத்திருப்பவங்க உக்காந்திருப்பாங்க. சிறுவர்கள் விளையாடுவோம், பெருசுங்க வெட்டி நியாயம் பேசுவாங்க. நிறைய வீட்டுச் சண்டைங்ககூட அங்கதான் நடக்கும்.

யாராவது நட்டாங்களா, அதுவா முளைத்ததா, இல்லன்னா, அது வளர்ந்த இடத்துல ஊர் உருவானதா? யாருக்கும் தெரியல. ஏன்னா அதோட வயசு அப்படி! மதிய நேரங்களிலும் தனியா கம்பீரமா நிக்கும்.

எங்க அப்பத்தாகிட்ட காசு வாங்கிட்டு அங்க போயி நுங்கு சாப்பிட்டு, விக்கிறவரோட நட்பாயிட்டு, அங்கனயே உக்காந்திருப்பேன். உச்சிவெயில் ஏற ஏற நுங்கு விக்கிறவரு போயிருவாரு. நான் அங்கேயே உக்காந்திருப்பேன். நண்பர்களோட பகிர்ந்துகொள்ள முடியாத ஆற்றாமை, பொறாமை, தோல்வி எல்லாத்தையும் அந்த மரத்தோட பேசிட்டிருப்பேன். மகிழ்வா இருக்கும் தருணங்களில் மரம் மறந்து போயிருக்கும். மகிழ் தருணங்கள் எனக்கானது, எதிர்மறை உணர்வுக்கு மட்டும் மரம் ஒரு வடிகால். இதற்காக எனக்கு ஒரு குற்ற உணர்ச்சிகூட உண்டு. ஆனால் ஒரு போதும் உனக்கு பிரச்னை வரும்போது மட்டும் என்கிட்ட வர்றியேன்னு மரம் சொல்லாது. அதுதான் அஃறிணையாச்சே!

சிலசமயம் அது என்னோட பேசுற மாதிரி இருக்கும். 'இப்படி செய்து பாரேண்டா' என்று சொல்லும். அவனுங்க அப்படித்தானே

போங்கடிப்பாங்கங்கும். நீ பண்ணதும் தப்பு தானேடாங்கும். சில நிகழ்வுகள் யாருடைய கட்டுப்பாட்டிலேயும் இருக்காதுல்லங்கும். விட்டுக்கொடுன்னு சொல்லும், பட்டினத்தாராக்கும். சிலசமயம் விட்டுக் கொடுக்காதேங்கும். சுயமரியாதைச் சிங்கமாக்கும், பிரச்னைகளின் வீரியம் கருதி அதற்கான நேரத்தைக் கொடுத்தால் மரம் ஒரு தீர்வு தரும். அந்த மரம் நான்தானோ என்று சில நாட்கள் தோன்றும். என் மனச்சாட்சி இல்லன்னா கடவுளோ என்றுகூடத் தோன்றும். புத்தனுடைய போதிமரம் கூட இப்படித்தான் அவருக்குத் தீர்வு சொல்லிருக்குமோ?

அந்த மரம் மாதிரி சில மனிதர்களை, சில நண்பர்களைக் கண்டிருக்கிறேன். எதற்குமே எதிர்வினை (React) ஆற்ற மாட்டார்கள். முகபாவனைகூட மாறாது. எல்லாவற்றையும் கேட்டுக்கொண்டு தலை ஆட்டுவார்கள். இறுதியில் நாமே ஒரு தெளிவுக்கு வந்து விடுவோம். இப்படியான மரமோ, நட்போ, நேரமோ இல்லாதவர்களால்தான் வாழ்க்கையையும் சூழ்நிலைகளையும் வெற்றிகொள்ள முடிவதில்லை.

நாம் எல்லாரும் தேவையானவர்களுக்கு மரமாக இருக்க முடிந்தால்..?

●

15

ஏழாம் நாள் சாதனையாளர் பள்ளி

ஏழாம் நாள் சாதனையாளர் பள்ளி (செவன்த் டே அட்வென்டிஸ்ட் ஸ்கூல்), மதுரை அரசரடியில் உள்ள பள்ளி, தமிழகம் முழுதும் கிளைகள் பரப்பி கல்வி சேவையை திறம்பட நடத்திக் கொண்டிருக்கும் நிறுவனம். தமிழகத்தில் அந்தக் காலத்தில் *ICSE (Indian School Certificate Examination)* இந்தியப் பள்ளி சான்றிதழ் திறனாய்வுப் பள்ளிகள் மிக மிகக் குறைவு. அது தெரிந்து அந்தப் பள்ளியில் சேரவில்லை என்றாலும் அந்தக் கல்வித்திட்டம் சாதாரணமான பாடத்திட்டத்தைவிட மேலானவை.

இரண்டு பாடங்கள் மற்ற பள்ளிகளைவிட அதில் அதிகம் இருக்கும். ஒன்று 'சிவிக்ஸ்' எனப்படும் குடிமையியல், இன்னொன்று 'எக்கோனாமிஸ்' என்னும் பொருளாதாரம். அன்று மற்றவர்களிடமிருந்து என்னை வித்தியாசப்படுத்திக் காட்டியது இந்த இரு படிப்புகளும். இன்று வரை அதன் தாக்கம் தொடர்கிறது. இந்து நாழிதளில் வரும் அரசியல் பதிவுகளும், வர்த்தகப் பதிவுகளும் புரியத் துவங்கியது அந்தக் கல்வித் திட்டத்தால்தான். ஒரு முழு நீள அரசியல் தொடர் எழுத முடிந்ததும், முழுநீளப் பொருளாதார தொடர் எழுதப் போவதிலும் அந்தக் கல்வியின் ஆணிவேர் அதி முக்கியம்.

கபடி என்னும் தமிழர் வீர விளையாட்டைக் கற்றுக்கொண்டதும் அந்தப் பள்ளியில்தான். அந்தக் காலத்தில் ரிக்ஷாவில்தான் பள்ளிக்கு வருவதும் போவதும். மாலை அது வரும்வரை விளையாட ஆரம்பித்து. பின் கபடி விளையாடுவதற்காக ரிக்ஷாவை மறுதலித்து நடந்தே வீட்டுக்குப்போவது வரை கபடி என் ஆதர்சம். இன்று யார் யாரோ கபடிக்குச் சொந்தம் கொண்டாடினாலும் கபடியின் தாய்வீடு தமிழகம்தான். மீண்டும் பழைய பள்ளி மாணவர்கள் விஜியும் அருளும் என்னோடு கபடித் தோழர்களாகி இன்று வரை தொடர்கிறார்கள். வாழ்வின் இன்று வரை தொடரும் நட்பு வட்டம் துவங்கியதும் அந்தப் பள்ளியில்தான். உங்களுடைய நட்புவட்டம் துவங்கியதுகூட நடுநிலைப் பள்ளிகளில்தானே?

(சைவ மத அடையாளங்களுடன் என்னை அனுமதித்த பள்ளி ஒருநாளும் என்னை மதம் மாற முயற்சிக்கவில்லை.)

16

கொடைக்கானல்

பள்ளியில், ஒருநாள் சுற்றுலாவுக்கு கொடைக்கானல் அழைத்துச் சென்றனர். என்னுடைய முதல் வெளிப்பயணம் அதுதான். அடைகாக்கப்பட்ட குஞ்சுகள் முதன்முதலில் வானம் பார்க்கும்போது எப்படி ஒரு மகிழ்வு பெறுமோ அப்படி எங்களுக்கு ஒரு பேரானந்தம். முதல் நாள் இரவே தூக்கம் வரவில்லை. தினமும் பிரம்படி கொடுக்கும் காமராஜ் மாஸ்டர் எங்களை சுற்றுலா அழைத்துச் செல்வதால் ஒரு தேவதூதராகக் காட்சியளித்தார். காலை நான்கு மணிக்கெல்லாம் பள்ளியை அடைந்துவிட்டோம். வாட்சுமேன் கேட் திறக்காததால் என் ஆர்வக்கோளாறு வெளிச்சத்துக்கு வந்து என் அப்பா தலையிலடித்துக் கொண்டார்.

குளிக்காதவர்கள் பள்ளியிலேயே குளிக்க அனுமதிக்கப்பட்டு, ஒரு வழியாக ஆறு மணிக்கு பேருந்து கிளம்பியபோது, வாடிவாசல் திறக்கப்பட்ட காளை போல உணர்ந்தேன். மெல்ல மதுரை எல்லையைக் கடந்தபோது ஒரு பயம்... 'திரும்ப ஒழுங்காக மதுரை வந்து சேர்வேனா?' சக மாணவர்களின் உற்சாகமும், வகுப்பாசிரியர்களின் தோழமையும் அந்தப் பயத்தை ஊடாடி வேரறுத்து ஒரு புதிய உலகத்தை, வானத்தைத் திறந்தது. கொடைக்கானல் ஒரு மலைப்பிரதேசம் என்பதே அங்கு போன பிறகுதான் எனக்குத் தெரியும். வழியில் காலைச் சிற்றுண்டி... பிரட்டும் ஜாமும். இன்று வரை எனக்குப் பிடித்த உணவாகிப் போனது. கொடைக்கானல் இன்றுவரை என் இரண்டாம் தாய் வீடு. பின்னாளில் பலமுறை, ஏன் போன மாதம் எங்கள் நிறுவன ஆண்டு விழாவுக்குச் சென்றபோதும் பால்யத்தின் குதூகலம் என்னுள் முகிழாமல் இல்லை.

கணக்குப் பாடத்தில், கண்டிப்பு காட்டும் கணக்கு டீச்சர் வனரோஜா மேடம் இவ்வளவு மென்மையானவரா என்று உணரவைத்த அந்தப் பயணம் என் வாழ்வின் இன்றியமையாத நிகழ்வு, வெள்ளி நீர் வீழ்ச்சியில் துவங்கி கோக்கர்ஸ் வாக்,

கொடைக்கானல் ஏரி, கல் தூண் பாறை, பிரையண்ட் பூங்கா, செட்டியார் பூங்கா, கடைவீதி என்று பல இடங்களுக்குச் சென்று, நேரம் காரணமாக சில இடங்களைத் தவிர்த்து பேருந்தில் ஏறிய போது இன்னும் இரண்டு நாட்கள் இருக்க மாட்டோமா என்று மனது ஏங்கியது. குடுத்த நூற்றியறுபது ரூபாய்க்கு இவ்வளவு தான் பார்க்க முடியும். வரும் வழியில் எல்லோரும் பலாக்காய் வாங்கினார்கள். எனக்கு மனதும் பர்ஸும் நிறைவாய் இருந்ததால் வாங்க இயலவில்லை. இன்று வரை அந்தப் பயணம் அங்குலம் அங்குலமாக ஞாபகம் இருக்கிறது. அந்தக் குதூகலம் சிங்கப்பூர் சுற்றுலாவில் கூடக் கிடைக்கவில்லை. காரணம் அறியாப் பருவமான பால்யத்தின் சாவியாக இருக்குமோ?

உங்கள் முதல் பயணமும் இப்படித்தானே!

●

ஆவிச்சி

17

ஓவியம்

சிறுவயதிலிருந்து கணக்குப் பார்த்தால் இது வரை 162 வேலைக் கனவு கண்டிருக்கிறேன். அதாவது நான் பைலட் ஆவேன் என்பதிலேயிருந்து குயவன் (*Terracota Artist*), கவிஞன், எழுத்தாளன், சித்த மருத்துவன், போன்ற தொழில் முறை வித்தகன் முதல், கபடி, கிரிக்கெட், ஹாக்கி, கோல்ஃப், டென்னிஸ், பூப்பந்து, இறகுப் பந்து என்னும் உலக விளையாட்டு வீரனாகி, தொழிலதிபர் வரை பல கனவு கண்டிருக்கிறேன், (தொடர் தொழில், இணை தொழில், பின்னூட்ட, முன்னோட்ட தொழில் ஒருங்கிணைப்பு வரை இன்றும் கனவுகள் நீண்டுகொண்டே போவது உப கதை). அத்தனையும் யாரையாவது அந்தக் கலையில், விளையாட்டில், தொழிலில் சிறந்து விளங்குபவர்களைக் காணும்போது வரும் கனவு.

இப்படித்தான் நீ என்னவாகப் போகிறாய் என்று பள்ளி வகுப்பறையில் எல்லாரையும் கேட்டபோது 'ஓவியன்' என்று பதில் சொன்னேன் (உண்மையிலேயே 'படம் வரைவது எப்படி, கார்ட்டூன் வரைவது எப்படி' என்னும் புத்தகங்கள் படித்துக்கொண்டிருந்தேன்). எல்லாரும் சிரித்தார்கள். மருத்துவம், பொறியியல், சட்டம், அறிவியல் தாண்டி அப்போது யாரையும் யோசிக்க விடவில்லை மெக்காலே கல்வித் திட்டம். எட்டு வயதில் நூல்கள் வாசிக்கத் துவங்கிய எனக்கு ஓவியர்கள் மணியம்செல்வனும், மாருதியும் முன்மாதிரியாக ஏன் கடவுளாகவே ஆகிப்போனார்கள். மாருதியின் வண்ணக்கலவை நம் எண்ணக்கலவைக்கு எழிலூட்டும் என்றால், ம.செ.வின் கோட்டோவியம் நம்மை சரித்திர காலத்துக்கே அழைத்துச் செல்லும். சில்பி வரைவதை நீங்கள் காப்பியடிக்கவே முடியாது; அவ்வளவு துல்லியமான கோட்டோவியர். தமிழ் கட்டிடக்கலையையும், சிற்பங்களையும் அவரைவிட யாராலும் ஓவியத்தில் செதுக்கி விட முடியாது. ம.செ வின் தந்தை மணியனின் ஓவியம் ஒரு பள்ளிக்கூடம்.

ஆதிமூலத்தின் ஓவியம் ஒரு கவிதை என்றால், ஜெயராஜின் ஓவியம் கவர்ச்சி ஸ்டையிலானது. கோபுலுவின் ஓவியம்

எல்லாரையும் முதிர்வாய்க் காட்டும். ராமு எல்லாரையும் இளமையாகக் காட்டுவார். சமகால ஓவியர்களான அரஸ் ஜனரஞ்சக ஓவியர், டிராட்ஸ்கி மருதுவின் ஓவியங்கள் நவீனத்துவம் வாய்ந்தவை. சந்தோஷ் நாராயணன் என்னைப் பொறாமைப் பட வைத்த இளவல். ஆர்.கே.லக்ஷ்மணின் கார்ட்டுன் வாழ்க்கைக் கதகளி என்றால், மதனின் கார்ட்டூன் அரசியல் நையாண்டி (பின்னாளில் என் இணை ஆசிரியர்). இப்படி பல ஓவியர்கள், பல பாணி, பல சாயல், பல கையாளுமை. எல்லாரையும் காப்பியடித்து காப்பியடித்து எனக்கென்று ஒரு பாணி இல்லாமல் போனதைப் பற்றிக் கவலைப்பட்டதே இல்லை நான்.

ஓவியங்கள் நம்மை பிரதிபலிப்பவை, கற்பனையையும், புனைவையும் நம் கண் முன்னே நிற்க வைக்க வேண்டிய சவாலோடு ஓவியர்கள் வரைய உட்கார வேண்டும். என்ன... ஒரேயொரு காட்சிமயக்கம் என்றால் இவர்களுடைய எல்லாக் கதா நாயகர்களையும் வித்தியாசப்படுத்திக் காட்டவேண்டிய கட்டாயம் கொண்டவர்கள். பாணி மாறாமல் பணி செய்ய வேண்டும். அதில் ஒவ்வொரு கதாபாத்திரத்துக்கும் ஒரு தனிப்பட்ட சாயல் வேண்டும். அந்தக் கட்டாயத்தைக் கடந்து வந்து வெற்றி பெற்றவர்கள் இவர்கள். ஒவ்வொரு வாரமும் எங்கள் வீட்டில் அக்காக்களோடு ஒரு விவாதமே நடக்கும். ஓவியர்கள் அத்தனை பேருக்கும் 'நாயகன்' அந்தஸ்து என் வீட்டில். நான் ஓவியனாக ஆசைப்பட்டது ஏன் என்று புரிந்திருக்கும்.

காலம் எல்லாரையும்போல் என்னைப் பொறியாளனாக்கியது. இப்போது கணினியில் படம் வரைந்துகொண்டிருக்கிறேன். ஒரு தேர்ந்த ஓவியன் தனக்குள் ஒரு உளவியலாளன். பலவித முக பாவனைகள் அவனுக்குப் பரிச்சயமாகிவிடும். எதையும் மூன்றாவது கண்கொண்டு பார்க்கும் திறமை பெற்றவனாவான். எதிராளியின் உடல்மொழியை வைத்து அவரைக் கணிக்கும் திறமை பெற்று விடுவான். ஓவியம் ஒரு தியான முறை. ஓவியன் ஒரு ஞானி.

உங்களுக்கும் இப்படி ஒரு கலையில் ஆழ்ந்த ஈடுபாடு உண்டு தானே?

●

18
மருத்துவர் கிரிஜா பாய்

'மருத்துவம் என்பது இறைவனால் உருவாக்கப்பட்டது இல்லை. மனிதன் இயற்கையை விட்டு விலகி குழுக்களாக வசிப்பிடங்களைத் தேடி அலைந்தபோது உருவானதுதான் நோய்கள்' என்று ஒரு கருத்தியல் உண்டு. அந்த நோய்களுக்கான தீர்வை 'முயற்சித்து பின் பிழை நீக்கி' (Trial and Error) கண்டுபிடித்ததுதான் மருத்துவ அறிவியல். பொது மருத்துவம் கிளை பரப்பி கண், காது மூக்குத் தொண்டை, எலும்பு, பல், வயிறு, நரம்பு என்று வளர்ந்து கொண்ட காலம்தான் எனக்கு நினைவு தெரிந்த காலம். ஆனால் எங்களுக்கு எந்த நோய் என்றாலும் சர்வ ரோக நிவாரணியாக அம்மா அழைத்துச் செல்வது... எங்கள் அம்மாவுக்குப் பிரசவம் பார்த்த கிரிஜா பாய் மருத்துவரிடம்தான்.

மீனாட்சி அம்மனின் காலடியில், வடக்குக் கோபுர வழித்தடத்தில் ஒரு சிறிய வீட்டில் இருந்தது அந்த ஆஸ்பத்திரி. சிரித்த முகமாய் ஒளி பொருந்திய முகம் அவருடையது. 'என்ன பண்ணுது?' என்று அவர் கேட்கும் அந்த வாஞ்சையிலேயே பாதி குணமாகிவிடும். நோய்நாடி 'நோய் முதல் நாடி' என்பது போல் நம் மனதில் இருக்கும் நோயை முதலில் குணப்படுத்திவிட்டு, ஸ்டெத்தாஸ்கோப்பை வைப்பார். பெரும்பாலான நோய்களுக்கு ஒரு மிக்ஷர் மருந்து தருவார். குடித்தவுடன் கொஞ்சநேரத்தில் வயிறு கலக்கி நோயோடு கழிவுகளும் போய்விடும். என்ன நோய், எதனால் வந்தது என்று தெளிவாக எடுத்துக் கூறி வழியனுப்புவார். இதைச் செய்யணும், இதைச் செய்யக்கூடாது என்று கண்டிப்பு காட்டுவார்.

அவரை விடுங்கள், அவரது மருத்துவமனையில் ஸ்டெல்லா என்றொரு செவிலியர். முதலுதவி செய்துகொண்டே எல்லா வருகையாளர்களுடனும் குடும்பத்தாரைப்போல நெருங்கிப் பழகுவார். கிரிஜா பாய் டாக்டர் இறந்ததை இன்று வரை நம்பவில்லை. நாங்கள் புற சிகிச்சைக்கான பணம் ஒரு பக்கம் இருக்கட்டும்... அக சிகிச்சை செய்யும் மருத்துவர்களுக்கு நாம் என்ன செய்யப் போகிறோம்?

19
கையெழுத்துப் போட்டி

நல்ல ஆசிரியர்கள் - நல்ல வழிகாட்டிகள். ஆசிரியர்கள் என்றாலே நல்லவர்கள்தான் என்பேன். எந்த ஆசிரியரும் தீயவற்றைச் சொல்லித் தருவதில்லை அவர்கள் கெட்டவர்களாகவே இருந்தாலும். தீயவற்றைச் சொல்லித் தருபவர்களுக்கு ஆசிரியர் என்று பெயரில்லை. எல்லா ஆசிரியர்களும் நல்லாசிரியர்கள் தான். அப்படி ஒரு ஆசிரியர்தான் கமலாம்மா. என்னை எங்கள் பள்ளியிலிருந்து கையெழுத்துப் போட்டிக்கு சிபாரிசு செய்தவர். நம்மை சிபாரிசு செய்பவர்கள் நல்லவர்களாகத்தானே இருக்க முடியும்.

'கையெழுத்து நன்றாக இருக்கும் மக்களுக்கு தலையெழுத்து நன்றாக இருக்காது!' என்னும் மூட நம்பிக்கையை உடைத்தவர் அந்தத் தமிழன்னை. வானத்தில் இருக்கும் தேவதைகள் ஊர்வலமாய்ப் போய்க்கொண்டிருக்குமாம், தன்னை அழகாகக் காட்டிக் கொள்பவர்களை ஆசீர்வதிக்குமாம், அழகாக எழுதுபவர்களை எழுத்தாளனாக்குமாம். நான் உடனே நம்பி விட்டேன் என்று சொல்லவும் வேண்டுமோ? ஆனால், படிப்பவர்களை உடனே கவர்ந்துவிடும் கையெழுத்துக்கு நிச்சயம் அதிக மார்க் உண்டு.

ஏற்கனவே நன்றாக இருக்கும் கையெழுத்தை மேலும் நன்றாக ஆக்க ஒரு உபாயம் உரைத்தார். அது ஒரு பயிற்சி... தினசரிப் பத்திரிகையை எடுத்துக்கொண்டு முதல் பத்தியிலிருந்து கடைசிப் பத்திவரை வேறொரு தாளில் எழுத வேண்டும். எழுதும் போது கடைப்பிடிக்க வேண்டியது இரண்டு பொறுப்புகள், ஒன்று பொறுமை, இரண்டு அழகியல். முதல் பத்தியை விட இரண்டாவது பத்தி அழகாக இருக்க வேண்டும். அதைவிட மூன்றாவது, இப்படியே போனால் கடைசிப் பத்தி செதுக்கப்பட்ட கையெழுத்து போலாகிவிடும். பந்தடியில் இருக்கும் அந்தப் பள்ளியில் போட்டிக்குச் செல்லும் போது என்னுடைய நம்பிக்கையை பல மடங்காக உணர்ந்தேன். வெற்றி பெற்றேனா இல்லையா என்பதைத் தாண்டி வெற்றிக்கான இலக்குக்கு இரண்டு முக்கியச் செய்திகளை உணர்ந்தேன்...

ஒன்று பயிற்சி, இன்னொன்று முயற்சி!
உங்கள் கையெழுத்தையும் அழகாக்குங்கள்.

20

காப்பியடித்தல் கலை (நகலெடுத்தல்)

சிறு வயதிலிருந்தே காப்பியடிப்பது எனக்குப் பிடிக்கும். உடனே தேர்வு என்று முடிவு செய்தால் நீங்கள் படிப்பாளி. பாவனை என்று முடிவு செய்தால் நீங்கள் படைப்பாளி. மேனரிஸம் என்றால் மிமிக்ரி கலைஞன். ஆனால் நான் காப்பியடிப்பது எல்லாவற்றையும். ஓவியங்களை டிரேசிங் பண்ணுவதில் துவங்கியது காப்பியடிக்கும் கலை. பின் கார்ட்டூன், பாவனை, செயல்பாடுகள், எழுத்து, நடை, உடை, சிகை, மீசை கடைசியாக முடிவெடுத்தல் கலை.

நாம் எப்போதும் யாரையாவது காப்பியடித்துக்கொண்டேதான் இருக்கிறோம். இதை நான் சொல்லவில்லை... உளவியல் சொல்கிறது. இதற்கு 'பச்சோந்தி விளைவு' என்று பெயர் *(Chameleon Effect)*. முதன்முதலில் அம்மாவையும் அப்பாவையும் காப்பியடித்துத்தான் பேசவே துவங்குகிறோம். குழந்தையான நம்மிடம் யாருமே பேசவில்லை என்றால் நாம் ஊமையாகி விடுவோம் என்று சொல்கிறது ஆய்வு. ஆகவே, நான் மட்டும் இல்லை, இந்த உலகத்தின் எல்லா உயிரினமும் காப்பியடிக்கிறது.

துவக்க காலத்தில் உயர்ந்த நிலைகளைக் காப்பியடிக்கத் தோன்றுமே தவிர யோசிக்கத் தோன்றாது. ஆனால், காலம் செல்லச் செல்ல, செய்த தவறுகள் புரியத் துவங்கும். இப்படிச் செய்தால் அந்தத் தவற்றைத் தவிர்த்திருக்கலாமே என்று தோன்றும். நம் தவறுகளிலிருந்தும் விலகும் அந்தத் தருணம்தான் ஒரு கலைஞனுக்கு மிக முக்கியமானது. எந்தக் கற்பனையுமே ஏதாவதொரு நிகழ்விலிருந்துதான் துவங்குகிறது. அதை மெருகேற்றித்தான் படைப்பாளிகள் சொந்தம் கொண்டாடுகிறார்கள். 'காப்பி' என்பது கரடுமுரடான சொல். 'உத்வேகம்' என்பது மெருகூட்டப்பட்ட சொல், அவ்ளோதான். நீங்கள் எதை நகலெடுக்கிறீர்கள் என்பது முக்கியமல்ல, அதை எவ்வளவு தூரம் அழகாக மாற்றுகிறீர்கள் என்பது நிகழ்வு. அதிலிருந்து விலகி அல்லது அதிலிருந்து விலகாமல் எவ்வளவு தூரம் பாய்கிறீர்கள் என்பது வரலாறு.

இனி யாரையும் '*Copy Cat*' என்று திட்டாதீர்கள். ஏனென்றால் நீங்களும் அதன் இன்னொரு குட்டிதான்!

21
சதுரக் கண்ணாடி, தாட்டியான தேகம், மாநிறம்

பால்யத்தில் எது செய்ய வேண்டும், எது செய்யக் கூடாது என்று தெரிவதில்லை. அப்படித்தான் ஒரு பெரிய இடத்துக்கு என் பெற்றோர் (குழந்தை பிறப்பு வைபவம், விசாரிப்பு) போகும் பொழுது அடம் பிடித்துக் கூடவே சென்றேன். ரொட்டி, மிட்டாய், கலர் (Cool Drink) எல்லாம் கிடைக்கும் என்னும் அற்ப ஆசை. ரொட்டி மிட்டாய் எல்லாம் சாப்பிட்டு கலருக்காகக் காத்திருந்தது வயிறு. அப்போதான் வந்தான் அந்த வில்லன். குழந்தைக்கு அப்பா (சதுரக் கண்ணாடி, தாட்டியான தேகம், மாநிறம்) எல்லாருக்கும் கொடுத்த மாதிரி எனக்கும் கொடுத்தார். எனது வாய், மரியாதை கருதி, 'வேண்டாம், எனக்கெல்லாம் எதுக்கு?' என்றது. ஆனால் கை, களிப்பு கருதி வாங்குவதற்கு நீண்டது. அவர், சிறுவன்தானே சும்மா கொடுத்து விட்டு நகர்ந்திருக்கலாம். நமுட்டுச்சிரிப்புடன் 'என்னடா வேண்டாண்ட்டே... ஆனா வாங்கிக்கறே!' என்றார்

சுயமரியாதை என்ற ஒன்றை அடையாளம் கண்டுகொண்டது அப்போதுதான். அந்த வார்த்தைகள் இன்று வரை என்னைக் குடைந்து கொண்டே இருக்கிறது. அது யதார்த்தமாக சொல்லப்பட்டதா, கேலியா, கிண்டலா, அகம்பாவத்தின் வெளிப்பாடா, விளையாட்டா, அவமானமா, தெரியவில்லை. ஆனால், புகைப்பட நினைவகம் என்பார்களே (Photographic memory) அதுபோல அந்தச் சம்பவம், சுற்றி இருந்தவர்கள், இந்த இடம் எல்லாம் பசுமரத்தாணி போல இதயத்தில் தங்கிவிட்டது.

குடும்ப மரியாதை கருதி திருப்பிக் கொடுக்காமல், குடிக்கவும் முடியாமல் சூழ்நிலைக் கைதியாகிவிட்டேன். வளர வளர அந்தக் கேள்வியின் பரிமாணமும் மாறிக்கொண்டே இருக்கிறது. பொருளாதார ஏற்றத் தாழ்வு என்று நினைத்தேன். பின் தந்தைக்கும் அவருக்கும் சண்டையாக இருக்கலாம் என்று எண்ணினேன். அவர் பெயரைக் குறிப்பிட என் தரம் எனக்கு இடம் தரவில்லை.

சிலசமயம் அவருடைய அன்றைய பொருளாதாரச் சூழல் கூடக் காரணியாக இருக்கலாம். எவ்வளவு பெரியவர்களாக இருந்தாலும் அவரவர் நிலையில் பொருளாதார சிக்கல் வரும்தானே.

ஆனால், அந்த சம்பவம் என் கர்வத்தைக் குலைத்தது. இன்று வரை போதும் என்று என்னை நிலைகொள்ள விடாமல் தேடலின் சுவை உணர்த்திய நிகழ்வு அது. எதையாவது சாதிக்க வேண்டும் என்ற வெறி இன்று வரை நிலை கொண்டதற்கான முதல் சம்பவம் அதுதான். தோல்விகள் வரும் போதெல்லாம் அந்தச் சம்பவத்தை நினைத்துக்கொள்வேன். வெற்றி பெறுவதற்கான பல வழிகள் தோன்றும், எந்த சபையிலும் என்னை மதிக்காத, முதலிடம் தராத தளத்திலிருந்து விலகிக்கொள்வதற்கும், நித்தம் நித்தம் என்னை தரம் உயர்த்திக் கொண்டே இருப்பதற்கும் அந்த அவமானம் ஒரு முழு முதல் காரணம்.

சதுரக்கண்ணாடி, தாட்டியான தேகம், மாநிறம் அவரிடம் எனக்கு ஒரு வருத்தமும் இல்லை. அவர் இன்று நல்ல நிலையில் இல்லாதது கூட வருத்தமே, ஆனால் அவருடைய சொல் இன்று வரை என்னை இயக்கிக்கொண்டே இருக்கிறது. இவர்களுடைய மொழிதான் நம்மை உயிர்ப்புடன் வைத்திருக்கிறது. சமூக கட்டமைப்புவாதத்தில் (Social Constructivism) இந்த பதின்வயதுகள் மிக மென்மையானது, முக்கியமானது என்கிறார்கள் உளவியலாளர்கள்.

உங்களைத் துரத்தும் இப்படி ஒரு சொல், ஒரு மனிதர், ஒரு சம்பவம் இருக்கும்தானே?

22
கட்டையாண்ணே

வீடு, மனை, தோட்டம், நிலம், தோப்பு, காசு, பணம், நகை, அறிவுசார் சொத்து (Intellectual Property)... இப்படி பல சொத்துகள் நமக்குத் தெரியும். ஒருகாலத்தில் மனிதர்களை சொத்தாகப் பிரித்துக்கொண்டார்கள் என்று உங்களுக்குத் தெரியுமா? அடிமை முறை காலத்தில் அல்ல... நம் சமகாலத்தில். இன்றுகூட தோப்பை பிரித்துக்கொள்ளும்போது, அங்கே வேலை செய்பவர்களையும் பிரித்துக்கொள்வது ஒரு மரபு. அப்படி எங்க பெரியய்யாவுக்கு சொத்தாகப் பிரிந்து வந்தவர்தான் கட்டையாண்ணே.

இரும்புத் தேகம் என்பார்களே அது போல இயற்கையான சிக்ஸ் போக்குடன் இருப்பார் கட்டையாண்ணே. எனக்கு விவரம் தெரிந்தபோது அவருக்கு அறுபது வயது இருக்கும். பெரியப்பா என்றில்லாமல் எல்லோருக்கும் வேலை செய்வார். 'வெட்டு' ன்னா கட்டிக்கொண்டு வந்துவிடுவார். கோடு போட்டால் ரோடு நிச்சயம்.

அவர் சும்மா இருந்து நான் பார்த்ததே இல்லை. அவருக்குப் பிடித்த திருமண வீடுகளுக்கு ஒரு வாரம் முன்னாலேயே அழைக்காமலே சென்றுவிடுவார். அவர் வந்துவிட்டாலே வீட்டுக்காரர்களுக்கு நிம்மதி வந்துவிடும். எல்லா வேலையையும் இழுத்துப் போட்டுக் கொண்டு செய்வார். கூலி எல்லாம் அவர்கள் தருவதுதான். ஒரு நாளும் இவ்வளவு வேண்டும் என்று கேட்க மாட்டார். வாளி, சட்டி, துணி என்று அவரை மகிழ வைத்துத் தான் அனுப்புவார்கள் வீட்டுக்காரர்கள். அவருடைய ஜாகை பெரியப்பாவின் கிணற்றடிதான்.

வெகு நாட்களுக்கு அவர் தனிக்கட்டை என்றுதான் நினைத்திருந்தேன். அவருடைய மனைவியும் இரண்டு மகன்களையும் பார்க்கும் வரை. விவசாயக் குடும்பம், அதனால் விதைப்பு, அறுவடை என்று சில நாட்கள் காணாமல் போய் விடுவார். மற்றபடி பெரியப்பா வீடு, ஊர் விசேஷம் எதையும் தவற விட மாட்டார். ஊர்த் திருவிழா என்றால்கூட வேலைகள் நடக்கும்

இடத்தில் அவர் தான் இருப்பார். 'கட்டையா இதை எடு, கட்டையா அதைக் கட்டு' என்று அவர் பெயர் கேட்டுக்கொண்டே இருக்கும்.

நோய் என்று ஒருநாள் கூட அவர் படுத்தது கிடையாது. *Life Style diseases* என்கிறோமே வாழ்வியல் நோய் தொற்றுக் குடும்பம் அவரை நெருங்கவே முடியவில்லை. அவருடைய தொண்ணூறுகளின் கடைசியில் மரிக்கும் வரை கடுமையான வேலைகளை அசாத்தியமாகச் செய்துகொண்டிருந்தார்.

நாம் இன்று எப்படி அலைபேசியில்லாமல் இருக்க முடியாதோ அப்படி அவரால் வேலை செய்யாமல் இருக்க முடியாது. என்னுடைய பத்தாம் வகுப்புத் தேர்வுக் காலத்தில் அவர்தான் எனக்குக் காப்பாளர். அவரோடு பழக வாய்ப்புக் கிடைத்து, வேலை என்பது ஒரு தவம் என்று உணர்ந்துகொண்ட காலக்கட்டம் அது. அவருடன் உரையாடியதிலிருந்து நான் புரிந்துகொண்டது சுக துக்கங்கள், யோசனைகள், கோபதாபங்கள், மனமாச்சர்யங்கள், தேவையில்லாத கற்பனைகள், அவமானங்கள், திட்டுக்கள், எல்லாம் வேலை செய்யும்போது காணாமல் போய்விடும், வேலை மட்டுமே நம் மனத்தில் நிலைத்திருக்கும். குறிப்பாக எதிர்மறை சிந்தனைகளைத் தவிர்க்க வேலை ஒரு தப்பித்தல் பாதை, அந்தப் புரிதல் இன்று வரை என்னுள் ஒளிர்ந்துகொண்டே இருக்கிறது.

சொத்து என்பது எவ்வளவு இருந்தாலும், உழைப்புதான் நம் முதல் சொத்து, நம்மைச் சுற்றி இருக்கும் எளிமையான மனிதர்களும்!

23
மீனாக்கா

இன்றுகூட இந்தப்பெயரை யாராவது சொல்லக்கேட்டால், மனம் ஜிவ்வென்று வானத்தில் பறக்கும்; சுவை நரம்புகள் அத்தனையும் உயிர்த்தெழும்; கவனம் சிதையும்; சாப்பிட்டதெல்லாம் செரித்து மீண்டும் பசிக்க ஆரம்பிக்கும். உங்கள் கற்பனைகளை எல்லாம் மூட்டை கட்டி வையுங்கள், மீனாக்கா எங்க பெரியத்தா வீட்டு சமையலம்மா.

வேலைக்காரி, சமையல்காரி என்றெல்லாம் சொன்னால் எனக்குக் கெட்ட கோபம் வரும். அக்கா என்று சொல்லுங்கள், அக்காக்களுக்குத்தான் தெரியும் தம்பிகளுக்கு சாப்பிட எது பிடிக்கும் என்று. அம்மாவுடைய ஒன்றுவிட்ட அக்காதான் எங்க சொர்ணம் பெரியத்தா, அவர் வீட்டு அடுக்களையில் மீனாக்கா சுடச்சுட சுட்டு வைக்கும் பலகாரங்களில் அவ்வளவு ருசி. மீனாக்காவுக்கு என் வயதில் மூன்று பிள்ளைகள்.

மீனாக்கா எல்லாருக்கும் மீனாக்காதான். நானும் மீனாக்கா என்பேன். என் அம்மாவும் மீனாக்கா என்பார். என் ஆயாவும் மீனாக்கா என்பார்.

செட்டிநாட்டு உணவுகள் உலகம் முழுவதும் இன்று ஒரு தனி வகை சமையல் உணவாக (Cuisine) மாறிப் போனதற்குக் காரணம் அதன் சுவை, மசாலா, நிறம் மட்டுமல்ல, மீனாக்கா போன்ற சமையல் தந்திரர்களின் அன்பும் பாசமும், புதிதாக ஏதாவது செய்ய வேண்டும் என்ற எண்ணமும்தான். என்னை 'கண்ணா' என்றழைக்கும் மிகச் சில உரிமைதாரர்களில் ஒருவர் மீனாக்கா.

கால் பரீட்சை, அரைப் பரீட்சை, முழுப் பரீட்சை (அந்தக் காலத்து தேர்வு முறைகள்) விடுமுறை விடும்போதெல்லாம், கண்ணன் எப்போ வருவான்னு மீனாக்காவும், சொர்ணம் பெரியத்தா வீட்டுக்கு எப்போ போவோம்னு நானும் நினைப்போம். அதிரசம், முறுக்கு, தேன்குழல், தட்டை, மாவுருண்டை, சீடை, சீப்பு சீடை, வெல்ல சீடை இவை எல்லாவற்றையும் தாண்டி மீனாக்கா செய்யும்

அச்சு முறுக்குக்கு ஈடு இணை இல்லவே இல்லை. ‘ஐ’ மாதிரியான அச்சில் வெல்ல மாவையோ, உப்பு மாவையோ வார்த்து, எண்ணெய் சட்டியில் பொறித்து எடுத்தால் அச்சு முறுக்கு, அதில் சேர்த்திருக்கும் சீரகமும், எள்ளும் சுவை கூட்டுக் காரணிகள், ஏதாவது புதிய பலகாரங்களை முயற்சி செய்து கொண்டே இருப்பார்

அவரோடு உட்கார்ந்து அவருக்கு உதவி செய்துகொண்டே பலகாரங்களை ருசிப்பதில் ஒரு தனி சுவையுண்டு, நான் பள்ளிக் கதைகளையும், அவர் குடியானவர்களின் பாடையும் பேசிக்கொண்டே பொழுது கழியும், இன்று எத்தனை இன்ஸ்டாக்ராம் வீடியோ பார்த்தாலும் அது கிடைக்காது.

பெரியத்தா இறந்து விட்டார். கொடி அறுந்ததும் தொடர்பு அறுந்தது, பொறியியல், மேற்படிப்பு, வேலை, தொழில் என்று வெகு காலம் சுற்றி விட்டு, வருடந்தோறும் பழனிக்கு பாதயாத்திரை செல்லும் பழக்கத்தில், திண்டுக்கல்லில் பெரியத்தா வீட்டுக்குச் செல்லும் வாய்ப்புக் கிடைத்தது. அடுப்படியில் சாப்பிடும்போது இலையில் வந்து விழுந்த வெள்ளைப் பணியாரம் கண்களில் நீரை வரவழைத்தது. வெகு நாட்களுக்குப் பிறகு ‘மீனாக்கா’ என்று என் வாய் உச்சரித்தது. பெரியத்தாவின் மருமகள் சிரித்துக் கொண்டே ‘ஆமா, இது மீனாக்கா செஞ்சதுதான், உங்களுக்கு மீனாக்கவைத் தெரியுமா?’ என்றார். ஆங்கிலத்தில் ‘Consistency’ என்று சொல்வார்களே, சமையலின் நிலைத் தன்மைதான் அவர்களின் வெற்றி இரகசியம்.

பின்கட்டில், வயோதிகத்தின் விளிம்பில் இருந்த மீனாக்கா என்னை அடையாளம் கண்டுகொண்டார், ‘கண்ணா, நல்லாயிருக்கியாய்யா’ என்றார். தேவதைகளின் இருப்பை மீண்டும் ஒரு முறை உறுதிசெய்து கொண்டேன். மறுநாள் அவர் இறந்த செய்தி என் பழனிப் பயணத்தை உயிரற்றதாக்கியது. ‘உண்டி கொடுத்தோர் உயிர் கொடுத்தோரே’. எப்படி மறக்க முடியும் அந்த பால்யத்தின் ருசியை இனி எப்போதும் பார்க்க முடியாத இடத்துக்குப் போய்விட்ட மீனாக்கா, இன்றும் நல்ல சுவையான பலகாரங்களில் ஒளிந்திருக்கிறார்.

உங்கள் மீனாக்கா யார்?

24
வள்ளுவன்

திருவள்ளுவர், தேவர், நாயனார், தெய்வப்புலவர், செந்நாப்போதர், பெருநாவலர், பொய்யில் புலவர், பொய்யாமொழிப் புலவர், மாதானுபங்கி, முதற்பாவலர்...

'திரு' 'ர்' என்று மரியாதை, அடைமொழி, விகுதி, அலங்கார வார்த்தைகள் போட்டெல்லாம் அழைக்கப் பிடிக்காது எனக்கு. 'வள்ளுவன்' அவ்வளவுதான்.

'வள்ளுவன் தன்னை உலகினுக்கே தந்து வான் புகழ் கொண்ட தமிழ்நாடு'' - பாரதி கூட என் கட்சிதான்.

ஒரு படி மேலே போன, ''வள்ளுவனைப் பெற்றதால் பெற்றதே புகழ் வையகமே'' - பாரதிதாசனும் என் கட்சிதான்.

யாராவது, எப்போதும் கூடவே இருக்கும் நண்பனுக்கு இவ்வளவு மரியாதை கொடுப்பாங்களா?

ஆனால் போகும் இடத்தில் எல்லாம் மரியாதை கொடுப்பார்கள். நான் பேசப்போகும் போதெல்லாம் அவனையும் கூட்டிச்செல்வேன். என்ன எழுதினாலும் அவன் சொன்னதை மேற்கோள் காட்டிவிட்டு என் கருத்தைச் சொல்வேன், கை தட்டுவார்கள்; பாராட்டுவார்கள்; சிலாகிப்பார்கள்; உயர்வு என்று பெருமைப் படுத்துவார்கள். நான் வெகு நாட்களாக எனக்குத்தான் அந்த மரியாதை என்று நினைத்திருந்தேன். என் எழுத்துப் பலகையில் வீற்றிருக்கும் வள்ளுவன் சிரித்துக்கொண்டிருப்பான்.

இரண்டாயிரம் ஆண்டுகள் கடந்தும் வாழ்ந்துகொண்டிருக்கும் ஒரு படைப்பாளி, நண்பன் இல்லாமல் வேறு யார்? எல்லா சமூக, வாழ்வியல், உளவியல், அக, புற தேவைகளுக்கும் ஒரு தீர்வு வைத்திருக்கிறான் என்றால் அவன் தோழன் இல்லாமல் வேறு யார்? ஆளுமை பற்றி எல்லாரும் பேசுகிறார்களே, சனாதனத்தையும், அதிகாரத்தையும், கர்வத்தையும், போதையையும் அன்றாடம் வீழ்த்திக் கொண்டிருக்கும் அவனுடைய ஆளுமைக்கு ஈடு இணை யார்?

மனப்பாடப் பகுதியில் அறிமுகமான அவன், மெல்ல என் சட்டைப்பையில் நுழைந்து இதயத்துக்குள் பயணப்பட்டு மூளைக்குள் ஐக்கியமாகிவிட்டான்.

இனி கொஞ்சம் வரலாறு...

வள்ளுவன் எப்போது பிறந்தான் என்று நிறுவ முயன்ற வரலாற்றாசிரியர்கள் ஒரு வரையறைக்குள் அதை நிறுத்த முடியவில்லை. கி.மு. 31 என்று மறைமலையடிகள் நிறுவியதை ஏற்கலாம். அப்படிப் பார்த்தால் இது திருவள்ளுவர் ஆண்டு 2053, திருவள்ளுவர் தினமாகக் கொண்டாடப்படும் சனவரி 17ம் தேதி ஆண்டு பிறக்கிறது. இந்த திருவள்ளுவர் ஆண்டு முறையை ஏற்று 1971ஆம் ஆண்டு முதல் தமிழ்நாடு அரசு நாட்குறிப்பிலும் 1972ஆம் ஆண்டு முதல் தமிழ்நாடு அரசிதழிலும் 1981ஆம் ஆண்டு முதல் தமிழ்நாடு அரசின் அனைத்து அலுவல்களிலும் நடைமுறைப்படுத்தப்பட்டு வருகிறது.

ஔவையாரின் துணையுடன், மாமூலனார் என்னும் புலவர் மற்றும் மதுரையை ஆண்ட பாண்டிய மன்னன் நெடுஞ்செழியன் இவர்களால் மதுரைத் தமிழ்ச்சங்கத்தில் அரங்கேற்றப்பட்ட இலக்கியம்தான் திருக்குறள் என்று நம்பப்படுகிறது.

குறள் வெண்பா என்பது ஈரடி, எழுசீர் இலக்கணத்தைக் கொண்டு எழுதப்படும் ஒரு கவிதை வடிவம், முதல் வரியில் நான்கு சீரும், இரண்டாவது வரியில் மூன்று சீரும் கொண்ட கவிதைகள் குறள் வெண்பா எனப்படும். அப்படி 1330 குறட்பாக்களைத் தொகுத்து (பல விடுபட்டிருக்கலாம்) திருக்குறள் என்று வடிவமைக்கப்பட்டது, சமயச் சார்பற்ற நூலாக உலகத்தில் 82 மொழிகளில் (அரபி உட்பட) மொழிபெயர்ப்பு செய்யப்பட்ட நூல் திருக்குறள். 2500க்கும் மேற்பட்ட உரையாசிரியர்கள் திருக்குறளுக்கு உரை எழுதியுள்ளார்கள்.

தருமர் மணக்குடவர் தாமத்தர் நச்சர்
பரிதி பரிமே லழகர்திருமலையர்
மல்லர் பரிப்பெருமாள் காளிங்கர் வள்ளுவர்நூற்கு
எல்லையுரை செய்தார் இவர்

சங்க காலத்தில் இந்தப் பத்துப் பேரும் திருக்குறளுக்கு உரை எழுதியதாகக் கூறப்படுகிறது. இவர்களில் பரிமேலழகர்,

மணக்குடவர், காளிங்கர், பரிதி, பரிப்பெருமாள் ஆகிய ஐவர் உரைகள் வெளிவந்துள்ளன. பரிமேலழகர் உரை இன்றும் பிரசித்தி பெற்றது.

இனி சமயம்...

வள்ளுவன் தனது திருக்குறளில், குறிப்பிட்ட கடவுள்கள் குறித்து எந்தக் கருத்தும் கூறவில்லை. திருக்குறளில் கூறப்பட்டுள்ள அறக் கோட்பாடுகள், சமண சமய நீதி நெறிகளை நெருங்கி உள்ளதால், வள்ளுவன் ஒரு சமணராக இருந்திருக்கக் கூடும் என்றே வரலாற்றாளர்கள் கருதுகிறார்கள்.

வள்ளுவனை, திருவள்ளுவநாயனார் என சைவர்கள் அழைக்கின்றனர். இவரை சைவர் என்றும், இவருடைய திருக்குறளை, சைவ நூல் என்றும் சைவர்கள் நம்புகிறார்கள். அழுக்காறாமை எனும் அதிகாரத்திலும்[15], ஆள்வினையுடைமை[16] எனும் அதிகாரத்திலும் வள்ளுவன், திருமகளையும் அவளுடைய மூத்தவளான தவ்வையையும் குறிப்பிடுகிறார்.

திருமகளை நினைவுறுத்துவதால் இவர் ஆசீவகத்தைச் சார்ந்தவராக இருக்கலாம் என்பது என் தாழ்மையான கருத்து.

ஒவ்வொரு சமயத்துக்கும் ஒரு மறை நூல் உண்டு, தமிழரின் மதத்துக்கு திருக்குறளே மறை நூல்.

உருவம்...

பத்தொன்பதாம் நூற்றாண்டின் துவக்கத்திலிருந்தே வள்ளுவனுக்கு உருவம் கொடுக்கும் முயற்சிகள் துவங்கிவிட்டன. பலர் வள்ளுவனுக்கு உருவம் கொடுக்கும் செயல்களில் ஈடுபட்டனர். 1950களின் பிற்பகுதியில், தற்போது காணும் வெள்ளுடை தரித்த வள்ளுவனை வரைவதற்கான முயற்சிகள் துவங்கின. இந்த முயற்சியைத் துவங்கியவர் பாவேந்தர் பாரதிதாசன் ஆவார். அவர் இராம செல்வன் என்பவருடன் சேர்ந்து வந்து, ஓவியர் வேணுகோபால் சர்மாவைச் சந்தித்தார். மூன்று பேரும் சேர்ந்து திருவள்ளுவன் படத்தை உருவாக்கத் திட்டமிட்டனர். அப்படி உருவானதே திருவள்ளுனின் உருவப்படம்.

1960ல் இந்திய அரசு வெளியிட்ட அஞ்சல்தலையில் இந்த உருவப்படம்தான் வெளியாகியது.

நான் இன்னும் திருக்குறள் படித்துக்கொண்டிருக்கிறேன்; முடித்த பாடில்லை. நன்கு படித்த குறள்களே ஒவ்வொரு முறையும் புதிய சுத்திகரிக்கப்பட்ட அர்த்தங்களை வழங்குகிறது.(பல பேரை போல எனக்கும் உரை எழுத ஆசை. உடன் இருக்கும் நண்பனின் உதவி இருந்தால் எதுவும் சாத்தியமே!)

அம்மா, அப்பா, வள்ளுவன் இவர்களைப் பற்றியெல்லாம் சிறகுகளில் எழுதக்கூடாது என்று முடிவு செய்திருந்தேன். அம்மாவும் அப்பாவும் என் சிறகுகள் இல்லை... என்னை உயிப்பித்தவர்கள். வள்ளுவன் என் வானம்!

25

முத்திரை சேகரிப்பு (தபால்/அஞ்சல் தலை)

வாழ்வியல் முன்னேற்றத்தில் நாம் தொலைத்த இன்னொரு பொக்கிஷம் முத்திரை சேகரிப்பு *(Stamp Collection)* இன்றைய சிறார்கள் கிலோ என்ன விலை என்று கேட்கும் ஒரு அற்புதமான பொழுதுபோக்கு இந்த முத்திரை சேகரிப்பு, தாயிடமிருந்தும், தாய் வழி மாமன்களிடமிருந்தும் கற்றுக்கொண்ட கலை, உலக வரைபடத்தை உற்று நோக்க வைத்த சாளரம்.

ஒவ்வொரு முத்திரைக்கும் ஒரு வரலாறு உண்டு, ஒரு கதை உண்டு, ஒரு மனிதர் உண்டு இல்லையேல் ஒரு நிகழ்வாவது உண்டு. மே 1, 1840 அன்றுதான் உலகின் முதல் அஞ்சல் முத்திரை வெளியிடப்பட்ட நாள். அதற்கு முன் காசாக வாங்கிக் கொண்டிருந்த இங்கிலாந்து அஞ்சல்துறை, தூரத்தையும் கனத்தையும் கொண்டு அளவிடப்பட்ட அஞ்சல் வில்லையை பயன்படுத்தத் துவங்கியது.

எல்லா நாட்டு தபால் தலைகளிலும் அந்நாட்டுப் பெயர் இருக்கும். இங்கிலாந்து தபால் தலையில் மட்டும் நாட்டுப்பெயர் இருக்காது. ஏனென்றால் அதை உருவாக்கிய நாடு என்பதனால். அதற்குப் பதில் அந்த நாட்டு ராணி படமிருக்கும். அந்தந்த நாடுகளின் நாணயம் (கரன்ஸி) பொறிக்கப்பட்ட அஞ்சல் தலைகள் நம்முடைய தபாலின் தூரம், கனம் குறித்து மாறுபடும்.

ஒரு உறை வந்தவுடன் நலியாமல் அந்த தபால் முத்திரையைக் கபளீகரம் செய்வதில் யார் முந்துவது என்று அடி புடி சண்டையே நடக்கும் வீட்டில். அந்த முத்திரையை எடுத்தவுடன் அதை நீரில் ஊறப்போட்டு, மெதுவாக அதைப் பிரித்து எடுத்து, அதில் இருக்கும் மிச்சப் பசையை போக்கி, காய வைத்து, பதப்படுத்தி, ஆல்பத்துக்குள் சேர்ப்பது ஒரு கலை.

(சேதுபதி உயர் நிலைப் பள்ளி அருகே இருக்கும் தலைமைத் தபால் அலுவலகம் எங்கள் கோயிலாக இருந்த காலம் ஒன்று

உண்டு, புதிதாக வெளியிடப்படும் தபால் தலைக்கு முதல் நாள் உறை வெளியிடுவார்கள் *(First day Cover)*. அது ஒரு நாள் மட்டும் வெளியிடப்படும், அதுவும் சில மணி நேரம்தான், அதை வாங்க நிற்கும் வரிசை வீதிக்கு வந்துவிடும். சில நேரம் வரிசையில் நிற்காமல் தள்ளு முள்ளு ஆகிவிடும். சிறு வயது என்பதால் என்னால் அந்த தள்ளு முள்ளுவில் வெற்றி பெற முடியாது. எப்போதும் ஏமாற்றத்துடன் திரும்பியிருக்கிறேன்).

பல நாடுகளையும், வரலாற்றுச் சிறப்பு மிக்க இடங்களையும், அவர்களின் மக்களையும், மனிதர்களையும், சமயத்தையும், உடைகளையும், அணிகலன்களையும், பண்பாடுகளையும், நாகரிகத்தையும், தொல்லியல் பொருட்களையும், அரிய வகை மிருகங்களையும், பண்பாட்டு விழுமியங்களையும், மொத்தத்தில் ஒரு நாட்டின் அனைத்தையும் தெரிந்துகொள்ளும் சாளரம் அஞ்சல் தலையாகும்.

மாதந்தோறும் ஒரு குழு சந்திப்பு நடக்கும் *(Philately Association)* தன்னிடம் இருக்கும் ஒரே மாதிரியான இரண்டு முத்திரைகளில் ஒன்றை பண்டமாற்று செய்து வேறு முத்திரை பெற்றுக்கொள்ளலாம். இந்தப் பண்டமாற்றில் மனதைப் பறிமாறிக் கொண்ட நிறைய அண்ணன்மார்களை எனக்குத் தெரியும். ஆனால் கருமமே கண்ணாயினாராக முத்திரை சேகரிப்பில் முக்குளித்த ஒரு சில பேரில் அடியேனும் ஒருவன்.

பயங்கரமாக சீன் போடும் சக மாணவர்களிடம் இருந்து வேறுபட்டு ஒரு படி முன்னே செல்ல உதவியாய் இருந்தது இது போன்ற பொழுதுபோக்குகள்தான்.

இனி நீங்களும் தபால் உறை வரும்போது அதில் ஒட்டியிருக்கும் முத்திரையைக் கவனிப்பீர்கள் தானே?

26

டானியல் தாமஸ்

மிக நேர்த்தியாக எண்ணெய் வைத்து வாரப்பட்ட தலை, ஒரு துளி கசங்காமல் டக் இன் செய்யப்பட்ட சட்டை, அழகாக போ வைத்த டை, அதிராமல் அதே சமயம் கம்பீரமான நடை, பார்த்தவுடன் எழுந்து நிற்க வைக்கும் கண்ணியம், கண்டிப்பான கண்கள், சதா சர்வகாலமும் தவறு கண்டுபிடிக்கும் ஆற்றல், மாணவர்கள் மட்டுமில்லாமல், ஆசிரியர்களும் பயந்து நடுங்கக் கூடிய ஆளுமை, இதுதான் டானியல் தாமஸ் - எங்கள் பள்ளியின் தலைமை ஆசிரியர்.

எல்லா ஆண்டும் பையன்கள் வேண்டுவது, அவர் மட்டும் வகுப்பு எடுக்க வந்துவிடக் கூடாது என்று. எப்போதாவது எல்லா வகுப்புக்கும் நல்லொழுக்க வகுப்பு எடுக்க வருவார். அதோடு நின்றுவிட வேண்டும் என்று, ஆனால் விதி யாரை விட்டது? மருத்துவ விடுப்பில் ஒரு ஆசிரியர் சென்றுவிட்டதால், இயற்பியல் வகுப்பு எடுக்க அந்த ஆண்டு எங்களுக்கு வந்தார். கண்டிப்பு என்றால் அப்படி ஒரு கண்டிப்பு, ஒரு நிமிடம்கூடக் கவனச்சிதறல் இருக்கக்கூடாது. இருந்தால்... சாக்பீஸ் பறக்கும், குறி தவறாமல் மண்டையில் விழும். இரண்டாம் முறை பிரம்படிதான். மூன்றாம் முறை காது திருகப்பட்டு சிவந்துவிடும்.

மறுநாள் பெற்றோர் வந்துவிடுவர். பையனுக்கு சாதகமா என்றால் இல்லை. இன்னும் கொஞ்சம் அடித்துத் திருத்துங்கள் என்று அவருக்கே மனு கொடுப்பார்கள். பின்னே, இல்லையென்றால் அவர்களுக்கு நல்லொழுக்க வகுப்பு எடுக்கப்படும்!

தேர்வுத்தாள் திருத்தப்பட்டு மதிப்பெண் வழங்கும் நாள் நெருப்பாற்றைக் கடக்க வேண்டும். ஒன்றும் சொல்லாமல் தாள்களை வழங்குவார். அவர் கண்களே எல்லாம் சொல்லிவிடும். கம்மியாக எடுத்தவர்கள் அவர் கண்களைச் சந்திக்கவே முடியாது. நிறைய எடுத்தவர்களை வானத்தில் பறப்பதுபோல உணர வைத்துவிடுவார்.

சராசரி மாணவனாக இருந்த நான் மெல்ல அவரைக் கவனிக்க ஆரம்பித்தேன். ஒருமுறைகூட தலைப்பை விட்டு வேறு எதுவும்

நடத்த மாட்டார். மீறிப் போனால் நல்லொழுக்கம், வாழ்க்கை முறை மட்டும்தான், மிகுந்த கவனத்துடன் எல்லோரையும் சமமாக நடத்துவார். படிப்பாளி, சராசரி என்று எந்த வேறுபாடும் காட்டமாட்டார். யாரையும் முட்டிபோட வைக்க மாட்டார். பயத்தில்தான் யாரும் தப்பே செய்ய மாட்டார்களே.

அரையாண்டுத் தேர்வு முடிந்து தேர்வுத்தாள் வெளியிட்டார். ஒவ்வொரு மாணவராக வாசித்தளித்தார. என் பெயர் மட்டும் கடைசி வரையில் வரவேயில்லை. மிகச் சராசரியான மாணவர்களின் கலக்கம் அந்தப் பொழுதுகளில் மிக அதிகமாகும். ஆனால் வகுப்பு முடிவில் அவருடைய பையில் இருந்து என் தேர்வுத்தாளை எடுத்தார். இந்த வகுப்பிலேயே முதல் மாணவன் இவன்தான். பதில்கள் மட்டுமல்ல நேர்த்தியாக ஒரு அடித்தல் திருத்தல் இல்லாமல் அழகாக இருக்கிறது என்று என்னை எல்லோரையும் கைதட்டச் சொல்லி அழைத்தார். சராசரியிலிருந்து முன்னேறி படிப்பாளியாக மாறும் தருணம்தான் பூமிப் பந்தில் இருந்து பறவைகள் கால்களை விடுத்து சிறகுகளை விரிக்கும் காலம்.

எப்போதும் முதல் மதிப்பெண் வாங்கி நன்றாகப் படிக்கும் ஸ்ரீவித்யா, ராஜ நளினி தாண்டி அந்த தேர்வுத்தாளை வாங்கிய தருணம் இன்றும் நினைவுப் பெட்டகத்தில் ஒட்டி இருக்கிறது. ‘எல்லாப் பாடத்திலும் சராசரி, இயற்பியலில் மட்டும் முதல்... ஏன் இயற்பியல்தான் உனக்குப் பிடிக்குமா?’ என்றார். ‘உங்களைப் பிடிக்கும் மாஸ்டர்’ என்றேன். அவருடைய பார்வையிலிருந்த கனிவை எனக்கான அங்கீகாரமாக இன்றளவும் நினைத்துக் கொள்கிறேன்.

ஆசிரியர்களின் கண்டிப்பும், தண்டிப்பும் நம்மை மென்மேலும் உயர உயரப் பறக்க வைக்கத்தானே.

27

இரயில்

இராட்சதக் கழுகு ஒன்று தரையில் ஊரும் கம்பளிப் பூச்சியைக் கவர்ந்து கொண்டு பறக்கும். பின் திங்க முடியாமல் கீழே கொண்டு வந்து போட்டுவிடும்... ஆனால் வேறொரு தடத்தில் *(Track)*. ஒரு எஞ்சின் மட்டுமே உள்ள புகைவண்டி எப்படி ஒரே தடத்தில் திரும்ப முடியும், இப்படியான புரிதல்தான் இருந்தது இரயிலோடு பழகிய குழந்தைமையில்!

வாழ்பயணத்தில் இரயில்களின் ஞாபகங்கள் இங்குமங்கும் உலாத்திக்கொண்டே இருக்கின்றன. பயணங்கள் மட்டுமில்லாமல் இரயில் பார்ப்பதே *(Train Watching)* ஒரு அழகான பொழுது போக்கு தான். அதுவும் விவரம் தெரியத் துவங்கும் பதின்வயதுகளில் இரயில் ஒரு நிச்சய ஆச்சரியம், எப்படி இரயிலைத் திருப்புவார்கள் என்னும் இரகசியம் மட்டும் புரிந்த பாடில்லை.

நிறைய யோசித்து சோதித்து இரயில் நிலையத்தை நித்தமும் கடப்போம் நானும் என் நண்பனும், இரயில்வே பள்ளியில் அவன் படித்ததால் தடத்தைக் கடந்தாலும் இரயில்வே காவல் துறையிடம் இருந்து தப்பி விடுவோம். மீறினாலும் தோழர் நெடுமாறனின் அக்கா பிள்ளையாய் தப்பிப் பிழைத்து ஓடிவந்து விடுவோம். மதுரையில் மட்டுமே இது போன்ற பரிந்துரைகள் சாத்தியம்.

மெல்ல இரயில் திரும்புவதன் பொறியியல் புரிந்தது. இரு புறமும் ஓடக்கூடிய எஞ்சினை மட்டும் பெட்டிகளிடமிருந்து கழட்டி ஒரு தடத்தில் இருந்து இணை தடத்துக்கு மாற்றி எதிர் திசையில் பயணிக்க வைத்து இரயில் பெட்டிகளைக் கடந்தவுடன் மீண்டும் இரயில் நிற்கும் இணை தடத்துக்கு மாற்றி இரயிலோடு பொறுத்தினால் எதிர் திசையில் செல்ல இரயில் தயார், முதலும் இறுதியும் (அன்ரிசர்வ்ட்) முன் பதிவு செய்யப்படாத பெட்டிகள் இருப்பதால் வித்தியாசம் தெரியாது. பொறியியலில் ஈர்ப்பு வந்தது கூட இந்த இரயில் பழக்கத்தில் வந்ததுதான்.

'தான் உள்வாங்கும் சாப்பாட்டை செரித்துப் புகையாகவிட்டுப் புறப்படுகிறது இரயில்' என்று கவிதை கூட முயற்சித்திருக்கிறேன்.

இரண்டு இரயில்கள் எதிரெதிரே படுவேகமாக பயணிப்பது நிச்சயம் ஒரு ஹைக்கூதான் தடக் தடக் சத்தம் நம் இதயக்கூட்டுக்குள் ஊடுருவிப் போவதுகூட, இரத்தக் குழாய்களில் படிந்து இருக்கும் கொழுப்புகளைக் கரைத்து விடுமோ என்ற விருப்ப அச்சம்தான், வெண்பாதான், காற்றை கிழித்துக்கொண்டு ஓடும் இரயில்கள் மனிதனின் கண்டுபிடிப்பில் ஒரு பிரம்மாண்டம்தான்.

வடக்கு மாசி வீதி வீட்டிலிருந்து, மேல மாசி வீதி, பொருட்கிடங்கு சாலை, இரயில் நிலையத்தின் பின்புறம் நிறைய தண்டவாளங்கள் கடந்து அரசரடி மேம்பாலம் ஏறினால் என் பள்ளி. எதிர்புறம் நண்பனின் பள்ளி. தினந்தோறும் ஹாக்கி மட்டையைத் தூக்கிக்கொண்டு இருவரும் பந்தை உருட்டிக்கொண்டே வீதிகளைக் கடந்து தண்டவாளங்களைத் தாண்டுவது இன்று நினைத்துப்பார்க்க முடியாத விளையாட்டு. தண்டவாளத்தில் வைத்த காசு போல செதுக்கப்பட்ட ஞாபகங்கள். விசைத் தறியில் அகப்பட்ட கூழாங்கற்கள் போல திசைக் கொன்றாய் ஆலாய்ப் பறக்கின்றன இன்றைய குழந்தைகள். அவர்களின் மந்திரப் பொருள் என்னவோ, நமக்குப் புரிபடுவதில்லை.

பின்னாளில் அண்ணாமலையில் பொறியியல் கற்கும்போது மனிதர்களையும், வாழ்க்கைப் பின் புலங்களையும், இரவுப் பயணங்களின் அழகியல்களையும், அரியர் காயங்களை ஆற்றும் மாமருந்தாகவும், நல்ல படைப்பாற்றலை வளர்த்த நண்பனாகவும் இருந்தது இந்த இரயில் பார்வைப் பொழுதுபோக்குதான்.

உங்களின் பால்யம்கூட இப்படி ஏதாவது ஒன்றன் பின்னான தொடர் ஓட்டக் காதல்தானே?

●

28
சித்தி

இஷ்ட சித்தி, காரிய சித்தி, வாக்கு சித்தி என்பார்கள். ஆசைகள் நிறைவேறினால் இஷ்ட சித்தி. காரியங்கள் நிறைவேறினால் காரிய சித்தி. சொல்லுகின்ற வாக்கு நிறைவேறினால் வாக்கு சித்தி.

சிந்தனைகளில் தோன்றியதை நிறைவேற்றித் தரும் 'சித்தி' என்கிற வார்த்தைக்கு நிச்சய வடிவம் அம்மாவின் தங்கைகள்தான். 'சித்தி' என்பது அவர்களுக்கு எத்தனை நேர்த்தியான பெயர்.

உறவுகள் சுருங்க ஆரம்பித்த எண்பதுகளில் சித்தி கிடைப்பது ஒரு வரம். பெரியம்மாக்களின் கண்டிப்பு சித்திகளிடம் அறவே இருக்காது. அம்மாக்களோடு இருக்கும் தகராறுகளால் அத்தைகள் அவ்வளவு நெருக்கமானவர்கள் இல்லை. மாமாக்களிடமும் சித்தப்பாக்களிடமும் மரியாதை வந்து விடும். சித்திகள் மட்டுமே ஆதர்சம்.

நிறைய பெண் பிள்ளைகள் தன் சித்தியை அக்கா என்றோ ஆச்சி என்றோதான் அழைப்பார்கள். சகோதரத்துவத்துடன்தான் வளர்வார்கள். ஆண் பிள்ளைகளும் அதேபோல ஆச்சி என்றே சொல்வார்கள். சிறுவயது கற்பனைகளை எல்லாம் எல்லையைக் கடந்து அழைத்துச் செல்வது சித்தி சொல்லும் கதைகள்தான்.

ஆவென்று வாய் பிளந்து கேட்ட கதைகள், ஒரு புதிய தளத்துக்கு நம்மைக் கடத்திச் செல்லும். திரைப்படக் கதைகளோ அந்தக் கதாபாத்திரங்களை நேரில் கொண்டுவரும். அந்த நிகழ்வுகள் இன்றும் நம்மோடு உலவுவது போன்ற பிரமையை ஏற்படுத்தும். நம்மை நாமே புதுப்பித்துக் கொள்ளும் வல்லமை இன்னும் அந்தக் கதைகளுக்கு உண்டு. கதைகளைக் கேட்டுவிட்டு அம்மாவை நச்சரித்து அந்தப் படங்களுக்குச் சென்று, சித்தி சொன்ன கதை போல இல்லையே என்று ஏமாந்திருக்கிறேன். நிசத்தைவிட நிழலுக்கு வல்லமை கூட்டும் அழகு, சித்திகள் சொல்லும் கதைகளுக்கு உண்டு!

நமக்காக அவர்களின் இயக்கங்களை சமரசம் செய்து கொள்ளும் பழக்கம் சித்திகளிடம் மட்டுமே காணக்கூடிய குணம். எப்படி

இருந்தாலும் அழகானவர்களாகவே நம் மனதில் பதிந்துபோகும் ஒரு சில பிம்பங்களில் சித்திகளுக்குத் தான் முதலிடம். ஏனென்றால் அவர்கள் பிள்ளைகளை விட நம்மை அதிகம் விரும்புவது போன்ற ஒரு தோற்றம் இருக்கும் அவர்கள் நடைமுறையில்.

படைப்பாற்றலில் கரை கண்டவர்களுக்கும், வாழ்வில் வெற்றி பெற்றவர்களுக்கும் நிச்சயம் சித்திகள் உண்டு என்பதை அடித்துச் சொல்வேன் நான். ஏனென்றால் நாம் சொல்லிய மொக்கைக் கதைகளையும் புன்சிரிப்போடு கேட்டு திருத்தம் சொல்லி மெருகேற்றியவர்கள் அவர்கள்.

எனக்கு இரண்டு சித்திகள்,

ஒருவர் புற்று நோயை வென்றவர்; இன்னொருவர் புவி வாழ்வை வென்றவர். அவர்களின் ஆசியில் என் சிறகுகள்.

உங்களுக்கும் இது போன்ற தேவதைகள் உண்டுதானே?

29
வாண்டு மாமா

பலே பாலு என்று ஒரு சித்திரக்கதை (இன்றைய கார்ட்டூன் உலகத்துக்கு அப்பன் இந்த சித்திரக்கதைகள்). அதன் கதாநாயகன் பாலு என்ற சிறுவன். சராசரி சிறுவனான அவன் வெகுளித்தனமாய் பண்ணும் அதகளம் தான் 'பலே பாலு'. அவன் வயதுள்ள சிறார்கள் எல்லாரும் தங்களை பாலுவாக நினைத்துக்கொள்ளும் அளவுக்கு அவனுக்கு ஒரு இரசிகர் பட்டாளமே உண்டு. கோகுலத்தில் வெளியான அந்தத் தொடரை இதுவரை ஓராயிரம் தடவை படித்திருக்கிறேன் (தொடர்களை வாரப் பத்திரிகையிலிருந்து பிரித்து பைண்ட் செய்து படிப்பது எண்பதுகளின் தனி ருசி). ஒவ்வொரு விடுமுறையிலும் என் வாசிப்பு மெருகேறிக்கொண்டே போனாலும், ஒரு தடவையேனும் பலே பாலுவைப் படிக்காமல் விட்டதில்லை கல்லூரி இறுதியாண்டு வரை.

நான் பெருமையாகச் சொல்வேன், பலே பாலுவைப் போல் நானும் ஒரு சராசரி சிறுவன். 'குழந்தை மேதைகள்' என்ற பதத்தில் எனக்கு ஒருபோதும் நம்பிக்கையில்லை. குழந்தைமைதான் குழந்தைக்கு அழகு. அவர்களை மேதைகளாக்கினால் இயற்கை சுழற்சியில் கைவைத்தவர்களாகி விடுவோம். குழந்தைகள் எப்போதும் குழந்தைகள்தான். சிறுவர்களின் உலகில் ஒரு மாயாஜால ஜாம்பவான் வாண்டுமாமா, அவருடைய தலைசிறந்த படைப்பு தான் 'பலே பாலு'.

ஒவ்வொருவருக்கு அவருடைய ஒவ்வொரு தொடர் பிடிக்கும். அவருடைய பிற படைப்புகளில் 'சமத்து சாரு' பெண் பிள்ளைகளுக்கு நிச்சயம் பிடிக்கும். ஓநாய் கோட்டை, மர்ம மனிதன், பவழத் தீவு, சிலையைத் தேடி, திகில் தோட்டம், வீர விஜயன், ஷீலாவைக் காணோம், ரத்னபுரி ரகசியம் என்று அவருடையது ஒரு தனி ராஜ்ஜியம். அவருடன் கூட்டணி வைத்த ஓவியர் செல்லம் ஒரு பழம்பெரும் கலைஞர். இருவரும் சேர்ந்து ஒரு மாயாஜால சிறுவர் உலகத்தையே நிர்வகித்தனர்.

வாசிப்பை நேசிப்பாக்கியதில் பெரும் பங்கு வாண்டு மாமாவையே சாரும். அவருடைய சித்திரக்கதையில் தான் என் உலகம் துவங்கியது. அவருடைய கட்டுரைத் தொடர்களான 'மருத்துவம் பிறந்த கதை', 'உலகத்தின் கதை', 'விஞ்ஞான வித்தைகள்', 'அறிவியல் சோதனைகள்' மூலம் என் உலகம் துலங்கியது.

கோகுலம் இதழில் பணியாற்றிய அவர் பூந்தளிர் என்னும் சிறுபத்திரிகை துவங்கினார்.

அரிமழம் வி.கிருஷ்ணமூர்த்தி தான் இந்த வாண்டுமாமா என்று பின்னாளில் தெரிந்துகொண்டேன். ஆகச் சிறந்த கதை சொல்லியாக என்னுடைய தேர்வு வாண்டுமாமாதான். பெயரில் என்ன இருக்கிறது என்போர் மீண்டும் ஒரு முறை அவர் பெயரை உச்சரிக்கவும்.

இன்றைய சிறார்களுக்கு வலைதளத்தில் தேடி அவரை அறிமுகம் செய்யுங்கள். அவருடைய படைப்புகள் இன்றைய யதார்த்தத்துக்கும் பொருந்திப் போகும். காட்சி ஊடகங்களிலிருந்து உங்கள் குழந்தைகளை சற்றே இளைப்பாற வைக்கும்.

ஒரு சிறந்த கதை சொல்லியால் என்ன செய்ய முடியும் உங்களையும் ஒரு சிறந்த கதை சொல்லியாக ஆக்க முடியும். சிறந்த கதை சொல்லிகளால் மட்டுமே இந்த உலகத்தை ஆள முடியும்!

30
வாசிப்பு

'சிங்கம் பார்த்திருக்கிறீர்களா?'

எல்லாரும் கை தூக்க, நான் மட்டும் தூக்கவில்லை. அறிவியல் வகுப்பில் உயிரியல் பாடம், ராதிகா டீச்சர் (ஆசிரியை) கேட்ட கேள்விக்கு என்னுடைய எதிர்வினை, என்னை எழச் சொன்னார். மற்றவர்களைப் பார்த்து 'நீங்கள் எங்கே சிங்கத்தைப் பார்த்திருக்கிறீர்கள்?' என்று கேட்டார். 'புத்தகத்தில்...' என்றனர் ஒரு சாரார். 'ஜூவில்...' (உயிரியல் பூங்கா) என்றனர் மற்றவர். இப்போது என் முறை. தலையை நேர் கோடாக அதி வேகமாக உயர்த்திக் கண்களை உயர்த்தினார். அந்த சைகைக்கு 'ஏன்' என்று அர்த்தம். நீ புத்தகத்தில் பார்க்கவில்லையா? உயிரியல் பூங்கா போனதில்லையா? இல்லை கவனம் இல்லையா? இல்லை என்னைக் கலாய்க்கிறாயா? இப்படி பல கேள்விகளுக்கு ஒரே நேர் பார்வையில் கண்டிப்பு காட்டும் குணம் பல ஆசிரியர்களிடம் உண்டு. சக மாணவர்கள் இவன் மாட்டிக்கொண்டானென்று மென் சிரிப்பைப் பதிவு செய்தனர்.

'புத்தகத்தில் பார்த்திருக்கிறேன், அது பிம்பம். உயிரியல் பூங்காவில் பார்த்திருக்கிறேன், அது பழக்கப்படுத்தப்பட்ட சிறைப்பட்ட சிங்கம். கதைகளில் படித்திருக்கிறேன், அது மிகைப் படுத்தப்பட்ட கற்பனை. உயிர் சுழற்சியில் ஆகப் பெரிய விலங்கான சிங்கத்தை நேருக்கு நேர் நாம் யாரும் பார்த்ததில்லை. பார்த்தபின் நாம் யாரும் உயிரோடு இருப்பதில்லை' என்றேன் (நல்ல வேளை அப்போது டிஸ்கவரி சானல் இல்லை). ஆசிரியையின் கண்களில் ஒரு கனிவு வந்தது. அங்கீகாரம் தெரிந்தது. இவனிடம் கொஞ்சம் எச்சரிக்கையாக இருக்க வேண்டும் என்று முடிவு செய்து, என்னை ஆசிரியர் கொட்டடத்தில் பார்க்கப் பணித்தார். அவர் போனவுடன் நண்பர்கள் என்னைப் பாராட்டினார்கள்.

பதின் வயதுகளில் ஆசிரியர்களை எதிர்த்துப் பேசுவது வழக்கமில்லாத ஒன்று, இன்று போல அடிப்பதற்குத் தடையில்லாத அன்றைய நாளில் அது அதிக பட்ச உரிமையாகப் பார்க்கப்பட்டது,

ஆசிரியர்களைக் கேள்வி கேட்பது அனுமதிக்கப்படும். அதே வேளையில் தவறாகப் பதில் சொன்னாலோ, எகத்தாளம் பேசினாலோ பிரம்பு நம்மைப் பதம் பார்த்துவிடும். அதனால் என்னைப் போல சராசரி மாணவர்கள் வாய் திறப்பதில்லை. நன்றாக மனனம் செய்யும் மாணவர்கள் மட்டுமே எழுந்து பதில் சொல்வர். மனனம் ஒரு திறமையாகப் பார்க்கப்பட்ட நாளில் எனக்கு தைரியத்தைக் கொடுத்தது என் வாசிப்புதான். தினமணி நாளிதளில் துவங்கி, ரத்னபாலா, கோகுலம், பூந்தளிர், அம்புலி மாமா என்று வாசிப்புத் தளம் மிகப் பெரியது.

அன்று அந்த ஆசிரியருக்கு அளித்த பதிலால், என் வாசிப்புப் பழக்கம் கூடியது. மெல்ல நிறைய எழுத்தாளர்கள் அறிமுகமானார்கள். யதார்த்தம் பழக ஆரம்பித்தேன். ஒரே வகை (Stereo type) சிந்தனையிலிருந்து மாற்றி யோசிக்கத் துவங்கியது இந்த வாசிப்பில்தான். 'வாசிப்பின் ருசி வாசிப்பில் இல்லை அதைப் பயன்படுத்தும் வாழ்க்கை முறையில் இருக்கிறது' என்று உணர்ந்த தருணம் மிக உயர்ந்தது.

பயன்பாடு தரும் எந்த பொருளும் செயலும் வீணாவதில்லை, வீணாக்கப் படுவதில்லை. அதுபோலத்தான் எந்த வாசிப்பும் வீணாவதில்லை, அதேபோல்தான் வாசிப்பின் ருசி சொல்லிப் புரிவதில்லை.

உங்களுக்கு மண்ணில் இருந்துகொண்டே வானத்தில் உலவ ஆசையிருந்தால் வாசிக்கத் துவங்குங்கள்!

31
அழ வள்ளியப்பா

கவிதை என்னும் இலக்கிய வடிவம் அறிமுகமானது சிறுவர் பத்திரிகைகள் மூலமாகத்தான். உரை நடைக்கும் கவிதைக்குமான வேறுபாடு புரிய நிறைய படிக்க வேண்டியிருந்தது. முதன் முதலில் கவிதை என்றால் அது ஒரு பாட்டு வடிவமாக இருத்தல் வேண்டும் என்று நினைத்திருந்தேன். புதுக்கவிதை என்று ஒன்று வந்து அந்தப் புரிதலை அடித்து நொறுக்கியது. ஆனாலும் எதுகை, மோனை, சந்தம், வெண்பா, நேரிசை, சேர்ந்திசை, ஆசிரியப்பா எல்லாவற்றுடன் அறிமுகமானது கவிதை உலகம்.

ஆனால், இது எதுவும் தேவையில்லாத கவிதை வடிவம் குழந்தைப் பாடல்கள் (Nursery Rhymes). அதற்கு குழந்தைகளை ஈர்ப்பது மட்டுமே முக்கியம். இலகுவாக வாய்க்குள் நுழைய வேண்டும், எளிதில் மனனம் செய்ய முடிய வேண்டும், பாடும் போது ஒரு மகிழ்வு வர வேண்டும், நினைக்கும் போது எளிதில் ஞாபகம் வர வேண்டும், சலனம் இல்லாமல் அதைக் கடந்து வந்துவிட வேண்டும்.

அதிகம் கொண்டாடப்படாத குழந்தைக் கவிஞர் அழ.வள்ளியப்பாவின் பாடல்கள் அந்த வகையைச் சேர்ந்தவை. வாசகர் வட்டத்தில் பெரிய பின்னூட்டங்கள் இல்லாத கவிஞர், அவருக்கான இடம் வழங்கப்படவில்லை என்பது என் நாற்பது வருட ஆதங்கம்.

அவருடையது எளிமையான நேர்கோடான வரிகள், சொல்ல வந்ததை நேராகச் சொல்லி சென்றுவிடும். எந்த வித மயக்கங்களையும், யோசிப்பையும், சிந்தனையையும் தூண்டி விடாது, இதுதான், இப்படித்தான், இவ்வளவு தான் என்று சொல்லிச் சென்றுவிடும், குழந்தைகளுக்குத் தேவையும் அது தானே.

மியாவ் மியாவ் பூனையார்
மீசைக்கார பூனையார்
ஆளில்லாத வேளையில்

அடுக்களைக்குள் செல்லுவார்
பாலிருக்கும் சட்டியை
பார்த்துக் காலி பண்ணுவார்
இரவில் எல்லாம் சுற்றுவார்
எலிகள் வேட்டை ஆடுவார்
பரணில் ஏறிக் கொள்ளுவார்
பகலில் அங்கே தூங்குவார்
மெல்ல மெல்ல செல்லுவார்
மேலும் கீழும் தாவுவார்
லொள்லொள் சத்தம் கேட்டதும்
நொடியில் ஓடிப் பதுங்குவார்

ஒரு பூனையின் அன்றாட வாழ்க்கையைப் பதிவிடும் அழகான பாடல் இது. ஒரு பூனையின் பண்பு, உணவு, எதிரி, குணம் என்று எல்லாவற்றையும் அழகாக சொல்லிச் சென்றுவிடும். புரிந்து கொள்வதும், மனனம் செய்வதும், நினைவில் நிறுத்துவதும் மிக எளிது. பூனையைப் பார்க்கும் போதெல்லாம் இந்தக் கவிதை தோன்றும்; கவிஞர் தோன்றுவார்.

கவிதை எழுத விரும்புபவர்கள் அவசியம் தேடிப்படிக்க வேண்டிய களஞ்சியம் அழ.வள்ளியப்பா. ஏதேதோ சொல்ல வேண்டுமென்று அரிய வார்த்தைகளைப் போட்டுப் படிப்பவர்களைப் புரியாமல் அடித்துவிடும் கவிதைகளைப் படிக்கும் போதெல்லாம் வள்ளியப்பாவை நினைத்துக்கொள்வேன். சொல்ல வந்ததை நேராகச் சொல்லும் பாங்குதான் கவிதையின் முதல் அழகியல்.

அரிதாரம் பூசி அழகாகக் காட்டுவது கலை என்றால், இயற்கையாகவே அழகாக இருப்பது வரம். அழ.வள்ளியப்பா குழந்தைகளுக்குக் கிடைத்த வரம்.

கவிதை பற்றி இன்னும் கொஞ்சம் பேசுவோம். வசப்படாததைப் பற்றிப் பேசும் போதெல்லாம், சிறகு வளராத குஞ்சுப் பறவைகள் ஞாபகம்தான் வரும், கவிதைச் சிறகு விரித்துப் பறக்க முயற்சிப்போம்.

32

வாசுதேவன் பாஸ்கரன்

இந்தப் பெயரை எங்கேயோ கேட்டது போலிருக்கும். ஹாக்கி பாஸ்கரன் என்றால் எல்லாருக்கும் தெரியும். நமது தேசிய விளையாட்டு கிரிக்கெட் என்றே நெடுநாள் நினைத்திருந்தேன். ஹாக்கி என்று உணர வைத்து, என்னை ஹாக்கி மட்டையைப் பிடிக்க வைத்தது இரயில்வே பள்ளி நண்பன் தான். தொலைக்காட்சி கிடையாததால் ஹாக்கி விளையாட்டைப் பார்க்க முடியாது. வானொலிக் காமென்ட்ரியோ இந்தியில் இருக்கும். நாங்களோ 'இந்தி தெரியாது போடா' குழு. ஆதலின் ஹாக்கி செய்திகளைத் தெரிந்துகொள்ள ஒரே நிறுவனம் இந்து நாளிதளின் ஸ்போர்ட்ஸ் பேஜ் மற்றும் அதே நிறுவனத்தின் மாத இதழான ஸ்போர்ட்ஸ் ஸ்டார். நண்பனுடன் இந்த 'பின்-அப்' போஸ்டர்களை ஓராயிரம் தடவை இரசித்திருப்பேன்.

1980 மாஸ்கோ ஒலிம்பிக்கில், ஹாக்கியில் தங்கம் வென்று சாதனை படைத்தது இந்தியா. அந்த ஹாக்கி அணியைத் தலைமை தாங்கிய முன்கள வீரர்தான் இந்த வாசுதேவன் பாஸ்கரன். அவர் தமிழர் என்பதில் எங்களுக்குக் கூடுதல் மகிழ்ச்சி.

இன்று வரை அதை மட்டுமே சாதனையாகச் சொல்லிக் கொண்டிருக்கிறது ஹாக்கி உலகம். (அரசியலில் விளையாட்டு இருக்கக்கூடாது, விளையாட்டில் அரசியல் இருக்கக் கூடாது, இது குடிமையியலில் நான் படித்த பால பாடம். ஏட்டுச் சுரைக்காய் கறிக்கு உதவாது, ஆனால் வாழ்க்கைக்கு உதவும். இதை யாரும் சொன்னதில்லை, நிதர்சனமாகப் பார்த்துக்கொண்டிருக்கிறோம்.) அதன்பின் ஒரு முறைகூட தங்கம் வெல்லவில்லை. ஆனால் இன்றைய அணி எதிர்கால நம்பிக்கையை அளிக்கிறது.

மொழிகளின் பிரிவையும், ஒன்றிய தேசக் கூட்டமைப்பையும் ஓரளவு புரிந்துகொண்டது, குடிமையியல் வகுப்பும், இந்த ஹாக்கி வெற்றியும்தான். அந்தக் காலக்கட்டத்தில்தான் இந்திய அணியைக் கூர்ந்து கவனிக்க ஆரம்பித்தோம். அதில் பல்வேறு மாநிலத்தைச்

சேர்ந்த வீரர்கள் இடம் பெற்றிருந்தனர். எல்லோரும் சேர்ந்ததால்தான் அந்த வெற்றி சாத்தியமானது. (இன்று பிரீமியர் லீக் என்று ஏதேதோ விளையாடுகிறார்கள். சென்னை அணியில் ஒரு சென்னைக்காரர் கூட இல்லை. ஒரு தமிழர் கூட இல்லை. ஏன் ஐந்து இந்தியர்களுக்கு மேலே கூட இல்லை. இது விளையாட்டை வளர்ப்பதற்கா, அல்லது தன் பொருளாதாரம் வளர்ப்பதற்கா, சத்தியமாக இது விளையாட்டு அரசியல் என்பது மட்டும் புரிகிறது).

அந்த ஹாக்கி தங்கம் இன்று வரைப் பசுமையாக இருக்கிறது. 'Team Building, Team Player, Team appraisal' என்று பின்னாளில் மனிதவளத் தளத்தில் பல பதங்களின் அர்த்தத்தை எளிதில் புரிந்துகொள்ள முடிந்தது. தனிமை விரும்பியாக இருந்த என்னை அணி வீரனாக மாற்றியது அந்த வெற்றிதான்.

அணியில் தனிமைப்பட்டு விடுவது, தனிமைப்படுத்தப்படுவது, தனித்தன்மையோடு இருப்பது மூன்றுக்கும் வேறுபாடுகள் உணர்ந்திருக்கிறீர்கள்தானே? பிரிதொரு நாள் அந்த உளவியல் பேசுவோம்.

உங்களையும் இதுபோன்ற வெற்றிகள் அல்லது தோல்விகள் கட்டமைத்திருக்கும்தானே!

33
கவிதை

குழந்தைப் பாடல்களில் துவங்கிய ஈர்ப்பு,
குறளின் நெறியில் மெல்ல இரசனையாக மாறி,
சுவையாக நினைவுகளில் கலந்து,
பட்டுக்கோட்டை கல்யாணசுந்தரத்திடம் பாடம் கற்று,
பாரதியில் பட்டம் பெற்று,
பாரதிதாசனிடம் மேற்படிப்புப் படித்து,
கண்ணதாசனிடம் காதல் கொண்டு,
வைரமுத்துவிடம் மையல் கொண்டு,
மு.மேத்தா, அப்துல் ரகுமானின் புதுக் கவிதைகளில் மயங்கி,
நா.முத்துக்குமாரிடம் மெல்லப் போதையாகி,
தபூ சங்கரின் அன்பில் கரைந்து, கல்யாண்ஜி, ஆத்மானாமிடம் வெறியாக மாறிப்போனது கவிதைகள்.

இன்னும் எத்தனை கவிஞர்களை விட்டுவிட்டேன். என் இணையரின் 'ருக்கு கால் மீ, திஸ் இஸ் மாமி' என்னும் குறுஞ்செய்தி கூடக் கவிதையாகவே தெரிகிறது எனக்கு. சுற்றி இருக்கும் எல்லோரும் கவிதை சமைப்பவர்கள். பார்ப்பதற்கு நமக்கு கண்கள் தான் வேண்டும்.

தமிழுலகின் தீராநதி இந்தக் கவிதைகள் தான். எந்த மனிதனையும் இந்தக் கவிதைகள் பேசாமல் விட்டதில்லை. எந்த மனிதனும் கவிதைகளைக் கடக்காமல் போனதில்லை.

கவிதை ஒரு ருசி, ஒரு சாயல், ஒரு சாரல், ஒரு அனுபவம், மகானுபவம், ரசனை, தித்திப்பு, காரம், மத்தாப்பு, பிடிப்பு, ம்ஹூம் வார்த்தைகளால் சொல்லி முடிவதில்லை கவிதையின் வித்தைகளை. கவிதை படிப்பவர்கள் பாக்கியவான்கள், மற்றெல்லோரும் வெறும் வெற்று மனிதர்களே. அடிக்க வராதீர்கள்! அதற்குப் பதிலாய் கவிதை படியுங்கள்... அழகாவீர்கள்!

எல்லா இடங்களிலும் எளிதாய் கிடைப்பது திருக்குறள் தான். எழுசீர் வெண்பாவாலான ஆகச்சிறந்த கவிதை நூல் அது தான். செலவில்லாமல் ஒவ்வொரு வாட்ஸப் குழுமத்திலும் ஒரு நண்பர்

திருக்குறளும் அதற்கான அர்த்தத்தையும் பதிவிடுவார். ஏதோ தீண்டத்தாகாத பொருள்போல் அதை யாருமே சீண்டுவதில்லை, பின்னூட்டமும் இடுவதில்லை, "யார் யாரிடமோ யாசிக்கிறோம் தேடி வரும் தேவதைகளைக் கண்டுகொள்ளாமல்" என்ற கவிதை ஞாபகம் வருகிறது. யார் எழுதியது என்று கேட்காதீர்கள், கவிதையின் பொருள்தான் நிரந்தரம், கவிஞர்கள் அல்ல.

கவிதையின் துவக்கம் தமிழர் நாகரிகத் தொடக்கமாக இருந்திருக்கலாம். கிமு 2000 முதல் கவிதைகள் கிடைக்கிறது. நாட்டுப் புறப் பாடல்கள் சுய இலக்கணத்தோடு எழுதப்பட்டவை, ஐம்பெரும் காப்பியங்கள் கவிதை இலக்கியங்கள் தான். எதுகை, மோனை, யாப்பு, சீர், சந்தம், நூற்பா செய்யுள், விருத்தம், என்றெல்லாம் சொன்னால் உங்களுக்குப் போரடிக்கும். நம் ஜன கன மன கூட ஒரு கவிதை வடிவம் தான். நாட்டுப்பண்.

ஹைக்கூ என்றொரு கவிதை வடிவம்... 'ஆசை ஆசையாய் வாங்கினேன் புத்தர் சிலை'! பொறாமைப்பட வைக்கும் இது போன்ற கவிதைகள் ஒரு வரலாற்று ஆதங்கம். எளிதாகக் கைகூடும் இது போன்ற கவிதைகளை முயற்சியுங்கள், வாழ்க்கை அழகாகும்.

ஒரு நாள் போதாது கவிதை பற்றிப் பேச. தனியாக அதற்கொரு தொடர் எழுத வேண்டும். காதலிப்பவர்கள் எல்லாம் கவிதை எழுத முயற்சித்திருப்பார்கள், தமிழைக் காதலிப்பவர்களும். ஒரு நாற்பது பக்க நோட்டில் துவங்கியது என் கவிதைப் பயணம். 'காதலித்தாயா?' என்று கேட்காதீர்கள். கவிதைகளைத் தான் வெறித்தனமாகக் காதலிக்கிறேன். மற்றைய எல்லாம் வெறும் வேதியியல் சமாச்சாரம் தான்.

வெறும் பேப்பர்களில் கிறுக்கியதை சேர்த்து வைத்து புத்தகமாக்க வேண்டும் என்கிற ஆசை எனக்கும் உண்டு. பல பத்திரிகைகளுக்கு அனுப்பப்பட்டு திரும்பிய கவிதைகளை மட்டும் எடைக்குப் போட்டு ஒரு கண்ணாடி வாங்கினேன்.

சுஜாதா என்றொரு மந்திரன் என் கவிதை முயற்சிகளைக் காலி செய்தான். எது கவிதை என்கிற அவனுடைய கட்டுரைத் தொகுப்பு கிடைத்தால் படியுங்கள். உங்கள் கவிதைகள் நிச்சயம் அழகாகும். ஆனால் நீங்கள் எழுதியதைப் பிரசுரிக்காமல் விட்டு

விடாதீர்கள். உங்கள் வாழ்வின் சுகதுக்கங்கள் உங்கள் சந்ததிக்குப் போய்ச் சேர வேண்டாமா? ஒன்பதாயிரத்திலிருந்து துவங்குகிறது பதிப்பகங்களின் கட்டண அட்டை, என்னுடையதைத் தவறாமல் பிரசுரிப்பேன்.

பொய்யையும், புரட்டையும், தவறுகளையும் தன் கட்டமைப்பாகக் கொண்ட கவிதைகளை ஏன் பிடிக்கிறது எனக்கு. கவிஞர்களுக்குத் தான் தெரியும் பொய் எவ்வளவு அழகானதென்று. சூரியனை விட்டுவிட்டு அதன் பொய்யான நிழலான நிலவைத் தேடி ஓடுவார்கள். நிசத்தில் சாதிக்க முடியாததை நிழலில் சாதிக்கத் துடிக்கும் என்னைப் போன்ற பெரும்பாலானவர்களின் ஆயுதம் கவிதைகள்.

இன்னும் கைவராத கவிதை முயற்சியில் எனக்கான இரை இருக்கிறது, இறையும் கூட!

அதைத் தேடித் தேடி!

34
கபில்தேவ்

வீட்டுப் பக்கத்தில் ஒரு நண்பர் குழாம். ஒரு அடி மட்டை, மூன்று சவுக்குக் குச்சிகள், ஒரு டென்னிஸ் பால், இருந்தால் கிரிக்கெட் விளையாட ப்ளாட்பார்ம் போதும். மற்ற கிழமைகளில் மாலை பத்து ஓவர் ஆடும் ஆட்டம். ஞாயிற்றுக்கிழமைகளில் அதிகாலை துவங்கி மதியம் வரை போகும். இன்றைய கிரிக்கெட் கிட்டில் *(Cricket Kit)* இல்லாத முனைப்பும், சுவாரஸ்யமும் அன்றைய குக்ட் அப் கிட்டில் *(Cooked up Kit)* இருக்கும்.

அறிமுகமானவுடனேயே பற்றிக்கொள்ளும் விளையாட்டு கிரிக்கெட். ஆனால், என் அப்பாவுக்கு கால்பந்துதான் பிடிக்கும். ஏனெனில் கிரிக்கெட்டில் இரண்டு பேர்தான் விளையாடுவார்கள் மற்றவர் எல்லாம் ‘தேமே’ என்று பந்தை பார்த்துக்கொண்டே இருப்பார்கள் என்பார். உண்மைதான் விளையாடும் வீரர்களே அந்த விளையாட்டை இரசிக்கக் கூடியது கிரிக்கெட்டில் மட்டுமே சாத்தியம். மற்ற விளையாட்டில் வேடிக்கை பார்த்தால் அம்போதான்.

தேசியக் குழுவில் எல்லோரும் கவாஸ்கரைத் தொடர்ந்து ஓடிக்கொண்டிருக்க, நான் கபில்தேவைத் தொடர்ந்து ஓடிக்கொண்டிருந்தேன். நின்று நிதானமாக ஆடக்கூடியவர் கவாஸ்கர், நிதானமே இல்லாமல் சுற்றி சுழற்றி ஆடுபவர் கபில்தேவ். பந்து வீச்சிலும் அபார வேகம் காட்டுவார்; ஆடுகளத்தில் சுறுசுறுவென்று ஓடிக்கொண்டே இருப்பார்; பந்துகளை வீணாக்கவே மாட்டார்; களத்தில் ‘செய் அல்லது செத்து மடி’ என்று பத்து பவுண்டரி, ஆறு சிக்ஸர் அடித்து நாற்பதாவது பந்தில் தொண்ணூறுகளில் கவலையே இல்லாமல் வெளியேறுவார்; நூறு அடித்தால் பட்டயம் கிடைக்குமே, ஆட்ட நாயகன் விருது கிடைக்குமே, தனிப்பட்ட புள்ளிவிபரங்களில் உச்சத்தை அடையலாமே... ம்ஹூம் துளிகூட யோசிக்க மாட்டார்... அது தான் கபில்! எப்போதும் குழு வீரராகவே இருப்பார்.

கபில்தேவ் ரமன்லால் நிகஞ்ச்... எனக்கு அறிமுகமானபோது எனக்கு வயது பத்து. இந்தியாவின் ஜென்ம விரோதியாக கற்பிதம்

செய்யப்பட்ட பாகிஸ்தானுடனான ஆட்டத்தில் அவர் போட்ட பந்து ஹெல்மெட்டில் சிக்கியபோது பிடிக்கத் துவங்கியது. 33 பந்தில் அவர் சதம் அடித்தபோது ஒட்டிக் கொண்டது. 83ல் உலகக்கோப்பை வென்றபோது வாழ் நாள் உறவானது. எண்ணற்ற அவமானங்கள் வந்தபோதும் குழுவையும் விளையாட்டையும் விட்டுக் கொடுக்காமல் ஆடியபோது என் நெஞ்சுக்கு நெருக்கமானது. பின்னாளைய தொகுப்பு ஆட்டத்தில் அரையிறுதியில் தோல்வியுற்று அதற்குத் தார்மீக பொறுப்பேற்று அவர் தலைமைப் பதவியைத் துறந்தபோது என் முன்மாதிரியாக மாறியது.

பெரிய விளையாட்டுப் பின்புலம் அல்லாத சிறு கிராமத்தில் இருந்து வந்து உலக சாதனை படைத்த அவருடைய குறிக்கோளும் நோக்கமும் பிற்படுத்தப்பட்டோருக்கான பட்டயக் கல்வி.

தோல்விகளைத் தொடும்போதெல்லாம் நான் நினைத்துக் கொள்ளும் இருவரில் ஒருவர் கபில்தேவ், 'பேரச்சத்தை உருவாக்கி விடுகின்றன. வெற்றிக்குப் பிறகான வெற்றிடம்' என்கிற என்னுடைய கவிதை முயற்சி கூட, அவருடைய தலைமைப் பதவி பறிக்கப்பட்டபோது எழுதியதுதான். மீண்டும் திறமையால் அந்தப் பதவியை அடைந்தார். அவராகத் தார்மீகப் பொறுப்பேற்று விலகும் வரை குழுத் தலைவராகவே தொடர்ந்தார். அவருடைய வெற்றியைப் பின்னுக்குத் தள்ள முப்பத்தியொரு ஆண்டுகள் காத்திருக்க வேண்டியிருந்தது.

ஆனால் எளிமையான தோற்றமும், அந்த வெள்ளந்தி சிரிப்பும், அடர்த்தியான மீசையும், உடைந்த ஆங்கிலமும், அடக்கமான பேச்சும் அவருக்கு மட்டுமே சாத்தியம், அவர் தொட்ட உயரங்களே சாட்சியம்.

உங்களுக்கும் கபில்தேவ் பிடிக்கும்தானே?

●

35
உசிலம்பட்டி

எண்பதுகளில் இந்தப் பெயரைக் கேட்டாலே சும்மா அதிரும். வீச்சரிவாள், வெட்டுக் குத்து, கட்டைப் பஞ்சாயத்து என்று தினமும் தினசரியில் இடம் பிடிக்கும் இந்த ஊர் என் பால்யத்தின் மிக முக்கியமான இடம். மிகைப்படுத்தப் பட்ட ஊடக வெளிச்சத்தில் பேசுபொருளானது. அந்த ஊரின் கோபமும், பங்காளிச் சண்டையும், அதே சமயம் அந்த மக்களின் வெள்ளந்தி மனசும், விருந்தாளிகளைக் கவனிக்கும் வாஞ்சையும், தாராளக் கொள்கையும், எதையும் விட்டுத்தரும் நட்பும் பேசாப் பொருட்கள்.

விடுமுறைக்கு மதுரையிலிருந்து உசிலம்பட்டி சித்தி வீட்டுக்குப் பயணப்படும் அந்த ஊர்வலம் மனதுக்குக் களியாட்டம்தான். வழி நெடுக பசுமையும், செம்மண் புழுதியும் கிராமங்களின் ஆன்மாவைப் பறைசாற்றும், ஆண்டிபட்டி, தேனி மலைப்பகுதிகளின் அடிவாரத்தில் இருக்கும் இந்தக் கிராமம் இன்னொரு தாய்மடி.

அந்த ஊரில் சளைக்காமல் விளையாண்ட கிராமத்து விளையாட்டுகளும், படித்த கதைகளும், எல்லோராலும் வசீகரிக்கப்பட்ட உடற்பயிற்சிகளும், அதிகாலை ஓட்டப் பயிற்சியும், வீட்டுத் திண்ணையில் உட்கார்ந்து பேசிய எண்ணற்ற ஊர் நிகழ்வுகளும், கண்ணன் டாக்கீஸில் பார்த்த சினிமாவும், சக நண்பர்களுடனும் அந்த சினிமாவை விவாதித்த போக்கும், கவுண்டமணியையும் செந்திலையும் மிமிக்ரி செய்த மகிழ்வும், சித்தப்பாவின் பிஸ்கட் கம்பெனியில் நான் சாப்பிட்ட ரஸ்க் ரொட்டிகளும் தான் என்னுடைய இன்னொரு நான்.

வழக்கமான வாழ்க்கைத் தடத்தில் இருந்து ஒரு திருப்பம், அதிலிருந்து நம் அன்றாட வாழ்வை ஒப்பீடு செய்யும் பொழுது ஏற்படும் இன்னொரு திருப்பம், இப்படி ஏற்படும்போது தான் நம் ஆழ்மனதின் படைப்பாற்றல் உருப்பெறும், வலுப்பெறும்.

கற்பிதங்களோடு வாழாமல், பின்னாளில் இலங்கைக்கும், காஷ்மீருக்கும் பயப்படாமல் அடிக்கடி பயணப்பட்டது இந்த உசிலம்பட்டிப் பயணங்களால் தான்,

இது போன்ற கலாச்சார வேர்கள் இருக்கும் ஊர்களால்தான் நம்மால் வானத்தை நோக்கிப் பயணப்பட முடிகிறது.

36

புலவர் கீரன்

சொற்பொழிவு என்றொரு கதை சொல்லல், எண்பதுகளில் மிகப்பிரபலம். கிருபானந்த வாரியார் நடத்தும் கந்த புராணம் மிகப் பிரசித்தம். அவருடைய குரலிலே ஒரு காந்த சக்தி உண்டு. அவருடைய வழியில் புகழ் பெற்ற இன்னொருவர் புலவர் கீரன். மிகக் குறைந்த காலம் வாழ்ந்தாலும் சேதுபதி பள்ளியில் நடக்கும் அவருடைய இராமாயண, மகாபாரதக் கதைகளில் அப்படி ஒரு ஈர்ப்பு.

வாரியார் போலல்லாமல் கீரனுடைய குரல் கணீரென்று இருக்கும். சுமார் மூன்று மணி நேரம் நடக்கும் தொடர் சொற்பொழிவு, அடுத்த நாளுக்காக ஏங்க வைக்கும். பத்திரிகைத் தொடர்கதை போலவே, முக்கியமான இடத்தில் அன்றைய நாளின் கதையை நிறுத்தி விடுவார். ஏற்கனவே தெரிந்த கதை தான் என்றாலும் அவருடைய கதை சொல்லும் முறை அப்படி. பின் வருவதை முன்னேயே சொல்லி விட்டு, அந்தக்கட்டத்துக்கு சுவாரஸ்யமாக கதையை நகர்த்தி செல்வது ஒரு அபாரமான கலை. கல்கிக்கு அப்புறம் அந்த உத்தியைப் பயன் படுத்தி கதை சொன்னது புலவர் கீரன்தான். கதை சொல்லல் என்னும் கலையை அவரிடமிருந்தே கற்றுக் கொண்டேன். அன்றைய சொற்பொழிவைக் கேட்காத என் சகோதரிகள், அக்கம் பக்கத்தாருக்கு நானே கதை சொல்வேன். கிட்டத்தட்ட கீரனுடைய சாயலைப் பின்பற்றி சொல்லும் என்னுடைய கதைகளுக்கு நிறைய இரசிகர்கள் உண்டு. காப்பியடித்தல் கலை பற்றி முன்பே சொல்லி இருக்கிறேன், அதை நன்றாகவே செய்வேன்.

சிறந்த கதை சொல்லிகளால் என்ன செய்ய முடியும்?

- ❖ மகிழ்விக்க முடியும்
- ❖ விழிப்புணர்வைத் தூண்ட முடியும்
- ❖ இறுதியில் மக்களை ஆள முடியம்.

இப்போது யார் ஞாபகமாவது உங்களுக்கு வந்தால் நானும் என் நிர்வாகமும் பொறுப்பல்ல

●

37

அடைக்கன் குளம்

உங்களுக்கு என்று தனித்த ஒரு அடையாளம் இருக்கும். *Unique Identity* என்பார்கள். உடல் ரீதியாக நம் ரேகைகள், கண் விழி இவையெல்லாம் நம் தனித்துவமான அடையாளம்.

மனரீதியாகவும் சில தனித்துவ அடையாளங்கள் பெற்றிருக்கிறோம். நாம் எல்லோருமே யாரையாவது பார்த்து வளர்கிறோம், யாரையாவது முன்மாதிரியாகக் கொள்கிறோம், காப்பியடிக்கிறோம், சூழ்நிலைகளின் நெருக்கடிகளில் இவராயிருந்தால் இப்படி செய்திருப்பார், அவராயிருந்தால் அப்படி செய்திருப்பார் என்று மதிப்பீடுகள் செய்து பின் ஒரு முடிவு எடுக்கிறோம். ஆனால் சில சமயங்களில் உங்களுடைய தனித்தன்மை வெளிவரும், அப்போது நீங்களும் ஒரு பிம்பமாக மற்றவர்களுக்கு கட்டமைக்கப் படுகிறீர்கள்.

இந்த தனித்த அடையாளங்கள் ஒவ்வொரு ஊருக்கும் உண்டு. அந்த அடையாளங்கள் ஒரு சேதி சொல்லும், சென்னைக்கு மெரீனா, மதுரைக்கு மீனாட்சி, தஞ்சைக்குக் பெரிய கோயில், கோவைக்கு தொழில், நெல்லைக்கு அல்வா இப்படி ஒவ்வொரு ஊருக்கும் இருப்பதுபோல எங்கள் கிராமத்துக்கு அடைக்கன்குளம்.

மனிதகுல வளர்ச்சிக்கு நீர் நிலைகள் மிக முக்கியம், இயற்கை ஏரிகள், செயற்கை ஏரிகள் தாண்டி நாகரிகம் வளர்வதற்கு மிக முக்கிய இடம் இந்தக் குளங்கள் தான். எங்கள் ஊரிலேயே மன்னன் அமரகாண்டான் உருவாக்கிய அமரகாண்டான் ஊருணி என்னும் வரலாற்று சிறப்பு மிக்க நீர் நிலை இருந்தாலும், மலைக்கோயில் அடிவாரத்தில் வையாபுரி என்னும் குடி நீர் நிலை இருந்தாலும் இந்த அடைக்கன்குளம் ஒரு அதிசயம். காரணம் அதன் வடிவம், எண்கோணத்தில் *(Octogan)* நான்கு திசைகளில் படித்துறை வைத்து, இருபுறம் மரம் வளர்த்து, சுற்றிவர சாலை அமைத்து, இரவு நேரத்தில் விளக்குப் போட்டு, அதன் ஒளி நீர் நிலையில் தெரியும் பாருங்கள், அதைக் காணக்கண்கோடி வேண்டும்.

அடுக்கக நீச்சல் குளங்கள் எல்லாம் தோற்றுப்போகும் எங்கள் அடைக்கன்குளத்திடம். ஊர் பொதுக்குளியலிடம் அது தான்.

இரு புறம் ஆண்கள், இரு புறம் பெண்கள. எல்லாப் பக்கமும் சிறுவர்கள் குதித்து விளையாடுவார்கள். இலவச நீச்சல் வகுப்பு கூட நடக்கும், காலை முதல் மாலை வரை யாராவது குளித்துக் கொண்டே இருப்பார்கள். குளித்து முடித்தபின் கொஞ்சநேரம் அரட்டைக் கச்சேரி ஓடும். குளத்தின் நடுவே ஒரு கிணறு. நீர் வரத்துக் கால்வாயில் வெயில் காலத்தில் நீர் வராது போனாலும், ஊற்று நீர் எப்போதும் இருக்கும். ஊற்று நீரை மீள்நிரப்பு (Recharge) செய்ய மழைநீர் உதவி செய்யும். சுற்று இருக்கும் மரங்கள் காற்று மாசைக் குறைக்கும். சுற்றி இருக்கும் திறந்த வெளி சாலைகள் நம் மன அழுத்தத்தைக் குறைக்கும். குளத்து நீர் குளியல் உடலை குளிர்வூட்டும். குளத்து நீரில் தெரியும் ஆகாயத்தின் மேகப்பிம்பம் நம்மை வானம் நோக்கிப் பறக்க வைக்கும். இத்தகைய இயற்கை சாகுபடியில் விளைந்த அதிசயம் தான் அடைக்கன்குளம்.

இயற்கை தான் நமது பேராசான் என்றுணர்ந்தவர்கள் நம் முன்னோர். நாம் தான் தொழில் வளர்ச்சியில் சுற்று சூழலை மறந்து போனோம். எப்போது ஊருக்குப் போனாலும் இந்தக் குளத்தில் எவ்வளவு நீர் இருக்கிறது என்று பார்ப்பதில் ஆர்வம். மாரிக்காலத்தில் குளம் நிரம்பி தெருக்களில் நீர் வழியும். வெயில் காலத்தில் வறண்டு கிணற்றில் மட்டும் நீர் இருக்கும். ஆனாலும் குளத்தில் குளிப்பவர்கள் குறைய மாட்டார்கள். குளியல் கேளிக்கைக்கும் பஞ்சம் இருக்காது. குளம் போலத்தான் நாமும், நிறையும் இருக்கும், குறையும் இருக்கும், குளம் போலவே நாமும் எல்லோருக்கும் பயன் தருபவர்களாக இருந்தால் நம் பெருமைக்கும் குறைவிருக்காது.

முன்னெல்லாம் ஊருக்கு சென்று வந்தவர்களை, குளம் ரொம்பிருச்சா என்று கேட்பார்கள். இப்போது வாட்ஸப்புகிறார்கள், ஆனால் ஒன்று, எங்கள் ஊருக்கு வரும் மாப்பிள்ளைகளுக்கு முதலில் இந்த இடத்தைத் தான் காட்டுவோம். இந்தக்குளத்தின் மடியில் இருக்கும் மாப்பிள்ளைக் கூடத்தில் தான் வந்து இறங்குவார் மாப்பிள்ளை. இந்த அடைக்கன் குளத்தைச் சுற்றித்தான் அவரை அழைத்துச் செல்வோம். எங்க ஊர் பெருமையாயிற்றே.

உங்கள் ஊரிலும் இப்படி ஒரு இடம் இருக்கும். அதன் பெருமையையும் உலகறியச் செய்யுங்கள். அப்படியான இடங்களை மேலும் உருவாக்க முயல்வோம்

●

38
கிராம விளையாட்டுகள்

கவனச்சிதறல் இல்லாமல் இருக்க வேண்டுமானால், கிட்டி, கோலி விளையாடுங்கள்.

உயரமாக வேண்டுமா, பச்சைக்குதிர தாண்டுங்கள்.
தொடர் கற்றல் வேண்டுமா, பல்லாங்குழி, பாண்டி ஆடுங்கள்.
இணை கற்றல் வேண்டுமா, கல்லா மண்ணா விளையாடுங்கள்.
குழுக் கற்றல் வேண்டுமா, தாயம் விளையடுங்கள்.
பம்பரத்தை உருட்டிவிட்டு பராக்கிரமத்தைக் காட்டுங்கள்.
வானம் பார்த்துக் காற்றாடி விடுங்கள்.
பூமி பார்த்து நுங்கு வண்டி ஓட்டுங்கள்.
சைக்கிள் டயரோடு ஊர்வலம் போங்கள்.
சிவராத்திரி முழித்து பரமபதம் உருட்டுங்கள்.
பகடைக் காய்கள் போரடித்தால் சோழிகளைப் பரப்புங்கள்.
புளிய முத்து தூக்கிப் போட்டு பால்யத்தில் திளையுங்கள்.
ஒன்றுமே செய்யாமல் ஒருமையில் தூங்குங்கள்.
உலகத்தை உங்களுடையதாக்குங்கள்!

என் அடித்தளம் கிராமத்து விளையாட்டுக்களால் ஆனது. கிராமத்து விளையாட்டுக்கள் வன்மையானது அல்ல, மென்மையானது, நகரத்து விளையாட்டுகள் போல வன்மத்தை வளர்க்காது கிராமத்து விளையாட்டுகள். தோற்றுப் போனால் கூட மீண்டும் மீண்டும் விளையாடச் சொல்லும். நினைவின் சுவையில் எப்போதும் நீங்காதிருக்கும் அந்த விளையாட்டுக்களால் விளைந்த நட்பின் அருகாமையும் நெருக்கமும்.

நகரத்து விளையாட்டுகள் தனி மனிதனின் (Intelligence Quotient) புத்திசாலித்தனத்தைப் பறைசாற்றும். கிராமத்து விளையாட்டுகள் (Emotional Quotient) உணர்வு சார் நுண்ணறிவை வளர்த்தெடுக்கும்,

இன்றைய உளவியலாளர்கள் அதிகம் கவலைப்படுவது இந்த உணர்வு சார் நுண்ணறிவு குறைபாடுகளுக்குத் தான், இன்றைய இளைஞர்கள் மிக அறிவு படைத்தவர்கள், பராக்கிரமசாலிகள், நாம் ஒரு வருடம் சம்பாதிப்பதை ஒரு மாதத்தில் அடைபவர்கள்.

ஆனால் தோல்விகளைத் தாங்கக் கூடிய சக்தி இல்லாதவர்கள், குழு உறுப்பினர் வளர்ச்சியை ஏற்றுக் கொள்ள முடியாதவர்கள், சக ஊழியரையோ, அண்டை வீட்டாரையோ, குழும வாசியையோ (Team Member) சதா சர்வ காலமும் ஒப்பீடு செய்துகொண்டே இருப்பார்கள். சுய முன்னேற்றத்தை விடுத்து அடுத்தவர் கவிழும் நடைமுறைக்காகக் காத்திருப்பார்கள். எல்லோரும் அப்படியல்ல என்றாலும் உளவியலாளர்களின் பயம் நியாயமானது தான். இதை மீறி வெற்றி பெற அவர்கள் பரிந்துரைப்பது இந்த உணர்வு சார் நுண்ணறிவு தான்!

அது கிராமத்து விளையாட்டுக்களில் அதிகம் கிடைக்கும். கிராமங்களை நோக்கி நாம் திரும்ப வேண்டாம். நகரத்து வசதிகளை அனுபவித்துக்கொண்டே கிராமத்து விளையாட்டுக்களை விளையாடித் தீர்ப்போம்.

39
நட்பு வட்டம்

நட்பு வட்டம் மாறிக்கொண்டே இருக்கும். நம்மைத் தொடர்ந்து பால்யத்திலிருந்து தொடர்பவர்கள், நாம் தொடர்பவர்கள், நட்பாயிருப்பவர்கள் குறைந்துகொண்டே வருவர். அதே சமயம் புது நண்பர்கள் உருவாகிக்கொண்டே இருப்பார்கள்

பால்யம், பதின்மம், விடலை, வளரிளம், இளம், காளை, நடுவயது மீளி, தீர்வு கண்ட மறவோன், முதுமைத் திறவோன், பழுத்த முதுமகன் வரை நட்பு வட்டம் மாறிக்கொண்டே இருக்கிறது. நீங்கள் விரும்பினாலும் விரும்பாவிட்டாலும் இது தான் உண்மை.

பெரிதாக, நட்பு வட்டம் இல்லாத பெண்களுக்கும் இது பொருந்தும். அவர்கள் ஈர்ப்பதும், ஈர்க்கப்படும் தோழிகளும் மாறிக்கொண்டே இருப்பர். மழலை, பேதை, வளரிளம் பெதும்பை, இளம் மங்கை, பேரிளம் மடந்தை, நடு வயது அரிவை, முதுவயது தெரிவை, பழுத்த பேரிளம் பெண் இப்படி எல்லாக் காலக்கட்டத்துக்கும் நம் அறிவுத்திறன் மற்றும் புலன்களின் ஆற்றல் மாறிக்கொண்டே இருப்பதனால் தான் இந்த வேறுபாடு.

நம் இயல்புகளும், நண்பர்களின் இயல்புகளும், இருவருடைய பார்வைகளும், தேவைகளும் கூட மாறிக்கொண்டே இருக்கிறது. இது தவறானதல்ல, இயல்பானது, அதனால் ஒரே நட்பு வட்டத்தில் நாம் சுழல்வதில்லை. பிறிதொரு நாளில் பழைய நண்பர்களைப் பார்க்கிற பொழுது விட்ட இடத்தில் இருந்து தொடர முடிவதுகூட நட்பினால் கிடைக்கிற ஒரு வரம் தான்.

இப்படியான நட்பு வட்டத்தில் நான் பெற்றுக்கொண்டது அதிகம், தாய் தந்தை ஒரு கட்டத்தில் கற்றுக்கொடுப்பதை நிறுத்திவிட்டு நம்மைத் திருத்துவதில் அக்கறை காட்டுவார்கள், பின் கவனிக்கத் துவங்கி சுயமாய் பறக்க அனுமதிப்பார்கள், பறக்கத் துவங்கியவுடன் அவர்களுடனான தொடர்பு குறையத் துவங்கும். கூட்டை அடையும்போது மட்டும் அவர்களின் கற்பித்தல் தொடரும், நண்பர்கள் அப்படி இல்லை, நம்மோடு கூடவே பறப்பார்கள்.

உயரம் மாறும் பொழுது நட்பும் மாறும், பல உயரங்கள் தொட அவர்களின் அருகாமையே காரணம்.

நட்பு வட்டம் மாறிக்கொண்டே இருக்கும். அவர்களிடம் கற்றுக் கொண்டது மாறுவதேயில்லை. உங்களின் நட்பு வட்டமும் ஏதாவது கற்றுக் கொடுத்துக் கொண்டே இருக்கிறது. நீங்களும் அதில் பட்டம் பெற்றுப் பறந்து கொண்டே இருக்கிறீர்கள்.

40

கோனார் தமிழுரை

கோனார் நோட்ஸ்... இன்றையக் காலக்கட்டத்தில் சாதியத்தை ஞாபகப்படுத்தும் இந்தப் பெயர் எண்பதுகளில் எல்லா மாணவர்களின் ஆறாம் விரல். (அப்போது அப்படி ஒரு சாதி இருந்ததாகவே மாணவர்களுக்குத் தோன்றாது. ஏன் சாதிய பிரஞ்சைகூட திருமண வயது வரை இருந்ததில்லை. இன்றைய ஊடகத்துக்கும், அரசியலுக்கும் தான் அந்தச் சிறுமையை அர்ப்பணிக்க வேண்டும்).

பாடங்களை எளிமையாகப் பிரித்து, அதற்கு பொருள் விளக்கம் தந்து, சிறிது சிறிதாக நம் மூளைக்குள் திணிக்க வல்லது கோனார் தமிழுரை. மனப்பாடப் பகுதியாக இருக்கட்டும், செய்யுள், நாலடியார், கொன்றை வேந்தன், மூதுரை, இலக்கியம், இலக்கணம், கட்டுரை இப்படி எதுவாக இருந்தாலும் அதை அக்கு வேறு ஆணி வேறாகப் பிரித்து சிறிதாக்கி அதற்குப் புரியும்படி பொருள் விளக்கம் தந்து மண்டைக்குள் கொண்டு போன பெருமை கோனார் தமிழுரையையே சாரும். ஏனைய அறிவியலுக்கும் இது பரவி கோனார் நோட்ஸாக உருவெடுத்தது.

கற்பூரப் புத்தி, கரிப் புத்தி, கதலிப் புத்தி என்பார்கள். சொல்லுவதை உடனே பற்றிக்கொண்டால் கற்பூரம், சொல்லிச் சொல்லிப் பற்ற வைத்தால் கரி, எவ்வளவு சொல்லியும் பற்றாத வாழை மட்டைக் கதலி, என்னைப் போன்ற வாழையடி வாழை மட்டைகளுக்கு கோனார்தான் கண்கண்ட தெய்வம்.

டியூஷன் என்னும் பதத்துக்கு அர்த்தம் தெரியாது என் காலத்தவருக்கு, கோனார் தான் எங்கள் டியூஷன் வாத்தியார், எங்களுக்குப் பின் வந்தவர்களுக்கு வெற்றி துணைவன், பாப்புலர் நோட்ஸ் என்று நிறையத் தெரிவு சாத்தியாமாயிருந்தது, ஆனால் இதற்கெல்லம் கோனார் தான் முன்னோடி.

Product Survey (பொருட்தேவை ஆய்வு), *Product Positioning* (பொருள் நிலைப் படுத்தல்) இரண்டும் இன்றைய சந்தைப்

படுத்துதலில் மிக மிக அவசியம். அன்றைய காலக்கட்டத்தில் மாணவர்களின் தேவையை ஆய்வு செய்து, அதற்கு ஒரு தீர்வு கண்டு அதைச் சந்தைப்படுத்திய விதத்தில் கோனாருக்கு ஒரு பிக் சல்யூட்.

தேவை தான் ஒரு பொருளுக்கான சந்தை என்றுணர வைத்தது கோனார் தான். என் தமிழுக்கும் அறிவுக்கும் அதற்கு ஒரு பங்கு இருப்பதை ஒப்புக் கொள்ளத்தான் வேண்டும்.

41

கதைகள்

ஆழிசூழ் உலகு என்பார்கள். கதைகள் சூழ் உலகு என்பேன் நான். நம் வாழ்க்கையே கதைகளால் கட்டமைக்கப்பட்டதுதான். நிகழ்வுகளைத் திரும்பிப் பார்த்தால் எஞ்சியிருப்பது கதைகள் தான். கடல் போன்றது கதைகள். அதன் ஆழமும், பரப்பும், நிறையும், விசையும் யாருக்கும் தெரியாது. பூமியை அளந்தவர்கள்கூட கடலை அளக்க முற்படவில்லை. அது போலத்தான் கதைகளும் அளவிட முடியாதது.

சித்திகள் சொல்லிய கதைகளில் துவங்கியது மழலை, குதலை மொழிப் பேசித் திரிந்த காலம் முதல் கதைகள் என் இரத்த நாளங்களில் கலந்துவிட்டது. என்னைப் பிய்த்துப் போட்டால் சதை, இரத்தம், எலும்பு, நரம்புகளைவிட கதைகள் நிறைய இருக்கும். நம் எல்லோருக்குமே அப்படித்தான், கதைகளே பிடிக்காதென்பவர்கள் மிகமிகக் குறைவு, அவர்கள் யதார்த்தத்தின் எதிர்வினையை எதிர்க்கும் வல்லமை கொண்ட சந்நியாசிகளாக இருக்க வாய்ப்புண்டு.

இயல், இசை, நாடகத்தில், நாடகம் என்பது கதை வடிவம் தான். சினிமா, சீரியல், வெப்சீரீஸ் எல்லாமுமே கதைப் பரிணாமங்கள்தான். பட்டிமன்றம், கதாகாலட்சேபம், கருத்தரங்கம் எல்லாமுமே கதைப் பரிமானங்கள். அவ்வளவு ஏன் தன்முனைப்புப் பேச்சாளர்கள்கூட கதைசொல்லிகள் தான். பாட்டி சுட்ட வடை இன்றும் நிலாவில் சோறூட்டிக் கொண்டிருக்கிறது. அலுவலகத்துக்குத் தாமதமாக வரும் தோழர்கள் சொல்லும் கதைகள் அலாதியானது. நித்தமும் ஏதாவது கதைகளை உருவாக்கிக்கொண்டே இருக்கிறோம். மனைவிகளிடமிருந்து தப்பிக்க, கண்களை வைத்து உண்மைத் தன்மையைக் கண்டுபிடித்து விடும் இணையர்களை எப்படிப் படைத்தான் இறைவன் என்று ஆச்சரியப்படுகிறோம். நம்மைவிட பெரிய கதை சொல்லிகள் அவர்கள் என்பதை மறந்து விடுவதால்,

மொழி துவங்கும் முன்னேயே கதைகள் துவங்கிவிட்டன, சைகைகளால் இயங்கிக் கொண்டிருந்த கதை உலகம், மொழி பிறந்தவுடன் உயர உயரப் பறக்கத் துவங்கிவிட்டது. வரலாறு

என்பதே யாரோ சொல்லிய கதைகள் தான், கதை சொல்லிகளின் உண்மைத் தன்மையில் இருக்கிறது நம் வரலாற்றின் நம்பகத் தன்மை, அதனால் தான் பல்வேறு வரலாற்று ஆய்வாளர்கள் பற்பல கற்பிதங்களை நம்முள் புகுத்துகிறார்கள்.

சிறுகதை, தொடர்கதை, நெடுங்கதை, ஒரு பக்க கதை, அரைப்பக்க கதை, ஒருவரி கதை, பஞ்சதந்திரக் கதைகள், விக்கிரமாதித்தன் வேதாளம், அக்பர்பீர்பால், கிருஷ்ண தேவராயர் தெனாலிராமன், நீதிக்கதைகள், தேவதை, புதையல், காடு என்று எத்தனை எத்தனையோ கதைகள். அத்தனையிலும் யதார்த்தத்தை சமரசம் செய்து கொள்கிறோம். நாய் பேசும், தேவதைகள் உதவி செய்யும், மரங்கள் அரவணைக்கும், இயற்கை மனமிறங்கும், நல்லவன் வாழ்வான், வல்லவன் நல்லவனாகவே இருப்பான், கெட்டவன் அழிவான், எல்லாவற்றிலும் உண்மை ஒளிந்திருக்கிறது, அது நம் விருப்பம் சார்ந்திருக்கிறது, கதைகள் தான் வாழ்வியல், வாழ்வின் நிழல்தான் கதைகள்.

கதை உளவியல் (Narrative Psychology) பற்றி உளவியலாளர்கள் சொல்லுவது நம் சமூகக் கட்டமைப்பு (Social Constructivism), தர்க்க ரீதியான பகுத்தறிவைவிட (Logical Reasoning), பகுப்பாய்வுத் திறனைவிட (Analytical reasoning), கட்டுக்கதைகளால்தான் கட்டமைக்கப்பட்டிருக்கிறது என்று. கதைகள் தான் நம் மன அழுத்தத்தை வெகுவாகக் குறைக்கிறது என்று. அதிக மன அழுத்தம் உள்ள போது சினிமாவுக்குச் சென்று விடும் எந்தையின் காரணப்பாடு புரிகிறது எனக்கு. முடிந்து வரும் போது ஒரு தெளிவு கிடைக்கும். குறைந்த பட்சம் நம்மை அழுத்தும் காரணிகளின் அழுத்தம் குறைந்திருக்கும், கதைகளுக்கு அந்த சக்தி உண்டு.

இல்லத்தரசிகள் திண்ணைகளில் உட்கார்ந்து ஊர்க்கதைகள் பேசுவது கூட ஒரு வடிகால் உத்தி தான். அதன் இன்னொரு வடிவம் இன்றைய சீரியல்கள், நாம் காட்சி ஊடகம் முன் உட்காருவதுகூட இந்த மன அழுத்தத்தைக் குறைக்கத்தான். மெல்ல அது போதையாகி விடுகிறது, அளவுக்கு மீறினால் அமிர்தமும் நஞ்சுதான்.

மனிதர்களா கதைகளா என்றால் நான் கதைகளின் பக்கம், எதிரிகளின், துரோகிகளின், சந்தர்ப்பவாதிகளின், யதார்த்தத்தின் அழுத்தத்தைப் போக்கி எப்போதும் நம்மைப் பறக்க வைப்பவை கதைகள்.

42
திருநெல்வேலி வைத்தியநாத சுந்தரம் ஐயங்கார் மெட்ரிக்குலேஷன் மேல் நிலைப்பள்ளி

TVSMHSS என்னும் பள்ளியின் விரிவாக்கம் தான் மேலே கூறப்பட்ட சொற்றொடர். அது வெறும் சொற்றொடரா, இல்லவே இல்லை. பலருடைய வாழ்க்கையைத் திசை திருப்பிய ஒரு அறிவியல் தொழிற்சாலை.

சராசரி மாணவர்களை தரவரிசையில் உயர்ந்த இடத்துக்கு அழைத்துச் செல்லும் படிக்கட்டு இந்தப் பள்ளி. முன்னால் ஓடும் வாய்க்கால் தான் பின்னாலும் ஓடும் என்றொரு சொலவடை உண்டு. அண்ணன்கள், அக்காக்கள் போலவே தான் நம் படிப்பும், பழக்கமும், செயல்பாடும், முடிவெடுக்கும் திறனும் இருக்கும். ஆனால் அதை மாற்ற வல்லது பள்ளியும், சக மாணவர்களும்தான்.

தெளிந்த நீரோடை போல் போய்க்கொண்டிருந்த வாழ்க்கை, அருவி, காட்டாறு, நீர்தேக்கம், உப்பங்கழி, என்று வாழ்க்கையின் வேக விசையைக் கூட்டி பெருங்கடலோடு என்னைக் கலக்க வைத்தது இந்தப் பள்ளியும் அதன் மாணவர்களும் தான். சும்மா திரிந்து கொண்டிருந்தவனை JEE, TOEFL, SAT என்று போட்டித் தேர்வுகள் நோக்கித் திசைதிருப்பி, அதன் மூலம் புதியதொரு உலகத்தை அறிமுகம் செய்தது. ரீடர்ஸ் டைஜஸ்ட் மூலம் புது வெளியை நிர்ப்பந்தித்தது. சக மனிதர்களிடமிருந்து நம்மை எப்படி வித்தியாசப்படுத்திக் காட்டிக்கொள்வது என்று உணர்த்தியது. போட்டி, போட்டி என்று சதாசர்வ காலமும் ஓட வைத்தது.

உழைப்பு மட்டுமே மனிதனை வித்தியாசப்படுத்திக் காட்டும் என்று உணர்த்தியது.

1972ல் லக்ஷ்மி வித்யா சங்கம் என்னும் சபை மூலம் நாற்பது மாணவர்களுடன் துவங்கப்பட்டது. TVS குழுமத்தின் நிறுவனர்

சுந்தரம் ஐயங்காரின் துணைவியார் பெயரில் 6.1 ஹெக்டரில் நிறுவப்பட்டது.

ஓவியம், கவிதைகள், நாடகம், கதை, ஹாக்கி, ஹாம்ஸ் க்ளப், ஃபிலேட்லி, நாணய சேமிப்பு, வாசித்தல் கலை, என்று நாளொரு வண்ணமும் பொழுதொரு கலையுமாக படிப்போடு என்னைத் தூக்கிச்சென்றது இந்தப் பள்ளி. அந்தத் தொடரோட்டம் தான் *Multitasking* என்னும் பல்பணித் திறமையை என்னுள் விதைத்தது, வளர்த்தது.

வேரோடு பிடிங்கி நடும்போதும் நம் இயல்பு மாறாது. அதையே ஒற்று வைத்து ஹைப்ரிட் மரமாக வளர்க்கும் போது இயல்புகள் வீரியமிக்கதாகி மகசூல் அதிகமாகும். காட்டு மரமாய் இருந்த என்னை பயனுள்ள நாட்டு மரமாய் மாற்றியதில் பெரும்பங்கு பள்ளியின் சக மாணவர்கள் ஜெயப்பிரகாஷ் மற்றும் கோவிந்தராஜனையே சாரும். கடைசி பெஞ்சு மாணவனை முதல் பெஞ்சுக்கு அழைத்து வந்தவர்கள் அவர்கள்.

இன்னும் தரையில் நடந்து கொண்டிருந்தவனை பறக்க வைத்த ஒரு தந்திரன் இருக்கிறான். அவனை முதன் முதலில் சந்தித்ததும் இந்தப் பள்ளியில்தான்.

நல்ல நண்பர்கள் ஒரு வரம். இன்றளவும் அந்தப் பள்ளி மாணவர்களோடு சுற்றும் போது ஒரு பறவையாகவே உணர்கிறேன். அந்த நண்பர்களைத் தரும் பள்ளிகள் போதிமரம். வானத்தை அளந்து அளந்து களைப்படையும் போது வந்தமரும் மரங்கள் தான் எப்போதும் நம் தாய்வீடு. *Energy replenishment and recharge* ஆற்றலை மறுசுழற்சி செய்வதற்கும், நுரையீரல் முழுதும் நிரப்பிக் கொள்வதற்குமான பிராணவாயு அது தரும் நிழல்.

உங்கள் போதி மரத்தையும் அசைபோட்டீர்கள்தானே?

43

பல்கி (எ) பாலகிருஷ்ணன்

இன்றுகூட இந்தப் பெயர் இனிக்கிறது! வாழ்க்கையில் சில பெயர்களுக்கு ஒரு ருசி உருவாகிவிடும். எப்போதும் காசு தரும் ஆயாக்கள் இனிப்பு என்றால், காழ்ப்புணர்ச்சி காட்டும் சக மாணவர்கள் கசப்பு, நம்மைவிட நன்றாகப் படிக்கும் தோழர்கள் துவர்ப்பு, நம்மை ஒப்பீடு செய்யப்படும் அண்டை வீட்டார் (கார்ப்பு) காரம், கவரும் எதிர்பாலினர் களிப்பு மற்றும் உவர்ப்பு, குட்டிக்கொண்டே இருக்கும் ஆசிரியர்கள் புளிப்பு.

இனிப்பின் மிகைப்படுத்தப்பட்ட ஒரு பிம்பம் தான் நண்பன் பல்கி. நடந்துகொண்டிருந்த என்னைப் பறக்க வைத்த தந்திரன். பெயருக்கு ஏற்றபடி திருவிளையாடல் புரியும் நண்பனை அதனாலேயே சில பேருக்குப் பிடிக்காது. சில நண்பர்களுக்கு ஆகவே ஆகாது, ஆனால் நட்பில் கரை கண்டவன் பல்கி. நட்பென்றால் எதையுமே செய்யத் துணிவான். எப்போதும் நண்பர்கள் படை சூழ கலகலப்புக்குப் பஞ்சம் இல்லாத இடமென்றால் அது பல்கி இருக்கும் இடம்தான்.

முதன் முதலில் (அண்ணா நகர் டு டிவிஎஸ் நகர்) 93c பேருந்துத் தடத்தில் தான் அவனை சந்தித்தேன். இன்றும் பசுமையாக நினைவிருக்கிறது, எடுத்த எடுப்பிலேயே 'என்ன குட்டையா எப்படி இருக்க' என்று எதிரியின் குறைகளிலிருந்து ஆரம்பிக்க ஒரு தைரியமும் தன் நட்பின் மேல் அசாத்திய நம்பிக்கையும் வேண்டும். இதில் நகைமுரண் என்னவென்றால் என்னைவிட பள்ளியில் குட்டையாக ஒருவர் உண்டென்றால் அது பல்கிதான்!

முதல் பேச்சிலேயே நம்மைக் கவர்ந்து விடும் நண்பர்கள் நம் ஆயுள் தோழர்கள். எப்போதும் எல்லா நண்பர்களும் அவனுடைய அபிமானிகளாகத்தான் இருப்பார்கள். அவனுடைய ஸ்டைல், தூக்கி வாரப்பட்டு எப்போதும் கலையாத தலை, உடை, பாவனை, நண்பர்களைக் கையாளும் விதம், லேசான மாறுகண், எப்போதும் இதழ்களில் தவழும் புன்னகை, படிக்காமலேயே முதல் தரவரிசை, அசாத்தியமாகக் கற்றுக்கொள்ளும் திறன், அதை நண்பர்களுக்கு எளிதாகக் கற்றுத்தரும் முனைப்பு, எப்பவும் 'வீட்டுக்கு வாடா'

என்றழைக்கும் வாஞ்சை, என்ன சாப்பாடோ பகிர்ந்துண்ணும் பாங்கு, நம்முடைய குறைகளைக் கேலி செய்து செய்து அதை நாமே விளையாட்டாய் எடுத்துக்கொள்ளச் செய்யும் நேர்த்தி, எந்தக் கருத்தையும் ஆழமாக எடுத்து வைக்கும் புத்தி, நண்பர்களுக்காக எதையும் செய்யும் சித்தி, சுருக்கமாக 'இவன் போல இருக்க முடியாதா' என்று ஏங்க வைக்கும் முன்மாதிரி, அதுதான் பல்கி.

அவன் வீட்டில் கழித்த இரவுப் பாடசாலை இன்னும் பசுமையாய் இருக்கிறது. நள்ளிரவில் தேவர் கடை டீக்காகவும், கோனார் கடை கறிதோசைக்காகவும் மட்டுமே நைட் ஸ்டடி செய்த பல நண்பர்கள் அங்கு கூடுவோம். எல்லோருக்கும் எப்போதும் செலவழிக்கும் நண்பன் அவன் மட்டும் தான். பெரிய சண்டை போட்டால் மட்டும் சில சமயம் நாங்கள் கொடுப்பதை அனுமதிப்பான், மற்றபடி நிறைய நண்பர்களுக்கு அது ஒரு சிறப்பு வேடந்தாங்கல். பொறியியல், மருத்துவம், சிறப்பு அறிவியல் என்று ஆளுக்கொரு திசையில், ஆளுக்கொரு பாடசாலை நோக்கி பறந்தாலும், அந்தப் பல்கி வீட்டு பாடசாலை மட்டும் மறக்காது. அவனைப் பின்பற்றி என் பல்கலையில் பல பேருக்கு பாடம் சொல்லிக் கொடுத்தது என் காப்பியடித்தல் கலையின் மகுடம்.

அண்ணா பல்கலையில் கிடைத்த படிப்பை, நண்பர்களுக்காக மதுரை தியாகராசருக்கு மாற்றிக்கொண்ட நட்பு அளப்பறியது, எதிர்பாலின ஈர்ப்பு அவனை நிலை தடுமாற வைத்தது, காலத்தின் கோலம், அதனிடத்தில் தன்னை அடகு வைத்தது அவனின் அறியாமை, யார் சொன்னாலும் கேட்காத தன்மை தலைமைப் பண்புகளின் ஒரு பரிமாணம், தவறுகளோடு சேர்ந்த படைப்பு தானே நண்பன், நட்பும்கூட. நட்புக்காக எதையும் செய்யத்துடிக்கும் பல்கி அமெரிக்காவில் IT கம்பெனி துவங்கும் போது அவனுக்கு வயது 24. அப்போதெல்லாம் அந்த வயதில் தொழில் முனைவர் என்றால் பெரிய ஆச்சர்யம், அதுவும் அமெரிக்காவில். 33 வயதில் அதனுடைய இந்தியக் கிளைக் கூட்டத்துக்கு வரும்போது தன் இளவல்களுடன் தியாகராய நகரில் ஒரு மழை நாளில் காரில் மாட்டிக்கொண்டு இறந்த செய்தியைக் கேட்ட போது வாழ்வின் மேலிருந்த பிடிப்பு சற்று தளர்ந்து, மகிழ் நினைவுகளை நண்பர்களுக்குக் கொடுக்க வேண்டும் என்ற எண்ணம் மேலோங்கி நின்றது.

ஆச்சர்யங்களின் மொத்தத் தொகுப்பு பல்கி!

44

சுஜாதா எனும் மந்திரன்

ஒன்பது வயதில் தொடராக வெளிவந்த ‘அனிதா இளம் மனைவி’தான் சுஜாதாவுடனான என் அறிமுகம். பிறகு அவர் தொடர் எழுதவதாக இருந்த எந்தப் பத்திரிகையையும் நான் விட்டதில்லை. அவருடைய எழுத்தில் ரசவாதம் இருக்காது, புகழ்ச்சி இருக்காது, அனாவசிய வர்ணனைகள் இருக்காது. ஆனால் ஒரு நவீனத்துவம் இருக்கும், படிப்பவரை ஈர்க்கும் ஒரு மாயை இருக்கும். சாகும் வரை என்னை ஈர்த்த ஒரு எழுத்தாளன்.

‘இறங்கினான்’ என்பதை படிக்கட்டு போல ஒவ்வொரு எழுத்தையும் ஒரு படி போல வைத்து எழுதுவதில் படிப்பவனுக்குள் ஒரு விந்தை நிகழும். பட்டனை அழுத்தினான் என்பதை அழுத்த்த்த்த்த்த்தினான் என்று எழுதினால் மிக அழுத்தமாக அழுத்தினான் என்பது வாசகனுக்குப் புரிந்துவிடும். அதிவேகமாக காரில் விரைந்தான் என்பதை காரில் ‘விர்ர்ர்ர்ர்’ரினான் என்பார். எழுவாய், பயன் நிலை, செயப்படுபொருள் எல்லாவற்றையும் இது போலக் கையாளுவார். அதுவே அவரது எழுத்தின் வீச்சு.

துப்பறியும் கதைகளால் ஈர்த்துக்கொண்டிருக்கும்போதே, நகரம் என்றொரு யதார்த்த சிறுகதையில் அதிர வைப்பார். ‘பிரிவோம் சந்திப்போம்’ என்னும் தொடரில் நம்மை அமெரிக்காவுக்கு அழைத்துப் போய், ஸ்ரீரங்கத்து தேவதைகள் கட்டுரை மூலம் யூடர்ன் போட வைப்பார் (என்னுடைய இந்தக் கட்டுரைத் தொடர்கூட ஸ்ரீரங்கத்து தேவதைகளின் உத்வேகம்தான்).

நாவல், சிறுகதை, தொடர், கட்டுரை இது மட்டுமல்லாது கேள்வி பதில் பகுதியில் கூட ஒருவன் பரிணமிக்க முடியுமெனில் அவன் தான் ஒரு சிறந்த எழுத்தாளன், ‘ஏன்? எதற்கு? எப்படி? என்றொரு கேள்விபதில் தொகுப்பு, மூன்று தொகுதிகள் கண்டும் கேள்விகள் நிற்கவில்லை, விகடன் ஆசிரியருக்கு விருப்பம் இல்லாதபோதும் தன் உடல் நலம் காரணமாக அதை நிறுத்தினார் சுஜாதா.

ஒரு எழுத்தாளனால் என்ன செய்ய முடியும்? வாசகனைத் தன் வசப்படுத்தி அவனைக் கட்டுக்குள் வைக்க முடியும் என்கிறது உளவியல். அதன் இரத்தமும் சதையுமான சாட்சி நான். சுஜாதாவின் கதா நாயகர்கள் சிகரெட் பிடிக்கிறார்கள் என்று பிடிக்காத சிகரெட்டைப் பழகினேன் பின் அவருக்கு முதல் மாரடைப்பு வந்தபோது அவர் எழுதிய கட்டுரை பார்த்து சிகரெட்டை விட்டேன். துவங்கும்போது எளிதாக இருந்த பழக்கம் விடும்போது அவ்வளவு எளிதாக இருக்கவில்லை. ஆனாலும் விட்டேன். அவ்வளவு ஈர்ப்பு அவர் எழுத்து மேல்.

அவர் சில விஷயங்களை ஜஸ்ட் லைக் தட் தொட்டுவிட்டுப் போவார். ஆனால், வாசகன் அதற்குள்ளேயே கிடந்து மயங்கி விடுவான். அவர் கவிதைகளைப் பற்றி வகுத்த இலக்கணங்கள், இன்றும் என் கவிதைகளுக்கு வண்ணம் கொடுக்கிறது. விஞ்ஞானத்தையும் விட்டு வைக்காமல் 'என் இனிய இயந்திரா' 'மீண்டும் ஜீனோ' மூலம் ஒரு கை பார்த்தவர். இன்றைய ஓட்டு இயந்திரத்தை வடிவமைத்த குழுவின் பொறியியலாளர். நான் ஏன் பொறியியல் படித்தேன் என்பதை உங்களுக்குச் சொல்ல வேண்டியதில்லை. 'கற்றதும் பெற்றதும்' என்று வரையறைக்குக் கட்டுப்படாத ஒரு தொடர், தத்துவ நெறிகளையும் தான் கற்ற நிகழ்வுகளையும் எழுதியிருப்பார். அவருடைய நடையில் இருக்கும். அவசியம் படியுங்கள்.

அவர் அப்பல்லோவில் அனுமதிக்கப்பட்டு இருந்தபோது, மருத்துவத் துறையில் இருந்ததால் எளிதில் சந்திக்க முடிந்தது. 'நான் என்ன செய்தேன், என் மேல் ஏன் இவ்வளவு பேர் அன்பு வைத்திருக்கிறார்கள்' என்று கண் கலங்கினார். அது உங்கள் எழுத்தின் நடையில், எல்லாருக்கும் பயன் தர வேண்டும் என்கிற எண்ணத்தின் மேல் இருந்த அன்பு என்றேன். எழுத்தின் வீச்சைப் புரிந்துகொண்ட தருணம் அது. இன்றுவரை எழுத்தைப் பிடித்துக்கொண்டு எதையாவது செய்துவிட மாட்டோமா? என்கிற ஏக்கம் கூட அவர் விதைத்ததுதான்.

வாழ்க்கை கொஞ்சம் போரடிக்கும்போது சுஜாதா என்னும் மரத்தில் கொஞ்சம்.

இளைப்பாறுவேன்(வோம்)!

45
சேமிப்பு

கலை, கட்டாயம், கடமை என்றெல்லாம் சொல்லி சேமிப்பைக் குறைத்து மதிப்பிட்டுவிட முடியாது.

சேமிப்பு என்பது ஒரு தத்துவம், அது ஒரு விதி, நம் எல்லோருடைய தலை எழுத்தையும் மாற்றிவிடக்கூடிய விதி. எல்லா நிதி ஆலோசகர்களையும்போல நானும் ஆரம்பிக்கிறேன் என்று நினைத்தாலும் பரவாயில்லை, சக பறவைகளும் நன்றாக இருந்தால் தான் பறத்தல் இனிக்கும்.

இரயில்வே பள்ளி நண்பனுடன் ஹாக்கி மட்டையை உருட்டிக் கொண்டு நடந்தே பள்ளி சென்ற போது உருவானது இந்த சேமிப்புப் பழக்கம். பேருந்துக்கு 15 பைசா, அதுவே போக வர 30 பைசா என்னுடைய ஒரு நாள் சேமிப்பு, மாதம் 75 ரூபாய், வீட்டுக்கும் நட்டமில்லை, மாதாந்திர வரவு செலவுக் கணக்கில் அது ஒரு அங்கம், நாட்டுக்கும் நட்டமில்லை. நான் போகவில்லை என்றாலும் பேருந்து ஓடப்போகிறது. ஆனால் எனக்கு அது சேமிப்பு, சேமிப்பு உயர உயர நம் நம்பிக்கை உயரும். முதல் பால பாடம்.

பேருந்துக் கட்டணம் உயர்ந்த போது மகிழ்ந்தது போக்குவரத்துக் கழகமும் நானும் தான். நுகர்விலிருந்து சேமிப்புப் பொருளாதாரம் மெல்லப் புரியத் துவங்கியது.

அடுத்து, புதுத் துணி, தேவையில்லாமல் புதுசு வாங்குவதில்லை. பொங்கல் தீபாவளியாக இருந்தாலும்கூட, அந்தக் காசையெல்லாம் வங்கியில் சேமிப்புக் கணக்கில் போட்டால் வட்டி வரும். வைப்பு நிதியில் போட்டால் இரட்டிப்பு வட்டி, தபால் துறை சேமிப்புக் கணக்கில் போட்டால் ஏறக்குறைய மூன்று மடங்கு. மெல்ல பணப்பெருக்கத்தின் துவக்கக் கல்வி புரிந்தது. செலவு குறைந்தால் சேமிப்பு, சேமிப்பை முதலீடு செய்தால் பணப்பெருக்கம்.

நுகர்வு சேமிப்புமுதலீடு இவை தான் பொருளாதாரக் கல்வியின் முதல் படி.

ஞாயிற்றுக்கிழமைகளில் பெரும்பாலும் நூலகத்தில் இருக்கும் பழக்கம். ருஷ்யக் கதைகளில் என் கவனத்தைத் திசை திருப்பியது. தமிழாக்கம் செய்யப்பட்ட, ருஷ்ய மொழியில் எழுதப்பட்ட இந்தியக் கதை ஒன்று என்னை வெகுவாகக் கவர்ந்தது. சதுரங்கத்தைக் கண்டுபிடித்த கோமானுக்கு என்ன சன்மானம் வேண்டும் என்று கேட்கிறார் மன்னர். சதுரங்கத்தின் ஒவ்வொரு கட்டத்துக்கும் தானியம் வேண்டும. ஒவ்வொரு கட்டத்துக்கும் முதல் கட்டத்தைவிட இரு மடங்கு தானியம் என்றார். மீசையை நீவிக் கொண்டு இவ்வளவுதானா என்றார் மன்னர், அப்படியே ஆகட்டும் என்று ஆணையிட்டார்.

தானியத்தை எண்ணுவது தான் சிரமம் என்று நினைத்தார் மன்னர். தன்னுடைய எண்ணம் தான் தவறு என்று 16 வது கட்டத்தில் புரிந்து கொண்டார். உங்களின் பார்வைக்கு:

முதல் கட்டம் - 1

இரண்டாவது - 2

மூன்றாவது - 4

நான்காவது - 8

ஐந்தாவது - 16

ஆறாவது - 32

ஏழாவது - 64

எட்டாவது - 128

ஒன்பதாவது - 256

பத்தாவது - 512

பதினொன்றாவது - 1024

பனிரெண்டாவது - 2048

பதின்மூன்றாவது - 4096

பதினாலாவது - 8192

பதினைந்தாவது - *16384*

பதினாறாவது - *32768*

பதினேழாவது - *65536*

பதினெட்டாவது - *131072*

முப்பத்திரெண்டாவது கட்டத்தில் தன் தானியக்கிடங்கை இழந்தார், அதன் பின் ஈடு பொருளாக வைத்த பொன்னும், மணியும், நவரத்தினங்களும் ஏராளம். முப்பத்தி ஆறாவது கட்டத்தில் தன் கஜானாவையே இழந்தார். முப்பத்தியெட்டில் தன் நாட்டை இழக்கும் சூழல் ஏற்பட்டது. 'சிஸ்ஸா பென் தாஹிர்' என்னும் சதுரங்கக் கோமானிடம் மண்டியிட்டார் 'ஷிர்ஹாம்' மன்னர்.

'Power of Compounding' பற்றி அறிய வைத்தது இந்தக் கதை. ஒவ்வொரு முறை சதுரங்கம் ஆடும் போதும் இந்தக் கதை ஞாபகம் வரும், கூடவே சேமிப்பும். இந்தப் பிரபஞ்சத்தின் ஆகச் சிறிய உயிரினமான எறும்பு கூட சேமிப்பின் குறியீடு தான்.

பொருளாதார மேதைகள் சிலரிடம் பேசியபோது, அவர்கள் சொன்ன வகையில் சேமிப்பதற்கு சில இலக்கணங்கள்:

1. இலக்கு இல்லாமல் சேமிக்காதீர்கள்.
2. ஒவ்வொரு ஆசையையும், அது தேவையாகும் வரை தள்ளிப் போடுங்கள்.
3. இரண்டு வாங்க வேண்டும் போது, அதை ஒன்றாக வாங்குங்கள், அல்லது குடும்பமாக வாங்கி அதில் ஆதாயம் *(Turnover Discount)* உள்ளதாய் வாங்குங்கள்.
4. வாரம் ஒரு முறை என்று வெளியில் சாப்பிடுவதைக் கட்டுக்குள் கொண்டுவாருங்கள் (உடம்புக்கும் நல்லது).
5. மூன்று மாதத்துக்கு அல்லது ஆறு மாதத்துக்கு ஒரு முறை அலைபேசி மற்றும் அலைவரிசைத் தொலைத் தொடர்பு திட்டத்தை ஆராயுங்கள் *(Data plans)*, முடிந்த அளவு குறையுங்கள்.
6. பழைய பொருட்களை, தேவை இல்லாத பொருட்களை விற்றுவிடுங்கள்
7. உளவியலளர் நண்பர்களுடன் பேசிய போது செலவுகளைக் குறைக்க அவர்கள் வகுத்த சில இலக்கணங்கள்:

8. சந்தைப் பொருளாதாரத்துக்கு அடிமையாகாதீர்கள்.

9. *Impulsive Buying* மனக்கிளர்ச்சி, தூண்டுதல் மூலம் வாங்குவதை உதாசீனம் செய்யுங்கள்.

10. *Peer Pressure* சக அழுத்ததுக்கு ஆளாகாதீர்கள் (எல்லோரும் வாங்குகிறார்கள் என்பதற்காக வாங்காதீர்கள்).

11. கஞ்சம், சிக்கனம், ஆடம்பரம்.

12. வீடெல்லாம் ஆணியடித்தால் ஆடம்பரம்.

13. தேவையில்லாத ஆணியைப் பிடுங்கினால் சிக்கனம்.

14. தேவையான ஆணியைப் பிடுங்கினால் கஞ்சம் அவ்வளவு தான்!

15. இருப்பது ஒரு வாழ்க்கை அதை அனுபவிக்க வேண்டாமா என்று கேட்பவர்களுக்காக, இன்றோடு வாழ்க்கை முடியப்போவதில்லை, எப்போதும் அதை அனுபவிக்க தடையில்லாத பணம் வேண்டும்.

16. இன்றிலிருந்து சேமியுங்கள், சேமித்ததை மதிப்பிடுங்கள், அடுத்தடுத்த இலக்கு நோக்கிப் பயணியுங்கள்.

17. கூடு திரும்பி வரும் போது செல்வம் நிறைந்திருக்க வேண்டும், கூடவே மகிழ்ச்சியும்

●

46
காதல் எனும் வேதியியல்

வாசக நண்பர்கள் மற்றும் முக நூல் நண்பர்கள் என்னைப் பார்க்கும்போது தவறாமல் கேட்கும் கேள்வி உங்கள் காதலைப் பற்றி எப்போது எழுதுவீர்கள்? ஆட்டோகிராஃப் போல உங்களுக்கு எத்தனை காதல்? காதல் தோல்விதான் உங்களைக் கவிதை எழுதத் தூண்டியதா? காதலிக்காமல் எழுத முடியாதே?

இதற்கெல்லாம் ஒரே பதில், நான் காதலித்ததில்லை (சில பெண்களால் வசீகரிக்கப்பட்டிருக்கிறேன் என்று வேண்டுமானால் சொல்லலாம்).

அது எப்படி ஒரு மனிதன் காதலில்லாமல் வாலிபத்தைக் கடந்து வந்திருக்க முடியும்?

ஒரு தலையாவாவது காதல் செய்திருப்பீர்கள்தானே?

இணையரிடம் அடிபட வேண்டி இருக்குமோ?

இப்படி பல கேள்விகள். பதிலைக் கடைசியில் சொல்கிறேன்.

காதல் இருந்தால்தான் எழுத முடியும் என்பதில்லை. எழுத்தின் மேல் காதல் இருந்தாலே போதும்.

மேலும் காதல் என்று ஒன்று இருந்தால்தானே எழுதுவதற்கு.

சில பெண்களைப் பார்த்தவுடன் பிடித்துவிடும். சில பெண்களைப் பழகும் போது பிடிக்கும். சில பெண்கள் பேசாமல் இருந்தால் பிடிக்கும். சில பெண்கள் பேசினால் பிடிக்கும். சினிமாவில் சில பெண்கள் ஈர்ப்பார்கள். காட்சி ஊடகத்தில் சிலர், தொழில் துறையில் சிலர், தொழில் முறையில் சிலர், அது எல்லாமே ஒரு வித ஈர்ப்பு. எதிர்பாலின ஈர்ப்பு (Infatuation), இது பெண்களுக்கும் பொருந்தும். அவர்களும் ஆண்களால் ஈர்க்கப்பட்டிருப்பார்கள் (கற்பு என்பது கட்டுப்பாடுதானே தவிர வேறல்ல. அது இருபாலாருக்கும் பொதுவில் வைக்கும் பாரதி கட்சி நான்).

காதல் திருமணம் செய்தவர்கள் எல்லாம் வேறொரு இணையை கற்பனை செய்திருக்க மாட்டார்கள் என்று உறுதியாகச் சொல்ல முடியுமா?

மனிதமனம் என்றும் மாறுபடக் கூடியது, சினிமாவில் காதலுக்காக உருகுபவர்கள் தன் வீட்டுக் காதலை விளக்குமாறு வைத்து அடிப்பார்கள். ஏனென்றால் சினிமா ஒரு மயக்கம். அதில் சொல்லப்படுவது ஒரு ஐடியல் சூழ்நிலை. நாம் வாழ்வது ரியல் சூழ்நிலை. கனவுலகத்துக்கும் யதார்த்தத்துக்குமான தூரம் மிகப் பெரியது. பித்துப் பிடித்த நிலை தான் காதல் என்பது. நுண்ணறிவோடு அதைத் தள்ளி வைக்கும் நிலைதான் யதார்த்தமானது.

எந்தவொரு உளவியலாளரும் காதலுக்கு வக்காலத்து வாங்க மாட்டார்கள். அது ஒரு வேதியியல் சமாச்சாரம் என்பார் சுஜாதா. எழுத்தளவுக்குத் தன் இணையரைக் காதலித்திருப்பாரா? தபூ சங்கர் என்பதை அவரின் இணையரிடத்தில்தான் கேட்க வேண்டும்.

இணையத்தில்கூட காதல் என்று தேடுங்கள். ஆசை, பாலியல் ஈர்ப்பு, அன்பு, அக்கறை என்றுதான் வரும். மேலும் ஆய்ந்தால் ஆக்ஸிடோஸின், வாஸோபிரஸ்ஸின் என்று ஆசைக்கும், டெஸ்டோஸ்டீரான், எஸ்றோஜென் என்று காமத்துக்கும் அதன் விவரணைகள் விரியும். அதன் காரணிகள் டோபோமைன், நோரெபினெப்ரைன், செரடோனின் என்னும் வேதிப்பொருட்கள் உடலில் அதிகம் சுரப்பதனால் என்று சொல்லும். பசலை நோய் என்று நம் தமிழிலக்கியம் பகரும்.

காதல் ஒரு போதை என்பார்கள் கடந்து வந்தவர்கள், காவியம் என்பார்கள் இலக்கியவாதிகள். அது ஒரு அரண் என்பேன் நான். நிகழ் உலகின் வலிகளை மறப்பதற்கு மனிதன் கண்டுபிடித்த பெயர் தான் காதல்.

ஆசை, பிரியம், அன்பு, காமம் இவற்றின் கலவையான ஒரு (போதை) வஸ்துவைத்தான் காதல் என்று பெயர் கொடுத்து, வசதியாக அதற்குள் மூழ்கி நிகழ்கால வலிகளிலிருந்து தன்னை ஒளித்துக்கொள்கிறான் மனிதன்.

காதலித்துப் பார்த்தால்தான் அதன் உணர்வு புரியும் என்பவர்களுக்காக, உங்கள் இணையரிடம் புன்னகையோடு ('ஐ லவ் யூ' வெல்லாம் வேண்டாம்) கண்ணடியுங்கள் போதும்.

பறக்கலாம்...

●

47

ரோஜா கலை மன்றம்

விடுதலை வேட்கை என்ற தலைப்பில் பேச்சுப் போட்டி. என் எழுத்தின் மேல் நம்பிக்கை வைத்து பல ஆசிரியர்களுடைய பரிந்துரை மற்றும் தயாரிப்பில் (9,12 வகுப்பு) நான் கலந்து கொள்ளும் கன்னிப் பேச்சுப்போட்டி. ஞாயிற்றுக்கிழமை மதியம் மூன்று மணிக்கு, வரலாற்றைக் கரைத்துக் குடித்த இறுமாப்போடு உள்ளே நுழைகிறேன். வரவேற்பு அறையிலேயே சிறிய இடம் கொடுத்து, மைக் கொடுத்து, அருகிலேயே சுற்றி வர பார்வையாளர்கள். ரோஜா கலை மன்றத்தின் வாடிக்கையான பேச்சுப் போட்டி இப்படித்தான் நடக்கும்.

சாந்தி என்றொரு சிறு வயதுப் பெண், ஒல்லியான பலவீனமான தேகம். எழுந்து எனக்கு முன் பேச, வார்த்தைகள் ஒவ்வொன்றும் கம்பீரம். இந்த சரீரத்துக்குள்ளா அந்த சாரீரம் என்னுமளவு கணீர் குரல், கட்டபொம்மன் முதல் வீரமங்கை வேலு நாச்சியார் வரை, வ.உ.சிதம்பரம் பிள்ளை முதல் சுப்பிரமணிய பாரதி வரை, மருது பாண்டியர் முதல் சுப்பிரமணிய சிவா வரை பிளந்து எடுத்துவிட்டார்.

அடுத்து ஆவிச்சி என்றார்கள். எழுந்தேன், சிறு நீர் வரும் போல் இருந்தது. எழுத்து மாதிரி இல்லை பேச்சு. கொஞ்சம் கூட கருணை இல்லாமல் எல்லோரும் என்னையே பார்த்துக்கொண்டிருந்தனர்.

“அழகான வானமே
அதிர்வான பூமியே
ஆலவாய் நேயர்களே
ஆல் போன்ற தமிழே
இல்வாழ்வு தந்து
இன்பத்துள் துவைத்து எனை
ஈன்றெடுத்த தாயே...”

என்று நான் துவங்க வேண்டும். அழகான வானமேக்குக் கீழே குரல் எழும்பவில்லை, அதிர்வான பூமியை விட்டுவிட்டு, ஆலவாய் நேயர்களை மதுரை மக்களே என்கிறேன். ‘மதுரை மக்’கிலேயே குரல் சிக்கிவிட்டது. பேசு பேசு என்று ஆர்ப்பரிக்கிறது கூட்டம்.

போட்டியாளர்களின் ஏளனப் பார்வை, தூரத்து சிரிப்பொலி, எல்லாமே மறந்து போய் ஆடையில்லாத அரை மனிதன் போல் அவமானத்தோடு நின்றேன். எதுவொன்றும் குரல் தாண்டி வர மறுத்தது. தயாரிப்பில் எள்ளளவும் நினைப்பில்லை. நேர விரையம் நடுவர்களை கைபிசைய வைத்தது.

என்னையும் எல்லோரையும் காப்பாற்ற எண்ணி, என் பள்ளியின் மானத்தைக் காற்றில் பறக்கவிட்டு, மைக்கை விட்டு விலகி வேகமாக வாசல் நோக்கி நடந்தேன். வழியில் சிலர் சிரித்தார்கள். அடுத்த முறை நன்றாகப் பேசு என்று சிலர் வாழ்த்தினார்கள். முதல் தோல்வி, தாங்க முடியவில்லை, கண்ணீர் கரை புரண்டது. வாசல் தாண்டும்போது ஒரு கரம் என்னைப் பற்றியது. நல்ல வெண்மை நிறம், தலையில் தொப்பி, கண்ணில் வெய்யில் கண்ணாடி, எம்ஜிஆர் போன்றதொரு கெட்டப், வாங்க தம்பி என்று பக்கத்து டீக்கடைக்கு அழைத்துச் சென்றார். அவர் பெயர் முத்தையா என்றார்.

கொஞ்சம் மௌனம் தந்தார்.

'நூற்றில் 99 பேருக்கு சபைக் கூச்சம் உண்டு. உங்களுக்கும் அதுபோலத்தான். இது திறமை சார்ந்ததல்ல, மனம் சார்ந்தது' என்றார். 'தொடர்ந்து முயலுங்கள். நான்கைந்து முறை பேசிப் பயிற்சி எடுங்கள். ஆளில்லாத ஒரு சமுத்திரத்தின் முன் நின்று பேசுகிறோம் என்று நினைத்துக்கொண்டு பேசுங்கள். பேச்சுப் போட்டிக்கு செல்வதை எக்காரணம் கொண்டும் நிறுத்திவிடாதீர்கள்' என்றார். பின்னாளில் அவர் தான் ரோஜா கலை மன்றத்தின் தலைவர் என்று தெரிந்துகொண்டேன்.

இன்று என்னால் நன்றாகப் பேச முடிகிறது என்றால் அன்றைக்கு அவர் தந்த ஊக்கம், சிறு சிறு ஆலோசனைகள்தான். இன்று அது போல நேரம் எடுத்து தோல்வியுற்றவர்களைக் கவனிக்கிறோமா? அவரை அதன் பின் நான் சந்திக்கவே இல்லை, தேவதைகளின் அருள் தான் முக்கியம், சந்திப்புகள் அல்ல.

உங்களின் தேவதைகளை வரிசைப்படுத்துங்கள்...
நீங்களே தேவதையாவது எப்போது?

●

ஆவிச்சி

48

வினோ ஆபா

கனவுத்தொழிற்சாலை பார்த்திருக்கிறீர்களா?

மதுரை வடக்கு மாசி வீதியில், நடு சென்டரில் (!) ஒரு பெட்டிக் கடை. வழக்கமான தினசரி, வாரமாதப் பத்திரிகைகள், கடலை மிட்டாய், தினசரி உபயோகப் பொருட்கள் மத்தியில் வேறு சில பொருட்களும் வைத்திருப்பார் அந்தக் கடை முதலாளி.

காத்தாடி என்கிற பட்டம், மாஞ்சா இல்லாத பறக்கவிடும் நூல், நாமே செய்துகொள்ள வசதியாய் கலர் பேப்பர், குச்சி, பசை, பம்பரம், கையால் சுற்றும் பம்பரம், பம்பர ஆணி, பம்பர நூல், தாயக்கட்டை, சூடத்தில் ஓடும் மிகச் சிறிய நெகிழி நீர் கப்பல், மரப்பாச்சி பொம்மைகள், சுடுமண் பொம்மைகள், அதுதான் எங்கள் கனவுத்தொழிற்சாலை!

அதிகம் பேச வராது அவருக்கு. கறாராய் காசு வாங்குவார். சிறுவர்கள் என்றெல்லாம் விட்டுக்கொடுக்க மாட்டார். உண்மைப் பெயர் நினைவில்லை. வினோஆபா என்று தான் கூப்பிடுவோம். ஏன் அந்தப் பெயர் என்று தெரியவில்லை, சீனியர் பையன்களால் அறிமுகப்படுத்தப்பட்ட கடை, அறிமுகப்படுத்தப்பட்ட முதலாளி, நாங்களும் அப்படியே அழைத்தோம்.

மேலே கூறிய அனைத்துப் பொருட்களும் அவரே செய்பவை. அதனால் எண்ணிக்கை அளவாகத்தான் இருக்கும். அதனால் யார் முந்திக்கொள்கிறார்களோ அவர்களுக்குத் தான் கிடைக்கும், எங்களுக்குள் இயற்கையாகவே ஒரு போட்டி ஏற்பட்டு விடும். யாருக்குக் கிடைக்கிறதோ அவரையும் அந்தப் பொருளையும் எடுத்துக்கொண்டு அவரிடம் சென்று தனக்கும் அது போலவே வேண்டும் என்போம். அவரும் அடுத்த மாதம் தருகிறேன் என்பார்.

வாரப்பத்திரிகை வாங்கச் செல்லும் போது ஞாபகமாக அதை எடுத்துத் தருவார். தேவை சார்ந்து விலை கூட்டவெல்லாம் தெரியாது அவருக்கு, அப்போது பணம் இல்லை என்றால் மட்டும் கடன் தருவார்.

கடலைமிட்டாய் தவிர வேறு மிட்டாய்கள் வைத்திருக்க மாட்டார். கேட்டால் மற்றவை உடம்பைப் பாதிக்கும் என்று சைகையிலேயே சொல்வார். மாஞ்சாக் கயிறு கேட்டால், அது கழுத்தை அறுத்து விடும் என்று மர்கயா போஸ் கொடுப்பார்.

ஓடும் போது பறக்கும் கைக் காத்தாடி, பனை ஓலை ஊது குழல், கலர் பேப்பரால் செய்யப்பட்ட கண்ணாடி, கலர் தாள்களில் செய்யப்பட்ட ஓரிகாமி சிற்பங்கள் என்று புதிது புதிதாக விளையாட்டுச் சாமான்கள் உற்பத்தி செய்து கொண்டே இருப்பார். பெரிதாக சிரித்துப் பார்த்ததில்லை, ஆனால் பொருட்களை வாங்கும் சிறார்களின் சிரிப்பு முக பாவனைகளைக் கூர்ந்து கவனிப்பார்.

சொல்ல மறந்து விட்டேன். அவர் ட்வார்ஃபிஸம் என்னும் வளர்ச்சி குறைபாட்டு நோயால் பாதிக்கப்பட்டவர். அதிகம் நடக்க வராது. ஒரு பெரிய கோலை வைத்துக்கொண்டுதான் நடப்பார். இதுபோன்ற விளிம்பு நிலை மனிதர்களை, பணத்துக்கு அறத்தை விற்காத பண்பாளர்களை எல்லோரும் தினந்தோறும் கடந்து வந்து கொண்டிருக்கிறோம். எத்தனை பேரை நாம் நினைவில் வைத்திருக்கிறோம்?

தன்னால் அனுபவிக்க முடியாத பால்யத்தை, எப்போதும் வளராத உயரத்தில் இருந்து கொண்டு, அந்த உயரத்தில் இருக்கும் குழந்தைகளின் கனவுகளாய் வாழ்ந்து கொண்டிருக்கும் வினோஆபாக் களால்தான் இயங்கிக்கொண்டிருக்கிறது உலகம், அவர்களுக்கு வானத்தில் இடமுண்டு.

நட்சத்திரங்கள் என்று நினைக்கிறேன்.

49

மனனக்கலை

மனனம் என்பது அறிவாகப் பார்க்கப்பட்ட பள்ளிப் பருவத்தில் நிறைய மனமாச்சர்யங்கள் ஏற்பட்டது. மார்க், ரேங்க் என்று அச்சுறுத்தும் நம் கல்வி திட்டத்தின் மேல் கோபம் வந்தது, பதின் சிறுவர்களால் என்ன செய்ய முடியும்? 'முயற்சி திருவினையாக்கும்' என்று வள்ளுவர் கை கொடுத்தார். முடியாததை முயன்று பார்க்கலாம் என்று களத்தில் இறங்கினேன்.

உங்களுக்கும் உபயோகப்படலாம்.

மனனக் கலை என்பது ஒரு சொற்றொடரைத் திரும்பத் திரும்பச் சொல்வது (அ) செய்வது, அவ்வளவு தான். மனப்பாடப்பகுதி என்ற ஒன்றை தமிழிலே வைத்திருப்பார்கள். ஆதலின் மனனக் கலையில் தமிழ் தான் முன்னோடி.

ஒரு பாடலை எடுத்துக்கொண்டு, அதன் அர்த்தத்தைப் புரிந்து கொண்டால் மனனம் எளிது. இல்லை என்றாலும் திரும்பத்திரும்ப அதைப் பார்த்து சத்தமாகப் படிக்கவேண்டும். நாம் படிப்பதை நிறுத்திவிட்டாலும் அது நம் மனதில் ரீங்காரமிட்டுக்கொண்டே இருக்கும். தொடர்பில்லாமல் அந்த வரிகள் ஞாபகம் வரும். சில மறந்துபோகும். மறந்து போன வரிகளை மீண்டும் புத்தகம் பார்த்துப் படிப்பதில் தவறில்லை. இப்படி பத்து முறை பயின்றால் மனனம் எளிதாகும்.

வளரும் வயதில் இன்னொரு தொழில் நுட்பம் தெரிந்தது. *'Theory of Relativity'* ஒரு செய்தியை அதனோடு தொடர்புடைய இன்னொரு பொருளோடு அல்லது செய்தியோடு அல்லது செயலோடு தொடர்புபடுத்திக்கொண்டால் இன்னும் நன்றாக ஞாபகம் வரும்.

உதாரணத்திற்கு: குதிரை, அலுவலகம், பென்சில், எழுது பலகை, பை, மனிதன், இப்படி ஒன்றோடு ஒன்று தொடர்பில்லாதவற்றை ஞாபகம் வைத்துக்கொள்ள வேண்டுமானால், 'குதிரையில்

பென்சில்கள் நிறைந்த பையை வைத்துக் கொண்டு ஒரு மனிதன் அலுவலகத்துள் நுழைந்து எழுது பலகை முன் உட்கார்ந்தான்' என்று ஒரு வாக்கியத்தை மனதுக்குள் உருவாக்கிக் கொண்டால் நிச்சயம் அத்தனை பொருட்களும் ஞாபகத்தில் இருக்கும்.

நீங்கள் அன்றாடம் நிறைய நபர்களைச் சந்திக்கிறீர்கள். அவர்கள் அத்தனை பேரையும் உங்களால் ஞாபகம் வைத்துக் கொள்ள முடியுமா? முடியும் என்கிறது இந்த சார்பியல் கோட்பாடு, பரந்தாமன் என்கிறவரை நீங்கள் சந்தித்தால், உங்களுக்குத் தெரிந்த வேறு பரந்தாமனுக்கு இவர் போன ஜென்ம உறவு என்று ஞாபகம் வைத்துக் கொள்ளுங்கள். அல்லது அவருடைய கழுத்து சாய்வாய் இருந்தால் கோணக் கழுத்துப் பரந்தாமன் என்று ஞாபகம் வைத்துக் கொள்ளுங்கள். முடி படியாமல் வாரியிருந்தால் தலை வணங்கா பரந்தாமன் என்று வைத்துக் கொள்ளுங்கள். ஆயுள் வரை அவரை மறக்க மாட்டீர்கள் (வாழ்க்கையில் எல்லோரையும் ஞாபகம் வைத்துக் கொள்ள அவசியமும் இல்லை).

மனனம் என்பது ஒரு தியானம் என்கிறது மனோதத்துவக் கலை. மனனம் செய்பவர்களுக்கு ஒரு மந்திர சக்தி இருப்பதாகக் கருதுகிறது, மனனம் பிரார்த்தனை மந்திரம் இது தான் படி நிலை. ஒரு இசையைத் தொடர்ந்து கேட்டால் அந்த இசை நம் மனத்தில் பதிந்துவிடுகிறது அல்லவா! அதுபோலத்தான்.

நாம் என்ன ஆக வேண்டுமோ அதை தினந்தோரறும் ஜெபித்தால் நாம் அதுவாகவே ஆகிறோம். நான் சொல்லவில்லை 'ஜோஸஃப் மர்பி' என்னும் உளவியல் எழுத்தாளர் சொல்கிறார்.

Theory of Relativity (சார்பியல் கோட்பாடு) ஐ வைத்து ஒரு பெரிய வகுப்பே எடுக்கலாம். அதற்கு நீங்கள் எனக்கு சில ஆயிரங்கள் தரவேண்டியிருக்கும்(*!*)

கமெண்ட்ஸ்:

(இராகு காலம், எமகண்டம் பார்ப்பவர்கள் கூட இப்படி ஒரு சொற்றொடரை ஞாபகம் வைத்திருப்பார்கள்)

இராகு காலம்: திருவிழா சந்தடியில் வெயிலில் புரண்டு விளையாடச் செல்வது ஞாயமா?

திங்கள் - சனி - வெள்ளி - புதன் - வியாழன் - செவ்வாய் - ஞாயிறு

7.30 - 9.00 மணியில் துவங்கி ஒன்றரை மணி நேரம் வரிசையாகக் கூட்டிக் கொண்டே போக வேண்டும்.

எமகண்டம்: வியாழக்கிழமையை முதலில் எடுத்துக்கொள்ள வேண்டும்.பின்பு பின்னோக்கி கிழமைகளை வியாழன், புதன், செவ்வாய், திங்கள், ஞாயிறு, சனி, வெள்ளி என்று நினைவில் வைத்துக்கொண்டால் எமகண்ட நேரம் சரியாக இருக்கும்.)

நேரம் : காலை *6.00 7.30* மணியில் துவங்க வேண்டும்.

●

50

குலசாமி

அப்பத்தாவுடன் போனதாக ஞாபகம். குதிரை வண்டியோ, மாட்டு வண்டியோ சரியாக ஞாபகமில்லை. சமைத்த உணவுடன் குலசாமி கோயிலுக்குப் போய், வேளகாரரை அழைத்து வந்து குலசாமியைக் குளிப்பாட்டி, ஆகாரம் உண்டு, நெடுஞ்சாண் கிடையாக விழுந்து கும்பிட்டு 'அப்பா காப்பாத்துப்பா' என்று சொல்லும் கிழவிகளிடம் ஒரு வெள்ளந்தித் தனமும், தன் ஓட்டு மொத்த அகங்காரத்தையும் அடகு வைத்து தன் சந்ததியைக் காக்கச் சொல்லும் பேரவாவும் எப்போதும் என்னை ஆச்சர்யப் படுத்தியவை.

டெரர்ராக இருக்கும் அப்பத்தாவையும் அடக்கி வைத்த குலசாமியை வணங்கத் துவங்கியது அப்போதிருந்து தான்.

'நாள் செய்யாததை கோள் செய்யும், கோள் செய்யாததைக் குலதெய்வம் செய்யும்' இதெல்லாம் பின்னாளில் படித்தது, பெற்றவர்கள் எப்படிக் குழந்தைகளை வைத்துக் காக்கிறார்களோ, அப்படிக் குலதெயவம் நம்மைக் காக்கும், இது அம்மா சொன்னது.

சிறு தெய்வ வழிபாடு, இன தெய்வ, ஊர் தெய்வ, கிராம தேவதை, நாட்டுப்புற தெய்வ, வெகுசன தெய்வ, வீட்டு தெய்வ வழிபாடாக என்று இதை நாட்டார் பாடல்கள் குறிப்பிடுகின்றன. குலசாமி இல்லாதவர்கள் பழனி முருகனையும், கேரளத்து ஐயப்பனையும் குலசாமியாக ஏற்றுக்கொண்டு விடுகிறார்கள்.

உலகின் தொன்மையான இயற்கை வழிபாட்டுக்கு அடுத்து இந்த சிறுதெய்வ வழிபாடு இருப்பதாக கருதப்படுகிறது. இலகுவாகப் புரிய வேண்டுமானால் நம் தாத்தா பாட்டி இறந்தவுடன் அவர்கள் படத்தைக் கும்பிடும் முறைதான் இந்தக் குல தெய்வ வழிபாட்டின் முதல் படி, நடுகல் வழிபாடு தான் காலப்போக்கில் குலசாமி வழிபாடாக மாறியது எனலாம்.

இந்துத்துவாவுக்குள் போக வேண்டியதில்லை. தமிழரின் ஆதி மரபு, குலசாமி வழிபாடுதான்.

தமிழ் நிலப்பரப்பு குழுக்களாக வாழ்ந்த தமிழர்களைக் கொண்டது. ஒவ்வொரு குழுவுக்கும் ஒரு சாப்பாட்டு முறை, கூவும் முறை, உடை, தடி, குடி இருந்தது (இது அது அல்ல ஒரு குறிப்பிட்ட பானம்). அது போல ஒவ்வொரு குடிக்கும் ஒரு குல சாமி (அ) குல தேவதை இருந்தது என்று ஆராய்ச்சியாளர்கள் சொல்கிறார்கள்.

தொ.பரமசிவன் சொல்வது, வழி வழியாக வந்த குல சாமியை விடுத்து, தன் குடி நன்றாக இருக்க வேண்டி உழைத்த நல்லுள்ளம் கொண்ட பெரியோரை, அவர் இறந்த பிறகு குலசாமியாக வழிபட்ட நிலைதான் குலசாமி வழிபாடு என்று நிறுவுகிறார். அதனால் இத்தனை பிரிவுகள், இத்தனை தெய்வங்கள் (ஐயனார், உடையார், சுடலை மாடன் சாமி, மதுரை வீரன், அம்மன், ராயன், முன்னோடியார், சங்கிலிமாட சாமி, மாடன், சேவகாரன், சன்னாசி, கருப்பன், கருப்பு, ஒண்டிவீரன், ராயன், சீலைக்காரி, மேலும்...)

ஒவ்வொரு குடும்பத்துக்கும் ஒரு குலசாமி இருக்கி... றாள்; ...றார். எத்தனை பெரிய தெய்வங்களை வழிபட்டாலும், குலசாமியை ஆண்டுக்கொரு முறை பார்த்தால் தான் அந்தப் பலன் முழுமை பெறும் என்று சொல்லும் ஆயா, அப்பத்தா, பெரியாம்பள, இவர்கள் எல்லோருமே குலசாமிதான். நாம் நல்லா இருக்கணும்னு நினைக்கிற எல்லோருமே குலசாமி தான்.

ஏன் ஆண்டுக்கொரு முறை, வீட்டிலிருந்து விளையாடச்சென்ற சிறுசுகளை ஒரு குறிப்பிட்ட நேரத்துக்குள் காணவில்லை என்றால் பதறிப்போகும் அம்மா வெளியிலிறங்கித் தேட ஆரம்பித்து விடுவாள், மற்ற பிள்ளைகளுக்கு சாப்பாடு கிடைக்காது. அதே அந்தப் பிள்ளைகள் சரியான சமயத்தில் ‘உள்ளேன் ஐய்யா போட்டால் எல்லோருக்கும் சரியான நேரத்தில் சோறு நிச்சயம், அப்படி நாமும் நன்றாக இருக்கிறோம் என்பதற்கான கால அவகாசம் தான் வருடத்திற்கு ஒரு முறை குலதெய்வ வழிபாடு.

ஒரு முறை கட்டாயம் பல முறை விருப்பம். நம்ம சாமியைப் பார்க்க ஏது கட்டுப்பாடு.

பெரிய சடங்கு, தீட்டு, சாங்கியம், வழிபாட்டு முறையில்லாத சமத்துவத்தின் துவக்கம் இந்த குலசாமி கோயில்தான். இங்க எல்லோரும் ஒண்ணுதான். சிலரை உள்ளே விடுவதும், சிலரைத்

தடுத்து நிறுத்துவதும் இங்கே இல்லை. நாம் சிறுதெய்வ வழிபாட்டைவிட்டதுகூட நம்மில் சிலர் பிரிந்து போய் வேற்று நம்பிக்கைக்கு ஆட்பட்டது காரணமாயிருக்கலாம்.

ஆனாலும் குலசாமியைப் பார்க்க வரும் பிற நம்பிக்கையாளர்களையும் நான் பார்த்திருக்கிறேன். சாமி என்பது மரியாதைச் சொல், மதச்சொல் அல்ல.

ஆண்டுக்கொரு முறை ஆயிரக்கணக்கில் கூடும், ஆடு வெட்டிப் பூசை போடும் மேற்குத் தொடர்ச்சி மலை வேலப்பர் கோயிலுக்குப் போனால் ஒன்று புரியும், மக்களுக்காகத் தான் சாமி (பல சமையல் நடக்கும், யார் எங்கு வேண்டுமானாலும் சாப்பிடலாம்).

பல நாடுகள் சுற்றி வாருங்கள், பல ஊரில் கொண்டு குடியிருங்கள், வேலை பாருங்கள், மறக்காமல் ஆண்டுக்கொரு முறை இங்கு வாருங்கள். இளைப்பாறுதல் தருவேன் என்று நட்டமே நின்று கொண்டிருக்கிறது நம் குலசாமி.

ஐயா, வையகளத்தூர் உடையாரே, காப்பாத்துப்பா!

51

கமல்ஹாசன்

சினிமா என்றுதான் தலைப்பு வைத்திருக்க வேண்டும். ஆனால், எனக்கு சினிமா என்றால் அது கமல்தான். அவர் தொடாத உயரங்களும், தொழில் நுட்பமும் சினிமாவில் இல்லை. (இயல், இசை, நாடகம் என்னும் முத்தமிழில் சினிமா நாடக வகை), கமல் என்னை ஈர்த்தது தற்செயல் அல்ல. எதையும் அலசி ஆராய்ந்து பின்னி பெடலெடுக்கும் எனக்கு பல நடிகர்களுக்குப் பின்தான் கமல் பரிச்சயம், அவரின் திறமை தான் ஈர்ப்புசக்தி.

ஈர்ப்பு என்பதன் அர்த்தம் இணையத்தில் தேடினால் இழுப்பு, புவி விசை, அழுத்தம் என்று வரும். யதார்த்தமான நடிப்பு என்பதன் மறுபெயர் கமல். அவரிடம் பெண்கள் மயங்குவதுகூட என்னைப் போல பெண்களை ஈர்க்கத் தெரியாத நபர்களுக்கு அவரின் பால் ஒரு காந்த விசையாக இருக்கலாம்.

தமிழக சினிமாவில் ஒரு தவிர்க்க முடியாத பெயர் கமல். சினிமா என்பது ஒரு நிலையற்ற தளம். இங்கு வெற்றி மட்டுமே நிலையானது. தோல்வியைத் துரத்தித்துரத்தி அடிப்பார்கள். பல நடிகர்கள் வந்து போவார்கள். வெற்றியாளர்கள் மட்டுமே நிற்க முடியும். ஆனாலும் பல தோல்விகளோடு அவர் நிற்கிறார் என்றால் தெரியும் அவர் உழைப்பும், தன்னம்பிக்கையும், தாங்கு சக்தியும். எப்போதும் வெற்றி பெறும் ரஜினி ரசிகர்களோடு முட்டிக் கொண்டிருக்கிறேன். என்னை வெறுப்பேற்ற என் வீட்டிலேயே ஆட்கள் இருக்கிறார்கள். ஆனாலும் கமலிடம் ஏற்பட்ட ஈர்ப்பு இன்று வரை குறையவில்லை.

அவருடைய தனிப்பட்ட வாழ்க்கையோ, அரசியலோ என்னைப் பாதிக்கவே இல்லை. அதைப் பற்றிக் கவலைப்படுவதும் இல்லை. ஒரு கலைஞனை கலைஞனாக மட்டும் பார்க்கக் கூடிய அன்னப்பட்சி நான். அவர் நிச்சயம் அரசியலுக்கு வருவார் என்று ஆரூடம் சொன்ன ஒரு சிலரில் நானும் ஒருவன். ஆனால் அரசியலுக்கு அவரோடு பயணிக்க முடியவில்லை. கொள்கைகளும் சித்தாந்தங்களும்தான் அரசியலுக்கு முக்கியம். கவர்ச்சியும், பேச்சும்

அல்ல. அவருடைய அரசியல் வெற்றி அவருடைய உழைப்பையும், தொண்டையும் பொறுத்தது.

ஸ்டீரியோ டைப் என்னும் ஒரே மாதிரியான பாத்திரங்களை வெறுப்பவர். பரீட்சாத்த முறையில் பல கதாபாத்திரங்களை ஏற்பவர். தொழில் நுட்பங்களில் அதிக ஈடுபாடு கொண்டவர். பல கெட்டப், முக மாற்றங்கள், உடல் மொழி, மானரிஸம், வட்டாரப் பேச்சு வழக்கு *(Slang)* என்று தொடர் முயற்சியிலேயே இருப்பவர். தொடர் தோல்விகளிலும் தொடர்ந்து போராடுபவர். நானும் அப்படித்தான், பல தொழில்கள் செய்திருக்கிறேன். எவ்வளவு நட்டம் வந்தாலும் முயற்சியைக் கைவிடுவதில்லை. முக, சிகை அலங்காரங்களை மாற்றிக்கொண்டே இருப்பேன். பல மொழிகளைக் கற்கும் ஆர்வம், இரு கையால் எழுதும் பழக்கம் *(Ambidexterity)* இது எல்லாம் என்னிடம் இருப்பதால் அவரிடம் ஈர்க்கப்பட்டேனா, அவரிடம் உள்ள ஈர்ப்பால் நான் கற்றுக்கொண்டேனா, தெரியவில்லை.

இதை *Replication Psychology* பிரதி உளவியல் என்று மருத்துவ உலகம் கூறுகிறது. யாரை உங்களுக்குப் பிடிக்கிறதோ அவரைப் பிரதி எடுக்கத் துவங்குவீர்கள். அவரைப் போல மாற எத்தனிப்பீர்கள். *Role Model Philosophy* முன்மாதிரி தத்துவம் கூட இதன் அடிப்படை தான். பின் அவர் போலவே ஆவீர்கள்.

ஆதலின் பணக்காரராக முதல் படி. உலகின் முதல் பத்து பணக்காரர்களின் இரசிகர்களாக மாறுவது, நடிகனாக மாற டாப் டென் நடிகர்களின் இரசிகர்களாக மாறுவது, பின் அவர்களைப் பின் தொடர்வது, அவர்களைப் போல் முயற்சி செய்வது, பின் விடாமுயற்சி, இப்படியே போனால் நினைத்தை அடையலாம் விஸ்வரூப வெற்றி அடையலாம் என்கிறது உளவியல்.

முயன்றுதான் பாருங்களேன்...

பறக்கலாம்...

●

52
அரசியல்

வீட்டுச் சாளரம் வழியே பார்த்தால் எதிர் சுவரில் 'போடுங்கம்மா ஓட்டு; நமது சின்னம்; உழைப்போர் சின்னம்; ஏழைகளின் சின்னம்' என்று பலவாறு எழுதி சின்னத்தை வரைந்திருப்பார்கள். இதுதான் என் முதல் அரசியல் தொடர்பு. பெரிதாக அதைப்பற்றிக் கண்டுகொள்வதில்லை. ஆனால் வரலாறு படிப்பவர்களுக்கு அரசியல் பிடிக்கும். சக மனிதனை விரும்புபவர்களை அரசியல் விடாது.

திருப்பராய்த்துறையில் ஒன்றுவிட்ட சகோதரன் படிக்கையில் ஆரெஸ்யெஸ் அறிமுகமானது. அவர்களின் கட்டுப்பாடு பிடித்திருந்தது. வெளியிலிருந்து பார்க்க ஏதுவாக இருந்த கட்டுப்பாடுகள் பழகக் கடினமானதாக இருந்தது. அது கல்வி நிறுவனம் என்று நினைத்திருந்தேன். பின்னாளில் தான் அதன் அரசியல் கட்டமைப்பு புரிந்தது.

வீட்டுக்குப் பக்கத்தில் பொதுவுடைமைக் கட்சி அலுவலகம். எந்நேரமும் தோழர்களின் அளவளாவல், தமிழ் தினசரிகள், துண்டுப் பிரசுரங்கள், கவர்ந்திழுக்கும் சிவப்புக் கொடி, அரிவாள் சுத்தியல் என்று கருவிகளை சின்னமாகக் கொண்டு போராட்டத்துக்குப் பேர் போன இயக்கம். பல கட்சியினர் அங்கு வந்து போவார்கள். பொழுது போகவில்லையென்று தினசரி அங்கு தினசரி படிப்பேன். அரசியலைப் பற்றிப் பால பாடம் கற்றுக்கொண்டது அங்குதான்.

அவர்களின் ஓட்டுக் கேட்பு முறையே தனியாக இருக்கும். அணிவகுப்பு சீராக இருக்கும். தெரு நாடகம் போடுவார்கள். அதில் கேலி அங்கதம் ஒளிந்திருக்கும், உண்டியல் குலுக்குவார்கள். அதில் சேரும் பணத்தை அடுத்த நிகழ்வுக்கு எடுத்து வைப்பார்கள். மக்களைச் சுரண்டும் அரசியலைவிட உண்டியல் குலுக்கலில் தவறேதும் இல்லை.

ஆணுக்குள் சிறு பெண்மையும், பெண்ணுக்குள் சிறு ஆண்மையும் ஒளிந்திருக்கும் என்பார்கள் மன நல மருத்துவர்கள். உளவியல் படி அது சரியும்கூட. விகிதாசார வேறுபாடுகளுடன் அது ஒவ்வொரு மனிதனுக்குள்ளும் இருக்கும் (உ: வெட்கப்படும்

ஆண்கள், பெண்ணுரிமைவாதிகள் கவனிக்கவும்) அது போலத் தான் ஒரு கட்சியில் ஈடுபாடு உள்ளவர்களுக்குள் இன்னொரு கட்சியின் சில கொள்கைகள் பிடித்திருக்கும், தன் கட்சியிலேயே சில கொள்கைகள் பிடிக்காது, அப்படித்தான் வர்த்தகக் குடும்பத்தில் பிறந்த எனக்கு பொதுவுடைமைக் கருத்துக்கள் பிடித்திருந்தது.

அதை வெளியே சொல்ல தயக்கமில்லாத காலக்கட்டத்தில் வளர்ந்தது வரம். இன்று தனி மனிதக் கட்டுப்பாட்டிலும், மதக் கட்டுப்பாட்டிலும் இயங்கும் கட்சிகளுக்கு அது இல்லை. தான் சார்ந்த கட்சி என்பதால் தினம் உயரும் பெட்ரோல் விலையேற்றத்தை முட்டுக் கொடுக்கும் ஈனப்பிறவிகளை என்னவென்று சொல்வது. ஓட்டுக்காக சிறுபான்மை அடிவருடிகளை என்ன செய்வது. ஊழல்களுக்கு வழிவகுக்கும் செயல் திட்டங்களுக்கு வடிவம் கொடுக்கும் கட்சிகளை என்னவென்று வடிப்பது. டோல் என்ற பெயரில் மக்களைச் சுரண்டும் நவீன அரசியலை யார் தட்டிக்கேட்பது.

(கட்டு, நடத்து, அரசிடம் ஒப்படை Build, operate, Transfer BOT என்கிற முறையில் துவங்கப்பட்ட டோல்கள், கட்டுமான செலவில் பலமுறை வசூலித்தும் இன்னும் அரசிடம் ஒப்படைக்கப்படாமல் வசூலித்துக் கொண்டே இருக்கிறது. கேட்டால் சாலை மராமத்து வேலைக்கு வசூலிக்கிறோம் என்கிறார்கள். சாலை மராமத்துக் கூட அரசால் செய்ய முடியாதா? பின் அரசுக்கு என்ன தான் வேலை? இப்படி எல்லாவற்றையும் கார்ப்பரேட்டுகளுக்கு விட்டு விட்டால் எதற்கு அரசியல், அரசியல்வாதிகள், ஓட்டு?)

இன்று மக்கள், தனி மனிதன் பின்னால் போகாமல், மதங்கள் பின்னால் போகாமல், மக்களுக்கான கொள்கைகளில் கவனம் செலுத்த வேண்டும். இன்றைய அரசியல் கொள்கைகளால் கட்டமைக்கப்படுவதில்லை. மக்களின் உணர்ச்சிகளைத் தூண்டிவிட்டு அதில் கட்டமைக்கப்படுகிறது. மக்கள் சுதாரிக்க வேண்டும்.

கல்லூரிக் காலத்தில் திமுக, பின் எல்லோரையும் போல நமக்கு அரசியல் வேண்டாம் என்று ஒதுங்கி வெறும் அரசியல் பார்வையாளனாக ஆகிப்போனேன். முடிந்தவரை அரசியலைப் பற்றி எழுதிக்கொண்டிருக்கிறேன். பிடிக்கவில்லை என்றாலும் விட முடியாதது அரசியல். ஏனென்றால் நாம் உண்ணும் ஒவ்வொரு பருக்கையிலும் அரசியல் இருக்கிறது. ●

53

ஆயா

ஆ என்றால் பசு, இன்னும் கொஞ்சம் சேர்த்தால் கன்று, ஆடு, கால் நடை இனங்கள், ஆவினங்கள் என்றும் சொல்லலாம், அதை மேய்ப்பவர்களை ஆயர் என்று சொல்வார்கள், அப்படி தன் மகள் வயிற்று வாரிசைகளை மேய்ப்பவர்களை ஆயா என்று சொல்லியிருப்பார்களோ?

அம்மாவுக்கு அம்மாவை சிலர் ஆச்சி என்பார்கள், ஆய்ச்சி என்பதிலிருந்து திரிந்திருக்கலாம், நாங்கள் ஆயா என்போம், எப்படி அழைத்தால் என்ன, இரண்டு அம்மாக்கள் சேர்ந்தால் ஆயா, அவ்வளவும் கண்டிப்பில்லாத அன்பு.

அம்மாவும் அப்பாவும் ஒரே கிராமத்தில் பிறந்தவர்கள், வேறு கிராமங்கள் பார்க்க வாய்ப்பில்லை. ஆனாலும் வலையபட்டி கிராமம் நெருக்கமான ஒன்றாகி விட்டது. விடுமுறை மொத்தமும் கிராமத்தில் என்பதால், ஊர் எளிதில் வசப்பட்டது (நல்ல வேளை ஹாலிடே ஆக்டிவிட்டீஸ், கோச்சிங் சென்டர்கள் அப்போது இல்லை, இருந்திருந்தால் என் பால்யமும் பாழாகிப் போயிருக்கும், உண்மையான கல்வியைக் கற்க முடியாமலே)

கைம்பெண்ணாக அறிமுகமான ஆயாவுக்கு, வேலை ஒன்றே பிரதானம், ஏதாவது ஒரு பாட்டை முணுமுணுத்துக்கொண்டே ஏதாவதொரு வேலையை செய்துகொண்டே இருப்பார். எதிர்கால உணவுத் தேவைக்கு உழைத்துக்கொண்டே இருப்பார்,

நெல் அவித்து அரைப்பது, நெல்லிக்காய் ஊறுகாய் செய்வது, புளியம்பழம் எடுத்து குத்தி கொட்டை நீக்கி புளியுருண்டை பிடிப்பது, உப்புக்கண்டம் போடுவது, தயிர் கடைந்து வெண்ணெய் எடுத்து மோர் சிலுப்புவது, பின் வெண்ணெய் காய்ச்சி நெய் எடுப்பது, முறுக்கு, அதிரசம், சீடை, தேன்குழல், அச்சு முறுக்கு என்று தின்பண்டங்கள் செய்வது, வீட்டுப் பின்புற கொஞ்சூண்டு இடத்தில் வாழை மற்றும் காய்கறிகள் சாகுபடி செய்வது இப்படி ஏதாவது ஒன்று, நம்மை அறியாமல் அந்த வேலைகளில் நம்மை

ஈடுபட வைத்திருப்பார், டீவி இல்லாத மழலைப் பட்டாளம் பால்யத்தில் வரம்.

நாம் தகப்பன் வழி எட்டுத் தலைமுறை, தாய் வழி எட்டுத் தலைமுறை (Genetics) மரபணுக்களைக் கொண்டிருக்கிறோமாம். என் ஆயாவின் தந்தை வழி உறவுகளும் வலையபட்டி என்பதால் இன்னும் கூட ஊர் நெருக்கமானது.

வேலையில்லாத நேரத்தில் எல்லாம் கதைப் புத்தகம், ஐயா ஒரு புத்தகக் காதலன், நிறைய பழைய புத்தகங்கள், அவரையேக் காப்பதாக எண்ணி புத்தகங்களை எண் வரிசையாக ஒரு நூலகம் போல வைத்திருக்கும் ஆயா.

வாண்டுமாமாவும், அழ வள்ளியப்பாவும், கல்கி கிருஷ்ணமூர்த்தியும், தி.ஜானகிராமனும், தமிழ்வாணனும், ராண்டார் கையும், நான்மணிக்கடிகையும்,

பலகணியும், அங்கே தான் அறிமுகமானார்கள்,

பொன்னியின் செல்வனும் பலே பாலுவும் என்னை ஒரு கதைசொல்லியாக மாற்றினார்கள்.

ஆயாவின் அப்பாவுக்கு ஊரில் (வலம்புரி) தியேட்டர் இருந்தது. மண் குவித்தும் படம் பார்ப்போம். பின் தரை டிக்கெட், முதலாளிக்கு உறவினர்கள் என்பதால் பெஞ்சு டிக்கெட், புதுப்படங்கள் இரண்டு மாதங்கள் கழித்துத்தான் கிராமங்களில் வெளிவரும். அது வரை ஹிட்டான நிறைய பழைய படங்கள், அப்பாவோட தியேட்டராவே இருந்தாலும் காசு கொடுத்துத் தான் பார்க்க வைப்பார் ஆயா.

பெரிய இடத்தில் பிறந்த ஆயா, இளம் வயதில் கைம்பெண், வாக்கப்பட்ட இடத்தில் இருந்து விரட்டல், தனி ஒருத்தியாக உலகத்தைச் சந்தித்து எப்போதும் ஒரு போராளியாகவே வாழ்ந்தார். யாரையும் அதிர்ந்து பேச மாட்டார், அடக்கி வாசிப்பார், எல்லோருக்கும் அடங்கிப் போய் விடுவார்.

ஆளுமை இல்லையோ என்று பலசமயம் நினைத்திருக்கிறேன், பேரன்பைத் தவிர இந்த உலகில் வேறெது ஆளுமை.

ஆயா என்றாலே அன்பான மேய்ப்பர் தானே!

●

54
இளையராஜா

(இந்தப் பதிவுக்கும் இப்போது நடக்கும் அரசியலுக்கும் சத்தியமாய் யாதொரு சம்பந்தமும் கிடையாது, நம்புங்கள், நம்பிக்கை தானே வாழ்க்கை).

'அன்னக்கிளி உன்னத் தேடுதே' என்று பலபேர் தேடியது போலவே மக்கள் இசையைத் தேடிக் கண்டடைந்த பலவித ஊர்க்குருவிகளில் அடியேனும் ஒருவன்.

கே.வி.மகாதேவன், விசுவநாதன் இராமமூர்த்தி, இவர்கள் எல்லாம் பாரம்பரிய சங்கீதத்தை அடிப்படையாகக் கொண்டு இசையமைப்பார்கள் என்றெல்லாம் சொல்லும் அளவு எனக்கு இசை ஞானம் கிடையாது. எனக்கிருக்கும் ஒரே ஞானம் என் இசைஞானியின் பாட்டு தரும் எளிமை, அழகு, புரிதல், நெருக்கம், அருகாமை, அதற்கெல்லாம் மேல் ஒரு சுகானுபவம்.

சிலோன் வானொலி (அது தனிச் சிறகு) மூலம் தான் முதன்முதலில் அறிமுகமானது அந்தப் பாட்டுகள் (மதுரையில் சென்னை வானொலியை விட சிலோன் ரேடியோ தான் நன்றாகக் கேட்கும்) கிராமிய, நாட்டுப்புற, மக்களிசையை மையமாகக் கொண்ட ராசய்யாவின் பாடல்கள் ஒரு சகாப்தம். மெலடியில் சதம் அடித்துக் கொண்டே மேற்கத்திய இசையில் ஒரு சிக்ஸர் அடிப்பார், தடக் தடக் கென்று பின்னணி இசையில் அதிர வைப்பார், இசையிலேயே ஒருவரை அழவும் வைப்பார்.

எண்பது, தொண்ணூறுகளில் அவர் தாலாட்டில் பிறந்து, வேடிக்கைப் பாடல்களில் வளர்ந்து, தெம்மாங்குப்பாடல்களில் கை நனைத்து, களியல் பாடல்களில் களித்திறங்கி, வழிபாட்டுப் பாடல்களில் துதித்து, வண்டிக்காரப் பாடல்களில் பயணப்பட்டு, நாட்டுப்புறப் பாடல்களில் வாழ்ந்து, நாடோடிப் பாடல்களில் மயங்கி, கோலாட்டுப்பாடல்களில் கொட்டிசைத்து, நாட்டார் பாடல்களில் கால் நனைத்து, மேற்கிசையில் ஆட்டம் ஆடி, மெல்லிசையில் வாழ்ந்து, ஒப்பாரியில் மரித்த எத்தனையோ

இதயங்களை எனக்குத் தெரியும். அந்த இதயங்களின் தொகுப்பில் என்னுடையதும் ஒன்று.

நம்முடைய மன வளம் ரொம்ப பூஞ்சையானது. மகிழ்வோ, சோகமோ, எந்த உணர்விலும் ஒட்டிக்கொண்டு உடையக்கூடியது. அந்த உணர்வை பன்மடங்கு பெருக்கி அதிலேயே உழலக்கூடியது. மனோவியாதிகள் அதிகமாகக்கூடிய, மன அழுத்தம் அதிகமாக இருக்கக் கூடிய போட்டி உலகத்தில் வாழ்ந்து கொண்டிருக்கிறோம். இந்த அழுத்தத்தை, பாரத்தைக் குறைக்கக் கூடியது இசை என்கிறது மனோதத்துவம். அதன் செயல் வடிவம் இளையராஜா, எந்த மாதிரி மன நிலையில் நாம் இருந்தாலும் அவர் பாட்டின் மன நிலைக்கு நம்மைக் கடத்துவதில் கை தேர்ந்தவர். (வேலை இழந்த ஒருவன் 'ராஜா, ராஜாதி ராஜன் இந்த ராஜா' பாடுவதைக் கேட்டிருக்கிறேன்) சித்து வேலையை இசையில் செய்வதால் இசைச் சித்தர் என்று சொல்லலாமா!

சினிமாவில் என்னென்னவோ பட்டம் கொடுத்து அவரைப் பெருமைப் படுத்தியிருக்கிறார்கள். பார்த்திபனின் 'இசை@இளையராஜா' எனக்குப் பிடித்த ஒன்று.

எக்காளம், தவண்டை, உடுக்கை, பறை, கஞ்சிரா, தம்பட்டம், கைச்சிலம்பு, தவண்டை, திருச்சின்னம், நாகஸ்வரம், தவில் என்று பாரம்பரிய கிராமிய இசைக்கருவிகளை தன் பாட்டுக்களில் பயன்படுத்தி அதை அழியாமல் வைத்திருந்தார் என்று கூடச் சொல்லலாம்.

இசைத்தட்டுக்களில் அறிமுகமாகி, டேப் ரிக்கார்டரில் ரீங்கரித்து, சிடிக்களில் வலம் வந்து, இன்று பென் டிரைவ்களில் அவர் இசையில் பயணிக்கும் அடிமைகளில் நானும் ஒருவன். இதில் யாதொரு கவலையும் அச்சமும் கேவலமும் தாழ்வு மனப்பான்மையும் எனக்கில்லை.

Divide and Rule அடிப்படையில் தமிழர்களுக்குள் பிரிவினையை அதீதத் தாக்கத்துடன் உருவாக்கும் சக்திகளை போகிற போக்கில் தட்டி விட்டுப் போய்க் கொண்டே இருக்க வேண்டும், என்றும் அவர் நம் இசை ராஜா.

அவரின் சார்பு நம்மை ஏன் பாதிக்க வேண்டும்? நமக்கு அவர் இசை போதும். இந்திப் பாடல்களை நோக்கிப் போய்க்

கொண்டிருந்த தமிழனை, தமிழ் பாடல்கள் கேட்க வைத்த ஆசான். பின் எப்போதும் நம்மை இந்திப் பாடல்கள் பக்கம் திரும்ப விடாத தமிழிசை முன்னோடி, இந்திப் படங்களுக்கே இசையமைக்கும் அளவுக்குள்ள இசையாளுமை, ஹங்கேரியில் இரசிகர் மன்றம் வைத்திருக்கும் அளவு நேசிப்பு, உலகிலுள்ள ஆயிரக்கணக்கான இசையமைப்பாளர்களுக்குக் குறிப்பேடு *(Reference)*, அவர் பாடல் சொல்வது போல் 'வேறென்ன வேறென்ன வேண்டும்.'

அவரை விட அவர் இசையை மட்டும் நேசிக்கும் கோடானு கோடி மக்களில் நானும் ஒரு துளி. தமிழர்களின் இசை முகமாக அவரையும் நேசிப்போம், தேன் துளியாவோம்.

அவர் இசையைப் பின் தொடர்வோம், திசையை அல்ல!

●

55
இலங்கை வானொலி

இலங்கை ஒலிபரப்பு கூட்டு ஸ்தாபனம் வழங்கும் பொங்கும் பூம்புனல், வர்த்தக சேவை,என்ற அறிவிப்புகளுடன், அதைப் பின்தொடரும் இசை வடிவத்தையும் எண்பதுகளில் வளர்ந்த யாராலும் மறக்க முடியாது. 'தென்னிலங்கை மங்கை... வெண்ணிலவின் தங்கை... தேனருவி நீராடனாள்...' என்று பாடினால் நம் முன் காட்சிகள் விரியும். இது உண்மையிலேயே ஒரு இலங்கை நடிகை நடித்த படம், தெரிந்தவர்கள் சொல்லலாம். இங்கே இருவரைப் பற்றி சொல்லவில்லையென்றால் சிறகுகள் நிறைவு பெறாது. ஒருவர் கே.எஸ்.ராஜா, இன்னொருவர் பி.ஹெச்.அப்துல் ஹமீது.

"வீட்டுக்கு வீடு வானொலிப் பெட்டிக்கருகே ஆவலுடன் குழுமியிருக்கும் நேயர் பெருமக்கள் அனைவருக்கும் உங்கள் அன்பு அறிவிப்பாளன் கே.எஸ்.ராஜாவின் அன்பு வணக்கம்". எத்தனையோ முறை கேட்டிருந்தாலும் கூட ஒவ்வொரு முறை கேட்கும் போதும் ஒரு சிலிர்ப்பு வரும். இவன் நம்மாளுய்யா என்கிற பெருமிதம். நான் அடித்துச் சொல்வேன் அவருக்கு இணையான அறிவிப்பாளன் இது வரை மண்ணில் பிறக்கவில்லை. அவரை இழந்தது இனப்படுகொலையில் இன்னுமொரு துன்பியல் சம்பவம்.

இன்னொருவர் பி.ஹெச்.அப்துல் ஹமீது, லலிதாவின் பாட்டுக்கு பாட்டு என்ற ஒரு நிகழ்ச்சியை, வேடிக்கை வினோத இசை நிகழ்ச்சியாக தமிழகம் வரை கொண்டு வந்து பல சாமான்யர்களை பாடகர்களாய் உருவாக்கி அந்தக் கம்பீரக்குரல் சாதனை படைத்தது.

இருவருமே சொல்லாடல் மூலம் ஒரு சாதாரண நிகழ்ச்சியை மனதில் பல காலம் நிலைக்க வைத்தவர்கள். இத்தனை ஆண்டுகளுக்குப் பின்னும் அந்தச் சொல்லாடல் நினைவிருக்கிறது என்றால் அந்த ஆளுமைகளை என்னவென்று சொல்வது.

ஞாயிறன்று 'இசைத் தேர்தல்', எந்தப்பாட்டு முதலிடம் என்று கன்னத்தில் கை வைத்துக்கொண்டு காத்திருப்போம் நாங்கள், 'என்னடி மீனாட்சி' என்ற பாடல் தொடர்ந்து ஒரு

வருடம் முதலிடத்திலேயே இருந்தது என்றால் நீங்கள் நம்பத்தான் வேண்டும்.

ஒரு நிமிடம் தமிழ் பேசு, திரை விருந்து, ஒலிச்சித்திரம், அன்றும் இன்றும், என்று பல நிகழ்ச்சிகள், இதில் கடைசி நிகழ்ச்சியான அன்றும் இன்றும் நிகழ்ச்சியில், எஸ்.பி.பி 'அன்று பாடிய பாடலை' ஒலிபரப்பியவுடன், அடுத்து இந்தப் பாடல் தான் எஸ்.பி.பி இன்று பாடிய பாடல் என்று முகச்சவரம் செய்து கொண்டே சரியாகக் கண்டுபிடித்துச் சொல்லும் அண்ணன்களை இன்னும் ஞாபகம் வைத்திருக்கிறது காலம்.

ரேடியோ கிராஃபிக்ஸ் என்றொரு கலை, அதை முதலில் செய்தது இலங்கை வானொலி தான். இன்றைய மீம்ஸுக்கெல்லாம் அது தான் முன்னோடி. "எங்க போற ராஜா" என்னும் திரை வசனத்தைப் போட்டு, 'நான் எங்கேயும் போகவில்லை நேயர்களே, மீண்டும் அடுத்த ஞாயிற்றுக்கிழமை இதே நிகழ்ச்சியில் சந்திப்போம்' என்று முடிப்பார் அறிவிப்பாளர் ராஜா. இது போல பல ஆச்சர்யங்களை நிகழ்த்தியது இலங்கை வானொலி.

உலகில் வேறெந்த வானொலியிலும் இல்லாத அளவு ஒரு லட்சத்திற்கும் அதிகமான சிங்கள, தமிழ், ஆங்கில பாடல்களின் இசைத் தட்டுக்களை இலங்கை வானொலி வைத்திருந்தது என்று பின்னாளில் கொழும்புக்கு அடிக்கடி பயணப்படும் போது தெரிந்துகொண்டேன்.

இலங்கை அழகிய தீவு மட்டுமல்ல, அழகிய அறிவார்ந்த மனிதர்களையும் கொண்டது. கண்ணீர்த்துளி போன்ற நாடு எப்போதும் கண்ணீருக்கு இரையாகிக்கொண்டே இருக்கிறது. இனப்போராட்டம் மண்ணில் முடிந்தும் மனதில் முடியாமலும் முள்ளிவாய்க்காலாய் குத்திக் கொண்டே இருக்கிறது.

இன்றைக்குப் பொருளாதார சீர்குலைவு வேறு. கத்திரிக்காய் போல வெட்டுண்டாலாவது கறி ருசிக்குமா? காலம் தான் பதில் சொல்ல வேண்டும்.

இலங்கை என்றவுடன் இன்னோருவர் நினைவு வரும்தானே!

56

இடைப் பலகாரம்

பல ஆகாரம் என்பதன் சுருக்கம் தான் பலகாரம். காலை, மதியம், இரவு என்னும் ஆகாரக்கணக்கில் மதியத்துக்கும் இரவுக்கும் உள்ள கால இடைவெளி அதிகம் என்பதால் என்னைப் போல் களவாணி வயிறு உள்ளவர்கள் கண்டுபிடித்த உணவு தான் இடைப்பலகாரம்.

மாலை 4 மணி முதல் 6 மணி வரை இதன் கால இடைவெளி. திருமண விருந்தில் இந்த இடைப்பலகாரமும் சேர்த்தி, உக்கரா, தூள் பஜ்ஜி, தவள வடை, பஜ்ஜி, போண்டா, கேசரி, பச்சைத் தேன்குழல், இனிப்பு அவல், இன்னும் இன்னும்...

இதே பழக்கத்துக்கு, சாதாரண நாட்களிலும் வயிற்று அலாரம் ஒலித்து, இந்த மாதிரி பலகாரக்கடைகளைத் தேடிப்போனால் கம்பெனி பொறுப்பாகாது. வடக்கு மாசி வீதியில் வீட்டுக்கு எதிரில் ஒரு பலகாரக் கடை *(Snack Stores)* இருக்கும். கடை முன் சதுர சதுர கண்ணாடிக் குப்பிகள், ஒவ்வொரு குப்பிக்குள்ளும் நாவூரும் சிற்றுண்டிகள். காராசேவு, பாம்பே மிக்ஸர், நெய்கடலை, வறுத்த மசாலாக் கடலை, மிக்ஸர், காராபூந்தி, இனிப்பு பூந்தி, லட்டு, அதிரசம்.

நாலணா கொடுத்தால் ஒரு கையளவு பொட்டலம் மடித்துக் கொடுப்பார்கள். தினந்தோறும் திங்கத்தா, திங்கத்தா என்று அம்மாவை அனத்தி காசு வாங்கி அந்தப் பொட்டலங்களாக மாற்றி அதைத் திறந்து பார்க்கும் போது ஒரு உணர்வு வரும் பாருங்கள், கணக்கில் நூற்றுக்கு நூறு வாங்கினால் கூட அந்த மகிழ்ச்சிக்கு ஈடாகாது.

உணவுக்கட்டுப்பாடு என்னாவது, வெயிட் போட்டுரும், கலோரி கூடி விடுமே, என்பவர்கள் கவனிக்கவும். எண்பத்தைந்து வயதில் மருத்துவப் பரிசோதனை முடித்ததும், மணி அஞ்சாயிருச்சு, நவீன் பேக்கரி போலாமாடா என்று கேட்கும் என் தந்தையைப் பார்த்தால் என்னைத் திட்ட மாட்டீர்கள். இந்தப்பழக்கம் எங்கிருந்து வந்தது என்றும் புரிந்திருக்கும். அளவிலும் நேரத்திலும்

கட்டுப்பாடோடு இருந்தால், உணவும் மருந்து தான். தாராளமாய் இடைப் பலகாரம் சாப்பிடலாம். உங்கள் மருத்துவரோடு சாப்பிடப் போனால் இன்னும் மகிழ்ச்சி.

பேக்கரி தவிர மற்ற பலகாரக் கடைகளில் இன்று கால் கிலோ பாக்கெட்டுக்குக் கீழ் எதுவும் கிடைக்காது என்று நினைக்கிறேன். எல்லாமே முன் தொகுப்புகளாக நெகிழிப் பைகளில் தான் கிடைக்கிறது. முன்னெல்லாம் உணவுப் பொருட்கள் கெட்டுப் போகும், நினைவுகள் தேங்கி நிற்கும், இப்போது நெகிழிப் பைகள் போலவே உணவும் மக்குவதில்லை. ஆனால், நினைவுகளில் தான் எதுவுமே தங்குவதில்லை.

ஒவ்வொரு நாளும் விடிந்ததும் இன்று என்ன இடைப் பலகாரம் சாப்பிடலாம் என்று வாழ்ந்த வாழ்வு தந்த நம்பிக்கை இன்றைய அவசர உலகம் தரவில்லை. ஆனால், இன்றும் அதைத் தேடி அலைகிற ஒரு தேடல் பறவை நீங்கள் என்றால் உங்களின் இணைப் பறவை இதோ இங்கிருக்கிறது

●

57

ரிக்ஷா பாண்டியன்

மீனாட்சி அம்மன் கோயில் வாசலில் அந்த முதியவரைப் பார்க்கும்போது நெடு நாள் பழகியவர் போல் தெரிந்தது. 'கண்ணா நல்லாயிருக்கியா' என்று உரிமையோடு பேசினார். நரை, திரைகளை நீக்கி ஓவியக் கண்களோடு பார்த்த போது தெரிந்தது, அவர் 'ரிக்ஷா பாண்டியன்'. 'நீங்க நல்லாயிருக்கீங்களா! பாண்டியண்ணே' என்றேன். பாண்டியன் அண்ணனை பாண்டியண்ணே என்று தான் சொல்வோம்.

சிறுவயதில் பள்ளிக்கு ரிக்ஷாவில்தான் செல்வோம். இன்று 'ஸ்கூல் ஆட்டோ' இருக்கிறதே அது போல அன்று 'பள்ளி ரிக்ஷா', மேல் சீட்டைக் கழட்டிப் போட்டு, நடைபாதையை எல்லாம் சேர்த்து பத்துப்பேர் இடித்திக்கொண்டு போனால் அதுதான் பள்ளி ரிக்ஷா, பைகள் எல்லாப்பக்கமும் தொங்கும், ஹார்வீ, சௌராஷ்ட்ரா, செயின்ட் ஜோசப், செயின்ட் மேரீஸ் என்று எல்லா பள்ளிக் குழந்தைகளும் செல்வோம். முதல் தவணை, இரண்டாம் தவணை என்று ட்ரிப் அடிப்பார். வயிறு வலி என்று ஏமாற்றப் பார்த்தால், மூன்றாவது தவணை காத்திருந்து ஏற்றிக்கொண்டு போய் பள்ளியில் இறக்கி விட்டுவிடுவார்.

திரும்ப வரும்போதும் அப்படித்தான் அம்மாக்களின் நம்பிக்கைக்குப் பாத்திரமான பாண்டியண்ணனை நம்பி பல பெண் குழந்தைகள் அந்த ரிக்ஷாவில் பயணப்பட்டார்கள். பள்ளி நண்பர்கள், அக்கம்பக்க நண்பர்கள் போல் ரிக்ஷா நண்பர்கள் என்று ஒரு குழாம் உருவாகியிருந்த காலம். பலப்பல கதைகள், வாய் ஓயாமல் பேசிக் கொண்டே பயணப்பட்டு, பள்ளிச் சென்ற காலம். குழந்தைகள் குறைவாய் இருந்தால் மட்டும் பள்ளி பற்றிப் பேசிக் கொண்டு வருவார், மற்றபடி அதிகம் பேசமாட்டார். மிதித்து மிதித்து உரமேறிய உடம்புடன் திடகாத்திரமாய் இருப்பார்.

குழந்தைகளை ஏற்றிச் செல்கிறோம் என்று பீடிப் பழக்கத்தைக் கூட விட்டு விட்டவர். அந்த வயதிலும் நல்ல திடத்தோடு இருந்தார். வீட்டுல ரெஸ்ட் எடுக்க வேண்டியதுதானே பாண்டியண்ணே என்று

கேட்ட போது, என் பையன்களும் இதத்தான் சொல்றாங்க, ஆனா சாகுற வரைக்கும் வேலை பாத்துட்டு தான் சாகணும். சும்மா இருந்தா உடம்பு போயிடும் தம்பி என்றார். பள்ளிக் குழந்தைகள் ஆட்டோவுக்கும் வேனுக்கும் மாறியிருந்தனர்.

வாங்கண்ணே டீ சாப்பிடலாம் என்று அழைத்தேன். அவருடைய இரண்டு பையன்களும் நன்கு படித்து நல்ல வேலையில் இருந்தனர். வரிச்சியூர் கிராமத்தில் நல்ல வீடு, தோப்பு என்று தந்தையை நன்றாக வைத்திருந்தனர். துணையை இழந்த அவருக்கு, தனிமை மனதை மறத்துப் போகச் செய்யும் என்று அவர் மொழியில் சொன்னார், நான் புரிந்து கொண்டேன். ஆனாலும் எப்போதும் உழைக்க வேண்டும் என்கிற அந்த மனசு எனக்கும் வாய்த்தல் நலம் என்று அந்த தருணத்தில் நினைக்கத் தோன்றியது.

படிக்கும் பொருட்டு சிதம்பரத்துக்கும், தொழில் நிமித்தம் சென்னைக்கும் புலம் பெயர்ந்தாகி விட்டது. பெற்றோரைப் பார்க்க எப்போது மதுரையில் போய் இறங்கி வீட்டுக்குச் செல்ல ஆட்டோவில் ஏறினாலும் ரிக்ஷா பாண்டியன் நினைவுக்கு வருவார். அது இன்று வரை தவிர்க்க முடியாத நிகழ்வாக இருந்து வருகிறது.

கேரளாவில் தமிழர்களைப் பாண்டி என்று சொல்வார்கள். கேரளாவுக்கு விற்பனை நிமித்தம் பயணப்படும் போது தெரிந்தது, மற்றவர்கள் அதைக் கேலிச் சொல்லாக நினைப்பார்கள். எனக்கு அது பெருமைச் சொல்லாகப் பட்டது. பாண்டியண்ணனைப் போல் தமிழர்கள் உழைப்பாளிகள். பாண்டி நாட்டுப் பெருமை எப்போதும் நிலைத்திருப்பதாக. பல நாட்கள் கழித்து பிசியோதெரப்பி வகுப்பில், உபயோகப்படுத்தாமல் விட்டால் எலும்பு மஜ்ஜை மற்றும் சதை இறுகிவிடும் என்று சொன்னார்கள். ரிக்ஷா பாண்டியன் ஞாபகம் வந்தது.

58

குற்றாலம்

மதுரையில் வசிப்பதில் ஒரு பெரு லாபம், சுற்றுலா தலங்கள் எல்லாம் அருகாமையிலேயே இருக்கும். கொடைக்கானல், குற்றாலம், பழமுதிர்சோலை, திருமாலிருஞ்சோலை என்னும் அழகர்கோயில், பழனி, திருச்செந்தூர், இராமேஸ்வரம், வைகை அணை, தனுஷ்கோடி, இன்னும் கொஞ்சம் நீட்டித்தால் திருச்சி, திருநெல்வேலி, கோவை சேலம், ஈரோடு, திருப்பூர் என்று எல்லா நகரங்களும், அதனால் தான் பண்டைய தமிழகம் மதுரையை மையப் படுத்தியதோ, தூங்கா நகர நினைவுகள் எழுதிய நண்பர் முத்துக்குமாரிடம் கேட்க வேண்டும்.

அப்படியான சுற்றுலாத் தலங்களில் ஒரு ஈர்ப்பிடம் தான் குற்றாலம். ஆண்டுக்கொரு முறை குடும்பத்தோடு கும்மியடிக்க தவறாமல் போகும் இடம் குற்றாலம். சித்தர்கள் வசிக்கும் மேற்கு தொடர்ச்சி மலைகளின் ஒரு நுழைவாயில் குற்றாலம் என்பது பின்னாட்களில் தெரிய வந்தது. மலைகளின் மூலிகை கலந்து வழியும் வற்றாத அருவிகளைக் கொண்டது குற்றாலம். மெயின் பால்ஸ் எனப்படும் பேரருவி, ஐந்தருவி, பழைய குற்றாலம், புலியருவி, சிற்றருவி, பழ அருவி, செண்பகாதேவி அருவி, தேனருவி என்று பல நீர்வீழ்ச்சிகள், இன்று தனியாகக் குளிக்க நிறைய செயற்கையாக மலையைக் குடைந்து அருவிகளை உருவாக்கி வைத்திருக்கிறார்கள்.

மேலிருந்து விழுவதை வீழ்ச்சி என்று சொல்லாமல் அது அருமையானது என்பதால் அருவி என்று சொன்ன தமிழனை என்ன என்று கொண்டாடுவது,

உயரத்திலிருந்து விழுந்து சமதரையில் ஆற்றுப்படுவதால் ஆறு,

பூமிக்கு கீழிறங்கி ஓடினால் கீழாறு,

தேங்கி நிற்பதால் தேக்கம்,

குறுகிய தேக்கம் குட்டை,

திடீரென்று பொங்கி தாகம் தீர்க்க எழுந்தால் நீர்த் தாரை *(Fountain)*,

பூமிக்கடியில் ஊற்று நீர் சுரந்தால் ஊருணி,

சுழிந்து ஓடினால் சுனை,

மனிதர்களைப் பார்த்து நிற்பதால் பாக்கம்,

சேறோடு கலந்து மண்ணரிப்பை தடுத்து அரண் போல் நின்றால் கரணை,

மண் முகடுகளில் ஏறி நின்றால் ஏரி,

மட்டுப்பட்டு நின்றால் மடு,

குறுகி நின்றால் குளம்,

நிற்காமல் சிறிதாக ஓடிக்கொண்டிருந்தால் ஓடை,

நனைந்துகொள்ள ஏதுவாக இருந்தால் நதி,

கடலைச் சேருமிடம் கழிமுகம்,

கழிமுகத்தில் உப்பு விளைந்தால் உப்பளம்,

இறுதியில் நீர் அகண்டு உடல் கொண்டால் கடல்.

தமிழர் பெருமை சொற்களில் காணலாம், அவர்தம் நீர் மேலாண்மையோ உலகக்கல்வி

'குளிச்சா குற்றாலம்' என்று அருவிக் குளியலை சொற்களால் வடிக்க முடியாது. தலையில் தட் தட் என்று விழும்போது பல நினைவுகள் மறத்துப் போகும். பல அவமானங்கள் மறந்து போகும். வைரமுத்து சொல்வது போல் 'உன்னை மட்டும் விட்டுவிட்டு வீசியதா காற்று' என்று நினைக்கத் தோன்றும். இயற்கை பொதுவானது, அதை சுவாசிக்கும் மனிதருக்கு அது நேர்மறை எண்ணங்களையே கொடுக்கிறது. மூன்று நான்கு நாள் குற்றாலத்தில் குளித்து விட்டு வந்தால் மனதும் உடலும் ஒரு புத்துணர்ச்சியோடு இயங்கும், அது ஒரு ஆண்டு தாங்கும், அப்புறம்... மீண்டும் அடுத்த வருடம் குற்றாலப் பயணம்.

அப்பாவின் நண்பர்கள் குற்றால விரும்பிகள். சோஷியல் ரிக்ரியேஷன் க்ளப் என்று ஒரு அமைப்பாய் திரண்டு, நன்றாக சாப்பாடு போட்டு குற்றாலம் அழைத்து செல்வார்கள்.

காலையில் ஸ்ரீவில்லிப்புத்தூர் பால் பண்ணையில் காபி,

பேரருவிக் குளியல்,

சுடச்சுட காலை உணவு,

நல்ல தூக்கம்,

மதியம் ஐந்தருவி,

பின் கல்யாண சாப்பாடு,

மாலை பழைய குற்றாலம்,

பின் ராஜபாளையம் காரசேவு அல்லது மிளகாய் பஜ்ஜி மற்றும் சொசைட்டி காப்பி, குற்றால நாதர் கோயில் இல்லையென்றால் இலஞ்சி முருகன் கோயில்,

இரவு கோமதி ஐயர் கடை நெய் தோசை,

குளிக்கும் நேரம் போக விளையாட்டு, கும்மாளம்

என்று களித்தல் பொழுதில் காலம் கழியும். குற்றால சுற்றுலா என்பது களித்தலும், களித்தல் நிமித்தமும் உள்ள வாழ்வியல் பகுதி.

ஆதி சிவனின் ஐந்து சபைகளில் ஒரு சபை சித்திர சபை. அது குற்றாலத்தில் இருக்கிறது. மூலிகை, தாவர ஓவியங்களுடன் சேர நாட்டுக் கட்டிட வடிவமைப்புடன் இருக்கும். அஜந்தா ஓவியங்களுக்கு இணையான, அல்லது அதற்கும் மேலான ஒரு ஓவியக் கண்காட்சி, அவசியம் காண வேண்டிய ஓவியக்கூடம். அதிகம் பயணிகளால் கவனிக்கப் படாத குளத்துடன் கூடிய இந்த சபை நிச்சயம் பார்க்கவேண்டிய கலைக் களஞ்சியம்.

பேரிரைச்சலோடு வரும் அருவியில் குளித்தால் மன அழுத்தமும், மன உளைச்சலும் நிச்சயம் குறையும். கண்ட உண்மை. யாராவது ஒரு உளவியல் மருத்துவரிடம்கூட கேட்டுத் தெரிந்து கொள்ளுங்கள். கேட்கவில்லையென்றால் ஆலோசனைக் கட்டணம் மிச்சம். மனிதனால் செயற்கை வயப்படாத, இயற்கை இன்னும் மிச்சமிருக்கிற, மலை போன்ற சாயலில் மலையடிவாரத்தில் இருக்கிற குற்றாலம், களிப்பின் உச்சம்.

●

59

வலம்புரி தியேட்டர்

பல திரையரங்குகள் நம் வாழ்க்கையில் வந்து செல்லும், அதுவும் சினிமாப் பிரியர்களான நமக்குக் கேட்கவே வேண்டாம். எந்த ஊருக்குச் சென்றாலும் அந்த ஊர் தியேட்டரில் படம் பார்த்து விட்டிருப்பேன். நண்பர் சத்தியசீலனோடு அவர் வீட்டுக்குச் செல்லும் போது ஜெயங்கொண்டம் என்று ஒரு சிறிய ஊரில்கூட படம் பார்த்த அனுபவம் கூட உண்டு.

டூரிங் டாக்கீஸ் என்று ஒன்று உண்டு. மொபைல் தியேட்டர், நாம் சினிமாப் பார்க்க போவது போலே, தியேட்டர் பல ஊர்களுக்கு பயணப்பட்டு நம்மைப் பார்க்க வரும். எப்படி ஒரு திட்டம், இந்த மாதிரி மக்கள் தேவை வடிவமைப்பில் நமக்கு நிகர் ஆளில்லை. ஆனால் மெக்காலே கல்வித் திட்டத்தில் நாம் இழந்தது இதுபோன்ற படைப்பாற்றல்கள் தான்.

போகட்டும் ஆங்கில படங்களாகத் திரையிடும் ரீகல் தியேட்டரையும், இந்தி படங்களாகத் திரையிடும் மதுத் தியேட்டரையும், ஆசியாவிலேயே பெரிய தங்கம் தியேட்டரையும், உசிலம்பட்டி கண்ணன் தியேட்டரையும், அடிக்கடி செல்லும் சினிப்பிரியா, மினிப்பிரியா பற்றி எல்லாம் எழுதாமல் பழைய படங்கள் பார்த்த வலம்புரி தியேட்டர் பற்றி ஏன் எழுதுகிறேன் என்றால் அது எங்க கிராமத்து தியேட்டர். தியேட்டர் என்று என் வாழ்வில் அறிமுகமான தியேட்டர், முதலில் வருவது எப்போதும் முத்து தானே.

(அது என்ன வலம்புரி? எங்க ஊர் மலையாண்டி கோயில் தலைமை தெய்வம் (Chief Deity) வடுவகிர் விழியாள் சமேத வலம்புரிநாத சுவாமி, அவர் பெயரில் தான் வலம்புரி தியேட்டர்)

படம் போடுவதற்கு அரை மணி முன்னால் பாட்டுப் போட ஆரம்பித்து விடுவார்கள். தமிழ்த்தாய் வாழ்த்து துவங்கி, சாமி பாட்டு, தொடர்ந்து பழைய சினிமா வசனம் வரை ஒலி பெருக்கியில் முழங்குவார்கள், (திருவிளையாடல் வசனமும், சரஸ்வதி சபத

வசனமும் இன்று வரை எனக்கு மனப்பாடம்) ஊருக்கே கேட்கும், 'படம் போடப்போறோம் சீக்கிரம் வாங்கடா' என்று அர்த்தம்.

பாட்டுப் போட்டவுடன் ஆயாவுக்கு நச்சரிப்பு தொடங்கிவிடும். 'ஏண்டா தினசரி படத்துக்குப் போறியே என்ன தாண்டா இருக்கு அதில' என்று அங்கலாய்த்துக்கொண்டே நாலணா காசு கொடுப்பார். இருபது பைசா நுழைவு சீட்டுக்கு, ஐந்து பைசா வாங்கித்திங்க. கடலை மிட்டாய், சீனி மிட்டாய், அப்புறம் வறுத்த கடலை எல்லாம் காகித மடிப்பில், படம் முடிந்ததும் நாட்டுப்பண் இசைப்பார்கள், எல்லோரும் அசையாமல் நிற்போம் இப்போதும் தியேட்டர் போகும் ஆசை குறையாமல் இருக்கிறது.

பழைய படங்களாகப் பார்த்துப்பார்த்துப் போடுவார்கள். அத்தனையும் ஹிட் படங்கள். தேர்வு செய்து போடுவதால் நம்பிப் போகலாம். புதிய பறவை, மேஜர் சந்திரகாந்த், காவல்காரன் என்று என் காலத்துக்கு முந்தைய அத்தனை படங்களையும் வலம்புரியில் தான் பார்த்தேன். இந்திப் படங்கள் கூட எப்போதாவது வரும் (ஆஸாத், ஆராதனா). புதுப்படம் போட்டால் மட்டும் ஆயா வரும், பல ஊர்களிலிருந்து சொந்தங்கள் வரும். விடுமுறை தோறும் விருந்துதான், சினிமா விருந்து.

கனவுகள்தான் நல்ல எண்ணங்களாக மாறும். நல்ல எண்ணங்கள்தான் செயல் வடிவம் பெறும். அந்தக் கனவுகள் காணக் கற்றுக்கொடுத்த வலம்புரி தியேட்டருக்கு ஜே. நம் மன நிலையை மாற்றம் செய்வது தாண்டி, 'இன்று இப்படம் கடைசி' என்று போஸ்டருக்கு மேல் போஸ்டர் ஒட்டும்போது நாளை புதுப்படம் பார்க்கலாம் என்று ஒரு மகிழ்ச்சி வரும் பாருங்கள்... அதற்கு இணையான களிப்பு கிடையவே கிடையாது.

பின்னாளில் அந்த தியேட்டரை இடித்துவிட்டபோது இதயமும் இடிந்து விட்டது. நண்பனின் மரணம் ஏற்படுத்திய வலி போன்றது அது.

'இன்று இந்தத் தியேட்டர் கடைசி என்று சொல்லாமல் சென்றுவிட்டாயே நண்பா!'

காலத்தின் ஓட்டத்தில் புதிது மட்டுமே வாழ முடியும், பாரதி சொல்வது போல் பழசுகள் எல்லாம் தோற்ற மயக்கங்களே!

●

ஆவிச்சி

60

ரா.கி.ரங்கராஜன்

"தமிழருடைய அறிவுக்கு எந்த வித்தையும் சுலபம்" இந்த முகப்போடு ஒரு தொடர் குமுதத்தில் வெளிவந்தது, என் சமகால எழுத்தாளர்கள் அத்தனை பேரும் இதை வாசித்திருப்பார்கள்.

குமுதம் நிறுவனர் எஸ்.ஏ.பி.அண்ணாமலையின் கண்டுபிடிப்பு என்று தான் சொல்ல வேண்டும் கும்பகோணம் ரா.கி.ரங்கராஜனை, அவர் குமுதத்தில் தொடராக எழுதிய 'எப்படி கதை எழுதுவது' (எகஎ) என்பதன் தலைவரி தான் அந்த சுலோகம்.

விகடனும், குமுதமும்தான் என் ஒளியுடம்பை வளர்த்தவர்கள் வாராவாரம் அண்ணன்கள், அக்காக்கள் ஏன் அம்மாவிடமும் சண்டை போட்டு முதலில் படிக்கும் போட்டி மனப்பான்மை இன்றில்லை, அதன் சுவையும் நினைவாற்றலும்கூட.

பதின்ம வயது இலக்குகளில் இந்தக் கதாசிரியக் கனவும் ஒன்று. எகஎ வைத் தொடர்ந்து அதை ஒரு பயிற்சிப் பள்ளியாக நடத்தினார் ரா.கி.ர. ஆனால், முன்னூறு ரூபாய் பொருளாதாரம் மூச்சு முட்டியது. இன்று அந்தத் தொடர் நூல் வடிவில் கிடைக்கிறது. கதை எழுத விரும்புவோர் அவசியம் படிக்க வேண்டிய நூல்.

அந்தக் காலக்கட்டத்தில் எழுத்தாளர்களில் பலர் புனைப் பெயர்களில் எழுதும் பழக்கம் உள்ளவர்கள். அதிலும் ஒவ்வொரு வகை எழுத்துக்கும் *(Genre')* ஒவ்வொரு புனைப்பெயர். சூர்யா, ஹம்சா, துரைசாமி, கிருஷ்ணகுமார், மாலதி, முள்றி, அவிட்டம்,வினோத் என்பது அவருடைய புனைப்பெயர்களுள் சில. அமானுஷ்யக் கதைகளுக்கு கிருஷ்ணகுமார், டி.துரைசாமி என்ற பெயரில் உண்மைக் குற்றங்களின் அடிப்படையில் குற்றக் கதைகள், வினோத் என்ற பெயரில் தமிழ்த் திரைப்பட செய்திக் கட்டுரைகள் ('லைட்ஸ் ஆன்' வினோத் அந்தக் காலத்து கிசுகிசு மன்னன்).

'அவன்' என்ற பெயரில் சுயசரிதையையும் ஹென்றி ஷாரியரின் பாப்பிலான் (பட்டாம்பூச்சி), சிட்னி ஷெல்டனின் இஃப் டுமாரோ

கம்ஸ் (தாரகை), தி ஸ்டார்ஸ் ஷைன் டவுன் (லாரா) மற்றும் ரேஜ் ஆஃப் ஏஞ்சலஸ் (ஜெனிஃபர்); ஜெஃப்ரே ஆர்ச்சரின் எ டுவிஸ்ட் இன் தி டேல் (டுவிஸ்ட் கதைகள்) டேனியேல் ஸ்டீலின் காதல்மேல் ஆணை ஆகியவை இவரது குறிப்பிடத்தக்க மொழிபெயர்ப்புகள். ஆங்கிலப் புலமை இல்லாமல் நாவல் படிக்கும் ஆசை இருந்த என் போன்றவர்களுக்கு அது ஒரு பெரு வழி, பெருவெளி.

கல்கி கிருஷ்ணமூர்த்தியைக் கொண்டாடும் அளவு ரா.கி.ர.வைக் கொண்டாடுவதில்லை யாரும். ஆனால், தனக்குத் தெரிந்ததை உலகுக்குச் சொல்லித் தர ஆசைப்பட்ட ரா.கி.ரங்கராஜன்தான் எனக்குப் பிடித்தம்.

பிரபஞ்சத்தின் காந்த அலைகள் ஈர்ப்பதும் ஈர்க்கப்படுவதுமாகவே இருக்கிறது. மயங்க வைப்பது கலை என்றால் மயக்கச் சொல்லிக் கொடுப்பது வித்தை. 'கலைஞனைப் பிடிக்குமா? குருவைப் பிடிக்குமா?' என்றால் என் ஓட்டு குருவுக்குத்தான்.

உங்கள் ஓட்டு?

●

61
தாழ்வு மனப்பான்மை

குட்டையான உருவம், கறுப்பு, உடைந்த முன் பற்கள், களையில்லாத முகம், எந்தவித கவர்ச்சியும் இல்லாத பேச்சு, வெகுளித்தனம். ஆனாலும் எல்லாமே தெரிந்தது போன்ற இறுமாப்பு, கதைகள் படிக்கும் கர்வம், செஸ், சைனீஸ் செக்கர்ஸ் தவிர வெற்றியையே பார்க்காத ஒரு சாதாரணன், அவனிடம் கேளுங்கள் தாழ்வு மனப்பான்மை வலி மிகுந்தது.

தாழ்வு மனப்பான்மை ஒவ்வொரு மனிதனுக்கும் பொதுவானது. மரபணு வாழ்வியலில் இயற்கையின் நீதி அது. ஒவ்வொரு மனிதனும் தன் சகாக்களுடன் தன்னை ஒப்பிட்டுக்கொண்டு, தனக்கு இது இல்லையே, அது இல்லையே, நமக்கு இப்படி இருந்திருக்கலாம், அப்படி நடந்திருக்கலாம் என்று கடவுளுக்கு கரெக்‌ஷன் சொல்லி வாழும் உளவியல்தான் அது.

தன் சந்ததியை தன்னைவிட உயர்ந்ததாக உருவாக்க இறைவனின் கேமிங் ஸ்டைல் என்றுகூட அதைச் சொல்லலாம். அதில் உழல்பவர்கள் முன்னேறுவதில்லை. அதை வெற்றி கொள்ள முயற்சிப்பவர்கள் தோற்பதில்லை. அப்படி வெற்றி காண முயல்பவர்களுக்கு சில தேவதைகளை அனுப்பி வைக்கும் இறைப்பொருள்... அந்தத் தேவதைகளின் பொதுவான பெயர் 'ஆசிரியர்.'

ஒன்பதாவதுக்கு மேல் ICSE படித்தால் மதிப்பெண் எடுத்து பொறியியல் படிக்க முடியாது என்ற பொது புத்தியின் விளைவால், மெட்ரிக் பாடத்திட்டத்துக்கு மாறிய பள்ளியில் எனக்குப் பாடமே எடுக்காத துவக்கப் பள்ளி ஆசிரியர்தான் கிரிஜா டீச்சர்.

கவிதைப் போட்டிகளுக்கான அறிவிப்புகள் எப்போதுமே ஒரு ஆர்வத்தைத் தூண்டும். நம்மால் பரிசு பெற முடியவில்லை என்றாலும் நோட்டுப் பக்கங்கள் கிழியும் அளவு காதலில் பொங்கி விடுவோம். அப்படி ஒரு கவிதைப் போட்டி. அதில் மூன்று பிரிவுகள். கவிதை எழுதும் போட்டி, கவிதை வாசித்தல் போட்டி, மூன்றாவது கவிதை ஆய்வுப் போட்டி என்று

நினைக்கிறேன். முதலும் கடையும் அரைவேக்காட்டுத் தனமாய் கிறுக்கல்களாகிவிட்டன. தன்யனானேன் பிரபு என்று தோல்வியை ஆரத்தழுவிக் கொண்டாகிவிட்டது. கவிதை வாசித்தல்தான் ஒரே நம்பிக்கை, அதன் நடுவர்தான் கிரிஜா டீச்சர்.

இரண்டு தோல்விகளில் துவண்டுபோன எங்களையெல்லாம் பார்த்தார். 'இதப் பாருங்க குழந்தைங்களா... இது வெறும் வாசித்தல் போட்டிதான். இங்க படைப்புக்கு வேலையில்ல. வாசிக்கிற பாவனை, நடுக்கமில்லாத கம்பீரக் குரல், சபைக் கூச்சமில்லாத உச்சரிப்பு, ஏற்ற இறக்கங்கள், பயிற்சி இதுதான் முக்கியம். வெற்றி தோல்வி சகஜம்னாலும், தோல்வி உங்களை உங்களுக்கு அடையாளம் காட்டும். வெற்றிதான் வெளி உலகத்துக்கு உங்களை அடையாளம் காட்டும். வெற்றி பெறுவதற்கு தைரியம் ரொம்ப முக்கியம். போட்டின்னு நினைக்காதீங்க வெற்றின்னு நினைங்க, நிச்சயம் ஜெயிப்பீங்க' என்றார்.

ஊட்டச்சத்து மாதிரி ஏதோ தெரிந்தது. பாரதியாரின் மேல் பாரத்தைப் போட்டு விட்டு 'எங்கிருந்தோ வந்தான் இடைச்சாதி நான் என்றான்...' என்று வாசிக்கத் துவங்கினேன். (கண்ணன் என் சேவகன்) கிரிஜா டீச்சரின் நோக்கம் எனக்குள் புகுந்து விட்டது. வாசித்து முடித்த போது பலத்த கைதட்டல் கிடைத்தது. எனது முதல் அங்கீகாரம், முடிவு வெளியாகி எனக்கு இரண்டாம் பரிசு கிடைத்தது, எனது முதல் பரிசு.

ஹாக்கியில் எந்த குழுவையும் எங்கள் பள்ளி வென்றதில்லை. ஓவியப் போட்டியில் நான் எப்போதும் வென்றதில்லை. பாட்டுப் போட்டியில் வென்றதில்லை. கேவலம் அஞ்சல் தலை சேகரிப்புப் போட்டியில் கூட வென்றதில்லை. முதல் ரேங்க் பெற்றதில்லை. முதல் வரிசையில் உட்கார்ந்ததுகூட இல்லை. நமக்கெல்லாம் எங்க... என்றிருந்த எனது தோல்வி முகம் முதல் முறையாக வெற்றியின் பால் தலை குனிந்தது. என்ன தான் தோல்வியைக் கொண்டாடுபவன் ஆனாலும் வெற்றி தான் நம்மை எழ வைக்கும், எழுத வைக்கும்.

பாரதியைவிட கிரிஜா டீச்சர் உயர்வாகத் தெரிந்தார்

62
ஆங்கிலம்

மொழி என்பது என்ன? அறிவா, நினைவாற்றலா, பெருமையா, கர்வமா, திறமையா என்றறியாத மயக்க காலத்தில் பிறந்தவன் நான். அது வெறும் தகவல் தொடர்பு சாதனம் என்று பின்னாளில் தெளிந்தேன். ஆனாலும் மொழி அரசியல் இன்று வரை என்னை, உங்களை சுற்றிக்கொண்டே இருக்கிறது.

ஆங்கிலம் உயர்ந்தது என்கிற பிரமையை ஏற்படுத்தியிருந்த காலம். கான்வென்ட்டில் படித்திருந்தாலும் ஆங்கிலத்தில் பாண்டித்தியம் வாய்க்கவில்லை.

நாம்தான் அதிகம் மொழி தாக்கத்திற்கு உட்பட்டவர்கள். நம் முன்னோர் தமிழ்தான் பெரிது என்று தமிழ் வழிக் கல்வியையும், நம் சந்ததி ஆங்கிலம்தான் உலகத் தொடர்புக்கு சிறந்தது என்று ஆங்கில வழிக் கல்வியையும் தீர்க்கமாகத் தேர்ந்துவிட்டனர். நமக்குத் தான் இரண்டுக்கும் நடுவிலே மாட்டிக்கொண்டு சிந்தனையைப் பாதி ஆங்கிலமாகவும், பாதி தமிழிலும் சிக்கி அரைகுறைகளாக அலைகிறோமோ என்கிற சந்தேகம், உங்களைப் போலவே எனக்கும் உண்டு.

Write short notes on 'Courtesy' என்ற கேள்விக்கு Courtesy is a very good man, he is also kind' என்று எழுதியவன். உங்கள் முன் விடை தெரியாத கேள்விகளோடு இன்னும் நிற்கிறேன். மொழி என்பது என்ன? என் மொழியைத் தொலைத்தால் என்னென்ன சிக்கல்களுக்கு ஆட்படுவேன்? என் மொழி தெரியாமல் போனால் யாரிடம் கைகட்டி சேவகம் செய்ய வேண்டி வரும்? மொழி தெரிந்தால் அந்தச் சந்தையில் என்னால் கோலோச்ச முடியுமா? மொழி மறந்தால் என் வரலாறு மறைந்து விடுமா? மறக்கடிக்கப் படுமா? மொழி தெரியாமல் சக மனிதனை நேசிக்க முடியாதா?

ஆங்கிலத்தில் மதுரையைப் பற்றி ஒரு கட்டுரை எழுதச் சொன்னார் என் ஆங்கில ஆசிரியர் சுந்தரவல்லி டீச்சர். எல்லோரும் எழுதிக் கொடுத்தோம், அதற்கு மதிப்பெண் வழங்கி எல்லோருக்கும்

வரிசையாக விமர்சனங்களோடு கொடுத்தார். என் முறை வரவே இல்லை, வகுப்பு முடிந்து என்னை ஒருமுறை தீர்க்கமாகப் பார்த்து விட்டுச் சென்றுவிட்டார். என் கட்டுரையை வாங்குவதற்காக அவரை ஆசிரியர் குழாமில் சந்தித்தேன். தன் கைப்பைக்குள் இருந்து அதை எடுத்தார்.

'ஏழெட்டு முறை படித்துவிட்டேன்' என்றார்.

எனக்கு ஆங்கிலத்தில் இது தான் பிழை என்றில்லை, சொற்பிழை, பொருள் பிழை, இலக்கணம் என்று எழுத்துப் பிழை தவிர எல்லாமும் தடுமாறும். தலை குனிந்திருந்தேன், மதுரையை அவ்வளவு பிடிக்குமா என்றார். (மதுரையை சுற்றிய கழுதைகூட மதுரையைவிட்டுப் போகாது) நிமிர்ந்தேன். உனக்குள் ஏதோ இருக்கிறது என்னவென்று நீயே கண்டுபிடி. ஆனால், உன் கட்டுரையை ஆங்கில ஆசிரியையாய் என்னால் திருத்த முடியாது, அவ்வளவு தவறுகள். வரலாற்று ஆசிரியையாய் என்னால் திருத்த இயலாது. மதுரையை நேசிப்பவளாய் இந்தக் கட்டுரை என்னை மிகவும் பாதிக்கிறது' என்றார். அவர் கண்கள் கூர்மையாய் என்னைப் பார்த்தது.

மொழி தாண்டி நம் எண்ணங்கள்தான் உயர்ந்தவை என்று காட்டிய தருணம் அது. நாம் எங்கு போனாலென்ன, யார் இங்கு வந்தாலென்ன, யாதும் ஊரே யாவரும் கேளிர். உயர்ந்த எண்ணங்கள் தான் நம் மொழியைத் தீர்மானிக்கும்.

எம்மொழி உயர்ந்தது? எம் மொழி உயர்ந்தது!

63
உறுதிமொழி

Pledge என்று ஆங்கிலத்தில் சொல்வார்கள். அனேகமாக எல்லாப்பள்ளிகளிலும் அந்தக்காலத்தில் தினந்தோறும் இந்த உறுதி மொழி படித்துவிட்டுத்தான் பாடசாலைக்குச் செல்வோம்.

India is my country. All Indians are my brothers and sisters. I love my country and I am proud of its rich and varied heritage. I shall always strive to be worthy of it. I shall respect to my parents, teachers, and all elders; and treat everyone with courtesy. To my country and my people, I pledge my devotion. In their well-being and prosperity alone lies my happiness.

இந்தியா எனது நாடு. இந்தியர்கள் அனைவரும் என் சகோதர சகோதரிகள்.

என் நாட்டை மிகவும் நேசிக்கிறேன். அதன் பழம் பெருமையையும் பன்முக மரபு சிறப்புக்காகவும் நான் பெருமிதம் கொள்கிறேன். என் நாட்டின் பெருமைக்காக நான் தகுதி பெற்றிட பெரிதும் பாடுபடுவேன்.

என் பெற்றோர், ஆசிரியர், மற்றும் பெரியோரை மதித்து நடப்பேன். அனைவரிடமும் அன்பும் மரியாதையும் பாராட்டுவேன்.

என் நாட்டிற்காகவும் என் நாட்டு மக்களுக்காகவும் உழைத்திட பெரிதும் முனைவேன்.

என் நாட்டு மக்கள் அனைவரின் நலமும் வளமும் பெருகுவதிலே தான் என் மகிழ்ச்சி நிலைத்திருக்கும். வாழ்க பாரத மணித் திரு நாடு.

இப்போது இந்த உறுதிமொழி பள்ளிகளில் படிக்கப் படுகிறதா? யாராவது கண்டறிந்து சொல்லுங்கள்.

பலநேரம் நண்பர்களுக்குள் வேடிக்கையான விவாதம் நடக்கும். எல்லா இந்தியர்களும் சகோதரிகளாகி விட்டால் நாம் யாரைத் தான் திருமணம் செய்ய முடியும்? வெளி நாட்டில் தான் பெண் எடுக்க வேண்டும் என்று,

ஆனால், இந்த உறுதிமொழி வெறுமே படித்து விட்டு வந்தால் கூட ஒரு ஒருமித்த உணர்வு வரும். பாரத நாடு என்கிற

ஒருமைப்பாட்டுணர்வு வருவது தவிர்க்க முடியாததாய் இருந்தது. இப்போதும் வெளி மாநிலத்தவருடன் நட்புடன் தொழில் செய்ய முடிகிறது. அவர்களின் கலாச்சாரத்தை, மொழியை, வழமையை, வளமையைப் புரிந்துகொள்ள முடிகிறது. விருப்பு வெறுப்பு இன்றி ஒன்றெனக் கலக்க முடிகிறது.

தினந்தோறும் படித்த உறுதிமொழிக்கு நன்றி.

ஆனால் சமீபத்திய வேற்றுமை வெறுப்புகள் அச்சமூட்டுவதாய் இருக்கிறது.

அது பாக்கிஸ்தான் கிரிக்கெட் அணிக்கு வக்காலத்து வாங்கும் இந்திய இஸ்லாமிய நண்பர்களால் இருக்கலாம். சமூக வலை தளங்களில் தன் சாதிக்காக மற்ற சாதியைக் கேவலப்படுத்தும் பள்ளி நண்பர்களாய் இருக்கலாம். தன் மதத்துக்காக குறிப்பிட்ட கட்சிக்கு வக்காலத்து வாங்கி அதன் மெய், பொய் பதிவுகளை மீள்பதிவுகள் செய்யும் நண்பர்களால் இருக்கலாம். தலைவர்களைத் திட்டுவதாய் நினைத்துக்கொண்டு அவர்களின் தனிப்பட்ட வாழ்வை, சாதியைத் திட்டும் வீணர்களால் இருக்கலாம். போலி மதச்சார்பின்மை என்று உண்மையைச் சாடும் அமீரகத்தில் வேலை செய்யும் இந்துத் தோழர்களால் இருக்கலாம்.

தமிழிலேயே பெயர் வைக்காத இந்து, இஸ்லாமிய, கிருத்துவ நண்பர்களாய் இருக்கலாம்.

பெரிய கலைஞர்களை அவர்களின் சார்புக்காகக் கேவலப் படுத்தும் வெட்டி வேலைக்காரர்களால் இருக்கலாம். போலி தேசபக்தி அரசியல்வாதிகளாக இருக்கலாம். தன் மதம் காக்க மெல்ல உருவாகும் வாட்சப் போராளிகளாக இருக்கலாம்.

எது எப்படி இருந்தாலும் நம் நாட்டை, அதன் பன்முகத்தன்மையை, அதன் இறையாண்மையைக் காக்க வேண்டியது நம் கடமை. எண்ட் ஆஃப் த டே இந்தியர்கள் என்கிற உணர்வு வர வேண்டும். தமிழர்கள் என்கிற அடையாளத்தை ஒரு போதும் துறக்கக் கூடாது.

புதிய இந்தியா வேண்டாம். நல்ல இந்தியாவை உருவாக்குவோம் நம் உறுதிமொழியோடு!

●

64

அமெரிக்கன் கல்லூரி

என்னை பொறியியல் படிக்க அனுமதிக்க மறுத்தன எட்டு அரசு மற்றும் அரசுச் சார்புக் கல்லூரிகள் (அண்ணா பல்கலைக்கழகம், அழகப்பா சென்னை மற்றும் காரைக்குடி, மதுரை தியாகராாசர், கோவை பிஎஸ்ஜி, சிஐடி, மற்றும் ஜிசிடி, திருச்சி ஆர் ஈ சி). காரணம் பொது வகுப்பு மற்றும் நுழைவுத் தேர்வு. பின் தனியார் பொறியியல் கல்லூரி நுழைவுத் தேர்வு முடிவுகளுக்காக இரண்டு மாதங்கள் காத்திருக்க வேண்டும். அந்த இடைவெளியில்தான் அமெரிக்கன் கல்லூரி வாசம், இளங்கலை இயற்பியல்.

தோல்விகள் ஒன்றும் புதிதல்ல. ஆனால் அது தரும் அனுபவங்களும் ஆச்சர்யங்களும் இரசனை மிக்கவை. தோல்வியடையாதவர்களைப் பாவம் செய்தவர்கள் என்பேன்.

ஒரே நேர்கோட்டில் பயணிப்பது நல்லதுதான் என்றாலும் மற்ற பயணங்களின் வலியும் கிலியும் அறியாது போய்விடும். தேடல் உள்ளவரைதான் வாழ்வில் ருசி இருக்கும். எல்லாவற்றிலும் வெற்றி என்றால் தேடல் நின்று போய் விடும். வழிப் பயணத்தில் யாரும் இருக்க மாட்டார்கள். உச்சியில் கொடியை நாட்டி விட்டு தனியாளாய், வெற்றுப் பிம்பமாய் வலம் வருவதில் இன்பமில்லை நமக்கு. பல தோல்விகளைத் தாண்டி வரும் வெற்றி தான் நம்மைக் கொண்டாட வைக்கும். உடனே வரும் வெற்றி மரத்துப் போய் விடும்.

இதை இன்றைய தொழில் ஜாம்பவான்கள் 'Fail Fast, Fail often' என்பார்கள். (வேகமாகத் தோற்றுப்போ, அடிக்கடி தோற்றுப்போ) அப்படி என்றால் என்ன அர்த்தம்? இது தோல்வியைப் பற்றிய நேர்மறைச் சிந்தனை. வேகமாகத் தோற்றுப்போனால் வேறு பாதைகள் தோன்றும். அந்தந்தப் பாதைகளில் பயணித்தால் நல்ல அனுபவங்கள் கிடைக்கும். அந்தப் பாதைகளிலும் தோற்றுப்போனால், நிச்சய வெற்றிக்கான பாதைகள் தெரியும். அந்தப் பாதைகளில் பழைய தோல்விகளைப் பாடமாகக் கொண்டு

பயணித்தால் வெற்றி நிச்சயம்.

தோல்வி என்றால் கற்றல் என்பதன் அடிப்படையில் ஐடி துறையில் பயன்படுத்தப்படும் தொழில் நுட்ப வாசகம் *(Technical Jargon)* அது, யோசியுங்கள்.

மரங்கள் சூழ்ந்த கல்லூரிகள் வரிசையில், கற்கட்டிடங்களோடு அமெரிக்கன் கல்லூரி எப்போதுமே ஒரு கம்பீரம்.

தமிழ் துறைத் தலைவராக சாலமன் பாப்பையாவின் அறிமுகம் ஒரு மாணவனாக எனக்குள் பல ஆச்சர்யங்களைத் தூண்டியது. அதுவரை யாரோ என்றிருந்தவர், அருகாமையிலேயே இருக்கிறார் எனும் போது அது ஒரு திரில். அவருடைய வட்டார உச்சரிப்பு எப்போதும் எங்கள் பெருமிதம், பழைய நண்பர்கள்,

இயற்பியலில் ஸ்ரீகுமாரும் (இப்போது அமெரிக்காவில்), வேதியியலில் ஆறு. சந்திரசேகரும் (பல நாடுகள் சுற்றிவிட்டு தமிழ் நாடு போதும் என்று இப்போது சென்னை வாசம்) ஆச்சர்யங்கள்.

சென்னைக்கு லயோலா போல, மதுரைக்கு அமெரிக்கன் கல்லூரி. அந்த இரண்டு மாதங்களில் அமெரிக்கன் கல்லூரி கற்றுத் தந்த பாடம் நுட்பமானது. அதன் நூலகம் ஒரு நூதனம், பல அரிய ஆச்சரிய புத்தகங்கள் படிக்க கிடைக்கும். ருஷ்ய எழுத்தாளர்களை மறக்க முடியாதவர்களாக ஆக்கிய பெருமை அந்த நூலகத்தையே சாரும். ஒரு சின்ன சாம்பிள் ‘மரம் ஒன்றின் ஒரு புறத்தில் நீங்கள் நிற்கிறீர்கள், இன்னொரு புறத்தில் ஒரு அணில் இருக்கிறது, நீங்கள் வலது புறமாக மரத்தை சுற்றுகிறீர்கள், அதுவும் வலது புறமாக சுற்றுகிறது, நீங்கள் அணில் இருக்கும் இடத்துக்கு வரும் போது, அணில் நீங்கள் இருக்கும் இடத்துக்கு வந்து விடுகிறது, இது போல பல முறை மரத்தை சுற்றுகிறீர்கள், நீங்களும் அணிலும் சந்தித்துக் கொள்ளவே இல்லை, இப்போது ஒரு கேள்வி? நீங்கள் அணிலை சுற்றுகிறீர்களா, அப்படியெனில் அதை ஒரு போதும் கடக்க வில்லையே, சுற்றவில்லையெனில் நீங்கள் சுற்றும் மரத்தில் தானே அந்த அணில் இருக்கிறது, அப்புறம் எப்படி சுற்றவில்லை என்கிறீர்கள்’ இது எப்படி இருக்கு? தலை சுற்றுகிறதா?

யோசிக்க யோசிக்க நினைவுகள் குழப்பத்தையும் தெளிவையும் மாறிமாறி தரும், விடைகள் பெரிதில்லை, விடை தேடும் பயணம் தான் ருசி மிக்கது. ●

65
சுவாசிப்பு

வாசித்தல் என்பது சுவாசித்தல் என்னும் சொல்லில் இருந்து உதிர்ந்த வார்த்தையாக இருக்கலாம். வாசம் என்னும் நறுமணம் சார்ந்து இருப்பாக அதைப் பார்ப்பதிலும் தவறில்லை. வசி என்னும் (ஜீவித்திருத்தல்) வேர் சொல்லில் கூட உருவாகி இருக்கலாம்.

நம் இருப்பை வாழ்விக்க மூச்சு, உணவு, உடை, அவசியம் (அதன் வரிசைப்படி), வாசித்தல் நான்காவது. முதல் மூன்று தேவைகள் முடிந்தவுடன், அதற்கான அடுத்த வேளைத் தேடல் துவங்கிவிடும். அதை அடையவே வாசித்தல் அவசியம். கல்வி நிமித்தமாக முதல் முதலில் வாசிக்கத் துவங்குகிறோம். பிறகு உலக நடப்பைத் தெரிந்து கொள்வதற்காக தினசரிப் பத்திரிகைகளை வாசித்து பின் அகத்தேவைகளுக்காக வாரப் பத்திரிகை, தொழில் சார்ந்த, நுகர்வு சார்ந்த, பன்முக இதழ்களில் நுழைந்து முக நூல், சமூக ஊடகங்களில் நீர்த்துப் போய்விடுகிறோம்.

வாசித்தல் கலையை நான்கு வகையாகப் பிரிக்கலாம், ஸ்கிம்மிங், ஸ்கானிங், இண்டென்ஸிவ் மற்றும் எக்ஸ்டென்ஸிவ் ரீடிங் (Skimming, Scanning, Intensive and Extensive Reading) என்பார்கள் ஆங்கிலத்தில்.

ஒரு நூலை மேலெழுந்த வாரியாக, அதன் பொருளடக்கத்தைப் பார்த்து அதில் தேவையானப் பகுதிகளை மெலெழுந்த வாரி படிப்பது, பாலில் இருந்து ஆடை நீக்குவது போல ஸ்கிம்மிங் என்பார்கள். அதையே நுட்பமாக எல்லாவற்றையும் ஆழ்ந்து நுட்பமாகப் படித்தால் ஸ்கான்னிங். தீவிரமாக அதை ஒரே வேலையாகப் படித்தால் இண்டென்ஸிவ். விரிவாக அது தொடர்புடைய எல்லாவற்றையும் படித்தால் எக்ஸ்டென்ஸிவ்.

முதல் வகையில் படித்தால் தினம் ஒரு புத்தகம் படிக்கலாம். இரண்டாவதில் வாரம் ஒரு புத்தகம். மூன்றாவதில் மாதம் இரண்டு, நான்காவதில் மாதம் ஒன்று, இப்படி வாழ் நாளில் எவ்வளவு படிக்க முடியும், அவ்வளவுக்கு நம் சிந்தனை விரிவடையும். தேவை தாண்டி

ஏன் அதிகம் படிக்க வேண்டும்? நம் அறிவை வளர்த்துக்கொண்டு மற்றவர்களிடம் பாராட்டு வாங்கவா, இல்லவே இல்லை. வாசித்தல் அவ்வையிலிருந்து துவங்குகிறது. சுட்ட பழத்திலிருந்து பரவுகிறது. 'கற்றது கைம்மண்ணளவு' என்கிற அவரது சுட்டலில் பற்றி எறிகிறது.

ஒவ்வொரு நூலும் ஒரு உலகம். ஒவ்வொரு கதையும் ஒவ்வொரு பாடம். அடுத்தவர் அனுபவங்களில் இலவசமாகப் பாடம் படிக்க ஏதுவான களம் வாசித்தல். பிச்சை புகினும் கற்கை நன்றே என்னும் ஐயனின் கூற்று சற்றே மிகையாகப் பட்டாலும், செவிக்குணவு இல்லாத போது சிறிது வயிற்றுக்கும் ஈயப்படும் என்பது நமக்கான வாழ்வியல் செய்தி. வயிற்றைக் குறை, அறிவை நிறை. உடலும் மனமும் ஒரு சேர நலமாகும்.

கல்லூரிக் கல்வி முடிந்தவுடன் வாசிப்பதை நிறுத்தி விடுகிறோம். இப்போது உலக நடப்புக்காக தினசரி படிப்பது கூடக் குறைந்து விட்டது. தொலைக்காட்சி ஊடகங்களில் செய்தி பார்த்து விடுகிறோம். சொற்கள் குறைந்து போய்விட்டன, ஒரே வீட்டில் நான்கு பேரும் ஆளுக்கொரு கைபேசிக்குள் முகம் புதைத்து விட்டோம், உலகம் ஒரு திரையில் வசப்பட்டுவிட்டதாக இறுமாந்து உட்கார்ந்து விடுகிறோம், உண்மையில் நீங்கள் விரும்புவதை அது தராது, அது விரும்பியதை உங்களைப் பார்க்க வைக்கும், Search Engine Optimisation, Artificial Intelligence போன்று அதற்கென்றே வேலை பார்க்கப்படுகிறது. கூகுள் ஆண்டவர் போதும் என்கிற நினைப்பு இன்று பல பேரிடம் இருக்கிறது. அதையும் தாண்டி ஒவ்வொன்றிலும் நுட்பமான செய்திகள் இருக்கின்றன, வாசித்தல் மூலமாக மட்டுமே அதை உணர முடியும். சுவாசிக்க மறந்தாலும் வாசிக்க மறக்கக்கூடாது.

ஒவ்வொரு வீட்டிலும் ஒரு நூலகம், கனவுகளின் தொழிற்சாலை, மனத்துக்கள் பட்டாம்பூச்சி, வண்ணமான எண்ணங்கள், செயல் வடிவம் பெறும் அந்த எண்ணங்கள், உயர்வு தரும் அச்செயல்கள், செயல்கள் மூலம் ஏற்பட்ட உயரம், வானத்தில் சந்திப்போமா?

சுவாசம் நிற்கும் வரை வாசிப்போமா?

66

அமர், அக்பர், ஆண்டனி

மதம் கொண்ட யானை என்ன செய்யும்? காட்டை அழிக்கும். நல்ல மரங்களும், பயிர்களும், ஊடு பயிர்களும், விளைநிலமும் நிர்மூலமாகும். களைகள் எங்கேயும் முளைக்கும், திரும்ப முளைத்து விடும். ஆனால், ஆயிரம் காலத்துப் பயிர் திரும்ப முளைக்குமா?

1976ல் வெளிவந்த படம், 1986ல் அலங்கார் தியேட்டரில் பார்த்தேன். ஒரே தாயின் வயிற்றில் பிறந்த மூன்று பிள்ளைகள், விதி வசத்தால் பிரிந்து மூன்று வெவ்வேறு மதத்தவரிடம் வளரும் சகோதரர்கள். தங்களை அப்படிப் பிரிய வைத்தவர்களைப் பழி வாங்குவதுதான் கதை.

இன்று வரை அந்தக் கதை மறக்காமல் இருப்பதற்கு காரணம், மூன்று வெவ்வேறு நம்பிக்கைகளை ஒரே நேரத்தில் பார்க்கும் வாய்ப்பு. ஒவ்வொருவருக்கும் ஒரு நாயக கெத்து. வினோத் கன்னா, ரிஷி கபூர், அமிதாப் பச்சன் தனித்தனியே ஸ்கோர் பண்ண நிறைய ஸ்கோப் உள்ள படம். அவர்கள் எப்போது சந்திப்பார்கள்? சண்டை போடுவார்கள் என்பதை எல்லாம் தாண்டி எப்போது ஒன்று சேர்வார்கள் என்று மனம் எதிர்பார்க்கும். சேர்ந்தவுடன் ஒரு நிம்மதி வரும். எதிரிகள் இனி தோற்கடிப்படுவார்கள் என்பது தெரிந்துவிடும். இன்றும் கூட அந்தப் படம் நமக்கு ஏதோ சொல்லிக் கொண்டிருக்கிறது.

எனக்கு மதம் பற்றிய தேடலை உருவாக்கிய படம். அகண்ட இந்தியாவில் பிறந்த மதங்கள் என்று பார்த்தால் ஆசீவகம், புத்தம், சமணம், சீக்கியம், மற்றும் இந்து மதம். மதத் தலைவர் என்று பார்த்தால் கௌதம புத்தரும், சமண மற்றும் சீக்கிய குருமார்களும், இந்து மதத்துக்கென்று தனியாய் தலைவர்கள் இல்லை. சாக்தம் என்று ஆறு மதங்களை இணைத்த சங்கராச்சாரியாரைச் சொல்லலாம், மத நல்லிணக்கத்தை போதித்த வள்ளலாரையும், சாய்பாபாவையும் சொல்லலாம்.

இந்தியா, தனது வரலாற்றில் துன்புறுத்தப்பட்ட மதங்களைப் பின்பற்றுபவர்களுக்கு அடைக்கலம் கொடுத்திருக்கிறது. பாரம்பரியத்திற்குப் பிந்தைய காலத்தில், பாபிலோனியாவில்

சிறைபிடிக்கப்பட்ட எபிரேய யூதர்களுக்கும், ஏழாம் நூற்றாண்டில் சிரியா மீதான இஸ்லாமிய படையெடுப்பிலிருந்து தப்பி ஓடிய அராமிக் கிறிஸ்தவர்களுக்கும், 9ஆம் நூற்றாண்டில் முஸ்லீம் வெற்றியைத் தொடர்ந்து பெர்சியாவில் துன்புறுத்தலுக்குத் தப்பி ஓடிய பாரசீக ஜோராஸ்ட்ரியர்களுக்கும் சரணாலயம் வழங்கப்பட்டது. இதன் விளைவாக, உலகில் ஜோராஸ்ட்ரியனிசத்தை (அதாவது பார்சிகள் அல்லது ஈரானிகள்) பின்பற்றும் மக்கள்தொகையில் இந்தியா மிகப்பெரியது.

20 முதல் 21 ஆம் நூற்றாண்டுகளில், ரஷ்ய, பாரசீக மற்றும் ஆப்கானிய யூதர்கள், கிறிஸ்தவர்கள், ஜைனர்கள், சீக்கியர்கள், இந்துக்கள் மற்றும் அஹ்மதியாக்கள் பாகிஸ்தானில் துன்புறுத்தலுக்கு ஆளாகியவர்களுக்கு அடைக்கலம் வழங்கப்பட்டது. பங்களாதேஷில் இருந்து இந்துக்கள் மற்றும் புத்த மதத்தினர் ஆகியோருக்கு சரணாலயம் வழங்கப்பட்டது. தலாய் லாமா திபெத்தை விட்டு வெளியேறி, சீனாவின் ஆக்கிரமிப்பிற்குப் பிறகு இந்தியாவில் தஞ்சம் அடைந்தபோது, பல திபெத்தியர்கள் அவரைப் பின்பற்றி தொடர்ந்து இந்தியாவில் தஞ்சம் புகுந்தனர்.

மூச்சு வாங்குகிறதா, உலகில் துன்புறுத்துதல்களுக்கு ஆளான மதங்களைப் பின்பற்றுவோருக்கு அடைக்கலமாகத் திகழும் இந்தியா உலக நாடுகளுக்கு ஒரு முன்மாதிரிதான். இதன் மூலம் தெரிய வருவது என்னவென்றால்... ஒன்றுமில்லை.

எங்கே இந்தியாவின் மதச்சிக்கல் துவங்குகிறது, சிறு பான்மையினர், தன் மனம் போன போக்கில் பெரும்பான்மையினரை உரசும் போது ஒரு தீப்பொறி கிளம்பி உயிர் பெற்று, உயிர் குடிக்க அலைகிறது. அதை நீர்த்துப்போகச் செய்யும் ஆயுதம் அரசியல் அமைப்புச் சட்டத்தில் இருந்தும் அரசியல்வாதிகள் அந்தப் பொறியில் எண்ணெய் வார்க்கும்போது பற்றி எரிகிறது. இதன் நீட்சி இன்று அநேகமாக எல்லா வாட்ஸப் குழுமங்களையும் இந்த மதத் தீ பற்றி எரிகிறது. நட்பைச் சாம்பலாக்கி புதிய எதிரிகளை உருவாக்குகிறது.

காலையில் ஒலிக்கும் அல்லாஹூ அக்பரில் துவங்குகிறது மதப்பிறழ்வுகள் உச்சபட்ச டெஸிபலில் தூண்டிவிடப்பட்ட ஹாலலூயாக்கள் ஒருவித பயத்தை உண்டு செய்து விடுகின்றன. ஹைதராபாத் சார்மினார் பகுதிக்குப் போய் வந்தவர்களுக்கு விசா இல்லாமல் பாக்கிஸ்தானுக்குள் போய் வந்த அனுபவம் கிடைக்கும்.

எல்லா ஊரிலும் மசூதி கட்டிவிடவேண்டும் என்று துடிக்கும் இஸ்லாமியர்கள், டபுள் மேம்பாலங்களில் சென்றாலும் சிலுவை தெரிந்துவிட வேண்டும் என்று உயரத்தில் வளரும் சர்ச்சுகள், இது நம்ம ஊருடா என்கிற உணர்வை அடுத்த மதத்தவரிடமிருந்து அழித்து விடுகிறது என்பதை உணர்கிறார்களா?

மத மாற்றத்தை நீங்களும் செய்யுங்கள் எந்த சாதியில் போடுவீர்கள் என்கிற வீண் வாதம் எல்லாம் வேண்டாம். இன்று எல்லா மதத்திலும் சாதி இருக்கிறது.

ஆனால் எல்லா மதத்தவருக்கும் பொது எதிரி இருக்கிறது... அது வறுமை. சக ஒப்பீடு, ஏற்றத்தாழ்வுகள், பிரிவினை, கந்து வட்டி, சிலரிடம் மட்டும் ஒருங்கிணைந்துகொண்டிருக்கும் வர்த்தகம், மனப்பிறழ்வுகளால் வரும் பாலியல் சீண்டல்கள், பலாத்காரங்கள், சூறையாடப்படும் சிறுமிகள், மதங்களை எல்லாம் தூக்கி சாப்பிட்டுவிடும் ஹவாலாக்கள், சர்வதேச போதைக் கடத்தல், ராணுவத் தளவாட விற்பனைக்காகத் தூண்டிவிடப்படும் யுத்தங்கள், காடுகள் அழிப்பால் வரும் கொள்ளை நோய்கள், நம்மை அறியாமல் நம்மிடம் காசு எடுத்துவிடும் நவீன வர்த்தக பரிமாற்றம், அளவே இல்லாமல் நம்மிடமிருந்து சுரண்டும் டோல் கேட்டுகள், திரும்பிய பக்கமெல்லாம் சகட்டு மேனிக்கு வரிகள், நம்மிடமிருந்து எல்லா தகவலையும் சுரண்டிக் கொண்டு அரசாங்க வரிப்பணத்துக்கான செலவுகளின் வெளிப்படைத் தன்மை இன்மை, தேவையே இல்லாமல் சிலைகள், இவற்றை எல்லாம் நாம் ஒன்றாக எதிர்த்துவிடக் கூடாது என்றுதான் நம் பிரிவினைகள் பெரிதாக்கப் படுகின்றன.

விழித்துக்கொண்டு என்ன செய்யப்போகிறோம்? சக மனிதரிடம் அன்பை வெளிப்படுத்துவோம்... நம் பொது எதிரிக்கு எதிராகக் குரல் கொடுப்போம்.

அடுத்தவர்களைப் பாதிக்காத வரை மதங்கள் வெறும் வழிபாட்டு முறைதான். அவர்களுக்கு மனமாச்சர்யங்களை உணர்த்தும் போது அச்சமூட்டுவதாக மாறிவிடுகிறது.

நடு நிலையாளர்களை மதங்கள் கை கொண்டுவிடும் காலம் வெகுதூரத்தில் இல்லை. மக்கள் தான் பொறுப்புணர்ந்து அமர், அக்பர், ஆண்டனி போல் வாழ வேண்டும்.s

செய்வீர்களா?

67

கால்பந்து

மதுரா கோட்ஸ் மூலம் மதுரை ரேஸ்கோர்ஸில் நடைபெறும் கால்பந்து போட்டிதான் அந்தக் காலத்தில் மதுரையில் நடக்கும் ஒரே உள்நாட்டு விளையாட்டுப் போட்டி.

முதல் சுற்றிலேயே தமிழ் நாடு குழு வெளியேறிவிடும். கடைசி வரை போவது கிழக்கு பெங்கால், சல்கோகர் கோவா, டெம்போ கோவா, டாடா ஜாம்ஷெட்புர், மொகம்மடென் ஸ்போர்ட்டிங், ஜலந்தர் பஞ்சாப்.

இன்னும் நிறைய அணிகள், சீஸா கோவா, கேரளா, ஏர் இந்தியா, ரயில்வே, யுனைட்டட் பஞ்சாப், ரிஸர்வ் லைன் பஞ்சாப், வாஸ்கோ கோவா, ஹெச்.ஏ.எல், டெக்கான், அஸ்ஸாம், நார்த் ஈஸ்ட், மதுரா கோட்ஸ், ஜலந்தர் பஞ்சாப், ஆனால் ஒரே ஒரு வருத்தம் இந்தியாவின் தலை சிறந்த கால்பந்துக் குழுவான பெங்காலின் மோஹன் பகன் குழு மட்டும் ஏதோ காரணத்துக்காக மதுரைக்கு விளையாட வராது.

ஞாபக எல்லையின் விளிம்பில் சில குழுக்கள் மறந்து போயிருக்கும், மறதி தானே மனிதனின் வரம்.

அப்பா, அண்ணன்கள், மற்றும் அப்பாவின் நண்பர்களுடன் (ஈ மெர்க் சோமசேகர், ஹிமாலயா ஈஸ்வர மூர்த்தி, குஃபிக் பாஸ்கர், ஸ்டாஞென் (டாக்டர் ரெட்டிஸ்) சந்திரசேகர், எப்போதாவது ஹிமாலயா பார்த்தசாரதி) நான்கு மணிக்கு கடையிலிருந்து கிளம்பி கோரிப்பாளையம் விசாலம் காபியில் ஒரு டோஸ் காப்பி சாப்பிட்டு விட்டு ரேஸ்கோர்ஸ் மைதானத்துக்குள் நுழைந்தால் ஆரவாரமான கூட்டம். ஏற்கனவே வாங்கிய சீசன் டிக்கெட் கிழித்து உள்ளே மைதானத்துக்குள் உட்கார்ந்தால் ஒரு உற்சாகம் வரும் பாருங்கள்... இன்று வரை அதற்கு ஈடுயிணை இல்லை.

ஆர்ப்பரிக்கும் கூட்டத்துக்குள் உற்சாக பானங்கள் இல்லாமல் ஒரு மகிழ்ச்சி. தான் விரும்பிய குழு விளையாண்டால் ஒரு பதட்டம், வெற்றியை மட்டும் இலக்காகக் கொண்டு விளையாட்டை கவனிக்க மாட்டோம். வேறு குழுக்கள் விளையாண்டால் மட்டற்ற

மகிழ்ச்சி. விளையாட்டை அணு அணுவாக இரசிக்கலாம். ஹாக்கி விளையாட்டே என் ஆதர்சம் என்றாலும் நான் கால்பந்து இரசிகன், இன்று வரை யூரோவையும், உலகக் கோப்பை கால்பந்தையும் மட்டுமே இரசிக்கும் இரசிகன்.

கால்பந்து ஒரு குழு விளையாட்டு. கிரிக்கெட் போலில்லாமல் இங்கு நாயகக் கொண்டாடுதல்கள் இருக்காது. பல ஆட்டங்கள் இன்னும் என் கண்ணுக்குள்ளேயே இருக்கிறது. Under dogs என்று தாழ்த்தப்பட்ட ஒரு குழு சீஸா கோவா, லீக் ஆட்டத்தில் ஒரு தற்காப்பு ஆட்டக்காரர் (எண்4) மிகப் பிரமாதமாக ஆடி மிகப்பிரமாதமாக ஆடக்கூடிய ஜலந்தரை ஒரு கோல்கூட போட விடாமல் தடுத்து, கூடுதல் நேரத்தில் தற்காப்பிலிருந்து தனி ஆளாக ஓடி ஒரு கோல் போட்டு ஆட்டத்தை வென்றார். நாற்பது வருடங்களுக்கு முன் நடந்த கால் பந்தாட்டம் இன்றுவரை மறக்க முடியாத ஆட்டம்.

அதற்குப்பின் ஒரு ஆட்டத்தில்கூட தோற்காமல் இறுதி ஆட்டத்துக்கு வந்தது. எல்லோருடைய விருப்பமான டெம்போ கோவாவுடனான இறுதி ஆட்டத்திலும் அந்த நாலாம் எண் ஆட்டக்காரர் ஒரு கோல் கூடப் போட விடவில்லை. அவர் பெயர் ரெகோ என்று நினைக்கிறேன். ஆட்டம் வெற்றி தோல்வி இன்றி முடிந்தது. இரு அணிகளுக்கும் கோப்பை பகிர்ந்து அளிக்கப்பட்டது. முதல் ஆறு மாதம் ஒரு அணிக்கும், அடுத்த ஆறு மாதம் இன்னொரு அணிக்கும், முதல் அணிக்கு டாஸ் போடப்பட்டது. வென்றது யாரேன்று நினைக்கிறீர்கள் சீஸா கோவா தான். எல்லோரும் அதிர்ஷ்டம் என்றார்கள். ஆரம்ப காலங்களில் தடுமாறிக்கொண்டிருந்த ஒரு அணியில் அந்த ஒருவருடைய உழைப்பு எல்லோரையும் உற்சாகப்படுத்திய விடாமுயற்சி என்றேன் நான். நாம் கூட இப்படி வெற்றிக்கு உழைக்கும் தனியாளாக இருந்தால் காலம் கடந்தும் நம் பெயர் விளங்கும்.

இப்படித்தான் தாப்பா என்று ஒரு அசாம் ஆட்டக்காரர், பார்க்கும் எல்லோருக்கும் செல்லப் பிள்ளை. பந்து எங்கிருக்கிறதோ அங்கு அவர் இருப்பார். பறந்து பறந்து ஆடுவார். முழு கோல் போஸ்ட்டுக்கும் குதித்தாடும் பஞ்சாப் கோலியை இன்று வரை மறக்க முடியாது. இப்படி பல ஆட்டக்காரர்களை சொல்லிக்கொண்டே போகலாம்.

ஆட்டத்தில் தோற்கலாம், வெல்லலாம். ஆனால், ஆடித் தோற்க வேண்டும். தோற்கப்போகிறோம் என்று தெரிந்தே கூட விளையாடித் தோற்க வேண்டும். சீஸா கோவா போல வெற்றிக்கான வாய்ப்புகூட வரலாம். கால்பந்து இன்றுவரை எனக்குப் பாடம் சொல்லிக்கொண்டே இருக்கிறது.

●

68

கமலம் அம்மா

பல ஆசிரியர்களைக் கடந்து வருகிறோம். சில ஆசிரியர்கள் மனதில் தங்கிவிடுவார்கள், ஏனென்று தெரியாது. அது நமக்கு மதிப்பெண் குறைத்துப் போட்ட ஆசிரியர்களாகக்கூட இருக்கலாம். நம்மைப் பிடிக்காத ஆசிரியர்களாய்க்கூட இருக்கலாம். நமக்குப் பிடித்த பாடத்தின் ஆசிரியராகக்கூட இருக்கலாம். அப்படி தமிழ் ஆசிரியராய் வந்தவர் கமலம் அம்மா. தமிழ் ஆசிரியைகளை அம்மா என்றழைக்கும் பழக்கம் அப்போது இருந்தது. காரணப் பெயரும்கூட.

மதிப்பெண்ணுக்காக இந்தி, சம்ஸ்கிருதம், பிரெஞ்சு என்று எடுக்காமல் தமிழ் பால் இருந்த பற்றால் தமிழையே இரண்டு மொழித்திட்டத்தில் தேர்வு செய்த மிகச்சிலரில் நானும் ஒருவன். பெற்றோரின் தலையீடுகள் நம் படிப்பில் இல்லாத தங்க காலத்தில் பிறந்தது வரம்.

சராசரியாக இருப்பதில் ஒரு நிம்மதி இருக்கிறது. நம்மை வகுப்பில் அதிகம் கேள்வி கேட்க மாட்டார்கள். கவனப்படுத்த மாட்டார்கள், நாம் உண்டு நம் வேலை உண்டு என்று நம் வேலையில் கவனம் செலுத்தலாம். விகடனில் வாராவாரம் ஒரு கவிதைப்போட்டி... புகைப்படம் பார்த்து கவிதை எழுத வேண்டும். வாராவாரம் நண்பர் ரமேஷும் நானும் எழுதி அனுப்புவோம். ஒரு முறை கூட பரிசு வென்றதில்லை. ஆனால், எழுதிக்கொண்டே இருப்போம். எங்கள் இலக்கு கவிதை எழுதுவது மட்டுமே, வெற்றி பெறுவதல்ல.

வகுப்பிலும் திடீர் கவிதைப் போட்டி நடத்தினார்கள். எங்களிடம் தான் நிறைய கவிதைகள் இருந்ததே, அதில் ஒன்றை எடுத்துவிட்டோம்... முதல் பரிசு ரமேசுக்கு! இரண்டாம் பரிசு எனக்கு!! கமலம் அம்மாவின் கவனம் எங்கள் மேல் விழுந்தது. அடிக்கடி பேச ஆரம்பித்தார். எங்கள் கவிதைகளைப் படிக்கத் துவங்கினார். கவிதையின் தேவையைச் சொன்னார். கவிதையின் பகுப்புகள், வகைகள், கட்டமைப்பு கற்றுக்கொடுத்தார்.

செய்யுளுக்கும் கவிதைக்குமான வேறுபாடு எடுத்துரைத்தார். மரபுக்கவிதைக்கும் புதுக்கவிதைக்குமான விதி விரிவுரைத்தார், எழுதியதில் திருத்தம் சொன்னார். நல்ல புத்தகங்கள் பரிந்துரைத்தார். உண்மையாகத் தமிழ் படிக்கத் துவங்கினோம். சராசரியிலிருந்து முதன்மை மாணவர்களானது தமிழ் வகுப்பில்தான்.

எங்கள் கவிதைகள் அழகானது, வாழ்வும் கூட.

பின்னாளில் மேற்படிப்பு, பொருள் தேடல் என்று எங்களைக் காலம் பந்தாடினாலும், எப்போதெல்லாம் என் தமிழ் உயர்வு பெறுகிறதோ அப்போதெல்லாம் என்னைத் தொடர்புகொண்டு பாராட்டுவார், ஊக்கப்படுத்துவார். அப்படித்தான் விகடனில் நான் மாணவப் பத்திரிகையாளராகச் சேர்ந்தபோது வீட்டுக்கு அழைத்து விருந்தளித்து இரு நூறு ரூபாய் அன்பளிப்பு வழங்கினார். இன்று வரை அதைச் செலவழிக்க மனமில்லாமல் வங்கிப் பெட்டகத்தில் ஒளித்து வைத்திருக்கிறேன். குருவிடம் இருந்து வருகின்ற பரிசுகள் செலவழிப்பதற்காக அல்ல, போற்றிப் பாதுகாப்பதற்காக. அதற்கான தேவை வேறு.

எப்போது வாழ்வில் தோல்வியுற்றாலும் எனக்கு ஆறுதல் தருவது அந்த நூறு ரூபாய் நோட்டுக்கள்தான். திறமை ஒரு போதும் தோற்பதில்லை, தள்ளி வைக்கப்படுகிறது. இன்னும் உயர்ந்த வெற்றி பெறுவதற்காக.

●

69

வள்ளி திருமணம்

ஆடல், பாடல் நிகழ்ச்சி என்பது கிராமங்களின் ஒரே கேளிக்கை.

கடற்கரை, சினிமா, மால், கேளிக்கை விடுதிகள் போன்ற எந்த பொழுதுபோக்கு அம்சங்களும் இல்லாததால் கிராமங்கள் எப்போதும் கேளிக்கைக்கு ஏங்குபவை. எங்கள் வலையபட்டியும் அப்படி ஒரு வானம் பார்த்த கந்தக பூமி.

ஆடல் பாடல் நிகழ்வு என்பது கரகாட்டம், ஒயிலாட்டம், மயிலாட்டம், பாவைக்கூத்து, பொம்மலாட்டம், பொய்க்கால் குதிரை, கடைசியாக வள்ளி திருமணம் நாடகம், வசூலுக்கு ஏற்ப நிகழ்ச்சி நிரல் முடிவாகும் ஆனால், வள்ளி திருமணம் கண்டிப்பாக இருக்கும்.

காடுகளின், கிராமங்களின் குறியீடாக வள்ளியையும், அந்த மக்களின் மீட்பராக முருகனையும் வைத்து உலவி வந்த கதை தான் வள்ளி திருமணம். தினைப்புனம் (அல்லது தினை புனம்) காக்க வேட்டுவனின் மகள் வள்ளி அமர்த்தப்பட, அங்கு வந்த நாரதர் வள்ளியின் அழகை கந்தனிடம் எடுத்துரைக்க, அவர் வந்து வள்ளியை வம்பிழுத்து, அண்ணன் தயவில் மணம் முடித்து தெய்வானையிடம் மாட்டிக்கொண்டு தப்பிப்பதுதான் வள்ளித் திருமணம். ஊருக்கு ஊர் கதைகள் சற்று மாறுபடும். தமிழ் குடிகளின் ஆதிமனிதன் முருகன் என்பதால், அவனை விதவிதமாகக் கொண்டாட இதுவும் ஒரு வழிமுறை.

எல்லா ஆட்டங்களும் முடிந்து கரகாட்டம் வரும்போதே இருட்டி விடும். சிறுசுகள் எதிர்பார்ப்போடும், பெருசுகள் எல்லாம் இறுமாப்போடும் காணும் கரகாட்டம் முடிய பதினொரு மணியாகி அதற்கு அப்புறம் மேடை விளக்கு போட்டு நாடகம் துவங்கும். வீட்டுப் பெண்கள் எல்லாம் இரவு உணவு முடித்து கடை கட்டி வந்து உட்காருவதற்கு சரியாக இருக்கும்.

அடவு என்று சொல்லப்படும் ஆடைகட்டி அரிதாரம் பூசி வள்ளியை அறிமுகம் செய்யும்போது பன்னிரண்டாகும். சில பாட்டுகள் புரியாது, சிலக் கோர்வையாக இருக்காது. மிக்ஸர், கிராம்ஃபிட்டி, ஆம்ப்ளிஃபையர், பிஏசி என எந்த மின்சாதனங்களும் இல்லாமல் கலர் பேப்பர் கட்டிய பல்புகளை மேடையில் கட்டி நாடகத்தின் மனநிலையை நம்முள் ஏற்றி விடுவார்கள். பிள்ளையார் வந்து பயமுறுத்தும் காட்சிகள் கிச்சு கிச்சு மூட்டும். முருகன் வந்தவுடன் எதிர்பார்ப்பு எகிறும். சாமான்யரான அவர் குலசாமி லெவலுக்கு மெனக்கெட வேண்டி இருக்கும். குதித்து குதித்து வள்ளியை நம்ப வைத்து கைப்பிடித்தவுடன் நிறையும்.

மக்கள் நிறைவோடு வீட்டுக்குப் போகலாம். அதிகாலை இரண்டு மூன்று மணிக்கு முடியும்போது தூக்கம் போயிருக்கும். நடிகர்களின் வாழ்வியல் ஆச்சரியமாக இருந்தது. இரசிக்க வைத்து மகிழ்வித்து வாழ வைத்து வாழ்வது ஒரு வரம்.

மறுநாள் காலை இயற்கைக்கு ஒதுங்க கழுதைவெறி என்று ஒரு பொட்டல் உண்டு. பாறைகள் நிறைந்த காயாம் பொட்டல், ஒதுங்கிய இடத்தில் ஒரு குடும்ப சண்டை... வெட்டுப்பழி குத்துப் பழி லெவலுக்கு சண்டை. இருவரையும் எங்கோ பார்த்தது போலிருந்தது. என்ன சண்டை என்று புரியவில்லை. காசு, மனசு, ராசி என்று என்னென்னவோ காதில் விழுந்தது. சராசரி மனித வாழ்வை விட மிகவும் தாழ்ந்த நிலையில் இருந்தது அந்த சண்டை. வெகு நேரம் கழித்து புரிந்தது அந்த இரண்டு பேர் வள்ளியும் முருகனும் என்று. இல்லற வாழ்வியல் சண்டைகளில் கடவுளர்களும் தப்பிப்பதில்லை.

நம் வாழ்வியலை விட பாதாளத்தில் இருந்தது அவர்களின் பாடு. இன்று, அதை விட மோசமாயிருக்கும். ஊடகம் நம் விரல்களில் உருள்கையில் அவர்கள் அநேகமாகக் காணாமல் போயிருப்பார்கள். மண்குவித்து இயற்கையோடு இரத்தமும் சதையுமான சக மனிதர்களை மேடையில் காணும் அனுபவம் நம் சந்ததியினருக்கு இருக்காது.

போகட்டும்... மாற்றங்கள்தான் இயற்கையின் சாரம். அவர்கள் முன்னேறாமல் அழிந்துபோனதற்கு நாமும் ஒரு காரணமோ?! கலைகளை அரசுடைமையாக்கி வளர்த்திருக்க வேண்டாமா? ஆண்டு தோறும் அந்தந்தக் கலைகளுக்கு போட்டிகள் நடத்தி

உயிர்ப்புடன் வைத்திருக்க வேண்டாமா? ஒவ்வொரு கலைஞனும் தன்னை புதுமைப்படுத்தி தகுதிப்படுத்திக் கொண்டிருக்க வேண்டாமா?

அரசு மட்டும் என்ன செய்யும், கலைகளுக்கு அர்ப்பணித்து தன்னை உயர்வாக எண்ணிக்கொண்டு புதுமைகளைத் தேடாமல் அஸ்தமனமான கலைஞர்களை என்னவென்று சொல்ல! கலை ஒரு போதை என்று புரிந்தது. அடவு கட்டும் அவர்களுக்கு அளவு தெரியாமல் போனது விந்தை.

ஒரு போதும் எது ஒன்றிலும் லயித்திருக்கக் கூடாதென்று முடிவு செய்தது அன்றுதான்.

70
குறளி வித்தை

மதுரை அபிராமி தியேட்டர் வாசல் மட்டுமல்லாமல் நிறைய திரையரங்க வாசல்களில் ஒரு குழு இருக்கும். சீட்டு அல்லது பகடை போட்டு வித்தை காட்டுவார்கள். மூணு சீட்டு உங்களுக்கு தெரியும். இன்னொன்று பகடை விளையாட்டு. மூன்று போனி (தம்ளர்) வைத்து பகடையை உள்ளே வைத்து உருட்டுவார்கள், கீழே பகடையைப் போட்டு தம்ளர்களை மாற்றி அதன் மேல் வைப்பார்கள். கடைசியாக நிறுத்தும்போது எந்த தம்ளருக்கு உள்ளே பகடை இருக்கிறது என்று நாம் கண்டு பிடிக்க வேண்டும். சரியாக இருந்தால் பெட் கட்டிய பணத்தை இரட்டிப்பாக திருப்பிக் கொடுப்பார்கள்... தவறாக இருந்தால் பணம் அம்போ!

சிறுவனாக டிக்கெட் கவுண்டரில் நின்ற எனக்கு, வேகமாக உருட்டப்படும் பகடை புரிந்தது. பணம் வைக்காமலேயே அடையாளம் சொன்னேன். ஆச்சரியமாகப் பார்த்தவன், இந்தா தம்பி பத்து ரூபாய் என்றான். நுழைவுச் சீட்டே ஒரு ரூபாய்தான், கையில் இப்போது பதினைந்து ரூபாய் இருந்தது. வாங்க தம்பி விளையாடலாம் என்றான். மதியம் ஒருவர்கூட போனி பண்ணாததால், என்னிடம் பணம் இழக்க தயாரானான். ஒரு பக்கம் அடித்து கிடித்து விடுவார்களா என்ற பயம். இன்னொரு பக்கம் மதுரை கெத்து, போனால் பத்து ரூபாய்தானே. அதுவும் நம் பணம் இல்லை, தைரியமாக தரையில் உட்கார்ந்தேன்.

ஐந்து ரவுண்டு நான் சொன்னதெல்லாம் சரியாக இருந்தது, கஜானா நிறைய ஆரம்பித்தது. சுற்றி இருந்தவர்கள் எல்லாம் போட்டியை கவனிக்கத் துவங்கினர். போதை தலைக்கேறியது, மிகக் கவனமாக ஆட்டத்தைப் போட்டேன். ஆறாவது சுற்றில் நான் கவனித்த தம்ளரில் பகடை இல்லை. எனக்கு நன்றாகத் தெரிந்தது, அங்கே தான் இருக்க வேண்டும். ஆனால் இல்லை! சண்டை போட முடியாது. இது வரை நான் வெற்றி பெற்றது தவறு என்றாகிவிடும். ஏழு எட்டில் மீண்டும் சறுக்கல். என்னவோ நடப்பது புரிந்தது.

ஒன்பதில் மீண்டும் வெற்றி. மெல்ல விளையாட்டு புரிந்தது, விட்ட இடத்தில்தான் காசு எடுக்க வேண்டும். பத்தில் என்னிடம் இருந்த காசு முழுவதையும் கட்டி மொத்தமாகத் தொலைத்தேன். விளையாட்டு நன்றாகப் புரிந்தது.

டிரவுசர் பாக்கெட்டில் இருந்த மொத்த பணமும் காலி. வீட்டில் சொன்னால் உதை விழும். படம் பார்க்காமல் சீக்கிரம் வீட்டுக்குப் போனால் ஏன் என்று கேட்பார்கள். உண்மை முழுவதும் சொல்ல வேண்டியிருக்கும். அமைதியாக தெப்பக்குளத்தில் வெயிலில் காய்ந்தேன். வெய்யில் என்னைச் சுட்டெரித்திருக்க வேண்டும். ஆனால், அந்த வெயில் மெல்ல ஒரு பாடம் சொன்னது... 'இனி ஒருபோதும் சூதாட்டம் ஆடக்கூடாது!'

'நல்ல மாட்டுக்கு ஒரு சூடு' என்பார் அம்மா. அன்றிலிருந்து இன்று வரை எந்த சூதாட்டமும் விளையாண்டதில்லை. மல்டி லெவெல் மார்க்கெட்டிங், தங்க முட்டை, ரமேஷ் கார்ஸ், அதிக வட்டி அய்யாசாமிகள், வான்கோழி, தேயிலைத் தோட்டம், தேக்கு மர வளர்ப்பு, காசுச் சீட்டு என்று தமிழ்நாட்டைப் பாதித்த ஒரு பேராசைத் திட்டம்கூட என்னைத் தூண்டியதில்லை. இன்று வரை கடன் அட்டைகூட வங்கியில் வாங்கியதில்லை (சரியாகக் கட்டாவிட்டால் அதுகூட சூதாட்டம்தான்).

சதுரங்க வேட்டை எப்போதும் எங்காவது நடந்து கொண்டேதான் இருக்கிறது. ஏமாறுபவர்கள் இருக்கும் வரை தான் ஏமாற்ற முடியும். நாம் ஏமாளிகள் அல்ல. மனமுவந்து மற்றவர்களுக்கு உதவுபவர்கள் ஒரு போதும் ஏமாறக்கூடாது, ஏமாறாமல் இருப்பதுகூட ஒரு வாழ்வியல் தகுதிதான்.

71
தேடல்

இலக்கில்லாமல் சுற்றிக்கொண்டு திரியும் விடலைகளைப் பார்த்திருக்கிறீர்களா?

அவர்களை ஏதோவொரு விசை நகர்த்திக்கொண்டே போகிறது. நாம் கூட இப்படி இலக்கில்லாமல் சுற்றி இருக்கிறோம். நம் வழி எது என்று மனம் முழுவதும் ஆசைகளோடு அலைந்து திரிந்து இன்று வரை கண்டுபிடிக்கப்படாமல்.

இப்போதும் கூட நமக்கு எது வேண்டும் என்று தெரியாமல் குடும்பத்தைக் காப்பாற்ற பிடிக்காத வேலைகளை செய்து கொண்டு, அறியாத கடன்களை வாங்கிக் கொண்டு, கேளிக்கை என்ற பெயரில் ஊர் சுற்றி, வேக உணவு என்று வேகவைக்காத உணவுண்டு, சமூக வலை தளங்களை கட்டை விரலால் மேல் நோக்கித் தள்ளிக்கொண்டு, நுகர்வு கலாசாரத்தில் மூழ்கிக் கிடக்கிறோம்.

'இக்கிகை' (Ikigai) என்றொரு ஜப்பானிய தத்துவம். நமக்கு எது பிடிக்கும் என்று இந்த பிரபஞ்சத்தில் தேடிப் பிடித்து அதை செய்து இந்த அண்டத்தோடு கலந்துவிடுவது. அதைச் செய்யும்போது நாம் வேலை செய்வதாகவே தெரியாது. அப்படி ஒரு வேலையை நாம் தேடிக்கொண்டே இருக்கிறோம். அப்படிப் பிடிக்கிற வேலை செய்தால் அது வேலை செய்வதாகாது, இயல்பாய் வாழ்வதாய் ஆகும்.

அந்த ஒரு தேடலைத்தான் நாம் செய்ய வேண்டும். நாம் ஏதோ தேடிக்கொண்டிருக்கும்போது இயற்கை நமக்கு ஏதோ தரும். அது இயக்க சக்தி, பிரபஞ்சத்தின் விசை, நம்மை எங்கோ நகர்த்திச் செல்ல எத்தனிக்கும். நம் இலக்கையும் இழக்காமல் மெல்ல அந்த விசையின் பால் பயணப்பட்டால் எண்ணற்ற ஆச்சரியங்கள் நிறைந்திருக்கும். அந்த உலகம் நமக்கு அள்ளித் தரும். இலக்கும் முக்கியம், இயற்கையும் முக்கியம்.

விடலைகள் இலக்கில்லாமல் சுற்றிக்கொண்டே இருக்கட்டும். எங்கோ ஒரு புள்ளியில் அவர்களுக்கான தேவையைக் கண்டுபிடிப்பார்கள்.

உங்களுக்கு அந்த திசை தெரியும் வரை
* உங்கள் பலம் என்ன?
* உலகத்தில் உங்களால் செய்ய முடிவது என்ன?
* உங்களுக்கு எது பிடிக்கும்? என்று கண்டு பிடியுங்கள்.

அப்படிப் பிடித்ததை செய்யுங்கள், 24 மணி நேரமும்.

(உடனே எனக்கு போதை பிடிக்கும் என்று கிளம்பி விடக் கூடாது. உண்மையில் போதைக்குத்தான் உங்களைப் பிடிக்கிறது. விட மாட்டேன் என்கிறது.

நானா, போதையா எது பெரியது என்று உங்களையே கேளுங்கள். உங்களை விரும்புவர்களாக நீங்கள் இருந்தால் நிச்சயம் உங்களைத் தான் தேர்ந்தெடுப்பீர்கள்)

உங்களுடைய தேடல் இசையாக இருக்கலாம், தொழிலாக இருக்கலாம், புகழாக இருக்கலாம், ஓவியமாக இருக்கலாம், கலையாக இருக்கலாம், புகைப்படத்துறையாக இருக்கலாம், ஊடகத்துறையாக இருக்கலாம் எதுவாக இருந்தாலும் அதில் வெற்றி பெறவேண்டும் என்று விரும்புங்கள். உங்களைத் தோற்கடிக்க ஒரு கும்பல் கிளம்பும். அவர்களோடு ஊடாடிக்கொண்டே உங்கள் விருப்பத்தை ஆர்வத்தோடு, வெறியோடு செய்யுங்கள். உங்கள் மேடைக்கு அவர்கள் கைதட்டக் காத்திருப்பார்கள்.

என்னுடைய தேடல் வாசிப்பு, எழுத்து, என்னுடைய ஒரு பதிவு உங்களுக்குப் பயனுள்ளதாக இருக்கலாம் அல்லது ஒரு பத்தி, ஒரு வரி, ஒரு வார்த்தை பயனுள்ளதாக இருந்தால் அது போதும். என்னுடைய தேடல் வெற்றி பெற்றதாய் அர்த்தம்.

தேடல் மட்டும்தான் வாழ்வின் சாரம். மற்றவை எல்லாம் வீணடித்த நேரம்.

உங்களுடைய தேடல் என்ன?

72

அண்ணாமலை

பேரச் சொன்ன உடனே சும்மா அதிருதில்ல இது ரஜினி பட டயலாக் இல்லை. உண்மையிலேயே இந்தப் பேரைச் சொன்னாலே அதிரும். அது திருவண்ணாமலையில் வீற்றிருக்கும் சிவபெருமானின் திரு நாமம். மாதந்தோறும் கிரிவலம் வருபவர்களுக்கு அந்தப் பேரச் சொன்னாலே அதிரும்.

சிவபெருமானின் அடியைத் தேடி திருமாலும், முடியைத் தேடி பிரம்மாவும் போன கதை எல்லோருக்கும் தெரியும். அடி காண முடியாத திருமாலுக்கும், முடி பார்த்ததாய் பொய் சொன்ன பிரம்மாவுக்கும், அந்தப் பொய்க்கு உதவி, அதனாலேயே இனி வழிபாட்டுக்கு ஆகாதென சபிக்கப்பட்ட தாழம்பூவுக்கும் ஒன்றாக வழிபாட்டுப் பரிகாரம் தந்த இடம் திருவண்ணாமலை. நினைத்தாலே முக்தி தரும் திருவண்ணாமலை என்பது எங்கள் சைவர்களின் நம்பிக்கை.

பக்திக்கு ஆட்படும் சிவ பக்தர்களுக்கு, சிவ வழிபாடு செய்யும் போது மனம் ஒரு தியான நிலைக்குப்போகும், லயம் வயப்படும். ஆழ் நிலை அமைதி பெரும், அன்பு சுயமாகும், அண்ணாமலை நாமாவோம்.

நான் சொல்ல வந்தது அதுவல்ல.

இன்னொரு குரூப் இருக்கு. அதுக்கும் இந்தப் பேரச் சொன்னாலே அதிரும். உடம்பெல்லாம் முறுக்கெடுக்கும். தன்னாலே உற்சாகம் வரும். சோர்வெல்லாம் ஓடிவிடும், ஆயிரம் யானை பலம் வரும். அந்தக் கூட்டத்தில் இன்று வரை பல அமைச்சர்கள் இருக்கிறார்கள். தொழிலதிபர்கள், அதிகாரிகள், ஆட்சியர்கள், உயர் மட்ட அரசு அதிகாரிகள், கல்வியாளர்கள், நிகர் நிலை பல்கலைக்கழக அதிபர்கள், அயல் நாட்டு அதிகாரப் பணிகள், சாதாரணர்கள். ஆனால், அன்புக்குரிய நண்பர்கள் என்று அவ்வளவு பேரும் இருக்கிறார்கள். என்னைப் போன்ற எழுத்தைச் சுற்றி எழுந்து நிற்கும் கலைஞர்களும் இருக்கிறார்கள். அது எங்கள்

அண்ணாமலைப் பல்கலைக் கழகத்தில் படித்த ஒரு கூட்டம். அதிலும் பொறியியல் புலம் தொன்மை வாய்ந்தது, அதிக நெருக்கம் கொண்டது.

படித்தப் பள்ளி, கல்லூரி, இதெல்லாம் மனதுக்கு நெருக்கமானது தானே, இதிலென்ன சிறப்பு? அவரவர் படித்த கல்வி நிறுவனங்கள் அவரவருக்கு உசத்தி என்று நீங்கள் சொன்னாலும், மனைவியையே எதிர்த்துக் கொண்டு ஒரு நண்பர் கூட்டத்துக்குப் போக முடியும் என்றால் அது அண்ணாமலை முன்னாள் மாணவர் கூட்டத்துக்குத்தான். உங்களால் அதை நிச்சயம் செய்ய முடியாது. அந்தத் தைரியம்தான் எல்லாத் தைரியங்களைவிடப் பெரியது(!) மற்ற தைரியங்களைப்பற்றிக் கேட்கவே வேண்டாம்.

இப்படி நான் மட்டும் அல்ல, அண்ணாமலையில் யார் படித்திருந்தாலும் அவரிடம் கேட்டுப் பாருங்கள். பெருமை பேசித்தான் பேச்சையே துவங்குவார். ஏன் அப்படி என்று பல நாள் யோசித்திருக்கிறேன். விடை இன்று வரை தெரியவில்லை. ஓரளவு அனுமானித்திருக்கிறேன். அது, எல்லோருக்கும் கல்வி மட்டும் கொடுக்கும் கல்லூரிகளுக்கு மத்தியில் வாழ்தல் பற்றி கல்வி கொடுத்த அந்தச் சூழல் தான் என்று.

எங்கும் பொறியியல் படிக்க இடம் கிடைக்காதச் சூழல். காசு கொடுக்காமல் அதுவும் பொறியியல் மட்டுமே படிப்பேன் என்கிற பிடிவாதம், உலகின் எல்லாப் பாதைகளும் அடைக்கப்பட்டு போவதற்கு வழி தெரியாமல் நிற்கும் போது ஒரு கதவு மட்டும் திறந்தால் எப்படி ஒரு குதூகலம் வரும். அப்படி அண்ணாமலைப் பல்கலைக் கழகத்தின் மூன்றாவது பட்டியலில் என் பெயர் வந்தது. உலகை வெற்றி கொண்டது போல ஒரு பிரமிப்பு. பெட்டி படுக்கையைக் கட்டிக் கொண்டு புறப்பட்டு விட்டேன். போன பின் தான் தெரிந்தது இன்னும் ஒரு மாதம் கழித்துத்தான் பாடங்கள் துவங்கும் என்று, என்னைப் போன்ற கல்வி அனாமதேயங்கள் பலருக்கு வாய்ப்பு தந்து கை தூக்கிவிட்டு வாழ்வு தந்தது அண்ணாமலைதான்.

வாழ்க்கையில் டைம் மெஷினில் ஏறி வாழ்க்கையின் ஏதாவது ஒரு பகுதிக்குத் திரும்பச் செல்லமுடியும் என்றால், அண்ணாமலையில் பொறியியல் படித்த அந்த நான்கு வருடங்களுக்குத் தான் செல்வேன்.

ஏன்?

எனக்கு உயிர் தந்தது பெற்றோர், பெயர் தந்தது குடும்பம், உலகு காட்டியது சுற்றம், சிறகுகள் தந்தது உடன் வாழ்ந்தோர் சிலர், வாழ்வு தந்தது தொழில், நிகழ்வு தந்தது மனைவி, நிறைவு தந்தது குழந்தைகள், ஆனால் இவை எல்லாவற்றிற்கும் உணர்வு தந்தது அண்ணாமலைப் பல்கலைக்கழகம்தான். என்னை நானாக உணர்ந்து கொண்டது அந்த நான்கு வருடங்களில் தான்.

Pushing yourself from you என்பார்கள் ஆங்கிலத்தில். உன்னை நீயே வெற்றி கொள். உன்னால் என்ன முடியுமோ அதைத்தாண்டி முயற்சி செய். உன் இலக்கைத் தாண்டி சாதனை செய். முடிந்த பின் அடுத்து, அடுத்த இலக்கை நிர்ணயம் செய். அதையும் தாண்டி சாதனை செய். உன் சாதனைகளை நீயே முறியடி. உயரே உயரே பற என்று சொல்லிக் கொடுத்தது அண்ணாமலை இது சிதம்பரத்தின் கல்விக்கூடம்.

பறத்தலின் இன்பம் இணை பறவைகளிடம் இருக்கிறது. அப்படி பல நட்புப் பறவைகளை அடையாளம் காட்டியதும் இந்த அண்ணாமலை தான். புவி ஈர்ப்பு விசை தாண்டிப் பறக்கச்சொல்லிக் கொடுத்ததும் அண்ணாமலை தான்.

ரஜினி பட டயலாக் ஒன்று ஞாபகம் வருகிறது, "மலடா... அண்ணாமலடா!"

வானம்தான் எல்லை... மேகம் தாண்டி பறப்போம்..!

●

ஆவிச்சி

73
முல்லை இல்லம்

வாழ்க்கையை நான்கு பாகங்களாகப் பிரிக்கலாம், பால்யம், இளமை, வளர், முதுமை, இந்தப் பருவங்கள் ஒவ்வொன்றிலும் பல அனுபவங்கள் வாய்க்கும். புதிய செய்திகள் தெரிய வரும், உடல் மாற்றங்கள் வரும், வேதியியல் மாற்றங்கள் வரும், ஒவ்வொன்றில் காதல் வரும் (அந்தக் காதல் அல்ல) ஒவ்வொன்றில் ஈர்ப்பு வரும், முதல் பருவத்தில் நல்லதென்று தோன்றியது. பின் பருவங்களில் முக்கியமானதாகத் தோன்றாது, தேவையில்லை என்று நினைத்த பல கருத்துக்கள் உயிர் பெறும். வேண்டாம் என்று சொன்னது தேவைப்படும், தேவை எனப்பட்டது தேவையில்லாமல் மூலையில் கிடக்கும், மூளையைக் கடக்கும்.

வாழ்வின் ருசியே அதுதான். அந்த முரண்களை எண்ணிப் பார்த்துக் கொண்டாடுவதுதான் வாழ்வே, வளர்தல் என்பதே அது தான். இயற்கையின் சீரிய பணிகளில் முக்கியமானதும் கூட.

அப்படித்தான் அண்ணாமலை பல்கலைக்கழகம் ஒரு புதிய உலகத்தை எனக்கு அறிமுகப்படுத்தியது. அம்மாவின் அரவணைப்பில் மட்டும் வாழ்ந்த பதின் வயதுகளைக் கடந்து கல்லூரிப் படிக்கட்டில் கால் வைக்கும் போது இளமைப்பருவம் எட்டிப் பார்க்கும். விடுதி வாழ்க்கை, மெல்லத் தரையை விட்டு பறந்து பறந்து பார்க்கலாம் என்று மனது குதியாட்டம் போடும், குடும்பத்தில் அதீத கவனம் இருக்காது, தன் வயத்தில் செயல்படும் வாய்ப்பு, முடிவெடுத்தல் சுயமாக செய்ய முடியும் போது ஒரு கெத்து, இது என் வாழ்க்கைடா என்று தோன்றும்.

எல்லாம் ஒரு வாரம் தான். வார இறுதியில் மதுரைக்குப் போய் விடலாம் என்று தோன்றும். மதுரைத் தெருக்களெல்லாம் மனதில் வந்து போகும். தெப்பக்குளம் ஏங்க வைக்கும், நேரு ஆலால சுந்தர விநாயகர் வரலையாடா என்பார். ஆனால், பொருளாதாரம் எல்லா வாரங்களுக்கும் பொருந்தாது.

அண்ணாமலை ஒரு குடியிருப்புப் பல்கலைக் கழகம். நூற்றுக்கு தொண்ணூற்றி ஆறு பேர் விடுதியில் தங்கித்தான் படிப்பார்கள். நான்கு பேர் சிதம்பரம், கடலூர், பாண்டி என்று லோக்கல் மாணவர்கள், தினசரி வந்து போவார்கள் (Day Scholars, அப்ப நாங்க என்ன நைட் ஸ்காலரா என்று தோன்றும் அறியாத வயசு)

எங்கள் முதல் வருட விடுதிகளின் பெயர்கள் முல்லை, மல்லிகை, தாமரை என்றிருக்கும். உண்மையில் வனங்களின் பெயர் தான் வைத்திருக்க வேண்டும். பின்னே, எங்களைப் போன்ற மலர்கள் வாழுமிடம் வனங்கள் தானே.

சுற்றி எண்ணற்ற நண்பர்கள், ஒருவர் கூட அறிமுகம் இல்லாதவர்கள். எல்லோரையும் அறிமுகம் செய்து கொள்வதற்கு ஒரு யுகம் வேண்டும் என்று நினைத்தே., அதிகம் பழகத் தெரியாத ஒரு உள்முக சிந்தனையாளன் (Introvert). ஆனால் ஒரு மாதத்திற்குள் எல்லோரையும் பழகிக் கொள்ள முடிந்தது. அறை எண் 18, இரண்டு பேர் தங்கிக் கொள்ள வசதியாக 12க்கு10 அறை. தரையில் தான் படுக்க வேண்டும், பெரிய இரும்புக் கதவு கொண்ட சன்னல்கள், புத்தகங்கள் அடுக்க சன்னலுக்குக் கீழே சிமெண்ட் தட்டுக்கள், படிப்பு மட்டுமே முக்கியம் என்றிருந்த காலக்கட்டத்தில் இது மிகையே.

அறை நண்பர் ஹேமந்துடன் ‘ஹலோ, என்னங்க, எப்படி இருக்கீங்க?’ என்று மிக முறையான மரியாதைப் பண்மையோடு பழகி, பின் ஒருவர் இல்லாமல் இன்னொருவர் மெஸ்ஸுக்கு சாப்பிடப் போகாத அளவு நல்ல நண்பர்களானோம். பக்கத்து அறை நண்பர்கள், பின் ப்ளாக் நண்பர்கள், பின் விடுதி நண்பர்கள் இப்படி எல்லோருமே ஒரு குடும்பமாக ஆகி விட்டோம்.

விடுதி வாழ்க்கையின் நன்மைகள்:

1. கல்லூரிக்கு ஒரே நேரத்தில் பயணப்பட முடியும்.
2. ஒரே சிந்தனையுள்ள நண்பர்களுடன் திறன்களைக் கூறாக்கிக் கொள்ள முடியும்.
3. ஆசிரியரிடமோ, நல் மாணாக்கரிடமோ எந்த நேரத்திலும் நம் சந்தேகங்களைக் களைய முடியும்.
4. படிப்பு தாண்டி நம் சமூக, உடல் சார்ந்த சந்தேகங்களை நிவர்த்தி செய்துகொள்ள முடியும்.

5. நேர்மறை சிந்தனைகளுடன் NCC (Army, Navy), NSS, AUPA, Rotoract போன்ற சமூக சார்பு அணிகளுடன் பணியாற்ற முடியும்.
6. சமூக மற்றும் தனிப்பட்ட திறன்களை வளர்த்தெடுக்க முடியும்.
7. நண்பர்களின் உதவியுடன் சுயமாக முடிவெடுக்க முடியும்.
8. மன அழுத்தத்திலிருந்து விடுபட முடியும்.
9. சமூக, பொருளாதார, மத, சாதியத் தட்டுக்களில் இருந்து நட்பைப் பிரித்தெடுத்து அதில் திளைத்திருக்க முடியும்.
10. உதவுதலிலும் உதவி பெறுவதிலும் ஈகோ இல்லாமல் அனுபவிக்க முடியும்.

விடுதி வாழ்க்கை வாழாதவர்கள் அரை மனிதர்களே!

74

பல்கலைக்கழக வளாகம்

முதல் நாள் பல்கலைக்கழக வளாகத்தை சுற்றிக் காண்பிப்பதற்காக எல்லோரையும் அழைத்துக் கொண்டு போனார்கள் வாத்தியார்கள். மொத்தம் ஐநூற்றி இருபத்தைந்து பேர், வராத நூறு நூற்றியிருபது பேர் தவிர மற்ற எல்லோரும் நடை பயணம் மேற்கொண்டோம். ஆம் பல்கலைக்கழக வளாகம் அவ்வளவு பெரிது, ஆயிரம் ஏக்கர் நிலப்பரப்பு என்றால் சும்மாவா?

அட்மின் கட்டிடத்தில் துவங்கி, சி.பி. இராமசாமி நூலகம், இசைக் கல்லூரி, தமிழ் துறை, மருந்தாளுனர் கல்லூரி, மருத்துவப் புலம், பல் மருத்துவப் புலம், கலை அறிவியல் புலம், கடல் சார் அறிவியல் கல்லூரி, மேலாண்மைக் கல்லூரி, வேளாண்மைக் கல்லூரி வளாகம் மற்றும் பரந்த விவசாய நிலங்கள், ஆசிரியர் விடுதிகள், மாணவர் தங்கும் விடுதிகள், புகைப்படச் சங்கக் கட்டிடம், நீண்ட தாமரைத் தடாகம், பொறியியற் புலம் என்று (பத்து புலங்கள்) நீண்ட நெடிய பல்கலையைச் சுற்றி வந்ததில் பசிக்க ஆரம்பித்தது, மதிய உணவு இடைவேளை தாண்டி அறையிலேயே ஐக்கியமானோம்.

ராக்கிங்கிற்குப் பயந்து பொறியியல் புலத்திலிருந்து ஒன்றரைக் கிலோமீட்டர் தொலைவில் இருந்தது விடுதி.

எல்லாமே புதிதாய் இருந்தது. தானாய் முளைத்த ஒரு மரச் செடியை தாய் மண்ணை விட்டு வன்மையாகப் புடுங்கி வேறொரு நிலத்தில் நட்டது போல உணர்ந்தே. யாருமே தெரிந்தவர் இல்லை, சொந்தக்காரர்கள் என்று அடையாளம் காட்டப்பட்ட ஒரு சிலர் சிதம்பரம் ஊருக்குள் இருந்தனர். அவர்களும் பழக்கம் இல்லை. ஆனால் நடக்கும் போது என் தாய் மாமா பையனைப் பார்த்தது போல் ஞாபகம், குடும்பத் தகறாரு காரணமாய் இரு குடும்பமும் பேசுவதில்லை, நமக்குள் எந்தச் சண்டையும் இல்லையே என்று 'ஏய் இராமசாமி என்றேன்' பதில் வரவில்லை, நெளிந்தான், எந்த வகுப்பு என்றேன்?, உற்பத்தித்துறை என்று வேண்டா வெறுப்பாக பதில் வந்தது, நான் கருவியியல் என்றேன், தலை கூட ஆட்ட முடியவில்லை, இந்த உறவு அவனுக்கு விருப்பமில்லை என்று

தோன்றியது அல்லது அவன் என் மாமா பையன் இல்லையோ?

வெறுப்புகளைத் தாண்டி புறக்கணிப்புகள் அதிக வலி உடையது.

நட்பு என்பது நேர்மறை, எதிர்ப்பு அல்லது வெறுப்பு என்பது எதிர்மறை, இரண்டிலும் ஒரு உறவு இருக்கிறது, முதல் நிலை, இரண்டாம் நிலை என்று சமூகத் தட்டுக்களில் இவற்றுக்கு இடம் இருக்கிறது. அந்த உணர்வுகள் காலத்தால் மாறக்கூடும்.

ஆனால் உதாசீனப்படுத்துதல் மெல்லிய குரூர மகிழ்வைத் தந்தாலும் எதிரியை உடைத்து விடும். ஒருவரை இகழ வேண்டுமானால் அவரை முற்றிலும் புறக்கணித்து விட்டு கண்டு கொள்ளாமல் விடுவதே ஆகப் பெரிய தண்டனை.

அதற்குள்ளானவர்களுக்கு கீழ்கண்ட பாதிப்புகள் வரும் என்று உளவியல் சொல்கிறது:

- ❖ உணர்வு மயக்கம் ஏற்படும்.
- ❖ சுயத்தைப் பற்றி சந்தேகம் வரும்.
- ❖ கட்டுப்பாடுகள் தளரும்.
- ❖ செயற்கையாக உணர்வுத் திறன் அதிகரிக்கும்.
- ❖ சுய மரியாதைக் கேள்விக்குள்ளாக்கப்படும்.
- ❖ ஏதாவது சாதிக்க வேண்டும் என்று வெறி வரும்.

பெரியவர்கள் போடும் சண்டைகள் சிறுவர்களைப் பாதிக்கும் என்று அறியாமல் பல தவறுகள் செய்து விடுகிறோம். குழுக்களாக வாழ்ந்த நாம் நானோ (Nano) மற்றும் நியூக்ளியர் (Nuclear) குடும்பமாக உருவாகிக் கொண்டிருக்கிறோம்.

ஒரு மாமா பையன் இல்லை என்றால் என்ன, இதோ ஐநூறு நண்பர்கள் இருக்கிறார்கள், ஒற்றுமையையின் தேவையைக் கற்றுக் கொடுத்தது அந்த வளாக நடை பயணம் தான்.

கூடி வாழ்ந்தால் கோடி நன்மை. அண்ணாமலை நண்பர்கள் எல்லோரும் இன்று வரை ஒரே குடும்பமாகத்தான் வாழ்ந்து வருகிறோம். சமீபத்திய அரசியல் வாட்சப் பதிவுகள், மீள் பதிவுகள் அதைத் துளாக்குமோ என்கிற அச்சம் வராமல் இல்லை, அதையும் கடந்து ஒரே குரலாய் வாழ அந்தப் பல்கலைவளாகம் எங்களுக்கு பாடம் சொல்லி இருக்கிறது.

மொத்த வாழ்தலுக்கான பாடம் அது.

75

சரோஜ் நாராயணசாமி

முதல் நாள் முழுவதும் நிர்வாகக் கட்டிடங்களையும், கல்விக் கட்டிடங்களையும், பரிசோதனைக் கூடங்களையும், விளையாட்டு மைதானங்களையும், வேளாண் கல்லூரி வயல்களையும் பார்த்து மனது மயங்கிப் போயிருந்தது. புது இடங்களில் தூக்கம் வருவது கடினம். ஆனால், அசதியினாலோ என்னவோ முல்லை இல்ல விடுதி அறையில் நன்றாக தூக்கம் வந்தது.

காலை ஆறு மணிக்கு மணிச்சத்தம் ஆறு முறை ஒலித்து அடங்கியது விடுதி அழைப்போசை. திரும்பிப் படுத்தால், 'ஆகாஷ் வாணி, செய்திகள் வாசிப்பது சரோஜ் நாராயணசாமி' என்று ஒரு காந்தக்குரல், விருட்டென்று முழிக்க வைத்தது. விடுதி ஒலிபெருக்கியில் ஆல் இண்டியா ரேடியோவின் அன்றைய செய்திகளை விவரித்துக் கொண்டிருந்தார் சரோஜ் நாராயணசாமி. வித்தியாசமான அனுபவமாகத் துவங்கிய அந்த செய்தி அறிக்கை, மீண்டும் அரசியல் பால் என்னை ஈர்த்துச் சென்றது. அன்றைய நாட்களில் கடைக்கோடி இந்தியனுக்குக் கூட செய்திகள் சென்றடைய இருந்த மிக முக்கியமான ஊடகம் வானொலி தான்.

ஆதவனின் தீக்கரங்கள் பின் மண்டையில் உரைக்கும் போதோ, 'அப்படி ஒருத்தன் எப்படித்தாண்டா தூங்க முடியும்' என்கிற அம்மாவின் அங்கலாய்ப்பிலிருந்தோ, நண்பர்களின் எதிர்பாராத அழைப்பினாலோ மட்டுமே எட்டு மணிக்கு முன் எழுந்து கொண்டிருந்த நான் அன்றிலிருந்து தினம் ஆறு மணிக்கு எழ ஆரம்பித்தேன்.

வெகுநாள் வரை ஒரு ஆண் என்றே நினைத்திருந்தேன். அப்படி ஒரு கம்பீரக் குரல் அவருக்கு. வாசிப்பில் அப்படி ஒரு தெளிவு, நேர மேலாண்மை, செய்தி முடிப்பதில் ஒரு நேர்த்தி, கிட்டத்தட்ட அப்படித் தான் நாமும் பேச வேண்டும் என்ற ஆசையைத் தூண்டும் விதமாக இருக்கும் அவர் பேச்சு.

உளவியலில் முன் மாதிரி (ரோல் மாடல்) என்பது மிக முக்கியமான கோட்பாடு. நம்முடைய முகிழ் பருவத்தில்

(Formative Years) நாம் எல்லோருமே யாரையாவது முன் மாதிரி கொண்டிருப்போம், ஒவ்வொரு நிலைப்பாட்டுக்கு ஒவ்வொருவரை முன் மாதிரியாகக் கொண்டிருப்போம். பின் அது பழக்கமாகி அல்லது முதிர்ந்து நாம் பக்குவமடைவோம், அப்படி தமிழ் உச்சரிப்பில் எனக்கு மானசீக குரு என்றால் அது சரோஜ் நாராயணசாமி தான். நீங்களும் இப்படி ஒவ்வொரு துறை சார்ந்த ஜாம்பவான்களை முன் மாதிரியாக எடுத்துக் கொள்ளலாம்.

உங்கள் குரல் மேல் (Male) *voice* போல் உள்ளதே என்றால், ஆமாம் என் வாய்ஸ் மேல் வாய்ஸ் தான் மேலான வாய்ஸ் என்பார் அவர். ஆங்கில இலக்கியம் படித்தவருக்கு தமிழ் வாசிப்பாளர் வேலை, இயற்கை எப்போதுமே நம்மை ஆச்சரியப்பட வைக்கும், சரோஜா சரோஜ் ஆகி செய்தி வாசிப்பில் வெகு நாட்கள் நம்மை கட்டிபோட்ட அவர் குரல் எப்போதுமே ஒரு ஆச்சரியக்குறி தான்.

●

76

ராகிங் (Ragging)

இருபத்தொன்றாம் நூற்றாண்டில் ராகிங் மிகக் கொடூரமானதாக கருதப்பட்டு கிட்டத்தட்ட அழிந்துபோனது.

ஆனால் இருபதாம் நூற்றாண்டில், அதிகம் அச்சமூட்டிய அதே சமயம் நல்ல பல சீனியர்களையும் ஜூனியர்களையும் வாழ் நாள் நண்பர்களாக மாற்றியதில் ராகிங்கிற்கு பெரும் பங்குண்டு.

பழகுவதற்காக ஏற்படுத்தப்பட்ட பழக்கம், சுய வன்மங்களால் மெல்ல அச்சமூட்டுவதாக மாறியது என்று ராகிங்கைச் சொல்லலாம். அதனாலேயே பொறியியல் புலத்திலிருந்து ஒன்றரை கி.மீ. தள்ளி எங்கள் முதல் வருட மாணவர் விடுதி இருந்தது. கல்லூரி முடிந்தவுடன் எல்லா முதல் வருட மாணவர்களும் ஒன்றாக ஆட்டு மந்தை போல வரவேண்டும். வழி தவறிய ஆடுகள் மீட்பர் இல்லாமல் தனியாக, லட்டாக சீனியர்களிடம் மாட்டிக் கொள்வர், பின் என்ன, ஆடல், பாடல், அதோகதி தான்.

மந்தையில் ஓரமாகக்கூட பயணப்படாத பயந்தாங்கோழிகளில் அடியேனும் ஒருவன். ஆனாலும் சீனியர்கள் ஆள் பார்த்துத் தேர்ந்தெடுப்பர். எல்லோருக்கும் நல்ல காலம் வருவது போல கெட்ட காலமும் வரும். நன்றாக உடை அணிந்து, நெற்றியில் விபூதி பூசி, பயபக்தியாக இருக்கும் முதலாண்டு மாணவர்களை 'பழம்' என்று அழைப்பர். டிப்டாப்பாக இருக்கும் சென்னை மாணவர்களை 'சீன்' என்பார்கள். இருவருமே சீனியர்களின் இலக்கு. பழம் கிடைத்தால் அழுக வைக்கலாம், குறைந்தது அசைன்மெண்ட்டாவது எழுத வைக்கலாம், சீன் கிடைத்தால் அவர்களது ஈகோவை உடைத்து முட்டிப்போட வைப்பது.

எல்லோரையும் சேர் இல்லாமல் சேரில் உட்காருவது போல் அமர வைப்பது, வெறும் தரையில் நீச்சல், எடக்கு மடக்காக கேள்விகள், குத்தாட்டம் அதன் பின் கேண்டீனில் டிபன் என்று அது ஒரு தனி உலகம், நேரம் போவது தெரியாமல் வாழ்க்கை ஓடும்.

ராக்கிங், வேறுபட்ட பின்புலத்திலிருந்து வரும் மாணவர்கள் தன்னை விட உயர்வான அல்லது தாழ்வான பின்புலத்திலிருந்து

வரும் மாணவர்களை அடக்கியோ, அழுக வைத்தோ சுய இன்பம் அடைகிறது என்கிறது உளவியல்.

ஏற்றத் தாழ்வான பின்புலம் கொண்ட மாணவர்களை மதிக்க, அவர்களுடன் வாழப் பழக்காத நம் வளர்ப்பு முறை தான் காரணி என்கிறது சமூகவியல்.

ஆனால் 90 விழுக்காடு விடுதி மாணவர்களைக் கொண்ட எம் பல்கலைக்கழகத்தில் அதுவும் பல்வேறு பின்புலங்களைக் கொண்ட மாணவர்களுக்கு, அதன் விளிம்பு நிலை தெரியும். அதைத் தாண்டி ஒரு போதும் ராகிங் நடக்காது. அது தான் அந்த பல்கலை மாணவர்களின் அழகியல்.

ராக்கிங்கினால் இரண்டு நன்மைகள் உண்டு

1. மனக்கூச்சம் உடைகிறது (Ice Breaker)
2. ஆளுமை வளர்ச்சி பெறுகிறது (Personality Development)

அப்படித்தான், எப்படா முடியும் என்பதற்கு பதிலாக அவர்கள் நட்பானவுடன் என்னென்ன வாங்கித் தருவார்கள் என்று மனம் ஏங்கும்.

பயம் ஒரு புறம் இருந்தாலும், ராக்கிங்கில் மாட்டிக்கொண்ட மாணவர்கள் அறையில் ஒரு கூட்டமே இருக்கும். என்ன என்ன நடந்தது என்று தெரிந்துகொள்ள, அப்படியே யாரிடம் மாட்டக் கூடாது, யாரிடம் மாட்டலாம் என்று ஒரு அட்டவணை தயாராகும். மெல்ல மெல்ல ராகிங் பழகி 'ஃப்ரெஷர்ஸ் வெல்கமில்' நண்பர்களாகி ஆசிரியர்கள், பேராசிரியர்கள் எப்படி, எந்தப்பாடம் எப்படி இருக்கும் என்று மெல்ல மேல் நோக்கிப் பயணப்பட்டு விடுவோம்.

அன்று ராக்கிங் செய்த, செய்யப்பட்ட பலர் இன்று வரை எனக்கு நண்பர்கள். உதவி செய்வதற்கும், உதவி பெறுவதற்கும் எந்தப் பாகுபாடும் இல்லாமல் கூச்சனாச்சம் இல்லாமல் நட்பாக அவர்களை அணுக முடிகிறது. இன்றும் கூட 'அயீட்டா பிஸினெஸ் நெட்வொர்க்' என்று வருடப் பாகுபாடு இல்லாமல் 1977 முதல் 2000 வரை முன்னாள் மாணவர்கள் மிக நெருக்கமாகப் பழகி வணிகப் பரிமாற்றம் செய்து கொள்வதற்கு, அந்தக் கால ராகிங்கும் மிக முக்கியக் காரணி என்று நினைக்கிறேன்.

நன்றி அண்ணாமலை!

77

பாரீஸ் கார்னர்

சென்னை பாரீஸ் கார்னர் போல எங்கள் வளாகத்திலும் ஒரு பாரீஸ் கார்னர் உண்டு. அயல் நாட்டுப் பொருட்கள் கிடைக்கும் சென்னையின் பாரீஸ் கார்னர் ஒரு வசீகரம். அது போல சீனியர்களும் கலை அறிவியல் மாணவர்களும் ஓவராக பில்டப் கொடுத்து எதிர்பார்ப்பை ஏகத்துக்கும் எகிறவிட்ட எங்க ஊர் பாரீஸ் கார்னர். ஆனா அங்கே போய் பார்த்தா ஒரு டீக்கடை தான் இருந்தது, பன்னும் ரொட்டியும் கூடுதல் சலுகை, இதில என்னடா சிறப்புன்னு மனசு நொந்து போச்சு.

ஒரே ஒரு வித்தியாசம், அது இருபத்தி நாலு மணி நேரமும் இயங்கும் டீக்கடை. எப்போ போனலும் சூடா டீ கிடைக்கும்னா அது சூப்பர் தானே. அதுவும் நைட் ஸ்டடிங்கிற பேருல ஒரு மணி நேரத்துக்கு ஒரு டீ குடிக்கும் எங்களுக்கு அது அவசியம் வேண்டும் *(Must Factor)*. தேர்வு நேரமாயிருந்தா கேக்கவே வேண்டாம், இரவு நேர பசியை மிதமிஞ்சிப் போக்கிய இடம் அந்த பாரீஸ் கார்னர் தான், பல நேரம் அகப்பசியையும்.

வடிவேலு ஒரு படத்திலே உடைப்பாரே அதே மாதிரி டீக்கடை தான், இரண்டு பக்கமும் இரண்டு பெஞ்சு போட்டு இருப்பார்கள், அதை மீறிக் கூட்டம் வந்தால் தரை டிக்கெட் தான்.

அங்கே டீ தான் பிரதானம். பில்டர் காபி இல்லாததால் காபி அவ்வளவாக எடுக்காது. ரொட்டி, பன், பிஸ்கெட், என்று பொருளாதார அளவோடு எது பொருந்துகிறதோ அதை வாங்கி டீயில் முக்கி எடுத்து வாயில் போட்டால் அது தேவாமிர்தம். இரவு உணவைத் தவறவிட்ட நண்பர்களுக்கு இந்தக் கடைதான் ஒரே ஆறுதல்.

குறைந்தது நான்கைந்து பேர் ஒன்று கூடித்தான் அங்கு செல்வோம். இருட்டு ஒரு காரணம், கதை பேச வேண்டிய களிப்பு மற்றொன்று, பல கதைகள் பேசிக் கொண்டே ஒவ்வொரு நாளும் தவறாமல் செல்லும் இடம் அது. ஒவ்வொரு முறையும் அதே குழுக்கள், அல்லது வெவ்வேறு நண்பர்கள், வெவ்வேறு குழுக்கள், யாருக்குத் தேவை இருக்கிறதோ அவர்கள் வருவார்கள்.

படிப்பில் துவங்கி வீட்டுப் பிரச்னைகள், சொந்தப் பிரச்னைகள், ஒரு தலைக் காதல், சுய பிரதாபம், தீர்வுகள், சினிமா, அதன் விமர்சனம், நடிகைகளின் அங்க லாவண்யங்கள், அந்தரங்கக் கேள்விகள், அதற்கான விடைகள், கசப்பான கடந்த காலம், மதிப்பெண்கள் கனவில் வந்து பயமுறுத்தும் நிகழ் காலம், மேகங்களை இறக்கைகளாக்கிப் பறக்கப்போகும் எதிர்காலம், என்று எதுவுமே தப்பிப் போவதில்லை. ஒவ்வொரு முறையும் புதிதாகப் பேசுவது போல் துவங்கி புதுசு போலவே முடிப்போம். சண்டைகளுக்கும், வாதங்களுக்கும் ஒரு போதும் குறை இருக்காது. ஜென்ம பகை ரேஞ்சுக்கு சண்டை போட்டு விட்டு, மறு நாள் அதே நண்பர்களுடன் கடைக்கு வரும் போது ஒன்றுமே தெரியாத அப்பாவி போல் இருப்பார் ஜென் தத்துவ கடைக்காரர், எவ்வளவு பேரை பார்த்திருப்பார்.

நீங்கள் படித்த கல்லூரியிலும் இது போன்ற இடங்கள் இருந்திருக்கும். அங்கே இரண்டு டம்ளர்கள் இருந்திருக்காது. சமத்துவம் எல்லாம் போதிக்காமலேயே சம்பவம் ஆகியிருக்கும். வாழ்வில் இது போன்ற இடங்களுக்கு ஒரு பிரத்யேக இடமுண்டு, அங்கு வாங்கிய தின்பண்டங்கள் இன்னும் அடி நாக்கில் உறுத்திக் கொண்டே இருக்கிறது. அந்த நாட்களின் தித்திப்பானதொரு சுவை நம் வாழ்வியலோடு தொடர்ந்து வந்து கொண்டே இருக்கிறது.

அதற்கென்று தனி ருசி உண்டு, அனேகமாக அதற்கு நட்பறிதல் என்று பெயர்.

78

மெஸ்

விடுதி உணவகத்துக்கு மெஸ் என்று பெயர், *Mess* என்ற ஆங்கில வார்த்தைக்கு நிறைய அர்த்தம் இருக்கிறது. ஆனாலும் குழப்பம் என்ற வார்த்தைப் பிரயோகம் அதிகம் காணப்படுகிறது. யாதொரு குழப்பமும் இல்லையாதலால் மெஸ் என்ற ஆங்கில வார்த்தையையே வைத்துக் கொள்வோம். பிறந்ததிலிருந்து வீட்டு சாப்பாட்டைத் தவிர வேறு எந்தவொரு சாப்பாட்டையும் ருசித்ததில்லை அந்நாளில். அம்மாவுக்கு உடல் நலக் குறைவானால் மட்டும் ஹோட்டல் சாப்பாடு அதுவும் எடுப்பு சாப்பாடு. (இந்த நாட்கள் போல அதிக உணவகங்கள் கிடையாது, உணவும் ருசிக்காது).

முதன்முதலில் விடுதியில் காலை உணவு, தோசை, தொட்டுக் கொள்ள இரண்டு, ஒன்று சட்னி, இன்னொன்று கிழங்கு என்று பூரிக்குத் தொட்டுக் கொள்வது போல கொஞ்சம் நீர்த்த உருளைக் கிழங்கு குழம்பு போல ஊற்றுவார்கள், ஆச்சரியமாயிருக்கும். சாம்பார் தானே ஊற்ற வேண்டும் இது என்ன புதுசா? பின்னாளில் அது தான் மசால் தோசையாக பரிணமித்திருக்க வேண்டும். அது போல ஞாயிற்றுக்கிழமை பிரட்டுக்கு, உணவகத்திலேயே செய்த ஜாமென்று ஒன்று ஊற்றுவார்கள், இது வரை வேறெங்கும் கண்டதில்லை அது போன்ற வஸ்துவை.

வீட்டில் நமக்கென்று விருப்ப உணவு இருக்கும். இங்கு அட்டவணை உணவு தான். ஒவ்வொரு நாளும் ஒவ்வொரு குறிப்பிட்ட (மெனு) பட்டியல். சும்மா சொல்லக் கூடாது, ஒரு வாரத்தில் அந்த அட்டவணை பழகிவிடும். பொருளாதார ஏற்றத் தாழ்வுகள் இருந்தாலும் நேர ஏற்றத்தாழ்வுகள் இல்லாததால் எல்லோரும் அந்த அட்டவணை உணவு தான் உண்டாக வேண்டும். டவுனுக்குப் போய் வர ஒன்றரை மணி நேரம் பிடிக்கும், சாப்பாடு நன்றாக இல்லை என்றால் குரல் உயர்த்தும் இரண்டாம் அரசியலைக் கற்றதும் அங்கேதான்.

எல்லா விடுதி உணவகங்களும் இப்படித்தானே என்போருக்கு, எங்கள் உணவகங்களில் இரண்டு சிறப்பு உண்டு. ஒன்று அதை நடத்துபவர்கள் (Mess Representatives) மாணவப் பிரதிநிதிகள், இரண்டு (Dividing System) சாப்பாட்டுக்கு ஆகும் செலவை தினந்தோறும் குறித்து, மாதத்துக்கான மொத்த தொகையை பயனாளிகளின் எண்ணிக்கையால் வகுத்தால் வரும் தொகையை அடுத்த மாதம் எட்டாம் தேதிக்குள் கட்டினால் போதும், இது போன்றதொரு திட்டம் இது வரை எந்த ஒரு கல்லூரியிலும், பல்கலையிலும், மாநிலத்திலும் ஏன் அகில உலகிலும் இல்லாத ஒரு திட்டம். இன்று வரை அரசியல் பேசினால் போதாது, வேலை செய்யவும் வேண்டும் என்று உணர வைத்த போதி மரம் விடுதி மெஸ்கள்.

அதேபோல சராசரியாக ஒரு கணக்கில் தான் சாப்பாடு கிடைக்கும், அதற்குமேல் வாங்கினால் கூடுதல் கணக்குக்கென்று ஒரு நோட்டுப் புத்தகத்தில் குறிப்பார் விடுதி உணவகக் காப்பாளர். அது வகுத்தல் கணக்கோடு கூடுதலாக சேர்க்கப்படும். எல்லா செலவுகளும் ஏற்கனவே பிரிக்கப்பட்டு விட்டதனால் இது விடுதி உணவக லாபத்தில் சேரும். அதில் உணவக வேலையாட்களுக்கு படி கொடுப்போம், எந்த மாணவரும் டிப்ஸ் கொடுக்கத் தேவையில்லை, அதன் மூலம் ஒரு ஏற்றத் தாழ்வு உருவாக வாய்ப்பில்லை.

படிப்பு தாண்டி இப்படி வாழ்க்கைப் பாடம் படித்ததனால் தான் இன்றும் எந்தவொரு அசைப்பிலும், புயலிலும், சூறாவளியிலும் சாயாத மரமாயிருக்கிறோம் நாம்.

79

புகைப்படச் சங்கம்

அண்ணாமலை பல்கலைக்கழகம் பல கூடுதல் பாடத் திட்டங்களுக்கு வழி வகுக்கும். அப்படி ஒரு திட்டம் தான் அண்ணாமலைப் பல்கலைக் கழக புகைப்பட சங்கம் *(Annamalai University Photography Association)* சுருக்கமாக *AUPA*, ஆவ்ப்பா என்று செல்லமாக அழைப்போம்.

முதல் வருடத்திலிருந்து அதில் பெரிய ஈடுபாடு வந்து விட்டது. காரணம் ராகிங் இல்லாமல் நிறைய சீனியர் நண்பர்கள் புகைப்படக் கலை குருவாகி விட்டார்கள். மிக முக்கியமாக வினை தீர்த்தான், நாச்சியப்பன், பிரபாகர், சிவசுப்ரமணியன், இரகுபதி, அண்ணாமலை, உடையப்பன் என்று நேர் முன்னோர்கள், முத்துக்குமார், முத்து எழிலன் என்று நண்பர்கள், அவர்கள் கற்றுத் தந்த கலை எனக்கு அன்று சோறு போட்டது. ஆம், சரியாகத் தான் படித்தீர்கள், பொருளாதார ஏற்றத் தாழ்வுகளில் இறக்கப் பாதையில் பயணப்பட்டுக் கொண்டிருந்த காலமாதலால் ஏதாவது ஒரு கைத் தொழிலில் சம்பாதிக்க வேண்டிய நிர்ப்பந்தம், ஹாக்கி போன்ற விளையாட்டுக்களை விட்டு விட்டு சங்கத்தில் சங்கமமாகி விட்டேன், அதன் மூலம் கிடைத்த நண்பர்களுடன் இன்று வரை பயணப்பட்டுக் கொண்டிருக்கிறேன்.

அட்மின் பில்டிங் எதிரே உள்ள பூங்கா தான் பழகு களம், சினிமா டைரக்டர் ரேஞ்சுக்கு அதகளப்படுத்துவோம், பூவை, இலையை, செடியை அவ்வளவு அழகாகப் பார்த்ததில்லை நான், எந்த ஒரு புகைப்படமும் அழகாக எடுப்பதால் மட்டும் அழகாகி விடாது, பின்புலம், ஃபிரேமிங், சில்ஹொவுட், லைட்டிங் மூலம் அதை அழகியலுக்கு உட்படுத்த வேண்டும் என்பது முதல் பாடம், சிரித்தால் இயற்கையாகவே நாம் அழகு என்று தான் நிறைய புகைப்படக் கலைஞர்கள் நம்மை சிரிக்கச் சொல்கிறார்கள் போலும், இயற்கையான பின்புலம் இருந்தால் ஒரு புகைப்படம் இயற்கையாகவே அழகாகி விடுகிறது, இயற்கையை நேசிக்கத் துவங்கியது அப்போது தான்.

அப்பெர்ச்சர், டெப்த், ஃபோகஸ், ஷட்டர் ஸ்பீட், ஆங்கில், ப்ரொஃபைல், போர்ட்ரெய்ட், குளோஸ் அப், மிட் ஷாட், லாங் ஷாட், என்ற புகைப்பட நுணுக்கங்களும், நெகட்டிவ் மற்றும் பாசிட்டிவ் பிலிம் கழுவும் தொழில் நுட்பமும் அணுக்கமானது, நடராசர் கோயில் அருகே இருக்கும் கெம்பு ஸ்டுடியோவில் மீதத்தைக் கற்றுக் கொண்டேன். கல்லூரியில் நடக்கும் முக்கால் வாசி துறைக் கூட்டங்களுக்கு ஐயா தான் புகைப்படக் கலைஞர். ஒரு படத்துக்கு பதினைந்து ரூபாய், அடக்கச் செலவு எட்டு ரூபாய் போக ஏழு ரூபாய் மிச்சம், ஒரு ரோல் 32 படமெடுக்க ₹224 கிடைக்கும், சிலர் 16 படம் போதுமென்பார்கள் ₹112 கிடைக்கும், அன்று அது ஒரு மாத விடுதி உணவகச் செலவு என்றால் நீங்கள் நம்பித்தான் ஆக வேண்டும். ஊரிலிருந்து பணம் வந்து விட்டால் கையில் ஏராளமாகப் பணம் புரளும், இல்லையென்றாலும் கையைக் கடிக்காது.

ஆண்டுதோறும் புகைப்படப் போட்டி நடக்கும், தேர்வு செய்ய பெரிய சினிமா புகைப்பட ஜாம்பவான்களைக் கூட்டி வருவோம், அப்படி பி.சி.ஸ்ரீராம் எல்லாம் வந்திருக்கிறார், நாங்கள் நேஷனல் செல்லையா என்னும் பழம்பெரும் புகைப்படக் கலைஞரைக் கூட்டி வந்தோம், செழியன் வந்திருக்கிறார், அது எங்களுக்கு ஒரு திருவிழா.

பல்கலையில் ஒரு டார்க் ரூம் இருந்தது, நெகட்டிவ், பாசிட்டிவ் கழுவி படம் எடுக்கும் ஒரு மாயாஜால அறை. வெகு நாட்கள் அந்த அறை சாவி என்னிடம் மட்டுமே இருந்தது. இன்றும் மறக்க முடியாததாக இருக்கிறது. நான் கற்றுக்கொண்ட, கற்றுக் கொடுத்த அந்த அறை, வாழ்வில் சில பொருட்களின் நினைவுகளை சாகும் வரை நம்மிடமிருந்து பிரிக்க முடியாது, உங்களுக்கும் அப்படி சில பொருட்கள் இருக்கும் தானே, எனக்கு அந்த அறை.

சீனியர், ஜூனியர் என்று எல்லோரிடமும் பழக ஆரம்பித்தேன், புகைப்படம் எடுக்க அழைப்பு வர வேண்டுமே, வாழ்க்கையும், நட்பின் அடர்த்தியும், பணத்தின் மதிப்பும் உணர ஆரம்பித்தேன், மெல்லச் சிறகுகள் விரியத் துவங்கியது.

●

80
நடராஜர்

பிறந்தது மதுரை, படிப்பது சிதம்பரம், ஒன்று தாயார் கோலோச்சும் பூமி, மற்றொன்று தகப்பன் சாமி நடனமாடும் பூமி, சைவம் என்னை பூரணமாக ஆட்கொண்டது இப்படித்தான்.

வெள்ளிக் கிழமைகளில் தில்லை நடராஜர் கோயிலில் என்னைப் பார்க்கலாம். ஏனைய கலர்ஃபுல் காரணங்கள் இருந்தாலும் கனகசபை தரிசனமும் காரணம் தான்.

சித்தம் (சிந்தை) + அம்பரம் (ஆகாயம்) = சிதம்பரம்,

நம் சிந்தை ஆகாயம் (பரமன்) நோக்கி உயர வேண்டி சித்தர்கள் வணங்கிய பூமி என்பது சைவர்களின் நம்பிக்கை. மற்ற சிவன் கோயில்களில் லிங்கமே மூலவராக இருக்கும் இயல்பிலிருந்து இங்கு திருமூல நாதர் சுயம்பு மூர்த்தியாக அருள் பாலிக்கிறார்.

இந்தப் பறவைக்கும் ஆகாயம் தந்தது சிதம்பரம் தான், உள்முக சிந்தனையாளனான (Introvert) என்னை பன்முக சிந்தனையாளனாக (Extrovert) மாற்றியது சிதம்பரம் தான்.

நிறைய நண்பர்கள் என்னைக் கேட்பார்கள், நாள் பூராவும் கூட திராவிடம் பேசுகிறீர்கள், ஆழ்ந்த பொதுவுடைமைக் கருத்துக்கள் கேட்க முடிகிறது, தமிழில் அழகாக பேசுகிறீர்கள், எழுதுகிறீர்கள், கழகத்தின் ஆணிவேர் காணக்கிடைக்கிறது, அறிஞர் அண்ணாவின் கொள்கைத் தம்பியாக இருக்கிறீர்கள், ஆனாலும் சைவ சித்தாந்தக் கொள்கைக்கு ஆட்படுகிறீர்கள், வாரம் தவறாமல் கோயிலுக்கு செல்கிறீர்கள், எப்படி இந்த முரண்கள், இதை எப்படிக் கையாள்கிறீர்கள் என்று.

சைவர்களின் உலகத்தில் இன பேதம் இல்லை, சர்வம் சிவ மயம், விபூதி கூட நம் அந்த (கடை) நிலை தான், தியானத்தின் பிடியில் தான் உலகம், ஓகத்தின் அசைவில் வாழ்வியல், அருவமே அண்டம், அண்டமே பிண்டம், பிண்டமே அண்டம், அகமே ஆத்மா, பண்பே பரமாத்மா, அன்பே சிவம், ஆதலின் எல்லாம் சிவ மயமே.

உலகத்தின் எல்லா மதங்களின் கோட்பாடுகளும் இதனுள் அடக்கம், ஆனாலும் எந்த மதம் உயர்ந்தது என்று கேட்டால், எல்லாம் சமமே. எல்லாம் அந்தத்தை (இயற்கையை) அடையும் மார்க்கமே, பின் ஏன் இவ்வளவு சண்டையும் சச்சரவுகளும் என்று கேட்டால், சண்டையின் உள் நோக்கம் என்னவென்று உற்றுப் பாருங்கள், அது அதிகாரச் சண்டையாக இருக்குமே தவிர ஆன்மீகச் சண்டையாக இருக்காது. ஆன்மீகத்துக்கு மதங்கள் கிடையாது, அது (இந்த உடம்பை அண்டத்தோடு இணைக்கும்) வெறும் பிரார்த்தனையே.

கழகம் கூட 'ஒன்றே குலம் ஒருவனே தேவன்' என்னும் கொள்கையை மையப் படுத்தியே இருக்கிறது, அந்தப் பெயர் கூட சைவ சித்தாந்தக் 'கழகம்' என்னும் சமய சார்பு இயக்கத்தின் ஈர்ப்பால் வைக்கப்பட்டது தான்.

ஐந்து சபைகளுள் ஒன்று நடராஜர் நடனமாடும் சிதம்பரம், உங்கள் எல்லோருக்கும் தெரிந்தது தான்:

1. வெள்ளி சபை   மதுரை மீனாட்சி சுந்தரேசுவரர் கோயில்
2. தாமிர சபை   திருநெல்வேலி நெல்லையப்பர் கோயில்
3. இரத்தின சபை   திருவாலங்காடு வடாரண்யேசுவரர் கோயில்
4. சித்திர சபை   குற்றாலம் குற்றால நாதர் கோயில்
5. கனக சபை   சிதம்பரம் நடராசர் கோயில்

பஞ்ச பூதத் தலங்களுள் சிதம்பரம் ஆகாயத் தலம்,

சிற்றம்பலம், பேரம்பலம், பொன்னம்பலம், நிருத்த சபை, கோ சபை என்று ஐந்து சபைகளில் நடனமாடி அருள் பாலிக்கிறார் நடராசர் என்பது நம்பிக்கை,

தரிசிக்க முக்தி தரும் சிவாலயம்.

உலகத்தின் மையப்பகுதி சிதம்பரம், அதனால் அதன் மேலே பறக்கும் விமானத்தின் ரேடார்கள் நின்று போகும் என்னும் உட்டாலக்கடிகளை எல்லாம் நம்ப வேண்டியதில்லை, அதே போல் சிதம்பர இரகசியம் என்னவென்று ஆராய்ச்சி செய்ய வேண்டியதுமில்லை, நல்ல படியாக நோய் நொடியில்லாமல் ஆரோக்கியமாகக் காப்பாத்துப்பா என்று வேண்டிக் கொண்டால் அப்படியே ஆகட்டும் என்று அவர் வாழ்த்துவது நிச்சயம்.

ஆயிரங்கால் மண்டபம் என்று ஆயிரம் தூண்கள் கொண்ட மண்டபம் மதுரை போலவே இங்கும் உள்ளது. நாட்டியாஞ்சலி என்று ஆண்டுக்கொருமுறை நடனத்தால் நடராசருக்கு அஞ்சலி செலுத்தும் விழா உலக பிரசித்தம். உள்ளே இருக்கும் வைணவக் கோயில், தீட்சிதர் நிர்வாகம் என்கிற அரசியலுக்குள் போகாமல் நல்லதே நடக்கட்டும் நடராசா என்போம், நல்லதே நடக்கும்.

திருச்சிற்றம்பலம்.

81
பிச்சாவரம்

மிதக்கும் காடுகளைப் பார்த்திருக்கிறீர்களா?

அது போகட்டும், வனமும் கடலும் ஒன்றாய் கலந்து பார்த்திருக்கிறீர்களா? அது தான் பிச்சாவரம். சிதம்பரத்துக்கு வெகு அருகில் (12கிமீ) கிள்ளை என்கிற ஊரில் உள்ள ஒரு சுற்றுலா தலம், கடற்கரைக்கும் ஊருக்கும் நடுவே தான் இருப்பது தான் பிச்சாவரம்.

உப்பங்கழி என்று சொல்லப்படும் கடற்கரையின் Back waters பகுதி, அதில் சதுப்பு நிலக் காடுகள் மிதக்கும். என்னது மிதக்கும் காடுகளா? ஆம் இதை அலையாத்திக் காடுகள் என்பர் பழந்தமிழர். பித்தர்புரம் மருவி பிச்சாவரம் ஆனது என்று இங்குள்ள சுற்றுலா வளர்ச்சித் துறை அறிவிப்பு பலகைகள் தெரிவிக்கும். ஆனால், இங்குள்ள அலையாத்தி காடுகள் வழியே படகில் கடற்கரைக்குப் பயணித்தால் நிச்சயம் பித்து பிடிக்கும். காடுகளுக்குள் நுழைந்த உடனே நாம் வந்த வழி மறையும், போகும் வழி புரியாது, எல்லா வழிகளும் ஒரே மாதிரி இருக்கும், சுற்றி வர ஒரே மாதிரிக் காடுகள், ஒரு அல்லு விடும் பாருங்கள் அதற்கு இணையான புதிர் உலகிலேயே இல்லை, படகோட்டி இருந்தானோ, பிழைத்தோமோ'

இந்த காட்டு மரங்களின் வேர்கள் எங்கோ மண்ணில் புதைந்து இருக்கும். அதன் கிளைகள் அடர்த்தியாக வளர்ந்து நீர் நிலைகளில் மிதக்கத் துவங்கி விடும். அத்தகைய அலையாத்தி தாவரங்கள் கொண்டதே பிச்சாவரம் காடு. இந்தக் காட்டில் சுரபுன்னை மரங்கள் அடர்ந்திருக்கின்றன. இம்மரத்தின் காய்கள் முருங்கைக்காய் போல் நீண்டிருக்கும். இந்தக் காய்கள் சேற்றில் விழுந்து செடியாகி, சில ஆண்டுகளில் மரமாக வளர்ந்து விடும். பழுத்த இலைகள் நீரில் விழுந்து அழுகி, உணவாகக் கிடைப்பதால், இங்கு மீன், இறால்கள் அதிக அளவில் கிடைக்கும்.

உலகின் பல்வேறு பகுதிகளில் இருந்து, பறவைகள் இங்கு வலசை வருகின்றன.

முதன் முதலில் முதல் வருட நண்பர்களோடு பயணப்பட்ட அனுபவம் நினைவில் இருப்பதை விட கடைசி வருடம் இறுதி நாட்களில் பயணப்பட்டு அந்தக் கடற்கரையில் கட்டுப்படுத்த முடியாமல் அழுதது இன்னும் ஞாபகமிருக்கிறது. நண்பர்களைப் பிரியும் பிரிவைத் தாங்க முடியாத வலியைப் போல வாழ்க்கையை சந்திக்கப் போகும் வலியும் சேர்ந்து கொள்ளும் போது அது விவரணைக்குக் கட்டுப்படாத 'ஊழிற் பெருவலி யாவுள' குறளை ஞாபகப்படுத்தும்.

நம் வாழ்வும் இது போன்றதொரு சதுப்பு நிலக் காட்டுப் பயணம் போலத் தான், துவங்கிய இடம் மட்டும் தெரியும், போகும் வழி புதிராய் இருக்கும். நீர் நிலைகளில் தான் மிதப்போம். ஆனால் குடிக்க நீர் கிடைக்காது, இறங்கி நீந்தவோ ஆழம் தெரியாது, பாதியில் குதித்தால் தற்கொலை தான், கடற்கரை தான் இலக்கு என்றாலும் அடையும் வழி தெரியாது, படகோட்டி போல் நாம் நம் எண்ணங்களை சீராக்கி, கூராக்கி ஒரு வைராக்கியத்தோடு திசையறிந்து பயணப்பட்டால் மட்டுமே இலக்கை அடைய முடியும். ஆனால் பறவைகளுக்கு மட்டும் எப்படி இந்த வழிகள் தெரிகிறது? எப்படி ஆண்டுகள் தவறாமல் வந்து போகிறது? அப்போது தான் முதன் முதலில் நான் பறவையாக ஆசைப்பட்டேன்.

82

லேனா - வடுக நாதன் தியேட்டர்

கடற்கரை இல்லாத ஊர்களில் சினிமா தான் பிரதான கேளிக்கை, பொழுது போக்கு, சிதம்பரம் போன்ற சி டவுனும் அதற்கு விதிவிலக்கல்ல, பல்கலை அண்ணாமலை நகர் தியேட்டரில் படத்துக்கு சென்றால் கொத்தாக ராகிங்கில் மாட்டுவோம் என்பதால் சற்றே தள்ளி சிதம்பரம் லேனா, வடுகனாதன் தியேட்டர்களுக்குச் சென்றால் ஊர் நாட்டான் என்று நம்மைத் தொட பயப்படுவார்கள் என்று முதல் வருட மாணவர்களின் மொத்த சாய்ஸ் லேனா, வடுகனாதன் திரையரங்கங்கள்தான்.

லேனா தியேட்டர் கொஞ்சம் புதுசு, வடுகனாதன் தியேட்டர் கொஞ்சம் பழசு. இன்று போலில்லாமல் அன்று கியூவில் நின்று டிக்கெட் வாங்க வேண்டும். அம்மன் கோயில் கிழக்காலே, கடலோரக் கவிதைகள், டிசம்பர் பூக்கள் என்று பல படங்கள், விக்ரம் ரிலீஸுக்கு ஒரு வாரம் கியூவில் நின்று டிக்கெட் கிடைக்காமல் சட்டையைக் கிழித்துக் கொண்டு படம் பார்த்த ஞாபகம். இது நம்ம ஆளு சோபனாவை மறக்க மாட்டார்கள் எஞ்சோட்டுப் பசங்க, சும்மா இருப்பதை சுமந்து பார்ப்பது தான் சினிமா.

நண்பர்கள் மாலை ஐந்து மணிக்கே கேட்க ஆரம்பித்து விடுவார்கள், யார் யார் சினிமா பார்க்க வருகிறார்கள் என்று. ஒரு குழு கிளம்பியவுடன், கேட்கப் பட்டவர்களுக்கு ஒரு ஆர்வம் வரும், அவர்கள் ஆள் சேர்க்க ஆரம்பிப்பார்கள், கடைசியாக பிளாக்கே காலியாகும் புதுப் படம் என்றால், சினிமாவே பார்ப்பதில்லை என்று கூறும் நண்பர்களும் இருக்கிறார்கள், அவர்களை நினைத்தால் பாவமாக இருக்கும், வாழ்க்கையைக் கொண்டாட சினிமாவைத் தாண்டிய ஊடகம் எது.

சிறு வயதில் பார்க்கும் படங்கள் எல்லாம் பெற்றோருடன் பார்க்கும் படங்கள். ஆனால் கல்லூரியில் பார்க்கும் படங்கள் எல்லாம் நண்பர்களுடன் மட்டும் பார்க்கும் படங்கள், இரண்டுக்கும் நிறைய வித்தியாசங்கள் இருக்கும். படத்தின் பரிமாணமே மாறிப்போகும், அழுகை சீன் வந்தால் அழுது கொண்டிருந்த நாம்

அதைக் கலாய்த்து சிரிக்கத் துவங்கி விடுவோம், சிரிப்பு சீன் வந்தால் அதை இமிடேட் செய்து நண்பர்களுடன் கொண்டாடுவோம், பஞ்ச் டயலாக் வந்தால் துண்டு பேப்பர்கள் பறக்கும், தியேட்டர் நிர்வாகம் ஒரு போதும் கல்லூரி மாணவர்களைக் கண்டித்ததே இல்லை.

இப்படி பால்ய பருவத்திலிருந்து முகிழ் பருவத்திற்கு ஒரு பரிணாம வளர்ச்சி கண்ட இடம் லேனா வடுகனாதன் தியேட்டர். அலைபேசி இல்லாத அந்தக் காலத்தில் மூன்று மணி நேரம் வெளியே உலகம் என்னாவானாலும் தெரியாத ஒரு தீவுக்குக் கூட்டிச் சென்றதில் தியேட்டர்களுக்குப் பெரும் பங்கு இருக்கிறது, Emotional *detachment* என்பார்கள் ஆங்கிலத்தில் உணர்ச்சிப் பற்றின்மை, மற்ற உறவுகளோடு, நண்பர்களோடு, சக மனிதர்களோடு பழகுவதில் சிலருக்கு சிரமம் இருக்கும், அப்போது அவர்கள் தனித்து இருக்க விரும்புவார்கள், சுய பரிசோதனை செய்யத் துவங்குவார்கள், சூழலை எப்படிக் கையாள வேண்டும் என்று யோசிக்கத் துவங்குவார்கள்.

நவீன உளவியல் இந்த உணர்ச்சிப் பற்றின்மை, மன அழுத்தத்தையும், எதிர்பார்ப்பினால் எழும் கவலையும் *(stress and anxiety)* வெகுவாகக் குறைக்கிறது என்று பரிந்துரைக்கிறது. அப்படி ஒரு உணர்ச்சிப் பற்றினமையைத் தந்தது அந்தக் கால சினிமாவும் தியேட்டர்களும். இன்று அலைபேசி யுகத்தில் ஐயாம் இன் சினிமா, வாட்ச்சிங் உலக நாயகன், சீன் ஐ லைக் என்று எந்நேரமும் அடையாளக் கோளாறுடன் *(Identity disorder)* நிலைத்தகவல் பகிர்ந்து அலையும் தற்குறிகளைப் பார்த்தால் பாவமாக இருக்கிறது, என்ன செய்ய மாற்றம் ஒன்றே மாறாதது.

மாற்றம் என்றவுடன் ஞாபகம் வருகிறது, சமீபத்தில் லேனா வடுகனாதனுக்குச் சென்றேன், அமைப்பே மாறிவிட்டது, சென்னை சத்யம் தியேட்டர் தோற்றுப் போய்விடும், மொத்தமாக லுக்கே மாறி விட்டது, பைவ் ஸ்டார் ஹோட்டல் தோற்றுப் போய் விடும், எல்லா நண்பர்களுக்கும் ஒரு முறை செல்லப் பரிந்துரைக்கிறேன். சினிமாவைக் காதலிக்கும் மனிதர்களால் மட்டுமே அப்படி வெறித்தனமாக பணத்தைப் பற்றிக் கவலைப்படாமல் மாற்ற முடியும், சுப்பு அண்ணனுக்கும் அவருடைய சகோதரருக்கும் மனமார்ந்த நன்றிகள்.

திரைப்பட உரிமையாளர்களே உள்ளே அழைத்துச் சென்றனர். பீஸ்ட் படம், விசில் சத்தம் காதைப் பிளந்தது, சினிமா தொழில் நுட்பம் மாறிவிட்டது, ஐ மாக்ஸ், டோல்பி சவுண்ட், சரவுண்ட் சவுண்ட் என்று, இன்னும் வீட்டுலேயே பாருங்கள் என்று டிடிஹெச், ஓடிடி, நெட்பிலிக்ஸ், ஹாட்ஸ்டார் எல்லாம் வந்து விட்டது, ஆனாலும் தியேட்டரில் சினிமாவைக் கொண்டாடும் மக்கள் மாறவில்லை, அவர்களுக்கு மன அழுத்தத்தை மறைக்க மறக்க இந்த விடுதலை தேவைப்படுகிறது, வாழ்க லேனா தியேட்டர், வாழ்க வடுகனாதன்.

வாழ்வைக் கொண்டாடுவோம்! சினிமாவோடு!

83
டிராயிங் ஹால் 1

புதிய மாணவர்களுக்கான பல்கலை அறிமுக விழா வரைவிடம் 1ல் (டிராயிங் ஹால் 1) நடந்தது. பொறியியல் புலத்தில் முதல் மாடியில் இருக்கிறது அந்த அறை, கற்றல் அறை (Learning Hall), வரைதல் அறை (Drawing Hall) என்று இரண்டுவிதமான அறைகள் இருந்தது ஒவ்வொன்றிலும் ஐந்து முதல் பத்து அறைகள், இருப்பதிலேயே பெரிய அறை இந்த வரைதல் அறை எண் 1,

இன்று நோக்கு நிலை திட்டம் (Orientation Program) என்றெல்லாம் பெரிய பில்டப்புடன் இன்றைய கல்லூரிகள் செய்வது போலில்லாமல் எல்லா துறை தலைவர்களும் சுருக்கமாக பல்கலைப் பற்றி பூகோளம், வரலாறு சொல்லிச் சென்றனர்.

முதல் முறையாக பள்ளியிலிருந்து கல்லூரிக்கு அடியெடுத்து வைக்கிறோம், யாரும் கொடுக்காத வாய்ப்பு, சரியாகப் பயன்படுத்திக் கொண்டு, பெரிய பொறியியல் வல்லுனனாக, பெரிய பொறியியல் தொழில்நுட்பவாதியாக, ஆகப்பெரிய தொழிலதிபராக வரவேண்டும் என்று நினைத்துக் கொண்டேன்.

அந்த அறை கூட இப்படி பெரிய ஆசைக்குக் காரணம். ஏனென்றால் அந்த அறையே ஐயாயிரம் சதுர அடி இருக்கும், (புறாக்கூண்டு போல மொத்த பொறியியல் கல்லூரியும் இருக்கும் இந்தக் காலம்) ஒருவரைவிட அறையே ஐயாயிரம் அடி பெரியதாக இருக்கும் அண்ணாமலைப் பல்கலையில் ஆசைகளும் அது போலப் பெரியதாகத் தானே இருக்கும், 'பெரிதினும் பெரிது கேள்' என்ற என் பாரதியை நினைத்துக் கொண்டேன். ஒவ்வொரு மாணவருக்கும் ஒரு தனி இருக்கை, ஒரு தனி வரைமேசை, சுற்றிப் பார்த்தேன், எண்ணற்ற மாணவர்கள், மைக்கில் ஐநூற்றி இருபத்தைந்து புது மாணவர்கள் என்றார்கள், ஐநூற்றுக்கும் மேற்பட்ட கனவுகள் ஒரே இடத்தில்.

இயந்திரப் பொறியியல் விரிவுரையாளர் திரு. கிருஷ்ண மோகன் தன் பொறியியல் வரைபட வகுப்பைத் துவங்கினார்,

டிராப்டர் என்னும் கருவி பற்றி பாடம் எடுத்துவிட்டு, பெரிய பொறியியல் கருவிகளை, கட்டிடங்களை, இயந்திரங்களை எப்படி சின்னதாக ஒரு காகிதத் தாளில் கொண்டு வருவது என்று அழகாக எடுத்துரைத்தார். அவர் பேசப்பேச என் கண் முன்னே வானம் விரிந்தது, இன்றும் கூட எதிர்காலத் திட்டங்களை என் நோட்டுப் புத்தகத்தில் சின்னதாக எழுதி அது நினைவில் கூடி வரும் போது இருக்கின்ற மகிழ்வுக்கு ஈடு இணை ஏது!

Engineers make the World என்றார், உண்மை தான், கரடு முரடான இந்த உலகத்தைத் திருத்தி வாழ்விடமாக மாற்றி, ரோடு போட்டு, வீடுகளைக் கட்டி, ஊர்ந்து போக ஊர்தியையும், தரைதடத்தில் போக இரயிலையும், மிதந்து போக விமானத்தையும், நினைத்ததை செய்து முடிக்க பல கருவிகளையும், களித்து மகிழ தொலைக்காட்சி முதல் இன்றைய ஓடிடி வரையான தகவல் தொழில் நுட்பத்தையும், மருத்துவத்தில் நோய் கண்டறியும் கருவிகளையும், அதை நிவர்த்தி செய்யும் வழிமுறைகளையும், ஏன் மருந்துகள் நம் உடம்பில் எப்படி கரைந்து செயலாற்ற முடியும் என்கிற அறிதல் வரை பொறியியல் நம் வாழ்வோடு கலந்து விட்ட ஒன்று,

கல்லணை கட்டிய கரிகாலனும், பெரிய கோயில் கட்டிய அருள்மொழி வர்மனும் ஒரு நிமிடம் என் கண் முன்னே வந்து போனார்கள். எண்ணற்ற பொறியியல் கருவிகள் நினைவில் ஊடாடியது, நானும் ஒரு பொறியாளன், அந்த நினைவே மிச்ச வாழ்க்கைக்குப் போதுமானதாக இருந்தது, கர்வத்துடன் அந்த வகுப்பை முடித்தேன்.

தினந்தோறும் பொறியாளர்களுக்கு நன்றி சொல்லி நம் நாளைத் தொடங்குவோம்.

84
கனவுகள் - கற்பனைகள் - காதல்கள்

தலைப்பைப் பார்த்தவுடன் ஒரு ஆர்வம் வரும், முழுதும் படிக்காமல் 'லைக்' போட்டுவிட்டுக் கடந்து போகும் நண்பர்கள் கூட படிப்பார்கள் என்கிற ஆசையில், ஆர்வத்திலெல்லாம் இதை வைக்கவில்லை, உண்மையில் மனிதர்களின் கனவுகள், கற்பனைகள் மற்றும் காதல்கள் பற்றி தான் இன்றைய சிறகு.

அண்ணாமலைப் பல்கலையின் அட்மின் கட்டிடம் எதிரே உள்ள சி.பி. இராமசாமி ஐயர் நூலகத்தில் ஒரு ஞாயிற்றுக்கிழமை மதியம் உட்கார்ந்திருந்தேன். எந்த புத்தகத்திலும் மனம் லயிக்கவில்லை, இப்படி சில நேரம் எல்லோருக்கும் உண்டாகும். மனதில் ஒரு வெற்றிடம் உருவாகும், எதுவும் செய்யத் தோன்றாது, மனம் முழுவதும் கேள்விகள் தோன்றும்.

நாம் யார்? நமக்கு என்ன வேண்டும்? நமக்கு வாழ்வில் அதிகம் பிடித்தது என்ன? நாம் எங்கே போய் கொண்டிருக்கிறோம்? நாம் செய்வது சரியா? நம் வாழ்வின் எச்சங்கள் என்ன? எதை ஞாபகம் வைக்க வேண்டும்? எதை மறக்க வேண்டும்? நம் கையில் ஏதாவது இருக்கிறதா? அல்லது யாரோ இயக்க நாம் ஆடுகிறோமா?, இந்த வாழ்வின் துவக்கம், மையம், அந்தம் என்ன?

நூலகத்தில் இப்படி அடிக்கடி ஆகும். காரணம் அந்த அமைதி, சூழல், சுற்றி இருக்கும் எண்ணற்ற நூல்களின் அதிர்வு என்று நினைக்கிறேன். நாம் அதிர்வுகளால் ஆளப்படுகிறோம் என்று ஒரு கோட்பாடு உண்டு. (Resonance theory of Vibration) வெவ்வேறு அதிர்வுகளுடன் இரண்டு பொருட்கள் சந்தித்தால் விரைவில் இரண்டும் ஒரே அதிர்வுகளாக ஒத்திசைக்கும் அல்லது விலகி வெகு தூரம் செல்லும். இதை அண்டமே பிண்டம் என்னும் திருமூலரோடும் ஒப்பிடலாம் அல்லது சாதாரணமாக நம் திருமணத்தோடும் ஒப்பிடலாம். திருமணத்தில் சேர்ந்திசைக்கான நோக்கம் மட்டும் இருந்தால் போதும் இந்த ஒத்திசை (Sync) சாத்தியம்.

நாம் என்ன செய்ய விழைகிறோமோ அதை செய்கிறோமா, அல்லது செய்ய விழையாததை செய்கிறோமா, இதைச் செய்யலாமா வேண்டாமா என்று மனத் தடத்தில் அடிக்கடி சிக்கல்கள் வரும். இதை முடிவெடுக்கும் அறிவியலாக இன்று மேலாண்மையிலும் உளவியியலிலும் கற்றுக் கொடுக்கிறார்கள்.

இலகுவாகப் புரிந்துகொள்ள வேண்டும் என்றால் நம் ஒவ்வொரு செயலுக்குப் பின்னாலும் அதைச் செய்ய வேண்டும் என்கிற இச்சை இருக்கும். அந்த இச்சை வரக்காரணம் நம் மனதில் தோன்றும் எண்ணங்கள், இந்த எண்ணங்களை உருவாக்குபவை கற்பனைகள், இந்த கற்பனைகள் தோன்றக் காரணமானவை கனவுகள், இந்தக் கனவுகளை உருவாக்குபவை நம் வாசிப்பு அல்லது ஊடகம், வாசிப்பை அல்லது நுகர்வைப் புரிந்து கொள்ளத் தேவை கல்வி அல்லது அறிவு, அதைத் தருபவர்கள் ஆசிரியர்கள் அல்லது குரு, அவர்களுக்கு அவர்களது குருமார்கள், அவர்களுக்கு இந்த பிரபஞ்சம், கொஞ்சம் தலை சுற்றுவது போலுள்ளது தானே, எனக்கும் தான்.

நுகர்வு - ஆசை - கனவு - கற்பனை - எண்ணம் - செயல் - உயர்வு - இலக்கு,

இந்த நேர்கோட்டைப் புரிந்து கொண்டால் போதும், இதன் வழி பயணப்பட்டால் போதும் நம் வாழ்வின் இலக்குகளை எளிதில் அடையலாம். நம் இலக்கு தெரிந்த பின் அதைப் பற்றிய நுகர்வு நோக்கி நகர்ந்தால் போதும், மெல்ல இலக்கு நோக்கிப் பயணப்படலாம்.

இதற்கு தான் கனவு காணுங்கள் என்று சொன்னாரா அப்துல் கலாம். அதற்கெல்லாம் வெகு காலம் முன்னேயே புத்தகங்கள் உங்கள் கனவுகளை வளர்த்திருக்கும். இன்றைய உயிர் உத்வேகக் கண்டுபிடிப்புகள் *(Bio Inspired Innovation)* எல்லாம் கூட இந்தக் கோட்பாடுகளின் அடிப்படையில் தான். *(காதல் செய்வது கூட நம் அடிமன ஆசைகளால் தானே தவிர தெய்வீக உட்டாலக்கடிகளால் அல்ல)*

நாம் என்னவாக வேண்டுமா அதைப் பற்றிய தீவிர கனவுகள், தீவிர வாசிப்பு, கவனம், கற்பனைகள், காதல் இருந்தால் நிச்சயம் அது சாத்தியம் என்கிறது இந்த உளவியல், முயன்று தான் பார்ப்போமே. ●

85

காலவரையற்ற வேலை நிறுத்தம்

Indefinite Strike என்பார்கள் ஆங்கிலத்தில், இலங்கையில் நடந்த தமிழினப் போராட்டத்துக்கும், அதற்கு சிங்கள அரசாங்கம் செய்த போர் அடக்கு முறைகளுக்கும் தமிழகத்தில் எதிர்வினை ஆற்றும் ஒரே வழி கால வரையற்ற வேலை நிறுத்தம். அடிக்கடி இது போன்ற நிகழ்வுகள் காரணம் காட்டி கல்வி நிறுவனங்கள் மூடப்படும், அப்படி முதல் வருடத்திலும் எங்கள் கல்லூரி மூடப்பட்டது, இந்த காலக்கட்டம் மிக மோசமானது.

அப்போது மெஸ்ஸும் மூடப்படும். இரயில்களில் கூட்டம் தள்ளிச் சாயும், ஒரு இரயிலிலும் இடம் கிடைக்காது, சரி விடுதியிலேயே தங்கி இருக்கலாம் என்றால் விடுதி உணவகம் இல்லாததாலும் ஒவ்வொரு வேளையும் நான்கு கி.மீ. பயணப்பட்டு சிதம்பரத்துக்குச் சென்று சாப்பிட வேண்டும். இரயில்வே காண்டீனில் ப்ரட் ஜாம், ஆம்லெட் கிடைக்கும். பாரீஸ் கார்னரில் டீ பன் கிடைக்கும் அவ்வளவு தான்.

வாரந்தோறும் பயணப்படும் சென்னை மாணவர்கள் திரும்பிப் பார்ப்பதற்குள் ஓடி விடுவர். இரண்டு வாரங்களுக்கு ஒரு முறை பயணப்படும் திருச்சி, மதுரை மற்றும் மதுரைக்கு தெற்கே உள்ளவர்கள் நிதானித்து ஆனால் அடுத்தடுத்த இரயில்களில் கிளம்பி விடுவர். மீதம் இருப்பது அயல் நாடுகளில் வேலை பார்க்கும் பெற்றாரின் பிள்ளைகள், வீட்டிற்கு அடிக்கடி சென்றால் அடி விழும் மாணவர்கள், அல்லது என்னைப் போல ஒரு அனுபவத்துக்காக விடுதியில் இருந்து பார்க்கும் நல்லவர்கள் *(!)*

உண்மையிலேயே இது போன்ற காலக்கட்டம் ஒரு நல்ல வாய்ப்பு, வாழ்வின் விளிம்பு நிலை மனிதர்களின் வாழ்வியல் போல் அன்றாடம் வாழ்தலே கடினப்படும். படிக்கலாம் என்றால் மனது லயிக்காது, சாப்பிடலாம் என்றால் எங்கு போவது என்று தெரியாது, பணம் எவ்வளவு ஆகும் என்று தெரியாது, விடுதியோ போரடிக்கும், உடல் நலம் சரியில்லையென்றால் மேற்கொண்டு வாழ்வு கடினமாகும், நடந்து நடந்து அலுத்துப் போகும்,

வானொலியும் தொலைக்காட்சி அறையும் பூட்டப்படும், மெல்ல மெல்ல மனம் ஒரு தியான நிலைக்குப் போய்விடும், அதுவே பழகிவிடும்.

ஆனால் இப்படிப் பழகிய மனிதர்களை எங்கு கொண்டு போய் விட்டாலும் பிழைத்துக் கொள்வர். ஏனெனில் எப்பேர்ப்பட்ட சூழலுக்கும் இவர்கள் பழகி விடுவார்கள். இவர்களுக்கு விரிதிறன் (Resilience) அதிகமாகும் என்கிறது உளவியல். ஆசைகளை அடக்கிக் கொள்ளும் திறன் பெறுவர், மன அழுத்தத்தையும், உணர்ச்சிகளைக் கட்டுப்படுத்தும் திறனையும், மாறும் சூழ்நிலைகளை எதிர்கொள்ளும் திறனையும் பெறுவர், சூழலை குருவாகப் பாவிக்கும் மனோ நிலைக்கு வந்து விடுவர்.

உணர்ச்சிகள் உங்களைக் கட்டுப்படுத்தினால் மன அழுத்தமும், கோப தாபங்களும், எதிர்பார்ப்புகளின் பக்க விளைவுகளும் உங்களை ஆக்கிரமிக்கத் துவங்கிவிடும். மாறாக இந்த விரிதிறன் இருந்தால் உங்களை உங்கள் திறமைகளை நம்ப வைக்கும், நம்மால் எதுவும் முடியும் என்கிற சிந்தனையை வளர்த்தெடுக்கும், உங்களால் உணர்ச்சிகளைக் கட்டுப்படுத்த முடியும், வாழ்க்கையில் சாதிக்க முடியும்.

இப்போது அதைப் போலோரு சூழல் வேண்டுமெனில் அதிகம் வேண்டாம் அலைபேசியையும் தொலைக்காட்சிப் பெட்டியையும் அறவே தள்ளி வையுங்கள், உங்கள் விரிதிறனுக்கு நான் பொறுப்பு.

●

86
முனைவர் ஆறுமுகம்

இருபது வயது இளைஞருக்கு ஐம்பத்து ஐந்து வயது நண்பர்கள் இருக்க முடியுமா? முடியும். ஒரே மாதிரி யோசிக்க முடியுமானால், எனக்கு அப்படித் தான் நிறைய நண்பர்கள் இருந்தார்கள். தமிழண்ணல், முனைவர் லெட்சுமணன், முனைவர் ஆறுமுகம் என்று, இவர்கள் எல்லாம் என்னுடைய நண்பர்களின் அப்பாக்கள் அல்லது அந்த அப்பாக்களின் நண்பர்கள்.

இந்த மாதிரி நண்பர்கள் கிடைப்பதில் ஒரு நல்லது உண்டு, ஒரு கெட்டதும் உண்டு. நல்லது நம் சிந்தனை வெகு தூரத்துக்குப் போகும், அவர்களின் உயரத்தில் இருந்து இந்த உலகத்தைப் பார்க்கலாம், கெட்டது நம் நண்பர்கள் நம்மிடமிருந்து விலகத் துவங்குவார்கள்.

கெட்டது நடக்காத ஒரு நண்பர் என்றால் அது நண்பர் ஆறு. சந்திர சேகரின் தந்தையான முனைவர் ஆறுமுகம் ஐயா தான், மதுரைக் காமராசர் பல்கலையின் வேதியியல் துறைத் தலைவர். நல்ல சிந்தனையாளர், எளிமையான மனிதர், மகனை விட என்னிடம் அதிகம் பேசியிருப்பார் என்று நினைக்கிறேன். மகனிடம் சாதிக்க வேண்டியதை என் மூலம் தான் சொல்லுவார். மகனை மரியாதையாக அவர் எங்கே இருக்கிறார், இதைச் செய்வாரா, என்று தான் என்னிடம் சொல்லுவார். மிகக் கண்டிப்பான அதே சமயம் பாசக்காரர். ஆனால், பாசத்தை வெளிக்காட்டத் தெரியாத ஒரு தொழில் முறை ஆராய்ச்சியாளர்.

வேதியியல் துறையில் நிறைய சாதனைகள் புரிந்திருக்க வேண்டியவர், அவருடைய வேதியியல் காதல் எப்படி என்றால் நம் உடலின் வேதிக்கூறுகள் எப்படியெல்லாம் மாறும் என்பதை ஆய்வு செய்து பல கட்டுரைகள் எழுதியவர். அதை தினந்தோறும் சோதித்துப் பார்ப்பவர், நாம் சாப்பிடும் மருந்துகள் நம் உடலில் எப்படி வேதி மாற்றங்களை உண்டாக்கும், அதை எதிர் தாக்குதல் செய்வது எப்படி? ஒவ்வொரு உடம்புக்கும் அந்த மருந்துகளின்

அளவு மாறவேண்டும் என்றெல்லாம் மணிக்கணக்கில் பேசக் கூடியவர்.

பல்கலையின் அரசியலில் சிக்கி அலைக்கழிக்கப் பட்டவர், துணைவேந்தர் பட்டத்துக்காக காத்திருக்க வைக்கப்பட்டு ஆகாமலேயே பணி ஓய்வு பெற்றவர். பின்னும் நம் பாரம்பரிய மருத்துவம், ஹோமியோபதி, இயற்கை மருத்துவம் என்று படித்து பல பேருக்கு மருத்துவம் சொன்னவர், மருந்துப் புட்டிகளோடும் கனவுகளோடும் ஒரு நாள் இயற்கையோடு கலந்து, தொலைந்துபோனார்.

பின்னாளில் பயோ மெடிக்கல் *(Bio Medical)*, பயோ டெக்னிக்கல் *(Bio Technical)* என்றெல்லாம் அதைப் பற்றிய பொறியியல் படிப்புகள் வந்த போது அவருடைய தொலை நோக்குப் பார்வையை எண்ணி வியந்திருக்கிறேன்.

சமீபத்தில் அமெரிக்க வெளி நாடு வாழ் இந்தியர் ஒருவரை சந்தித்தேன், அவர் வள்ளல் அழகப்ப செட்டியாருடைய மகள் வழிப் பேர. அவர் போஸாலஜி *(Posology)* என்னும் துறை பற்றிக் கூறினார், அதில் முனைவர் பட்டம் வரை பெற்றவர், அது என்ன படிப்பு என்றால் நம் ஒவ்வொரு உடம்புக்கும் தேவைப்படும் மருந்தின் அளவு மாறுபடும், அந்தத் தேவைகளை ஆராயும், கண்டுபிடிக்கும், தேவைக்கேற்ப மற்ற மருத்துவர்களுக்குப் பரிந்துரைக்கும் படிப்பு என்றார், இது தான் மருத்துவ உலகின் எதிர்காலம் என்றார்.

ஞாபக அலையில் முனைவர் ஆறுமுகம் வந்து போனார், மிகச் சரியாக ஒரு விடயத்தை சொல்லிவிட்டு நாக்கை துருத்திக் கண்களை உருட்டும் அவருடைய மேனரிஸம் நெஞ்சில் அறைந்தது.

யாரோ ஒருவருடைய கனவுகள் எங்கோ எப்படியோ நிறைவேறிக் கொண்டிருக்கிறது, இங்கே அதற்கான எந்த முனைப்புகளும் செய்யாமல் பல முனைவர்களை வீணாக்கிக் கொண்டிருக்கிறோம். அதனால் தான் இளைஞர்கள் வெளிநாடுகள் நோக்கிப் பயணப்படுகிறார்கள், எப்போது இந்த மூளை வடிகாலை நிறுத்தப் போகிறோம்?

யோசித்துக் கொண்டே!

87
பதவி

உள் நோக்கு சிந்தனையாளனை பல் நோக்கு சிந்தனையாளனாக மாற்றியது என் கல்லூரி என்று சொன்னேன், ஒன்று பல்வேறு திறமைகள் கற்றுக் கொள்வதற்கான களம் அமைத்துக் கொடுத்தது, இன்னொன்று தினந்தோறும் கற்பனை, கனவு வளர்வதற்கான நண்பர்கள், மூன்றாவது அரசியல் கற்பதற்கான வாய்ப்பு, ஆம், ஏனென்றால் பல்கலையில் எங்கெங்கு காணினும் பதவிகள்.

என்சிசி, ஆர்மி, என்சிசி நேவியில் ஸ்குவாறன் லீடர், என் எஸ் எஸ்சில் அமைப்பு செயலாளர், கல்வி சார் முதல் மற்றும் இரண்டாம் வருடத்தில் வகுப்புப் பிரதி நிதி, மூன்றாவது வருடத்திற்கு வகுப்புப் பிரதி நிதி, இணை செயலாளர், மற்றும் துணைத்தலைவர், நான்காவது வருடத்திற்கு வகுப்புப் பிரதிநிதி, செயலாளர், மற்றும் தலைவர், கூடுதல் பாடத்திட்டமான புகைப்பட சங்கத்துக்கு எஃப் ஐ பி, பிரதிநிதி, சங்கச் செயலாளர், ஒவ்வொரு விளையாட்டுக்கும் தலைவர், துணைத் தலைவர், மேலும் இறுதியாண்டில் பொறியியல் புலத்துக்கு ஆறு செயலாளர்கள் (விளையாட்டு, மாணவர் நலன், நுண்கலை, சைவவிடுதி பிரதிநிதி, அசைவவிடுதி பிரதிநிதி, வேலைவாய்ப்பு செயலாளர்) இது போக லியோ க்ளப், ரோட்டராக்ட், ஜூனியர் ரவுண்ட் டேபிள் என்று அதற்கும் தலைவர், துணைத்தலைவர், செயலாளர், இணைச் செயலாளர், பொருளாளர், இதையும் கடந்து ஆண்டு விழா, ஹாஸ்டல் டேக்கு சிறப்பு நிர்வாகிகள்.

எங்கெங்கு காணினும் பதவியடா என்று கல்லூரி முழுவதும் பதவியாக இருந்தால் யாருக்குத் தான் அரசியல் ஆசை வராது. மெல்ல எட்டிப்பார்க்கவோ, தொட்டுப்பார்க்கவோ மனது எத்தனிக்கும் தானே.

முதன்முதலில் பதவி என்பதன் அர்த்தத்தைத் தேடினேன், பொறுப்பு என்றது அகராதிகள், அதிகாரம் என்றது நேரடி அரசியல், சக மாணவனிடமிருந்து உயர்ந்திருத்தல் என்றது கல்லூரி, வித்தியாசப்படுத்திக் கொள்ளுதல் என்றது படிப்பு, முன்னோக்கி

யோசித்தல் என்றார்கள் நண்பர்கள், முன்னத்தி ஏர் என்றது விவசாயம், தர வரிசை என்றது தேர்வுகள், முள் கிரீடம் என்பார்கள் அரசியல்வாதிகள், வாய்ப்பு என்பார்கள் வர்த்தக வணிகர்கள், அங்கலாய்ப்பு என்பார்கள் ஆளில்லாத சங்க நிர்வாகிகள், தலைப்பு என்றது தற்காலிக வாழ்க்கை, பிழைப்பு என்றார்கள் எதிரிகள், உழைப்பு என்பேன் நான்.

உழைப்பும், திறமையும் தான் நம்மை பதவியில் உட்கார வைக்கும் என்று வெகு நாள் நினைத்திருந்தேன் பின்னாளில் வர்த்தக சபை தேர்தல் ஒன்றில் தோற்கும் வரை, வேலையே செய்யாமல் கூட ஒருவர் பதவிக்கு வர முடியும் என்று அப்போது தெரிந்து கொண்டேன். ஆனாலும் உழைப்பிலும் திறமையிலும் வைத்த நம்பிக்கை வீணாவதில்லை. வீணர்களுக்கு அந்தக் கொடுப்பினை இல்லை என்று எப்போதும் போல் எழுந்து நடந்தேன், விழுவது எத்தனை முறையாயினும் எழும்போது சிங்கமாயிருக்க வேண்டும்.

பேரறிஞர் அண்ணா ஒரு கூட்டத்தில் சொன்னாராம்,

பதவி என்றால் 'ப'சித்திரு, 'த'னித்திரு, 'வி'ழித்திரு என்று,

எப்போதும் கற்க வேண்டிப் பசியோடிரு, மற்றவர்களிடமிரிந்து உயர்ந்து, அறிவார்ந்த வாசிப்போடு தனித்திரு, எதிரிகளிடமும் ஏன் நல்லவர்கள போல் நடிக்கும் நண்பர்களிடமும் விழித்திருக்க வேண்டும் என்பதாகப் புரிந்து கொண்டேன்.

ஆனாலும் இன்னும் கற்றல் நிற்கவில்லை, எண்ணற்ற புத்தகங்கள் படித்து விட்டேன், தலைமைப் பண்புகள் பற்றி ஆயிரம் காணொலி பார்த்துவிட்டேன், பதவிகளை கவ்வி மாதிரி பிடித்துக்கொண்டிருக்கும் மனிதர்களையும் ஆராய்ந்து கொண்டிருக்கிறேன்.

இப்போது இருக்கும் பதவிகள், பகை முடிவு - தயவு காட்டாதே - விடாமல் பிடித்துக்கொண்டிரு என்பதாகப் போய்க் கொண்டிருக்கிறது

வரலாற்றில் இடம் பெற்ற தலைவர்களை ஆரய்ந்தால், பதவிகள் நம்மை உயர்த்தாது, அடையாளம் தான் காட்டும், நாம் தான் அந்தப் பதவியின் தரத்தை உயர்த்த வேண்டும், அப்போது தான் அந்தத் தலைமை வரலாறாகும், வேலுப்பிள்ளை பிரபாகரனும், மகிந்த ராசபக்சேவும் அதைத் தான் உணர்த்திக் கொண்டிருக்கிறார்கள்

●

88

இராசேந்திரன் சிலை

பொறியியல் புல வாயிலில் ஒரு சிலை இருக்கும், பல நாள் அது ஏதோ அரசியல் தலைவர் சிலை என்று சற்று தள்ளியே பயணித்துக் கொண்டிருந்தேன். மதுரைக்காரர்களுக்கு தேவர் சிலையும் அதைச் சுற்றி நடக்கும் அரசியலும் சற்றே அலர்ஜியான சம்பவங்கள், ஆதலால் எப்போதுமே சிலை என்றால் ஒவ்வாமை.

ஒரு நாள், சிலையைச் சுற்றி ஒரு கூட்டம், முடிந்த போது தமிழ் வாழ்க என்று முழக்கமிட்டு கலைந்தனர். அட நம்மைப் போன்றதொரு கூட்டம் என்று அருகே சென்றேன். 1965 ல் மொழிப் போரில் கொல்லப்பட்ட மாணவப் போராளி இராசேந்திரன் என்று சொன்னது சிலை வாசகம். மொழிப் போர் பற்றிக் கேள்விப்பட்டிருக்கிறேன், மொழிப் போர் தியாகிகள் பலர் பற்றிக் கூட படித்திருக்கிறேன், மொழி உயிரையை விடப் பெரியதா என்ற கேள்வி எழுந்தது ?

'கல் தோன்றி மண் தோன்றாக் காலத்தே வாளொடு முன்தோன்றி மூத்தகுடி' என்கிறது புறப்பொருள் வெண்பாமாலை, யாமறிந்த மொழிகளிலே தமிழ் மொழி போல் இனிதாவது எங்கும் காணோம் என்றான் பாரதி. தாய் மொழியை பழித்தவனை தாய் தடுத்தாலும் விடாதே என்றான் பாரதி தாசன். ஆனால், மொழிக்காக உயிரை விடு என்று யாரும் சொல்லவில்லை, இருங்கள் தமிழ் எங்கள் மூச்சு என்று ஒரு பொதுவுடைமைக் கவிஞன் சொன்னதாக ஞாபகம்.

மெல்லத் தமிழ் இனிச் சாகும் என்று சொன்ன கவிஞரைத் தெரியும், மெல்லத் தமிழர் இனிச் சாவர் என்று யாரும் சொன்னதாய் நினைவில்லை. இரவு முழுக்கத் தூக்கம் வரவில்லை, யார் தமிழர் என்கிற துணைக் கேள்விகூடத் தொற்றிக்கொணடது.

மொழி என்பது ஊடகப் பயன் பொருள் தானே, நாம் நினைப்பதை மற்றவர்களுக்குக் கடத்தி விட முடிந்தால் மொழியின் தேவை முடிந்தது தானே, அது என்ன அந்த மொழிக்காக தன் இன்னுயிரைக் கொடுப்பது, ஆனால் அந்த உயிர் கொடுப்பு என்னுள் ஒரு புதிய சிந்தனையைக் கொடுத்தது, உயிர் கொடுத்தேனும் வாழ

வைக்க நினைத்த தமிழின் கரை கண்டு விடவேண்டும் என்று நினைத்துக் கொண்டேன், இன்னும் ஒரு கரையிலேயே நிற்கிறேன்.

தமிழ் *Vs* ஆங்கிலம் அல்லது தமிழ் *Vs* சமஸ்கிருதம் அல்லது தமிழ் *Vs* இந்தி என்கிற அரசியலை எல்லாம் விடுங்கள், உங்களுக்கு தமிழில் எவ்வளவு தெரியும், திருக்குறளை ஏன் உலகம் முழுதும் கொண்டாடுகிறார்கள், அறம் பற்றி தமிழ் சொல்வது என்ன?

தமிழில் இருந்து தெலுங்கு, கன்னடம், மலையாளம், ஒரியா, துளு, குடகு, குறும்பா, கோத்தர், தோடா, படுகா, கொற்ற குருவா, துளுவம், குடியா, கோண்டி, மாரியா, முரியா, பர்தான், நாகர்சால், கிர்வார், கொண்டா, முகா டோரா, கூய், குவியா, கோயா, மண்டா, பெங்கோ, செஞ்சு, நைக்கி, கொலாமி, ஒல்லாரி, துருவா, குருக்ஸ், மல்டோ, பார்குயி என்று மொழிகள் பிரிந்ததன் வரலாறு தெரியுமா?

இராசேந்திரன் போன்றவர்கள் இன்னும் கொஞ்சம் உணர்வு வயப்படாமல் இருந்திருக்கலாம், உயிர் இழப்பு என்பது பேரிழப்பு.

அண்ணா மொழிப் போர் உச்சத்தில் அதைக் கைவிடச் சொன்னாராம், தம்பிகள் ‘வெண்ணெய் கூடி வரும் போது தாழியை உடைப்பதா’ என்று முரண்பட்டார்களாம், நாம் யாருக்காக போராடுகிறோமோ அவர்களில் ஒருவரைக் கூட நாம் இழக்கக் கூடாது என்றாராம் அண்ணா. மொழியைத் தாண்டி இனத்தை நேசித்த மனிதர்கள் வாழ்ந்த தேசத்தில் வாழ்கிறோம், உயிர் கொடுக்க வேண்டாம், தினந்தோறும் இந்த உலகத்துக்கு சிறிதளவு தமிழ் கொடுப்போம், நம்மோடு சேர்ந்து தமிழும் வாழட்டும்

தமிழ் கற்க வேண்டும், தமிழ் கற்க வேண்டும் என்று தினந்தோறும் சேவித்துக் கொண்டிருக்கிறேன், நீங்களும் உறுதி எடுத்துக் கொள்ளுங்கள்.

●

89
சிதம்பரம் இரயில் நிலையம்.

இரயில் நிலையத்துக்கு உயிர் இருக்குமா?

இரவு பகல் எந்நேரமும் நடமாட்டம் இருக்குமா?

இரயில்வே காவலை விட உள்ளூர் மாணவர்களுக்கு அதிக அதிகாரம் இருக்குமா?

இருபத்தி நாலு மணி நேரமும் பன் பட்டர் ஜாம், டீ கிடைக்கும் இரயில் நிலையம் தமிழகத்தில் உண்டா?

இருந்தால் அது சிதம்பரம் இரயில் நிலையமாகத்தான் இருக்கும். இரவு நேர பாடசாலை, நட்பு பகிரும் இடம், சண்டைகள் பேசி தீர்க்கும் இடம், பிறந்த நாள் உபசரிப்புகள் நடை பெறும் இடம், மன உளைச்சல்கள் போக்கும் இடம், கவிதைகள், நாடகங்கள் எழுதும் இடம் எல்லாம் எங்களுக்கு சிதம்பரம் இரயில் நிலையம் தான். ஊரிலிருந்து பல்கலை இருக்கும் அண்ணாமலை நகர் இணையும் இடம் தான் சிதம்பரம் இரயில் நிலையம். ஒரு புறம் சிதம்பரம் ஊர், இன்னொரு புறம் அண்ணாமலை பல்கலைக் கழகம், கல்வியையும் கலாச்சாரத்தையும் இணைக்கும் புள்ளி.

எழுத்துக்களை வாக்கியங்களாக மாற்றும் கல்வி மேடை, எழுது பலகை, ஆசான் என்று எப்படி வேண்டுமானாலும் சொல்லலாம், கல்லூரி கற்று தருவது அறிவு, இது போன்ற இடங்கள் கற்றுத் தருவது பாடம், அறிவு சிக்கலாகும் போது பாடம் அதை விலக்கித் தெளிவாக்கும்.

வெறும் இரயில்கள் வந்து போகும் இடமல்ல சிதம்பரம் இரயில் நிலையம். மாணவர்களின் ஏற்றத் தாழ்வுகளையும், தர வரிசையையும், வர்ணபேதங்களையும், இன வாதங்களையும், மன வக்கிரங்களையும் நீக்கும் இடம். பகிர்தலையும், அரவணைப்பையும், அன்பையும், கற்றுக் கொடுக்கும் இடம். எத்தனையோ நாட்கள் விடிய விடிய கதை பேசி, சொந்த வரலாறுகளை நொந்த படி பகிர்ந்து, எதிர்காலக் கனவுகளை எப்படிக் காணவேண்டும் என்று உணர்ந்த இடம்.

படிக்கிறேன் பேர்வழி என்று புத்தகங்களை எடுத்துக் கொண்டு இரயில் நிலையம் வந்து ஒரு வார்த்தை கூடப் படிக்காமல் கருத்து யுத்தம் நடத்தி விடுதிக்கு திரும்பிய எத்தனையோ நாட்கள், சண்டையை தீர்க்க வேண்டும் என்று அங்கு சென்று சண்டை பற்றிய ஞாபகமே இல்லாமல் கை கோர்த்து வந்த அனுபவங்கள், எதிரிகளை காலி செய்ய திட்டம் தீட்டப் போய் தங்களுக்குள்ளே சண்டை போட்டு திரும்பி வந்த கோணங்கள், கவிதை எழுதப்போய் மற்றவர்களின் கதைகள் கேட்டு கலங்கி வந்த கோலங்கள், உயர்ந்தவர் தாழ்ந்தவர் என்று யாரும் இங்கில்லை என்று சமத்துவம் உணர்ந்த மேடைகள், ஒன்றுமே செய்யாமல் நடை மேடையின் அளவுகளை ஆராய்ந்த பயணங்கள், அரைத் தூக்கத்தில் எழுந்து ஜன்னல்களில் எட்டிப் பார்க்கும் எதிர்பாலினத்தவரின் முகங்களில் எதிர்கால இணைகளைத் தேடிய அனர்த்தங்கள், தூங்கும் பயணிகளின் அமைப்பை விட அந்தப் பாங்கின் இயற்கையை இரசித்த வெகுளித் தனங்கள், இன்னும் எத்தனை எத்தனையோ!

இன்று எந்த இரயில் நிலையத்தில் நுழைந்தாலும் அங்கு சிதம்பரம் என்னும் பலகை இருக்காதா, என்று ஏங்க வைக்கும் மனத்தை என்ன சொல்லி அடக்குவேன். நடை மேடைகளில் ஊர்வலம் போகும் ஞாபகங்களை பிடித்து இழுத்து நிகழ்காலத்துக்கு அழைத்து வரும் வழிவகைகள் அறியாத பையனாகவே இன்னும் இந்த உலகத்தில் அலைந்து கொண்டிருக்கிறேன். நண்பர்களின் ஆன்மாவும் இப்படி ஏதாவது இரயில் நிலையங்களில் அலைந்து கொண்டிருக்கக் கூடும்,

கண்டால் வரச் சொல்லுங்கள்,

●

90

கலைஞர்

கீழ ரத வீதியில் திமுக மாநாடு, கலைஞர் பேசுகிறார் என்று அறிவிப்பு,

திருவேடகத்திலும் பொதுவுடைமைக் கட்சியிலும் முரண்பட்ட கருத்துக்களோடு பழகியவன் என்கிற முறையில் அந்தக் கூட்டத்துக்குப் போகலாம் என்று முடிவெடுத்தேன். பெரியப்பா தீவிர தி.க.க்காரர், விபூதி கூடப் பூச மாட்டார், அப்பா திமுக அடிப்படை உறுப்பினர், நான் குங்குமப் பொட்டோடு வலம் வரும் தீவிர ஆத்திகன், யாருக்கு என்ன வேண்டுமோ அதைத் தேர்ந்தெடுக்கும் உரிமைகளோடு வளர்க்கப்பட்ட தீவிர தமிழ் குடும்பம்.

எட்டு மணிப் பேச்சுக்கு பத்தாகியும் வரவில்லை கலைஞர், கலைஞர் அன்பழகன் இருவருக்கும் ஆளுயர கட்டவுட்டுகள், சீரியல் பல்புகளால் வடிவமைக்கப்பட்ட அவர்களின் பிம்பங்கள், கட்சி சின்னம் என்று தெரு முழுவதும் கொண்டாட்டம், முழுக்க பழைய ஆற்காடு மாவட்ட மக்கள் வெள்ளம், பிரியாணி மற்றும் போதைப் பொருட்களேல்லாம் அறவே இல்லாத அரசியல் கூட்டம் அப்போதிருந்தது. ஊடகங்களின் பாதிப்பு இல்லாததால், இது போன்ற கூட்டங்களில் மட்டுமே அரசியல் சித்தாத்தங்களைக் கேட்க முடியும், இன்னொன்று நாளேடு, மேடை தான் அரசியல் களம், பேச்சு தான் அரசியல் பாடம்.

புதுமுகப் பேச்சாளர்கள் பலர் ஆவேசமாகப் பேசிக் கொண்டிருந்தனர், இது போன்றெல்லாம் நம்மால் பேச முடியுமா என்று மலைக்க வைத்த மேடைப் பேச்சு, சிலர் இன்றைய அமைச்சர்கள், சற்றே அலைந்து கொண்டு ஆனால் கட்டிப் போட்டது போல் கூட்டம், வேர்கடலையயும், தேங்காய் மாங்காய் பட்டாணி சுண்டலையும், அசை போட்டபடி தங்கள் வாழ்வியலை முடிவு செய்யும் அரசியலைப் பேசியபடி குந்தியிருந்தனர் மக்கள். தேர்முட்டி அருகே ஒரு வீட்டு வாசலில் ஒதுங்கியிருந்தோம் நானும் நண்பர் அழகப்பனும்.

பசிக்கு ரொட்டியும், தாகத்துக்கு அந்த வீட்டில் வைக்கப் பட்டிருந்த மண் பானைத் தண்ணீரும், நேரம் போய் கொண்டேயிருந்தது, அன்பழகன் வந்தார், பேராசிரியர் என்பதால் மணிப்பிரவாளமாய் இருந்தது அவர் நடை, சிலப்பதிகாரம் முதல் தற்போதைய அரசியல் வரை புட்டு புட்டு வைத்தார், எதிர்கட்சியான எம்ஜிஆர் ஆட்சி என்பதால் வசதியாக குற்றச்சாட்டுகளை அடுக்கடுக்காக அடுக்கினார், இரண்டாம் இடத்தின் குறியீடு உலகத்துக்குத் தேவைப் படுமானால் தாராளமாக பேராசிரியரின் படத்தை சிபாரிசு செய்யலாம்.

பின்னும் பல நட்சத்திரப் பேச்சாளர்கள், வாயில் ஈ போவது கூடத் தெரியாமல் உட்கார்ந்திருந்தோம்.

இன்னும் கலைஞர் வரவில்லையே என்கிற ஆதங்கம், இவ்வளவு மக்களை காக்க வைப்பது தான் அரசியல் தலைவருக்கு அழகா என்று அடுத்தவீட்டுக் கேள்விகள் வேறு, மெல்ல கூட்டம் சோர்வுற்றது, கையில் இருப்பதை விரித்து மக்கள் படுக்கத் துவங்கினர், காபி, டீ, சுக்குக்காபி தவிர வேறு பண்டங்கள் வீட்டுக்குப் போய்விட்டன.

மணி ஒன்றரை, இதோ வந்துவிட்டார், அதோ வந்து விட்டார் என்று ஒவ்வொரு பேச்சாளரும் சொன்னது தான் மிச்சம், கலைஞர் வரும் அறிகுறி தான் இல்லை, வரிசையாகக் கூட்டங்கள், ஒவ்வொரு கூட்டத்துக்கும் போய் பேசி வர வேண்டும் ஆதலால் நேரமாகிறது என்றனர் நிர்வாகிகள், நல்ல வேளை சிதம்பரம் கூட்டம் தான் கடைசி, (அதனால் கட்டாயம் வந்து விடுவார்) விடுதிக்கு செல்லலாமா என்று தோன்றியது, பசிவேறு, சிதம்பரம் பேருந்து நிலையத்துக்குப் போனால் பரோட்டாவாவது கிடைக்கும்.

இரண்டு மணிக்கு சலசலப்பு, கருப்பு அம்பாஸிடர் காரில் மேடைக்கு அருகே வந்திறங்கினார் கலைஞர், நான்கடி உயரம் இருக்கும், இவரா முன்னாள் முதல்வர், இன்றைய எதிர்கட்சித் தலைவர், மாநிறம், எந்த ஒரு வசீகரத்தோற்றமும் இல்லாத, முடிகூட அறுபது எழுபது சதவிகிதம் உதிர்ந்த நடு வயதுத் தோற்றம், ஊடகங்களில் பார்த்திருந்த கலைஞரை அருகே நேரில் பார்த்தது அதுதான் முதல் தடவை, மதுரைக்காரர்களின் முறுக்கு மீசை மிடுக்குகூட இல்லாமல் சராசரிக்கும் குறைவான ஒரு தோற்ற மயக்கத்தில் ஒரு தலைவன், ஆச்சரியமாயிருந்தது, அறிஞர் அண்ணா

வாழ்க, கலைஞர் வாழ்க என்று கூட்டத்தில் ஆர்ப்பரிப்பு, நடு சாமம் என்கிற காலக்கெடு அப்போதைக்கு அங்கு இல்லை.

மேடையில் குதித்து ஏறினார், பேச்சாளர்கள் எல்லோருக்குமே மேடை பிடிக்கும், அவர்கள் களமாடும் இடம், சுமார் ஒன்றரை மணி நேரம் பேசினார், குரலில் நடுக்கமில்லை, ஏற்கனவே பேசிய கருத்துக்களையே பேசுகிறோமே என்று அங்கலாய்ப்போ மெத்தனமோ இல்லை, புதிதாக இப்போது தான் பேசுவது போல, கூட்டத்தில் இருப்பவர் அனைவரையும் குழந்தைகளாக நினைத்துக் கொண்டு, ஒவ்வொரு கருத்தையும் ஆழமாக, நீள அகலமாக, அழுத்தம் திருத்தமாக புரியும்படி பேசினார்.

மூன்று முறை ஆட்சிக்கட்டிலைப் பறி கொடுத்தவர், தொடர் தோல்விகளில் வேறொருவராய் இருந்தால் காணாமல் போயிருப்பார்கள், அவருடைய அந்த உழைப்பு என்னை மலைக்க வைத்தது, கூட்டம் முடிந்து கழகத்துக்குத் (பல்கலைக் கழகத்துக்கு!) திரும்பிக் கொண்டிருந்தேன், வழியில் ஸ்டார் லாட்ஜ் வாசலில் அப்பாவைப் பார்த்தேன், கூட்டத்துக்காக மதுரையிலிருந்து வந்திருந்தார் போல, ஈர்ப்பு என்பது தலைமுறை தாண்டியும் இருக்குமானால் அதற்கு எப்பேர்ப்பட்ட அறிவும் கவனமும் திறமையும் ஆளுமையும் இருக்க வேண்டும்.

சரியாக இரண்டு ஆண்டுகள் கழித்து கலைஞர் முதல்வரானார், பதிமூன்று வருட வனவாசம் முடிந்தது, ஃபீனிக்ஸ் பறவை போல எழுந்து நின்றார்.

என்னுடைய தாழ்வு மனப்பான்மை ஒட்டு மொத்தமாக என் மன ஓரத்தின் இடுக்கில் இருந்துகூட வெளியேறியது அந்தத் தருணம் தான், சாதனை என்பது உருவத்தில் இல்லை, நம் செயலில் இருக்கிறது, நம் உழைப்பில் இருக்கிறது, சக மனிதன் நம் மேல் செலுத்தும் அன்பில் இருக்கிறது, அவனுக்காக உழைக்கும் நம் மனப்பான்மையில் இருக்கிறது, அவனுக்கு வேண்டியதை போராடி அவனிடம் சேர்க்கும் குணத்தில் இருக்கிறது.

அந்தக்கூட்டமும் அந்தத் தருணமும் என் வாழ்வில் உறைந்து போன புகைப்படமாக இன்னும் இருக்கிறது.

91
குஞ்சிதபாதம்

என்.சி.சி ஆர்மி, என்.சி.சி நேவி, என்.எஸ்.எஸ்., இது மூன்றில் ஒன்றைத் தேர்ந்தெடுக்க வேண்டிய கட்டாயம் முதல் வருடத்தில், இது கல்வித் தேர்ச்சியின் ஒரு பகுதியாக இல்லாவிட்டாலும், ஏதாவதொன்றில் பங்கேற்று நம் இருப்பை உறுதி செய்து கொள்வது பல விதங்களில் நன்மை, சில நேரங்களில் கல்லூரி வகுப்புக்கு வராமலேயே வருகைப் பதிவேட்டில் நம்மை இருத்தும், சில நேரங்களில் சுற்றுலா செல்லும் வாய்ப்பு வரும், சில நேரங்களில் நம்மால் எது முடியும் என்று சுயபரிசோதனை செய்து கொள்ள உதவும்.

என்.எஸ்.எஸ்.சி.ல் கடலை போடும் வாய்ப்பிருந்தாலும் கூட நான் ஒரு தேசப் பற்றாளன் என்பது என் உள்மனதில் உறைந்து போயிருந்த காரணத்தாலும், நேவி பொறுப்பேற்றிருந்த லெஃப்டினெண்ட் பழனி ஐயா ரொம்ப கண்டிப்பான பேர்வழி என்பதாலும் கனிவான குஞ்சிதபாதம் தலைமை ஏற்றிருந்தார்.

என்சிசி ஆர்மியைத் தேர்ந்தெடுத்து காக்கி உடை எல்லாம் போட்டு ஒரு மிடுக்காக வலம் வரும்போது, இந்த உலகத்தைக் காப்பாற்ற பிறவி எடுத்ததுபோல் ஒரு உணர்வு வரும். அது இந்த காக்கிக்கென்று உள்ள தனி குணம். சிவப்புப் பூ போட்ட தொப்பியை மாட்டும் போது, முதுகு தானாக நேராகும், நெஞ்சு விரியும், தலை கனமாகும், உடம்பில் ஒரு விரைப்பு வரும், அதற்கு ஈடாக ஒரு உளவியல் மாற்றத்தை என்னுள் நான் இதுவரை கண்டதில்லை, காய்ச்சல், தலைவலி என்று படுத்தால் கூட என்சிசி பரேட் இருந்தால் தவறவிடாமல் பயிற்சிக்குப் போய்விடுவேன்.

அதற்கு இன்னொரு காரணமும் உண்டு, ஆர்மியின் கட்டுப்பாடு உலகறிந்தது என்றாலும் அதற்கு இன்னொரு குணமுண்டு, அது, எல்லோருக்கும் சமமாக வாய்ப்பளித்தல், அதை குஞ்சிதபாதம் ஐயா சரியாகப் பயன்படுத்துவார். யாரையாவது பரேடைப் பார்த்துக் கொள்ளச் சொல்லி விட்டு சொந்த வேலையைப் பார்க்க செல்லாமல், எல்லோருக்கும் வாய்ப்பளித்து பரேட் நடத்தச்

சொல்லுவார்.

லெஃப்ட் ரைட் சொல்லும் போது சத்தமாகச் சொல்லுங்கள் என்பார், கூட்டத்தோடு கோவிந்தா தானே அதையாவது சத்தமாக சொல்லுங்கள் என்பார், ஆனால் மூன்றாவது முறை கத்தும் போது அந்த குழுவே தன் குரல் கேட்டுத் தான் இயங்குவது போல ஒவ்வொருவருக்கும் ஒரு இறுமாப்பு வரும், உடம்பின் வலி, மனத்தின் துயரம் எல்லாமே கூட இலகுவாகும், தான் இந்த பிரபஞ்சத்தோடு கலந்து விட்டது போலவும், இந்த ஐம்பூதங்களும் எல்லோருக்கும் பொதுவானது போல தாமும் எல்லோருக்கும் பொதுவானவன் என்பது போன்ற ஒரு உணர்வு வரும். அந்த உளவியல் பாடம் இப்போதும் சரண கோஷங்களிலும் சரவண கோஷங்களிலும் உணர்கிறேன். ஆத்திகர்களின் கூட்டுப் பிரார்த்தனை உத்திகளோடு நெருக்கமாய் இருக்குமா என்று தெரியவில்லை ஆனால் அதற்கென்று ஒரு சக்தி இருக்கிறது.

அது போலவே ஒவ்வொருக்கும் சுழற்சி முறையில் பரேட் நடத்தும் வாய்ப்பு தருவார், அந்த வாய்ப்பை பலர் விரும்ப மாட்டார்கள், தான் தவறு செய்யாமல் பரேட் செய்வதோடு அடுத்தவர் தவறுகளையும் சேர்த்துக் கண்டுபிடித்து திருத்த வேண்டும், பலருக்கு அது வேண்டாத வேலையாகத் தெரியும், ஆனால் தலைமைப் பண்புகளில் மிகச் சிறந்த பயிற்சி அதுதான்.

நிறையத் தலைவர்கள், சாதனையாளர்களைத் தேர்ந்தெடுத்து தன்னோடு வைத்துக் கொள்வார்கள். அதிலேயே பாதி வெற்றி என்பார்கள். காட்சி முடிந்தவுடன் அவர்கள் போய் விடுவார்கள், ஆனால் எல்லோருக்கும் சம வாய்ப்பு வழங்கிப் பாருங்கள், அவ்வாறு அவர்கள் பரேட் (நிகழ்வு) நடத்தும் போது கனிவுடன் அவர்களின் தவறுகளைத் திருத்திப் பாருங்கள் அப்போது அவர்கள் உங்களை உண்மையான தலைவனாக ஏற்றுக்கொள்வார்கள், விருப்பம் சார்ந்து உங்களை தலைவனாக ஏற்றுக்கொள்ளும்போது உங்களை வெல்வது கடினம்.

சமூகவியலில் நான் இப்படி பலருக்கு வாய்ப்பு வழங்குவது விமர்சனத்துக்கு உள்ளாகும், அதைப்பற்றியெல்லாம் நான் கவலைப்படுவதில்லை, யார் மேடை கேட்டாலும் தருவேன், வெற்றி பெறுவது அவர்கள் பொறுப்பு, எனக்கும் ஒரு மேடை கிடைத்ததால் தான் நான் கலைஞன், இயற்கை எனக்கு எப்படி ஒரு

மேடை கிடைக்கச் செய்ததோ, இயற்கையின் அங்கமான நானும் பலருக்கு மேடை கிடைக்கச் செய்வேன், யோசித்துப் பாருங்கள், சாதனையாளர்களை மட்டும் வைத்துக் கொண்டு சாதனை செய்வதைவிட சாமான்யர்களை சாதனையாளர்கள் ஆக்குவது சிறந்த வழி தானே.

அந்த வழியில் குஞ்சிதபாதம் எனக்கு இன்னுமொரு ஆசான்...

●

92
அழகப்பன்

மின்னணுவியல் மற்றும் கருவியலில் ஏதாவது கற்றுக் கொண்டேனா என்று தெரியாது. ஆனால், தோழர் அழகப்பனிடம் நிச்சயம் நிறையக் கற்றுக் கொண்டேன். மொத்தம் எழுபத்தியேழு பேரை ஐந்து அல்லது ஆறு பேர் கொண்ட தொகுதிகளாகப் பிரிப்பார்கள் (Batch). அப்படி பிரிக்கப்பட்ட தொகுதியிலும் கூட வந்த தோழர் அழகப்பன், பொதுவுடைமைக் கட்சியில் நண்பர் என்று சொல்லமாட்டார்கள், தோழர் என்று தான் சொல்வார்கள், நட்புக்கும் தோழமைக்கும் என்ன வித்தியாசம்? எல்லோரிடமும் நட்பு கொள்ளலாம், சிலரிடம் மட்டுமே அதீத நட்பான தோழமை கொள்ள முடியும் என்று நினைக்கிறேன்.

எல்லாவற்றுக்கும் ஒரே அதிகாரம் எழுதிய திருவள்ளுவர் கூட நட்பைப் பற்றி நான்கு அதிகாரம் எழுதி விட்டார், அதன் முக்கியத்துவம் கருதி, ஆனால் தோழமை பற்றி எங்குமே அவர் குறிப்பிடவில்லை, (ஆனால் திருப்புகழில் அருணகிரி நாதர் தோழமை என்னும் வார்த்தையைப் பல இடங்களில் பயன்படுத்துகிறார், "தோழமை கொண்டு சலம் செய் குண்டர்கள், ஓதிய நன்றி மறந்த குண்டர்கள், சூழ்விரதங்கள் கடிந்த குண்டர்கள்")

செயற்கரிய யாவுள நட்பின் அதுபோல்

வினைக்கரிய யாவுள காப்பு

உலகத்திலேயே செயற்கரிய செயல் நட்புருவாக்கிக் கொள்தல், நம் செயல்களுக்கு அதுபோல் ஒரு காவல் வேறு எது என்கிறார், இது முற்றிலும் உண்மை.

பார்த்தவுடன் பற்றிக் கொண்டது நட்பு, அவர் சிதம்பரத்துக்காரர் என்பதால் ஊர்க் காரியங்கள் அனைத்திலும் உதவியாக இருந்தார், ஒரே அரசியல் சிந்தனை, ஒரே தேர்வுகள் பின் கேட்கவா வேண்டும்.

வள்ளல்பெருமான் எம்பியைப் பேட்டி எடுப்பது முதல் கெம்பு ஸ்டுடியோவில் போட்டோ கழுவுவது வரை, பத்திரிகையாளர் பணியில் பயணப்பட்டது முதல் படிக்காமல் பரீட்சை எழுதிப் பாஸ் செய்ய வைத்தது வரை, என் செயல்கள் எல்லாவற்றிலும்

அவரின் முத்திரை இருக்கும். அவர் கூட இருந்தால், செய்ய முடியாத வேலையே இந்தப் பிரபஞ்சத்தில் இல்லை என்னும் அளவு எல்லாவற்றையும் முனைந்து சாதித்திருக்கிறோம்.

இயற்கையில் பயந்த அல்லது கூச்ச சுபாவம் என்னுடையது, பயம்/கூச்சம் என்றால் கிலோ என்ன விலையென்று கேட்கும் சுபாவம் அவருடையது, நான் தற்குறி, அவர் சமூகப் போராளி, மெல்ல நான் சமூக அக்கறை கொண்டவனாகவும், அவர் சுயமாகப் படிக்கவும் சுயசார்பாக மாறியும் வளர்ந்தேறினோம், நட்பு என்றாலே சண்டை சச்சரவுகள் அதிகம் இருக்கும். ஆனால், சண்டை என்ற ஒன்றே நாங்கள் அறியாதது, அதற்கான காரணம் இருவரின் தமிழ் பற்று, அரசியல் பற்று என்று நினைக்கிறேன், எனக்கான தேவைக்கு எப்போதும் உடனிருக்கும் அவரின் தேவைகளையே நான் உணர்ந்ததில்லை, அப்படி ஒரு எளிமையான தோழர்.

இயற்கையாகவே இந்த மாதிரி கூட்டணி உலகத்தையே வெற்றி கொள்ளும், Complimentary talents, supplementary skillsets என்பார்கள் ஆங்கிலத்தில், நவீன மேலாண்மைத் தளம், சிறப்பான கூட்டுத் தொழிலுக்கு இந்த மாதிரியான எதிரெதிர் அல்லது வெவ்வேறு திறன்கள் கொண்ட கூட்டாளிகளால் தான் தொழில் வெற்றி பெற முடியும் என்கிறது, அப்படி ஒரு கூட்டணி தான் எனக்கு மிகப் பெரிய பலம், என் பன்முகத் தன்மையை ஒரு நண்பனுக்கு சமர்ப்பிக்க வேண்டுமானால் தோழர் அழகப்பனுடைய பெயரை நிச்சயம் பரிந்துரைப்பேன், உங்கள் ஞாபக சேமிப்பிலும் இப்படி மறந்து போன தோழர் பெயர் ஒன்றிருக்கும் நிச்சயம்.

அவர்களுக்கு நாம் தேவையில்லை, நமக்குத்தான் அவர்கள் தேவை. இப்போதும் செய்யமுடியாத வேலை என்று ஒன்றில்லை என்று என்னை நினைக்க வைத்துக்கொண்டிருப்பது அந்த தோழமையின் நினைவுகள்தான். இப்போது அழகப்பன் எங்கோ இருக்கிறார், நிச்சயம் தன்னிறைவு பெற்ற மனிதராகத் தான் இருப்பார், எப்படி இருந்தாலும் அவரின் அந்த பராக்கிரம பிம்பத்தை மட்டும் நான் நேசிக்கிறேன்.

93

ஆங்கிலவழிக் கல்வி

ஆங்கிலவழிக் கல்வி, பள்ளியில் ஆங்கிலவழிப் பேச்சு முறை, மனனம், தமிழ் அறவே கூடாது என்கிற வழமை, சிலருடன் பேசக்கூடாது என்ற கட்டுப்பாடு, இதெல்லாம் நம் அணுகுமுறையை மாற்ற வல்லதாக இருந்தது. எல்லோரும் இப்படித்தான் என்று எடுத்துக் கொள்ள முடியவில்லை. முதலில் வளர்ச்சியைத் தடுத்தது.

தமிழ்வழி பேச்சு முறைக்குப் பழகியிருந்த எனக்கு ஆங்கிலத்தின் மேல் வெறுப்பு வளர்ந்தது. வரலாற்றில் அதிக ஈடுபாடு இருந்ததால் ஆங்கிலம் இன்னும் வெறுப்புக்குள்ளானது.

ஓரளவு ஆங்கிலம் பயின்றிருந்தேன். பள்ளியைவிட பல்கலை இணக்கமாகவே இருந்தது. ஆசிரியரிடமோ, சக மாணவர்களிடமோ ஆங்கிலம் பேசவேண்டிய கட்டாயமில்லை. ஆங்கிலத்தில் மட்டுமே பேசிக்கொண்டிருந்த சென்னை மாணவர்கள் சிலரை தேர்வு அடிப்படையில் சிறுபான்மையினராக்கிப் பழகிக்கொள்ள முடிந்தது.

ஆனாலும் அப்பாடா என்று இருக்க முடியவில்லை. ஏனெனில் பொறியியல் என்பது ஆங்கிலப் பாடத்திட்டம், மெக்காலே மேல் கோபம் கோபமாக வந்தது. ஒன்றும் செய்யமுடியாது. கான்வெண்ட்டில் படித்த என்னுடைய நிலைமையே இப்படியெனில் தமிழ் வழி படித்த மாணவர்களும், அடிப்படை வசதியில்லாத சிறுக் கிராமங்களில் படித்த மாணவர்களும் என்ன செய்வார்கள்? பல பேர் உள் தேர்வுகளில் *(Internal Exams)* கோட்டடித்தார்கள். நான் மதில் மேல் நூலிழையில் தப்பித்தேன்.

ஆங்கிலம் கற்றுக்கொண்டுதான் ஆக வேண்டும். விடுமுறையில் மதுரைப் புதுமண்டபத்தில் ஆங்கிலம் ஆங்கிலம் தமிழ் அகராதியையும், காலாவதியான ரென் அண்ட் மார்ட்டின் ஆங்கில இலக்கணப் புத்தகத்தையும் தேடிப்பிடித்து வாங்கி முறையாக ஆங்கிலம் கற்கத் துவங்கினேன். ஒருபுறம் பொறியியல் புத்தகத்தில் இருக்கும் புதிய ஆங்கில வார்த்தைகளுக்கான அர்த்தம்;

இன்னொரு புறம் இலக்கணப் பிழையில்லாமல் எழுதும் முறை. இரண்டாவது இன்று வரை அரைகுறைதான். ஆனால் முதல் பயிற்சி கைகொடுத்தது, பொறியியல் புத்தகங்கள் புரியத் துவங்கின.

உள்நாட்டு எழுத்தாளர்களின் ஆங்கிலம் உடனே புரிந்தது. வெளிநாட்டுப் பொறியாள எழுத்தாளர்களின் புத்தகங்கள் அடங்க மறுத்தன. ஒரு கருத்து நேர்மறையாகச் சொல்லப்படுகிறதா, எதிர் மறையாக சொல்லப்படுகிறதா என்றே புரியாது (அவர்களின் ஆங்கிலப் புலமையில் தீய வைக்க)! ஆனாலும் துவக்க நிலை கோட்பாடுகளிலிருந்து மெல்ல அந்தக் கருத்தைக் கட்டமைத்துப் பார்த்தால் என்ன சொல்லவருகிறார் என்பது புரிந்துவிடும். உழைப்பு தன் மெய்வருத்தக் கூலி தரும்.

மெல்ல முன்னேறிச் செல்லத் துவங்கினேன், ஒவ்வொரு உள்முகத் தேர்வுக்கும் முன்னிரவு பல கிராம மாணவர்கள் என் அறையில் இருப்பார்கள். படித்த பாடங்களை அவர்களுக்கும் புரியும்படி சொல்லிக் கொடுக்கத் துவங்கினேன், விடிய விடிய அந்த வகுப்புகள் நடக்கும், அப்படியே (குளிக்காமல்) தேர்வுக்குச் சென்று எழுதி முடித்து விடுவோம் (குளித்தால் மறந்துவிடும்), அந்தப் பாடசாலை தினந்தோறும் என்று மாறி ஆண்டுத்தேர்வு வரை போனது.

பொது நலத்தோடு ஒரு சுய நலமும் உண்டு (இரகசியம் யாரிடமும் சொல்லி விடாதீர்கள் சொல்லிக் கொடுக்கச் சொல்லிக் கொடுக்க அந்த துறை சார்ந்த படிப்பு நம் மனதில் அழியாமல் தங்கி விடும், எப்போதும் மறக்காது). அவர்களையும் இந்த முறையில் படிக்கத் தூண்டுவேன், புரிஞ்சவன் பிஸ்தா.

முதல் வருடத்தில் வகுப்பின் முதல் மாணவனாக வெற்றி பெற்ற போது உழைப்பின் ருசி அறிந்தேன். வள்ளுவனுக்கு நன்றி, வெகு நாட்களுக்குப் பின் பல்கலைக்குச் சென்ற போது கட்டிடவியல் துறையில் சிறப்பு விரிவுரையாளராக இருக்கும் நண்பர் புவனகிரி இராஜேந்திரன் என் இரவு பாடசாலையை நன்றியோடு நினைவு கூர்ந்த போது வாழ்தலின் அர்த்தம் புரிந்தது.

●

94

ஜானகிராம் பேப்பர் ஸ்டோர்ஸ்

எண்பதுகளில் வங்கிப் பரிமாற்றம் இப்படித் தான் இருந்தது.

நாள் 1 - அப்பா காசோலை எழுதி நமக்கு அனுப்பிவார்.

நாள் 2 - தபால் காத்திருப்பு.

நாள் 3 - தபால் வந்துவிட்டது ஆனால் வங்கி நேரம் முடிந்துவிட்டது (மதியம் 1 மணி).

நாள் 4 - இரண்டு பாடம் முடிந்து ரீஸஸ் நேரத்தில் அவசரமாக ஓடி வந்து நம் வங்கிக் கணக்கில் வரவு வைக்க சலான் எழுதி அதில் ஆயிரம் திருத்தங்கள் செய்யச்சொல்லி, வேண்டா விருப்பாக அதை வாங்கிக்கொள்வார் வங்கிக் காசாளர்.

நாள் 5,6,7,8,9 - வங்கிப் பக்கமே போகக்கூடாது ஏனெனில் மீண்டும் அந்தக் காசோலையை நம்மூர் வங்கிக்கே அனுப்பி அங்கே காசைப் பற்று வைத்து, நம் வங்கிக் கணக்கில் வரவு வைப்பார்கள். இதற்கு வங்கிக்கு ஏற்ப அதை நம்மூருக்கு இரயிலிலோ, தபாலிலோ அனுப்பி வைப்பார்கள்.

நாள் 10 - பணம் வரும் ஆனால் கைக்கு வராது.

நாள் 11 - வங்கிக் காசாளர் நல்ல மூடில் இருந்தால் பரிவர்த்தனைக் கமிஷன் தரகு போக மீதப்பணம் கிடைக்கும் அல்லது பனிரெண்டாவது நாள் தான்

காசோலைக்குப் பதில் வரைவோலை *(Demand Draft)* என்றால் ஐந்து நாட்கள் முன்னதாகக் கிடைக்கும்.

இதைத்தவிர அன்றைக்கு பணம் பெற வேண்டுமானால் இன்னொரு வழிமுறை மணியார்டர், அதற்கு தரகு விலை மிக அதிகம். இந்தியன் வங்கியும் இந்தியன் ஓவர்சீஸ் வங்கியும் அட்மின் கட்டிடத்தில் இருந்தது. கொஞ்சம் தள்ளி கனரா வங்கி, அதில் ஓரிரு நாள் முன்னாலேயே கொடுப்பார்கள். ஆனால், மினிமம் பேலன்ஸ் தொகை அதிகம், அவ்வளவெல்லாம் நம்ம பையன்கள் தாங்க மாட்டார்கள்.

இன்றைக்கு தடுக்கி விழுந்தால் ஏடிஎம் இருக்கிறது, நிமிடத்தில் காசை எடுத்துவிடலாம். ஆனால், அன்றைக்கும் எனக்கு

ஒரு ஏடிஎம் இருந்தது, அது ஜானகிராம் பேப்பர் ஸ்டோர்ஸ். கீழ ரத வீதியில் இருந்தது, என் ஒன்று விட்ட தமக்கையின் கணவர் தான் கல்லாவில் உட்கார்ந்திருப்பார். அப்பாவின் பெயரைச் சொன்னால் பணம் வாங்கிக் கொள்ளலாம், குறியீட்டு எண் *(Pin Number)* கூடக் கிடையாது, பின் அவருக்கான பணத்தை அப்பா அனுப்பிக் கொள்வார். அப்பா அனுப்பவே இல்லை என்றாலும் கூட திரும்பத் திரும்பப் பணம் வாங்கிக் கொள்ளலாம், அப்படி ஒரு ஏற்பாடு உறவுகளில் தான் அது சாத்தியம். நண்பர்கள் பலருக்கு இது பொறாமையைத் தான் தந்தது, சில நண்பர்களுக்காகக் கூட அங்கே காசு வாங்கியிருக்கிறேன்.

உறவுகள் மேம்பட இப்படியான பறிமாற்றங்கள் கூட உதவியாக இருந்தது, அவரை எங்கே பார்த்தாலும் இன்னும் அந்த மரியாதை இருக்கிறது.

இன்று பணத்துக்கான தேவை அதிகரித்து விட்டாலும் உறவுக்கான தேவைகள் அரிதாகி விட்டன. ஈகோவும், சுயமரியாதையும் கூச்சமும் இந்த மாதிரியான பரிவர்த்தனைகளைத் தடுத்து விட்டன, கேட்டவுடனே வங்கியில் கடன் கிடைக்கிறது (சில சமயம் கேட்காமலேயே) உறவுகளுக்கிடையேயான இந்த கைமாற்றுக் கடன்கள் அரிதாகி விட்டன. உறவுகள் என்பதே பரஸ்பர தேவைக்கானது தான் என்பது மாறி தன் சுயபராக்கிரமத்தைப் பறை சாற்றத்தான் என்பது போல மாறிக்கொண்டு வருகின்றன. இதனால் உறவுகளுக்கிடையே பணிவும் அன்பும் போய் இறுமாப்பும் கெத்தும் தலை தூக்குகிறது, டிஜிட்டல் உலகத்தின் இன்னொரு சேதம்.

என் இளமையின் இயக்கத்தை சுமூகமாக்கிக் கொடுத்த ஜானகிராம் பேப்பர் ஸ்டோர்ஸையும் ஒன்று விட்ட பெரியப்பாவின் மருமகனையும் நன்றியோடு நினைத்துப் பார்க்கிறேன், வாழ்வின் வழி நெடுக இது போன்றோரின் நேசமிகு பங்களிப்பு நம் வாழ்வில் இருந்து கொண்டே தான் இருக்கிறது.

●

95

எம். இரமேஷ்

எப்படிப் பழக்கம் என்றெல்லாம் ஞாபகமில்லை, இயந்திரவியல் நண்பன், மூன்று இரமேஷ்கள் இருந்த பொறியியல் படிப்பில் இனிஷியலை வைத்து அடையாளம் காணப்பட்ட நண்பன். (கட்டிடவியலில் இரண்டு ஆர் இரமெஷ் பாபு இருந்ததால் அப்பாவின் முழுப் பெயரையும் சொல்லி இரமேஷ் பாபு இராமகிருஷ்ணன், இரமேஷ்பாபு இராமபத்ரன் என்று அடையாளம் காண வேண்டிய நிர்ப்பந்தம் பெயர் பஞ்சம் தமிழ் பெயர்களுக்கான களஞ்சியம் அப்போதெல்லாம் இல்லை, இருந்திருந்தாலும் தெரிந்திருக்கவில்லை).

பெரும்பாலும் பள்ளிக் கல்வி முடிந்து கல்லூரியில் காலெடுத்து வைக்கும் நண்பர்கள் ஒரு விடுதலை மோடில் இருப்பார்கள். காலை தாமதாமாக எழுந்திருப்பது, குளிக்காமல் பாடசாலைக்குச் செல்வது, தலை வாராமல் கலைத்துக் கொள்வது, ஏட்டிக்குப் போட்டியாகப் பேசுவது, நேரம் தவறி சாப்பிடுவது, இது, அவர்களின் சுதந்திரம் என்று தவறாக நினைத்துக்கொண்டு, அதுவரை இருந்த கட்டுப்பாடுகளைக் கடந்து வந்துவிட்ட அவர்களின் சுதந்திரப் பிரகடனம். அப்படி ஒரு பழக்கம் தான் இரவு வெகு நேரம் விழித்திருப்பது.

Bed time procrastination என்று நவீன உளவியல் சொல்கிறது. அவ்வாறு முதல் ஆண்டில் இரவு விழித்திருக்கும் வெகுசில நண்பர்களுள் ஒருவர் எம் இரமேஷ், கூர்மையான அறிவுத்திறன் உள்ள நண்பர்களுள் ஒருவரும் கூட, அதிர்ந்து பேசமாட்டார், குடும்பத்தின் மேல் அதீத அன்பு வைத்திருந்தார், மின்னியலுக்கும் மின்னணுவியலுக்கும் மட்டுமே வாய்த்திருந்த கணினி ஆய்வகத்துக்கான நுழைவுச் சீட்டை என்னை விட அதிகம் பயன்படுத்தியது இயந்திரவியல் நண்பர் எம்.இரமேஷ் தான். தன்னுடைய படிப்பை விட கணினிப் படிப்பு தான் உயர்ந்தது என இரவும் பகலும் அதனோடேயே பழி கிடந்தார், மனிதர்களைவிட கணினியை அதிகம் நேசித்தார்.

படிப்பு முடிந்து பெங்களூருவில் கணினி நிறுவனம் ஒன்றில் வேலை கிடைத்து திருமணம், மனைவி மகன் என்று திட்டமிட்ட படி வாழ்க்கை, இன்று மிகச் சாதாரணமாகத் தோன்றும் இந்த வாழ்வியல் நடைமுறை தொண்ணூறுகளின் துவக்கத்தில் பல பேருடைய கனவு, விருட்டென்று ஒரு நாள் சொல்லாமல் கொள்ளாமல் குடும்பத்தோடு அமெரிக்காவுக்குப் பயணப்பட்டார்.

வாழ்வின் வரங்களில் ஒன்று மண்ணில் விழுந்து அது நம் கண்ணில் பட்டு அதை எடுத்து ருசிக்கும் போது எந்தனை பேரின் கனவு இது என்று தெரியாமல், அதை நம் உழைப்பின் கனி என்றும் உணராமல் கர்வத்தின் பிடியில் அதைத் தூக்கிப் போட்டு விளையாட வைக்கும் விதி, அந்த வரம் மீண்டும் மண்ணில் விழாமல் கொண்டாடக் காத்திருக்கும் வெறொருவரிடம் போய் விடும் என்று அறியாமலேயே விளையாட்டாய் விளையாடி வாழ்க்கையைக் கெடுத்துக் கொண்ட ஒரு சிலரில் எம் இரமேஷும் ஒருவர்.

மன நலம் பாதிக்கப்பட்டதா, குண நலம் பாதிக்கப்பட்டதா, கர்வமா, அதீத இறுமாப்பா, தெரியவில்லை, 47 நாட்கள் சினிமாப் படம் போல மனைவியைக் கொடுமைப்படுத்தி, அவர் இந்தியா தப்பி வந்து, வழக்குப் போட்டு அமெரிக்கன் நீதிமன்றத்தில் பல கோடி ரூபாய் ஜீவனாம்சத்தால், அதைச் சந்திக்க முடியாமல் தலை மறைவாகி விட்டார் எம் இரமேஷ், இன்று வரை அவர் இருப்பிடம் தெரியவில்லை.

வாழ்வின் இது போன்றதொரு தருணத்தில் நண்பர்களின் இருப்பு நிச்சயம் கை கொடுக்கும். ஆனால், எந்த நண்பனின் துணையையும் நாடாமல், தன்னால் தனித்து இயங்க முடியும் என்று இன்று வரை தன் அடையாளங்களை எந்தவொரு நண்பருக்கும் உறவுக்கும் தெரியப் படுத்தாமல் எங்கோ மறைந்து வாழ்ந்து கொண்டிருக்கிறார். ஒவ்வொரு முன்னாள் மாணவர் சந்திப்பிலும் இறந்து போன நண்பர்களுக்கு அஞ்சலி செலுத்துவது போல காணாமல் போன நண்பர்களின் பட்டியலும் இருக்கிறது. நன்றாகப் படிக்கும் மாணவர்களிடம் அறிவுத்திறன் இருக்குமளவு உணர்வுத் திறன் இருப்பதில்லை,

தன்னை உயர்வாகக் கருதிக்கொண்டு உலகத்திடமிருந்து ஒதுங்கி வாழும் நண்பர் ஒரு பக்கம், நட்பே துணை என எதற்கெடுத்தாலும் நண்பர்களை அணுகும் நட்பு வட்டம்

இன்னொரு பக்கம், அவர்களுக்காக உதவக் காத்திருக்கும் எத்தனையோ நண்பர்கள் மறுபுறம், இப்போதும் ஏதாவது செய்து வாழ்க்கையை ஏற்புடையதாக மாற்றி விடக் கூடிய எத்தனையோ நண்பர்கள், அவ்வளவு இல்லாவிட்டாலும் தோல்விக்குத் தோள் கொடுக்கக் காத்திருக்கும் எத்தனையோ நண்பர்கள்

கணினியை விட்டுவிட்டு கண்ணான தோழர்களை காண வருவாயா?

எங்கிருக்கிறாய் எம்.இரமேஷ்?

96

சி.ஜே.தங்கராஜ் மாஸ்டர்

கணக்குப் பாடம் நிறைய பேருக்குப் பிடிப்பதில்லை, கணக்குப் பண்ணுவது போல கணக்குப் பாடம் நிறைய பேருக்குப் பிடிக்கவும் செய்யும். ஆனால் கணக்குப் பாடம் பிடிக்கிறதோ பிடிக்கவில்லையோ சிஜேடி என அறியப்பட்ட சி.ஜே. தங்கராஜ் மாஸ்டர் என்னும் கணக்கு வாத்தியாரை எல்லோருக்கும் பிடிக்கும்.

நோட்டில் அழகாக எழுதும் பல பேருக்கு எழுது பலகையில் அழகாக எழுத வராது. ஏனெனில் நினைத்தபடி பிடித்துக் கொள்ள கரும்பலகை வாகாக இல்லாமல் நட்டமே நிக்கும். அதில் சில வாத்தியார்கள் மட்டும் எழுத்துக்களை அழகாக செதுக்குவார்கள். அப்படி ஒரு வாத்தியார் தான் சிஜேடி. எழுது பலகை தாண்டி ஒரு போதும் பாடத்தைக் கடத்தியதில்லை அவர். அது எவ்வளவு பெரிய கணக்காக இருந்தாலும், கரும்பலகை முழுவதும் அன்றைய கணக்குப் பாடம் இருக்கும். அடுத்த வகுப்புக்கு முன் எப்போது வேண்டுமானாலும் நோட்ஸ் எடுத்துக் கொள்ளலாம், அப்போதெல்லாம் அலைபேசி இல்லாததால் படமெடுத்து சேமிக்க முடியாது. ஆனால், இப்போதும், அந்த பலகையும் அந்தக் கணக்கும் அழியாமல் இருக்கிறது மனத்திரையில்.

பித்தகோரஸ் தியரம், ஐசாஸ்லஸ் டிரையாங்கிள், கிரீன்ஸ், பேயஸ் தியரம் எல்லாம் ஞாபகம் இருக்குமா என்று தெரியவில்லை ஆனால் சிஜேடி வாத்தியாரை ஆணியடித்தது போல் எல்லா நண்பர்களுக்கும் ஞாபகம் இருக்கும். மூன்றுபேர் கொண்ட கணிதத்துறையில் ஏ.எல்.முத்துவும் சிஜேடியும் விரிவுரையாளர்கள், வருங்காலப் பொறியாளர்களுக்கு கணிதம் எடுப்பது ஒன்றும் சாதாரண வேலையில்லை, புரியவில்லை என்பதையே பத்து முறை விதவிதமாய் கலாய்ப்பார்கள். ஆனால் தங்கராஜ் மாஸ்டர் என்றால் எல்லோருக்கும் ஒரு ஆதர்சம், சந்தேகமே கேட்கமாட்டார்கள் அல்லது சந்தேகமே வராது.

அவருடைய திக்கித் திக்கிப் பேசும் பேச்சில் ஏற்பட்ட கழிவிறக்கமாயிருக்கலாம், அவருடைய அழகான எழுத்தாய் இருக்கலாம், எழுதும் போதே ஒவ்வொரு கணிதச் சிக்கலுக்கும்

வாய் மொழியாகவே நம்மைக் கூட்டிப் போய் நாமே விடை கண்டது போல் அவர் விடை எழுதும் கற்பித்தல் முறையாக இருக்கலாம். விடையை எழுதிய உடன் கண்களை உருட்டி, விடை வந்து விட்டது பார்த்தாயா என்று மந்தகாசப் புன்னகை வீசும் செயல் முறை நடத்தையாக இருக்கலாம், அவரின் அணுகுமுறை மொத்தமும் அழகியல் தான்.

வாத்தியாருக்கு சும்மா சொம்படிக்காதே என்று சொல்லும் பல மாணவர்கள் கூட தங்கராஜ் மாஸ்டர் பற்றி உயர்வாகத்தான் சொல்வார்கள், அவர் பாடத்தைத் தவிர ஒரு வார்த்தை அதிகம் பேச மாட்டார். சினிமாவில் காட்டுவதுபோல் ஒவ்வொரு மாணவனின் சொந்த வாழ்க்கைச் சிக்கலுக்குத் தீர்வு சொல்லும் க்ளிஷே வாத்தியார் இல்லை அவர். ஆனால், அவரிடம் கணிதம் படித்த யாரும் அரியர்ஸ் வைத்து நான் கேள்விப்பட்டதில்லை.

தன் வேலையைச் செவ்வனே செய்யும் எத்தனையோ வாத்தியார்கள் இருக்கிறார்கள், அவ்வாத்தியார்களின் தலையில் கிரீடமாகப் பூச்சூட வேண்டுமானால் பூவாக சிஜேடியைப் பரிந்துரைப்பேன் நான்.

சமீபத்தில் அவர் மறைந்துவிட்ட தகவல் கேள்விப்பட்டு நண்பர்களின் அலைபேசி அடித்துக் கொண்டே இருந்தது, தொடர்ந்து ஒரு இரயில் போல பல நண்பர்கள் அந்தத் தொடர்பில் செய்தி பரப்பிக்கொண்டே அவர் பாங்கின் இயற்பியலையும் பறை சாற்றிக்கொண்டே இருந்தனர், வருத்தம் தாண்டி ஒரு வாழ்வு நெஞ்சு நிறைக்குமானால் அது தான் இந்த வாழ்வின் பயன்.

சொல்லிக் கொடுத்தால் அவர் போலத்தான் சொல்லிக்கொடுக்க வேண்டும் என்று ஒரு அளவுகோல் குறியீடு கொடுத்த ஆசிரியருக்கு என் சல்யூட்.

97

திறந்த வெளித் திரையரங்கம்

ஒரு புரொஜெக்டரும் ஒரு வெள்ளைத் திரையும் இருந்தால் எங்கு வேண்டுமானாலும் படம் காட்டலாம் (கட்டாயம் பிலிம் ரோல் வேண்டும்). அப்படி இரண்டு அல்லது மூன்று மாதத்திற்கொரு முறை விடுதியில் படம் போடுவார்கள். இரண்டு குழாய் கம்பிகள் ஊன்றி அதில் இறுக்கமாக வெள்ளைத் துணி கட்டி, அதற்கு நேர் எதிர் புரொஜெக்டரை வைத்து நல்ல பழைய ஹிட் படமாகப் போடுவார்கள். திரைக்கு முன்னால் நடந்தாலும் பின்னால் நடந்தாலும் நம் முகம் திரையில் தெரியும்.

ஊர்க்காரர்களும் படம் பார்க்க வருவார்கள், இலவசம் தானே, பெரிய எதிர்பார்ப்பு எல்லாம் இல்லாமல் படம் பார்க்கலாம், இடைவேளை எல்லாம் கிடையாது, எப்போ வேண்டுமானாலும் கேண்டீன் போகலாம் வரலாம், எல்லைக் கோடுகள் இல்லாத வாழ்வுமுறை இன்பம்தானே, ஒழுங்கு முறையில்தான் நிறைய எதிர்பார்ப்பும் ஏமாற்றங்களும்.

அப்படியான ஒரு திரைப்படத்தில் ஒரு தந்தையும் மகனும் வந்திருந்தனர். அதன் பின் நான் பார்த்த அத்தனை படங்களுக்கும் வந்திருந்தனர், யாருக்கும் இடைஞ்சல் இல்லாமல் கடைசியாக உட்கார்ந்திருப்பர், உடை, நடை, பாவனை எல்லாம் ஒரு தினுசாக இருக்கும், சற்று மையமான படம் போடுகையில் புகைப்படச் சுருள் அந்து விழுந்தது, தொழில் நுட்பக்காரர்கள் அதைச் சரிசெய்ய முனைப்பாக செயல்பட்டனர்.

மெல்ல அந்த தந்தை மகன் இரட்டையரிடம் பேச்சுக் கொடுத்தேன், கொடுந்தமிழ் பேசினர், வட இந்தியாவோ என்று நினைத்தேன், இல்லை செஞ்சி மலைப்பகுதியைச் சேர்ந்த பழங்குடியினர், நாடோடிகள் போல் ஊர் ஊராய் சுற்றி சிதம்பரத்தில் தற்சமயம் வாழ்ந்து வந்தனர். மரம் ஏறுதல், தேனடை கொணர்தல், பிழிதல், பாசி மணி விற்றல் என்று பாடு பார்த்துக் கொண்டிருக்கும் நாகரிகத்திற்கு அப்பாற்பட்ட மனிதர்கள், அல்லது நாம் நாகரிகம் என்று கருதும் கருதுகோலுக்கு அப்பாற்பட்டவர்கள்.

மகன் முதல் தலைமுறை படிப்பாளி, பட்டதாரியாக வேண்டும் என்ற கனவுகளுடன் இருந்தார். அதனால் தமிழ் கொஞ்சம் சரளமாக வந்தது. சினிமா என்பதே அவர்களுக்குப் புதிதாக இருந்தது. வாழ்வு முறை சற்று பின் தங்கி இருந்தது, அவர்களின் வாழ்வு முறை பற்றி தெரிந்து கொள்ள ஆவலாயிருப்பதைச் சொன்னேன், தங்கள் ஊர் பற்றிச் சொன்னார்கள், வீட்டு முகவரி கேட்டேன், ஊர் முகவரி தந்தார்கள், அங்கு வந்து கேட்டால் யார் வேண்டுமானாலும் சொல்லிவிடுவார்கள் என்றார்.

ஊர் தலைவர் அல்லது தலையாரியாக இருப்பார் என்று நினைத்தேன். இல்லை, அங்கு யாரைப் பற்றிக் கேட்டாலும் யாரும் சொல்லிவிடுவர் என்றார். ஒவ்வொரு வீட்டிலும் ஒரு சேமிப்பு இருக்கும், தினமும் ஒரு வேளை கலந்துண்ணும் பழக்கம், ஊர் ஒத்துக் கொண்டால் தான் திருமணம், அதற்கு முன் பெண்பிள்ளை இருவரும் பழகிக் கொள்ளும் வாய்ப்பு, ஊர்க் கட்டுப்பாடு மீறி எதுவும் செய்யமுடியாத ஒழுக்கம், தவறு செய்தால் திருந்தும் வரை தண்டனை, குழுவின் தன்னிறைவை நோக்கிய தேடல், இயற்கையோடு இயைந்த வாழ்வியல்.

எப்பேர்ப்பட்ட வாழ்வு முறை, கூட்டுக் குழு வாழ்வு முறையிலிருந்து தனிக்குடித்தன வாழ்வு முறை வரை வந்து விட்டோம் இது தான் நாகரிக வளர்ச்சியா, இன்று அதுவும் சிதறி தனித்தனியாய் அலைபேசியோடு வாழ்ந்து கொண்டிருக்கும் நானோ வாழ்வியலுக்கு வந்து விட்டோம். உறவுகளின் மேல் எவ்வளவு பிணக்கு கொண்டிருந்தாலும் மீண்டும் அதைப் புதுப்பித்துக் கொள்ள நான் முயற்சிப்பதற்கு அந்த உரையாடல் ஒரு மிகப் பெரிய காரணி.

பின்னாளில் அவர்களுக்கு ஒரு மிகப் பெரிய உதவியை விகடன் மூலமாக செய்யப் போகிறேன் என்று நான் நிச்சயமாக எதிர்பார்த்திருக்கவில்லை.

நம் வாழ்க்கையே ஒரு வெள்ளைத் திரை, ஒரு நடமாடும் நாடக மேடை, அதில் என்ன படம் போடப் போகிறோம் என்பது நம் செயல்களில் தான் உள்ளது, அதில் விருப்பு வெறுப்பில்லாத குழு அணுகுமுறையைக் கடைப்பிடிப்போமானால் வெற்றி நிச்சயம்

ஆவிச்சி

98

ஆஸ்துமா

மூச்சுச் சிக்கல், திணறல், தடைப்பாடு இருந்தால் அதை ஆஸ்துமா என்பார்கள் அந்தக் காலத்தில். இன்று சுவாச நோய், நுரையீரல் நோய், நெஞ்சகக நோய் என்று ஒவ்வொன்றாகப் பிரித்து, தனி மருத்துவத் துறைகளே இயங்குகிறது. இதெல்லாம் அறியப்படாத காலத்தில் எனக்கு வந்த மூச்சுத் திணறலை ஆஸ்துமா என்றே வைத்துக்கொள்ளலாம்.

ஒவ்வொரு இரவும் இதில் அவதிப்படும் போதும் ‘என்னடா வாழ்க்கை’ என்று தோன்றும், பின் என்னை அறியாமல் தூங்கி விழிக்கும் போது அந்த நோய் பற்றிய கவலை மறந்து வாழ்க்கையின் அளவியலை ஆழ்ந்து இரசிக்கத் துவங்கி விடுவேன். அன்று இரவு அடுத்த அட்டாக் வரும் வரை, இந்த விளையாட்டு மழைக் காலம் முழுவதும் தொடரும், இளவேனிலும் கோடைக் காலமும் ஆசீர்வாத காலம், ஆனாலும் பழக்கம் காரணமாக தூக்கம் தடைப்படும்.

இரவு நோய் குறுக்கீடு வரும் போது அதை எப்படிக் கையாள்வது என்று முதலில் தெரியவில்லை. பின் மெல்லப் பழகி உட்கார்ந்தே இருப்பது, மாடிப்படிகளில் இறங்கி ஏறுவது அல்லது தினக்குறிப்பு எழுதுவது என்று வாழ்வியலை மாற்றிக்கொண்டேன், அப்படித் துவங்கியது தான் இந்த எழுதும் பழக்கமும்.

புரியாத புதிராய் இருந்த ஆஸ்துமாவுக்கு நிறைய வைத்தியம் பார்த்து சரிவரவில்லை. ஆங்கில மருத்துவம் நிறைய நுண்ணுயிர் கொல்லிகளைத் *(Antibiotic)* தந்தது. மலர் மருத்துவம் மிக மெதுவாக(ஹோமியோபதி) ஆனால் நாட்பட்டும் சரிவரவில்லை, ஆயுர்வேதம் அதீத வேகம் கொண்டதாய் இருந்தது, சித்த மருத்துவம் கொஞ்சம் இடைக்காலத் தீர்வு தந்தது.

எல்லோரையும் போல சுய மருத்துவராகி சொந்த ஆராய்ச்சியில் ஈடுபட்டு ஆஸ்துமாவைப் பற்றி நிறைய புத்தகங்கள் வாசிக்கத் துவங்கினேன். அது ஒரு சுவாசக் கோளாறு *(Disorder)* என்பதை உணர்ந்து அதை எப்படி வெற்றி கொள்வது என்பதை ஒரு திட்டமாக வடிவமைத்தேன். ஒவ்வாத உணவுப் பொருட்களைத் தவிர்ப்பது,

ஒவ்வாமைக்கான மாத்திரைகளை எடுத்துக் கொள்வது, மெல்ல மூச்சுப் பயிற்சி செய்வது என்று, மெல்ல அதில் இருந்து வெளிவர எத்தனித்தேன்.

ஆஸ்துமாவுக்குத் தீர்வே இல்லை என்று அடித்துச் சொன்னது ஆங்கில மருத்துவம். ஆனால், அதை வெற்றி கொண்டே தீர்வேன் என்னும் என் நம்பிக்கை வீண் போகவில்லை. பின்னாளில் அதீத மூச்சுப் பயிற்சி செய்து அந்த நோயை வெற்றி கொண்டேன், கிருஷ்ணமாச்சார்யா யோக மந்திரம் அதற்குப் பேருதவி புரிந்தது, இறை (முருக) வழிபாடும் கூட அதற்கு ஒரு காரணம்.

ஆனால் அப்போது ஏற்பட்ட தூக்கக் குறைபாட்டு நோயை இன்று வரை சரி செய்ய இயலவில்லை. ஆனால், ஒரு பிரச்னைக்குத் தீர்வு கண்டவுடன் அடுத்த பிரச்னை இலகுவாகும், அப்படி அந்த தூங்கா இரவுகளை நல்லபடி வசப்படுத்த வாசிப்பு, எழுத்து, படிப்பு, இரவுப் பாடசாலை என்று ஈடுபடுத்திக் கொள்ளும் போது தான் தெரிந்தது நிறைய நண்பர்கள் இரவு வெகு நேரம் முழித்துக் கொண்டு தான் இருக்கிறார்கள் என்பது, அப்புறம் என்ன ராத்திரி ரவுண்ட் அப் தான்.

இன்சோம்னியா, ஸ்லீப் அப்னியா, ஆர் எல் எஸ், நார்கோலெப்சி என்று என்னென்னவோ பேர் சொல்கிறது நவீன மருத்துவம், அதனால் மையோ கார்டியல் ரிதம் என்னும் இதயத் தாளம் தடுமாறும் என்றும் சொல்கிறது. ஆனால், உடலுக்குத் தேவையான ஆறுஎட்டு மணி நேரம் மட்டுமே தூங்கி அதுவும் இடை இடையே தூங்கி நன்றாக வாழுங்கள், நன்றாக வாசியுங்கள், நன்றாக எழுதுங்கள், நண்பர்களுடன் வாழ்வை அனுபவியுங்கள், எந்த ஒரு நோயும் துன்பமும் உங்களைப் பண்படுத்தத்தான் என்பதை உணருங்கள், வெற்றி கொள்ளப்படாத துன்பங்களையும் நோய்களையும் இன்னும் இறைவன் கண்டுபிடிக்கவில்லை.

சிதம்பரம் இரயில் நிலையத்தின் ஒவ்வொரு நடைமேடையும், சைவ, அசைவ உணவகங்களும், கல்லூரியின் ஒவ்வொரு தாழ்வாரமும், விடுதியின் ஒவ்வொரு இண்டு இடுக்குகளும் அறியும் எங்கள் தூங்கா இரவுகளின் கொட்டாரத்தை, கொண்டாட்டத்தை

அந்தத் தூக்கம் தொலைத்த இரவுகள் கொடுத்தது தான் இந்த எண்ணங்களும், நண்பர்களும்.

இப்போது சொல்லுங்கள் ஆஸ்துமா வரமா? சாபமா? ●

99
கங்கை கொண்ட சோழபுரம்

முதல் வருட பொதுப் பொறியியல் வகுப்பு, எல்லாத் துறைசார்ந்த வகுப்புகளும் இருக்கும். முக்கிய பொறியியலான (Core Engineering) கட்டிடவியல், இயந்திரவியல், மின்னியல் தாண்டி (Allied Engineering) மின்னனுவியல், உற்பத்தியியல், கட்டுமானவியல் துறை சார்ந்த வகுப்புகளும் இருக்கும், அதில் கட்டிடவியல் சார்ந்த விரிவுரையாளர் முதல் வகுப்பு எடுத்தார்.

பெரிய பெரிய கட்டிடவியல் சித்தாந்தங்களை எல்லாம் எளிதாகப் புரிந்து கொள்ளும் படி சொல்லி பொறியியல் படிக்க மிகவும் கொடுத்து வைத்திருக்க வேண்டும் என்று எண்ணும் படி அருமையாக இருந்தது அந்த விரிவுரை.

அந்தக் காலத்துக் கோயில்களை பார்த்தெல்லாம் அசந்து போகாதீர்கள், அதெல்லாம் சுளுவாகக் கட்டி விடலாம், கீழே அடிப்பாகம் பெரியது, மேலே செல்லச் செல்ல சிறிதாகிக்கொண்டே செல்லும் கட்டிடத்தை எளிதாகக் கட்டிவிடலாம் என்றார்.

அந்தக் கட்டிடக்கலையைப் பார்க்கும் ஆர்வம் இயல்பாகவே எழுந்தது. ஒன்றைக் குறைத்துப் பேசினால் அதன் மேல் ஈடுபாடு எழும் (சமூக நீதி?!) தானே, சிதம்பரத்தைச் சுற்றி சைவ நெறிக் கோயில்கள் அதிகம், நவக்கிரகக் கோயில்களும் அதிகம், நீங்கள் உடுக்கைகளை எடுத்துக் கொண்டு வந்து தஞ்சையில் தங்கினால் சுற்று வட்டாரக் கோயில்களைக் காண மட்டும் மூன்று மாதங்கள் வேண்டும். உலகம் முழுதும் சுற்றி வாருங்கள், இப்படி ஒரு கலைப் பொக்கிஷம் உங்களுக்குக் கிடைக்கவே கிடைக்காது.

பிற்கால சோழர்களின் மணிமகுடம் தஞ்சை பெரிய கோயில் என்றால், அதன் கலசங்களாக அரியலூர் மாவட்டம் கங்கை கொண்ட சோழபுர சோழீச்சுரத்தையும், தாராசுரம் ஐராவதேசுவரர் கோயிலையும் சொல்லலாம், ஒன்று இராசராசசோழனின் மகனான இராசேந்திர சோழனால் கட்டப்பட்டது. இரண்டு அவனுடைய பேரனான இரண்டாம் இராச இராச சோழனால் கட்டப்பட்டது. பிரம்மாண்டம் என்றால் என்ன என்று அங்கு போனால் தான் தெரியும்.

இரண்டுமே யுனெஸ்கோ (உலகப் பாரம்பரிய அமைப்பு) அமைப்பால் பாதுகாக்கப்பட்ட மண்டலங்கள், மிகச் சுத்தமாகப் பராமரிக்கப்படும் கோயில்கள், சில பகுதிகள் சிதிலமடைந்திருந்தாலும் மிகத் திருத்தமாக அதை அப்படியே சரி செய்திருக்கும் யுனெஸ்கோ.

அருள், பக்தி என்றெல்லாம் தொல்லைப் படுத்திக் கொள்ளாமல் ஒரு சுற்றுலாப்பயணியாக சென்றேன். ஆச்சர்யப்பட நிறைய இருக்கிறது. கங்கை கொண்ட சோழபுரம் இராசேந்திர சோழனால் கிபி 1023ம் ஆண்டு கட்டப்பட்டது. கங்கைப் பகுதியை வெற்றி கொண்டதன் சின்னமாகக் கட்டப்பட்ட கோயில். வரலாற்று செய்திகளையும், அகழாய்வுச் செய்திகளையும் கூகுள் செய்து தெரிந்து கொள்ளுங்கள். என் கேள்வியெல்லாம் விரிவுரையாளர் சொன்னது போல அத்தனை எளிதாகக் கட்டியிருக்க முடியாது என்பது தான். ஏனெனில் கோயிலின் கலசமே பல கல் எடை கொண்டதாக இருந்தது, முகப்பு மேல் நோக்கிக் குவியாமல் நேரே இருந்தது, ஏறிப் போக மாடிப்படி இருந்தது.

கோயில் திராவிட பாணியில் கட்டப்பட்டது (திராவிடம் தெய்வீகம்!) அஜந்தா, எல்லோரா குகைக் கோயில் சிற்பங்களை விட திருத்தமாகவும் அழகாகவும் சிதிலமாகமலும் இருக்கிறது இந்தக் கோயில் சிற்பங்கள். தாராசுரம் கோயில் இன்னும் ஒரு படி மேலே போய் ஒரு தேர் வடிவில் கட்டப்பெற்றது.

கோயில் கட்டிடக் கலையைக் குறைவாகச் சொன்ன ஆசிரியரை என்ன செய்ய?

எங்கெங்கோ சுற்றுலா போய் வருகிறோம். இந்த இரண்டு இடத்துக்கும் போய் வாருங்கள். செலவும் கம்மி, பிற்கால சோழ சாம்ராஜ்யத்தின் ஒரு துளி பருகிய அனுபவம் கிடைக்கும். தமிழனின் வீரம் பற்றிய புரிதலும், கட்டிடக்கலை பற்றிய தெளிதலும் ஒரு சேரக் கிடைக்கும். கல்லணை போல இந்தக் கோயில்களெல்லாம் தமிழனின் அறிவுச் சாறு. வெள்ளையனை அண்ணாந்து பார்க்காமல், வடவர்களை ஆவென்று பார்க்க விடாமல் ஒரு மாயம் செய்யும் இந்த ஊர்கள், வாழ்நாளில் அவசியம் போய் பார்க்கவேண்டிய கலைக் களஞ்சியம்.

சொல்ல மறந்துவிட்டேன், அந்த விரிவுரையாளர் பெயர் திரு.இராஜ ராஜன்.

100
அப்பத்தா

அப்பாவுக்கு அம்மாவை பாட்டி என்பார்கள், அம்மாவை ஆத்தா என்று நாங்கள் விளிப்பதால் அப்பா+ஆத்தா = அப்பத்தா என்போம்.

நினைவு தெரிந்த நாளில் அப்பாவுக்கு அப்பா (ஐயா) இல்லாததால், கைம்பெண்ணாகத் தான் அறிமுகமானார் அப்பத்தா, கோபக்காரி, அகங்காரி, எப்போதும் திட்டிக்கொண்டே இருக்கும் ஒரு ஜந்து என்று அறிவுறுத்தப் பட்டாலும், கடும் பாசம் என்ன செய்யும் என்பதை உணர்ந்தே இருந்தேன். அப்பத்தாவின் செயல்பாடுகள் அப்படி.

வெள்ளைச் சேலை, அதிகாலை எழுந்து குளித்து நடு முற்றத்தில் வழிபாடு செய்து நெற்றி நிறையத் திருநீறு பூசும் சைவ நெறி, சுற்று வட்டாரம் முழுதும் புகழோடு வாழ்ந்த அதிகாரம் மற்றும் அக்கறை, எப்போதும் கூடவே இருக்கும். அவர் வயதொத்த பெண்கள் கூடாரம், காது குத்து முதல் கல்யாணம் வரை முதல் அழைப்போடு வந்து விடும் சுற்றம், அவர் சொன்னால் அப்பீலே இல்லை என்று ஒரு கூட்டம், நல்ல நாள் பெரிய நாளுக்கு ஆசீர்வாதம் வாங்கிக் கொள்ளச் செல்லும் போது, சூடத்தைச் சுற்றி, திருநீற்றை தலை, தோள் என்று வைத்து நெற்றி நிறைய பூசிவிடும் வழக்கம் (கூடவே ஒரு ரூபாய், இரண்டு ரூபாய் அல்லது ஐந்து ரூபாய் காசும்), கதைகள் சொன்னதில்லை, வாழ்வை நேருக்கு நேர் சந்தித்துத் துணிச்சலாக, தைரியமாக, தனியாக முப்பது வருடங்கள் வாழ்ந்த கெத்து, இது தான் அப்பத்தா.

பெண்கள் திருமணம் முடிந்து வரும் போது பிறந்த வீட்டுப் பெருமையோடு வருவார்கள். ஒரு பிள்ளை பிறந்தவுடன் மெல்ல அடையாளம் புகுந்த வீடாக மாறத்துவங்கும், அடுத்தடுத்த பிள்ளைகள் பிறந்ததும் புகுந்த வீட்டு விலாசமாக அவள் முகவரி மாறும், மெல்ல அந்த வீட்டின் பெருமையை நிலை நாட்ட தன் குழந்தைகளை வளர்க்கத் துவங்கி விடுவார். வளர்ப்பின் மிகுதியில்

தன் பிறந்தவீட்டுப் பெருமையை முற்றிலும் மறந்துவிடுவர், அப்போது ஒரு அடையாளச் சிக்கல் வரும், தான் யார் என்று, அப்படி ஒரு சூழ் நிலையில் பிறந்த வீட்டையும் புகுந்த வீட்டையும் தாண்டி தன் பெயரை நிலை நாட்டிக் கொள்ளும் ஒரு சில பெண்களில் என் அப்பத்தாவும் ஒருவர். அலமியாச்சி பேரன் என்று என்னை ஊரார் அடையாளப் படுத்திய போது அதை உணர்ந்தேன்.

தான் கட்டிய கோட்டையை எப்படிக் காப்பது என்பது பெண்களுக்கு கை வந்த கலை. என்ன தான் ஆண்கள் அதன் நிதித் தேவையை பூர்த்தி செய்தாலும் பெண் தான் ஒரு குடும்பத்தின், குழந்தைகளின் உயர்வுக்குக் காரணம். ஏனெனில், அவள் தான் தன் குழந்தைகளுடன் அதிக நேரம் செலவிடுகிறாள், அவள் காட்டும் நெறி தான் குடும்பத்தின் வழிகாட்டும் விளக்கு.

அப்படி கட்டிய கோட்டைக்கு மருமகள் என்று ஒருத்தி வரும் போது பிணக்கு ஏற்படுகிறது. தான் ஆண்ட கோட்டைக்கு உரிமை கொண்டாட இன்னொருத்தி வரும் போது இயற்கையாக உரிமை மீறல் பிரச்னை வருகிறது. இதைச் சமாளிக்க எங்கள் குழுவில் (சாதி என்பது அரசியல் சொல்) 'வேற வைப்பது' என்கிற சடங்கு நடக்கும், அதாவது மகனுக்குத் திருமணம் ஆனவுடன் அவனைத் தனியாக வாழ வேண்டித் தன்னைத் தகுதிப் படுத்திக் கொள்ள வேண்டும் என்று அவனைத் தனிக் குடும்பமாக வேற வைப்பது, அன்றிலிருந்து ஒரே வீட்டுக்குள் இரண்டு அடுப்பு, இரண்டு சமையல், கூட்டாஞ்சோறு, நாலு மகன்கள் இருந்தால் ஐந்து அடுப்பு, ஐந்து சமையல்.

அதாவது என் கோட்டைக்கு நான் ராணி, புதிதாக வந்த நீ, வேண்டுமானால் உன்னுடைய கோட்டையை நீயே கட்டிக் கொள், என் கோட்டைக்கு உரிமை கோராதே என்னும் வாய்ப்புப் பிரகடனம். ஆனாலும், மாமியாரை எந்த மருமகளுக்குப் பிடிக்கும், வல்லவராய் இருந்தால் வலுசாரைத் தெரியும், நல்லவராய் இருந்தாலும் நல்ல பாம்பாய்த் தான் தெரியும், எதற்கும் முதல் பாராவை இன்னொரு முறை படித்து விடுங்கள்

பேத்திகளைவிட பேரன்களைத் தான் அப்பத்தாக்களுக்குப் பிடிக்கும், பேத்திகள் வேறு வீட்டுக்குப் போய் விடுவார்கள் என்ற காரணமா என்று தெரியாது. பேரன்கள் தன் மகன்களின் வார்ப்பு அல்லது தன் மகனின் பால்யத்தை மீண்டும் நினைவுபடுத்தும்

பிம்பம் என்று நினைப்பதால் இருக்கலாம். இன்றும் நிறைய வீடுகளில் பேரன்கள் ஒரு நாழிலை பேத்திகளைவிட உசத்தி தான், பெண்ணியம் பேசுவோரும் பெண் விடுதலையாளர்களும் கம்பு சுத்திக் கொண்டு வரவேண்டாம், நான் சொல்ல நினைப்பது சமூகக் கோட்பாடு அல்ல உளவியல் கோட்பாடு.

எனக்குப் பிடித்ததைவிட என் அப்பத்தாவுக்கு என்னைப் பிடிக்கும். அந்த ஆசீர்வாதம் தான் என்னை முழு மூச்சாக இயக்கிக் கொண்டிருக்கும் ஒரு இறை சக்தி.

அப்பத்தாவின் பாசத்தை குலசாமி வழிபாடுகளில் தெரிந்து கொள்ளலாம். தன் குலத்துக்காக அவர்கள் செய்யும் பிரார்த்தனைகளும் வழிபாடுகளும் தியாகங்களும் சமன்பாடுகள் இல்லாதவை, சமரசங்கள் இல்லாதவை,

இறுதியில் மறையும் போது அவர்களே குலசாமியாகி விடுகிறார்கள் என்பது ஆசீவகச் சித்தாந்தம்.

101

புல்லாங்குழல்

இசை என்ற சொல்லுக்கு இசைய வைப்பது என்று பொருள். மனிதர்களையும் விலங்குகளையும் மற்ற உயிரினங்களையும் இசைய வைப்பது இசை, எந்த ஒரு சிக்கல் சுழலிலோ அல்லது சூழலிலோ இருந்தாலும் இசை கேட்டவுடன் நம் மனம் இலகுவாகி அந்த சிக்கலில் இருந்து விடுபட வைக்கிறது, அது தான் இசையின் விசை.

தேடல் சார்ந்ததாகவும் இசை இருக்கிறது, இன்று இணையத்தில் பார்க்கப்படும் காணொலிகளில் இருபத்தி ஐந்து சதவிகிதம் இசை சார்ந்தது என்று சொல்லுகிறது ஒரு ஆய்வு. நம் மூளையின் நியூரான்கள் குழப்பத்தில் இருக்கும் பொழுது அந்தக் குழப்பத்தில் இருந்து தற்காலிகமாக விலகி நிற்க ஒரு மீடியம் தேவைப்படுகிறது. குழப்பத்திலிருந்து விடுவித்துக் கொள்ள தீர்வுகளின் எண்ணிக்கை அதிகமாக இருக்கும் போதும், முடிவெடுத்தலுக்கான கால அவகாசம் தேவைப்படும் போதும் மனம் இசையை நாடிச் செல்கிறது.

உலகின் மிகப் பழமையான இசைக் கருவி என்றால் அது புல்லாங்குழல் தான், இது துளைக்கருவி *(aero phones)* என்னும் வகையைச் சேர்ந்தது. 42000 ஆண்டுகள் பழமை வாய்ந்தது என்று கருதப்படும் புல்லாங்குழலுக்கு சங்க இலக்கியத்திலும் இடமுண்டு. பழந்தமிழ் இசைக்கருவிகளில் யாழ் பற்றி நிறைய செய்திகள் இருந்தாலும், என் ஓட்டு புல்லாங்குழலுக்குத் தான்.

திருமுருகாற்றுப் படையிலே, "குழலன் கோட்டன் குறும்பல் லியத்தன்" என வருகிறது. குழல் என்றால் புல்லாங்குழல் என்று அர்த்தம். யாழ் செயற்கை வாத்தியம். குழல் இயற்கை வாத்தியம்.

"குழலினிது யாழினிது என்பதம் மக்கள் மழலைச்சொல் கேளா தவர்" என்று வள்ளுவரும் குழலையே முன் வைக்கிறார்.

மூச்சுப்பயிற்சிக்கான ஒரு களமாக எனக்கு அறிமுகமானது புல்லாங்குழல், சும்மா ஒரு அரை மணி நேரம் ஊது ஊதென்று ஊதிவிட்டு வைத்து விடுவேன், பின்னாளில் குரு வைத்தியனாதனிடம் கர்நாடகமும், ஜோஸஃப் மாஸ்டரிடம் வெஸ்டர்னும் முறையாகக்

கற்றுக் கொண்டேன். ஆனால் இசை என்பது ஒரு முழு நேரப் பயிற்சி, சும்மா கைவராது இசை, இளையராஜா ஒரு பேட்டியில் சொல்வார், நூறு பேர் மருத்துவம் படித்தால் நூறு பேரும் மருத்துவராகி விடலாம், நூறு பேர் இசை படித்தால் எத்தனை பேர் இசையாளராக முடியும் என்று, ஒன்று அல்லது இரண்டுபேர் தான்.

பிரபஞ்சத்தை ஒத்தது இசை, அத்தனை இலகுவாகக் கற்றுக்கொள்ள முடியாது, இன்னும் கற்றுக்கொள்ள எத்தனித்துக்கொண்டே இருக்கிறேன், கையில் சிக்காத இறகாக உயரப் பறந்து கொண்டே இருக்கிறது அது, ஆனால் இரசிக்க பாகவதம் தேவையில்லை, எவ்வளவு பெரிய பிரச்னை என்றாலும் ஹரிப்பிரசாத் சௌராசியாவின் புல்லாங்குழல் கேட்டால் இலகுவாகி விடும், உஸ்தாத் பிஸ்மில்லாக் கானின் புல்லூங்குழல் நிறுத்த முடியாதவை, சசாங்கின் இசை ஒப்பீட்டளவுகளைக் கொண்டவை, என்.ரமணியின் புல்லாங்குழல் அருகாமையைத் தரக்கூடியது.

ஏழு அல்லது எட்டுத் துளைகள் கொண்டதாகக் கருதப்படும் புல்லாங்குழலை நம் உடம்போடு பொருத்திப் பார்க்கலாம், கற்கால மனிதர்கள் எலும்புகளில் துளையிட்டுப் பயன்படுத்தியதாகக் கருதப்படும் புல்லாங்குழல், மூங்கிலை மூலப்பொருளாகக் கொண்டே செய்யப்படுகிறது, இதற்கு உலகம் முழுவதும் பல்வேறு பெயர்கள்.

தமிழ் - குழல், புல்லாங்குழல்
இந்தியா - பன்சூரி, வேணு
சீனா - டிஸி, பங்டி, கூடி, சிந்தி, டாடி, சியாவோ
ஜப்பான் - பியூ
இந்தோனேசியா - சுலிங்
தெற்காசியா - சோடினா
ஆங்கிலம் - ஃப்ளூட்

புல்லாங்குழல் - இசைத்தல் அல்லது வாசிக்கும் முறை (1+8 துளைகள்):

கர்நாடகம் - குழலின் 7 துளைகள் மீது 7 விரல்களை வைத்து வாசிக்க வேண்டும். 8 வது கடைசித்துளை பாவிப்பது இல்லை. இடது கை விரல்களில் கட்டை விரலையும், சிறு விரலையும்நீக்கி எஞ்சியுள்ள 3 விரல்களையும், வலது கை விரல்களில் கட்டை

விரலைத்தவிர மற்ற 4 விரல்களையும் 7 துளைகளின் மீது வைத்து, முத்திரத் துளைக்குள் (தனியாக இருக்கும் துளை) வாயின் வழியாகக் காற்றைச் செலுத்தி, துளைகளை மூடித் திறக்கும்போது இசை பிறக்கின்றது.

புல்லாங்குழலின் நீளம், உள்கூட்டின் அளவு கூடும் போது சுருதி குறையும். புல்லாங்குழலில் 7 சுரங்களுக்கு 7 துளைகள் இருந்தாலும் வாசிப்பவரின் மூச்சின் அளவைக் கொண்டே நுட்ப சுரங்களை சரியாக ஒலிக்க முடியும்.

மேற்கத்திய இசை (1+6 துளைகள்): குழலின் 6 துளைகள் மீது 6 விரல்களை வைத்து வாசிக்க வேண்டும். இடது கை விரல்களில் கட்டை விரலையும், சிறு விரலையும் நீக்கி எஞ்சியுள்ள 3 விரல்களையும், வலது கை விரல்களில் கட்டை விரலையும் சிறுவிரலையும் தவிர மற்ற 3 விரல்களையும் 6 துளைகளின் மீது வைத்து, முத்திரத் துளைக்குள் (தனியாக இருக்கும் துளை) வாயின் வழியாகக் காற்றைச் செலுத்தி, துளைகளை மூடித் திறக்கும்போது இசை...

யூ ட்யூபில் இன்னும் நிறையக் காணக்கிடைக்கும், ஒரு புல்லாங்குழல் இருநூறு ரூபாயில் இருந்து கிடைக்கிறது. முயற்சி செய்து தான் பாருங்களேன், நாமும் இசைஞர்கள் தான்.

எனக்கு இன்னொரு பெயர் கண்ணன்.

102
ஒரு பக்கக் கதை

கதைகள் தான் நாம், நாம் என்றால் அது கதைகள் தான், நம்மைப் பற்றிய கதைகளை நாம் மறந்து போனால் நம்மைத் தொலைத்ததாக அர்த்தம், அதாவது, அப்புறம் நாம் நாமே இல்லை.

கொஞ்சம் குழப்பமாக இருக்கிறதா, அது போகட்டும், கல்லூரியில் கற்றுக் கொண்ட பாடம் ஒன்றைச் சொல்கிறேன், நீங்கள் மாணவராக இருந்தால் உங்களுக்கு உபயோகமாக இருக்கும், கடந்து வந்திருந்தாலும் வாழ்க்கையில் கூட...

எல்லாப் பாடத்தையும் ஒரு சிறு கையகலச் சிட்டையில் குறித்துக் கொண்டு படிப்பது ஒரு வழிமுறை. கணக்குப் பாடம் மிக எளிதாக ஒரு சிட்டையில் குறித்து விடலாம். சமன்பாடுகள், சூத்திரம், தேற்றம் (Equation, Formula, Theorm) எல்லாவற்றையும் ஒரு தலைப்புப் போட்டு சேமித்து விடலாம், பின் மனதுக்குள் சொல்லிப் பார்க்கலாம், மறந்து போய் விட்டால் புத்தகத்தில் தேடுவதற்குப் பதிலாக இந்த சிட்டையைப் பார்த்து மனனம் செய்து கொள்ளலாம், இதை ஒரு பக்கக் கதை என்று செல்லமாக அழைப்பேன், இப்படியே மற்ற பாடங்களையும், புரிகிற சுருக்கெழுத்து நடைமுறையில், அந்த சுருக்கெழுத்துக்கு ஒரு அகராதி வைத்திருக்கிறேன்.

இந்த மாதிரிக் கதைகள் முதல் வருடத்திலிருந்து வரவில்லை, மூன்றாம் பருவத்திலிருந்து (செமஸ்டர்) வந்தது, அதிலிருந்து எட்டாவது பருவம் வரை அது தான் என் மந்திரம். நண்பர்களுக்குச் சொல்லிக் கொடுக்கக் கூட அதைத் தான் பயன்படுத்துவேன். சிலர் பிட்டடிக்கக் கேட்பார்கள், மறுத்திருக்கிறேன், ஏனோ பிட்டடிப்பதில் எனக்கு உடன்பாடில்லை, நம்மை நாமே ஏமாற்றிக் கொள்கிற விந்தை தான் பிட்டடிப்பது. வித்தை கற்க வந்த ஒருவன் அதைக் கைகொள்ளாமல் தன்னை மறந்து வீணாகப் போகும் குறுக்கு வழி தான் பிட்டடிப்பது, இந்த ஒரு பக்கக் கதை வழி குறுக்கு வழியல்ல, ஒரு சுருக்கு வழி, ஆகாய மார்க்கம்.

பின்னாளில் சுய ஆசிரியராகி கணினி வன்பொருள் பள்ளி நடத்தும் போதும் இந்த வித்தை கைகொடுத்தது. படிப்பது,

வாசிப்பது, கற்றுக் கொள்வது எல்லாவற்றுக்கும் பயன்படும் இந்த பழக்கம் வாழ்க்கைக்குப் பயன்படுமா என்றால் நிச்சயம் பயன்படும்.

ஒவ்வொரு வெற்றியையும் தோல்வியையும் ஒரு பக்கக் கதையாக எழுதி வையுங்கள், நிச்சயமாக தனித்தனி கோப்புறையில் (folder) பின் மாதம் ஒரு முறையோ, காலாண்டோ, ஆண்டுக்கு ஒரு முறையோ அதைத் திருப்பிப் பாருங்கள். அது ஒரு பழக்கமாக மாறிவிடும். தோல்வியடையும் போதெல்லாம் அதை எழுதிவிட்டு வெற்றிக் கையேட்டைப் படிக்கத்தூண்டும் உள்மனம், வெற்றி அடையும் போது தோல்விக் கையேட்டைப் படிக்க மனம் வராது, ஆனாலும் மனத்தைப் பழக்கப் படுத்திப் படியுங்கள்.

தோல்விகள் தொடராது, நீங்கள் எழுதிய மாத்திரத்தில் அது உங்களை விட்டுத் தனித்து நிற்கும். மனம் துவண்டு போகாது, எங்கே தவறு செய்தோம் என்று உங்கள் முடிவெடுக்கும் தன்மையைக் கேள்வி கேட்கும், வெற்றிக்கான வழிமுறையை உறுதி செய்யும். வெற்றிகள் உங்கள் கூட வரும், நீங்கள் எழுதிய மாத்திரத்தில் அதுவும் உங்களை விட்டுத் தனித்து நிற்கும், ஆனால் தலைக்கேறாது.

இந்தப் பழக்கம் உங்கள் மன அழுத்தத்தை நீக்கி விரிதிறனை அதிகரிக்கும் என்கிறது நவீன உளவியல். எளிமையாக டைரி எழுதுங்கள் என்று சொல்லிவிட்டுப் போயிருக்கலாமே என்று சொல்லிவிடாதீர்கள், இது வெற்றி தோல்வி குறிப்பேடு மட்டும்தான்.

இந்த சிறகுகள்கூட அப்படியான ஒரு முயற்சிதான்,
ஒரு ஆங்கிலக் கவிதை ஞாபகம் வருகிறது:
"ஒரே ஒரு இதயம்
ஒரே ஒரு இதயம்
ஒரே ஒரு ஆன்மா
ஒரே ஒரு ஆன்மா
ஒரே ஒரு மனசு
ஒரே ஒரு மனசு
அதை நல்ல திசை நோக்கித்
திருப்ப முடிந்தால்
உன் வாழ்க்கை வீணல்ல"

103
சீனியர்கள்

மூத்தவர்கள் என்கிற தமிழாக்கத்தை விட தமிங்கிலம் மேலானதாகத் தெரிகிறது. சீனியர்ஸ் என்று சொன்னால் தான் அர்த்தம் முழுமையடைகிறது, மொழி என்பதே நினைப்பதை சரியாக சொல்வதற்குத்தானே.

கல்லூரிக் காலங்களில் நிறைய சீனியர்கள் தான் என் போக்கைத் தீர்மானித்தார்கள். பள்ளி போல அல்ல கல்லூரிகள், கடைசிப் பதின் வருடங்கள் நம் வாழ்வைத் தீர்மானிக்கப் போகும் மிகப் பெரிய ஆணிவேர், (Formative years) அதில் கற்ற, கேட்ட, பார்த்த நிகழ்வுகள் தான் உங்கள் பெரும்பான்மை வாழ்வைத் தீர்மானிக்கப் போகும் கருவி, சீனியர்களோடு பழகும் போது அவர்களின் அனுபவங்கள் நமக்கு இலவசமாகக் கிடைக்கும், அதே சமயம் நமக்குப் பெருமையோடு வழி காட்டுவார்கள்.

பள்ளிகள் வானத்தைக் காட்டும். கல்லூரிகள் தான் அதன் அளவுகளை அடையும் பறத்தலைக் காட்டும், சீனியர்களும் நண்பர்களும் தான் பறக்கச் சொல்லிக்கொடுப்பார்கள்.

ராகிங்குக்கு நன்றி, குடியிருப்புப் பல்கலைக் கழகம் (Residential University) என்பதால் சீனியர்களை அணுகுவதும் சிரமம் இல்லை. எப்போதும் சீனியர்களின் அறைகளிலேயே குடியிருப்பேன். ஆனால், வேறு வேறு துறைகளில் இருந்தாலும் இன்று வரை வழிகாட்டிக் கொண்டிருக்கும் சில சீனியர்கள் இருக்கிறார்கள். எப்படி என்று தெரியவில்லை எங்காவது ஒரு இடத்தில் சந்திக்க முடிவதாக இருக்கிறது, நன்றி முன்னாள் மாணவர் அமைப்புகள்.

சிவ சுப்ரமணியன் அண்ணன் இன்று வரை வழிகாட்டியாகக் கூடவே வருகிறார். தோல்வி அடையும் போதெல்லாம் நான் அணுகும் முதல் நபர் அவர் தான். முடிவெடுக்கும் திறன் குறையும் நேரத்தில் பாலாஜி அண்ணன், பல்கலையில் ஏதாவது தேவையிருந்தால் இன்றும் உதவும் இரகுபதி அண்ணனும் பிரபாகர் அண்ணனும், சிங்கப்பூரிலிருந்து சபாமுத்து நடராஜன் அண்ணன், சௌந்தர பாண்டியன் அண்ணன், அமெரிக்காவிலிருந்து

நாச்சியப்பன் அண்ணன், மெய்யப்பன் அண்ணன், இன்றும் முதல் மொழி அமைப்பில் வழிகாட்டும் பொருளாளர் இராஜேந்திரன் அண்ணன், புகைப்படக் கருவியைப் பிடிக்கக் கற்றுக் கொடுத்த வினைதீர்த்தான் அண்ணன் மற்றும் அண்ணாமலை அண்ணன், ஆங்கிலப் புத்தகங்களின் கடுமையையும் புலமையையும் கண்டுகொள்ள வைத்த நல்லப்பன் அண்ணன் இன்னும் இன்னும் எத்தனையோ அண்ணன்கள், என் குடும்பம் மிகப் பெரியது.

இன்னும் பெயர் மறந்த எத்தனையோ பேர், ராகிங் செய்த, காப்பாற்றிய, வழிகாட்டிய அத்தனை சீனியர்களுக்கும் என் மனமார்ந்த சல்யூட், உதாசீனப்படுத்திய சீனியர்களுக்குக் கூட அந்த உரிமை உண்டு.

இன்றும் என் உயர்வில் எல்லா சீனியர்களுக்கும் ஒரு பங்குண்டு, நாம் உயரவேண்டும் என்று இலவசமாக அவர்களின் அனுபவங்களை நமக்கு சொல்லிக் கொடுத்தார்கள் தானே!

உங்கள் ஒவ்வொருவருக்கும் கூட!

104
பழநி

பழநிக்கு 'நி' போடணுமா 'னி' போடணுமா என்று இன்று வரை தெரியவில்லை, அது போகட்டும், பழம் நீ பழநி ஆனது என்று அப்படியும் வைத்துக் கொள்ளலாம். தலத்தை குறிக்கும் பழனி என்று இப்படியும் வைத்துக்கொள்ளலாம், (ஊருகின்ற இடம் ஊருணி).

பெயரில் என்ன இருக்கிறது.

ஆனால் எந்த ஊருக்குப் பின்னால் எத்தனையோ கதைகள் இருக்கிறது, அது பற்றி கூகுள் பண்ணித் தெரிந்து கொள்ளுங்கள். அங்கு போனால் என்ன கிடைக்கும் என்பதைப் பற்றி மட்டும் சொல்கிறேன்.

ஊரிலிருந்து பழனிக்குக் காவடி எடுத்துச் செல்லும் சில உறவுகள் பரிச்சயம். அவர்கள் எல்லாம் ஏதோ உயர்மனிதர்கள் போல் தோன்றும். நம்மோடெல்லாம் பேசுவார்களா என்று அதிசயமாய் இருக்கும். அதிக சக்தி வாய்ந்த மனிதர்கள் போல் தோன்றும், அதே தான், சினிமா நட்சத்திரங்கள், பேச்சாளர்கள், அரசியல் தலைவர்கள் பார்க்கும் போதெல்லாம் ஒரு மருட்சி வருமே, அதே தான். அவர்கள் வானத்தில் இருந்து இறங்கிய தேவதைகள் போன்ற கூடுதல் சக்தியோடு பிறந்த வேற்று தேசத்து மனிதர்கள் போலத் தோன்றுவார்கள், கொஞ்சம் பொறாமையாகக்கூட இருக்கும்.

அவர்கள் சொல்லும் பழனிக் கதைகள் ஆர்வத்தைக் கிளப்பும், பாதயாத்திரையாக பழனிக்கு நடந்து செல்லும் எண்ணமும் தோன்றும். ஒரு முறை பேருந்திலாவது செல்லலாம் என்று சிதம்பரம் பேருந்து நிலையத்திற்கு வந்தேன். நேரடியாக அப்போதெல்லாம் பேருந்துகள் இருக்காது, மாறி மாறி தான் போக வேண்டும், முழு இரவு பயணம் முடித்து பழனி வந்து சேர்ந்தேன். அருள் வந்து சேரும் என்று நினைத்தேன், ஒரு சக்தி என்னை ஆட்கொள்ளும் என்று காத்திருந்தேன், அருள் ஒன்றும் வரவில்லை, அழுக்கு தான் இருந்தது, ஊரே அசுத்தமாய் இருந்தது.

எப்போதும் போல் டீக்கடையில் ஐக்கியமாகி, கடைக்காரரிடம் ஊரைப்பற்றித் தெரிந்துகொண்டு ஒரு மடத்தில் போய் தங்கினேன். ஆண்டுதோறும் தங்கரதம் மற்றும் திருப்பள்ளி எழுச்சிக்கு வருவது தான், எஞ்சோட்டுப் பிள்ளைகளுடன் நிற்காமல் யானைப் பாதையில் யார் முதலில் ஏறுவது என்று போட்டி போட்டு ஏறிய இடம் தான் என்றாலும் பெற்றோருடன் வருவது வேறு, தன்னந்தனியாக வருவது வேறு, தனியாக வரும் போது தான் பார்வை விசாலமாகும். நம்மைச் சுற்றி நடப்பவைகள் தெளிவாகத் தெரியும். அப்போது தான் அந்தப் பதின்வருடங்களின் கடைசியில் ஒரு முதிர்ச்சி வரும், அதற்குத் தனியாக உலகத்தைப் பார்க்க வேண்டும், பறக்க வேண்டும்.

பழனியில் உள்ள குறைகள் எல்லாம் தெளிவாய்த் தெரிந்தது, மொட்டை அடிப்பதில் இருந்து வரும் சுற்றுலாப் பயணிகளிடம் இருந்து பணம் பறிப்பது வரை நடக்கும் அட்டூழியங்கள் கண்ணில் பட்டன. சாமி என்கிற பெயரில் நடக்கும் ஏமாற்றுதல்களை பகுத்தறிய முடிந்தது, மெல்ல மலையேறி சாமியைப் பார்த்தேன், பாலசுப்ரமணியர் அலங்காரம், முருகன் எப்படி சுப்ரமணியர் ஆனார். முருகனுக்கு மீசை எங்கே, என்றெல்லாம் ஆய்வு செய்யும் வயதில்லை எனக்கு. ஆனால், இந்தக் கோயிலுக்கு மட்டும் ஏன் தனிப்பட்ட சக்தி, எங்கும் நிறைந்திருக்கும் பரம்பொருளை நாம் ஏன் கோயிலில் (மசூதியில், சர்ச்சில்) பார்க்க வேண்டும், இருக்கும் இடத்திலேயே வழிபட முடியாதா, அப்படியே வந்தாலும் ஏன் விசேட நாட்களில் பார்க்க வேண்டும், சாதாரண நாட்களில் அந்த தெய்வங்கள் எங்கே போய்விடும்.

நிறைய கேள்விகள் இருந்தது, அதற்கெல்லாம் விடை பிறிதொரு நாளில் சொல்கிறேன்.

இரவுதான் திரும்ப வேண்டும், வேறு ஒன்றும் வேலைகள் இல்லை. அதனால் மலையிலேயே தங்கி விட்டே. எங்க புதுக்கோட்டைக் காரருடைய உணவு விடுதி ஒன்று மலையில் இருக்கும் (அது ஒன்று மட்டும் தான்) காலை உணவு முடித்து கல்லாக்காரரோடு கதைத்தேன், அவருடைய தந்தை சிறு வயதில் பிழைக்க வந்து இங்கேயே குடியேறிவிட்டாராம், வீடு, சாப்பாடு, புழக்கம் எல்லாம் மலை தான், பள்ளி மட்டும் அடிவாரம், சாமி உலவும் கதைகள் சொல்வார் என்று எதிர்பார்த்தேன், உழைப்பின் மகத்துவம் பற்றி எனக்கு வகுப்பெடுத்தார்.

ஆவிச்சி 235

உண்மைதான் உழைக்காமல் சாமி எல்லாம் குடுப்பாரா என்றால் இல்லை, யார் நன்றாக உழைப்பார்கள் என்று பார்த்து தான் குடுப்பார், நல்லூழ் (Good Luck) என்பதே நல்ல ஊழியம் செய்தவற்கே.

மீண்டும் சாமி தரிசனம், ஒரு நாளைக்கு ஐந்து அலங்காரங்கள், பாலர், வேடர், வைதீகாள், அரசர், ஆண்டி முறையே அதிகாலை, காலை, பகல், மாலை, இரவு, இறுதியாக பக்தர்கள் ஆண்டிக் கோலத்தைப் பார்த்து விட்டுப் போகக்கூடாது என்று மலரலங்காரம் செய்வார்கள், பார்த்துக் கொண்டே இருக்கலாம். அதில் ஒரு செய்தி இருப்பதாக உணர்ந்தேன், நம் வாழ்வியலை உணர்த்துவதாக இருந்தது, பாலராக விளையாடித் திரிந்து கற்று, வேடராக வேட்டையாடி செல்வம் சேர்த்து, உலகத்தின் நியதிகளை நெறிகளைப் போற்றி, அரசர் போல் வாழ்ந்து, பின் எல்லாவற்றையும் பிள்ளைகள் மற்றவர்களிடம் பகிர்ந்தளித்து விட்டு துறவு பூண்டு மலரனைய இறைவனிடம் தஞ்சம் புகுவது.

இது எப்படி இருக்கு,

இறங்கி வரும் போது ஒரு முடிவு செய்து கொண்டேன், இந்த ஊரின் அசுத்ததை சுத்தம் செய்ய என்னால் முடிந்ததைச் செய்வேன் என்று, அது ஓரளவு நடக்கவும் நடந்தது.

105
விகடன்

சில பெயர்கள் சட்டென்று மறந்துவிடும், எவ்வளவு முயன்றாலும் ஞாபகம் வராது, சில பெயர்கள் சட்டென்று ஒட்டிக் கொண்டுவிடும், சில பெயர்கள் நம் வாழ்வு முழுமைக்கும் வரும்.

அப்படி ஒரு பெயர் தான் விகடன். சிறு வயதில் சித்திரக் கதைகளில் அறிமுகம். வளர்ந்த போது சமூகத்தைப் பார்க்கக் கிடைத்த சாளரம். கல்லூரிக்காலங்களில் பாதை காட்டிய விளக்கு.

மிகப்பெரிய வாசகர் வட்டத்தைக் கொண்ட குமுதமும் விகடனும் பள்ளி நாட்களில் என் இயங்கு தளம். தமக்கைகளுடனும் அண்ணன்களுடனும் நண்பர்களுடனும் விவாதித்த அந்தப் பத்திரிகைகளின் தொடர்கதைகளும், சிறுகதைகளும், கட்டுரைகளும், சினிமா விமர்சனமும் ஏராளம், என்னைப் போன்ற வாசகர்களின் எண்ணங்களாகவும் எழுத்தாகவும் இருப்பது அந்தப் பத்திரிகைகளின் வீச்சு தான். அதிலும் விகடன் தாத்தாவின் சிரித்த முகம் ஒரு உளவியல் குறியீடு.

எண்பதுகளில் அறிமுகமான விகடன் மாணவப் பத்திரிகையாளர்கள் திட்டம் மனதுக்கு மிக நெருக்கமானதாக இருந்தது. எப்படியாவது அதற்குள் நுழைந்து விடவேண்டும் என்கிற ஆசை வெறியாக மாறியது. ஆங்கிலத்தில் Law of Attraction என்று ஒரு தியரி உண்டு, நாம் எதை விரும்புகிறோமோ, நாம் எதை அதிகம் நேசிக்கிறோமோ, எதைப் பற்றி சதா சர்வ காலமும் யோசித்துக் கொண்டே இருக்கிறோமோ நாம் அதுவாகவே ஆகிறோம் என்று போகிறது அந்தக் கருத்துருவாக்கம். அது உண்மை தான், அப்படி சதா சர்வகாலமும் ஆசைப்பட்ட அந்தத் திட்டத்தில் நான் பத்திரிகையாளரானேன்.

நம் செயல்கள் எல்லாவற்றுக்கும் நம் அடிமன ஆசைகள் தான் காரணம். அந்த அடிமன ஆசைகளுக்கு நாம் கொடுக்கும் கனவு வடிவங்கள், அதைப் பற்றிய எண்ணங்கள் தான் காரணம், அப்படியெனில் நம் உயர்வைத் தீர்மானிப்பது அதைப் பற்றி

நாம் காணும் கனவுகளும், நம் எண்ணங்களும் தான். எப்போதும் உயர்வைப் பற்றியே சிந்தித்துக் கொண்டிருந்தால் உயர்வு வரும். அதனால் தான் எல்லா ஊக்கப் பேச்சாளர்களும் சுய முன்னேற்றப் பேச்சாளர்களும் நேர்மறை சிந்தனைகளையே வளர்க்கச் சொல்கின்றனர்.

என் முன் இரண்டு வழி இருந்தது, ஒன்று படித்துப் பெரிய பொறியாளராவது, இன்னொன்று விகடனில் சேர்ந்து பத்திரிகையாளராவது. நான் இரண்டாவதைத் தேர்ந்தெடுத்தேன், வெற்றி பெற்றேனா இல்லையா என்பதை விட பிடித்ததை செய்தேன், இன்று வரை அந்தப் பத்திரிகை அடையாளம் என்னுள் இருக்கிறது. வெற்றி மட்டுமே நிறைவைத் தந்து விடாது நண்பர்களே, நிறைவைத் தருவது நம் மனதுக்கு நெருக்கமான வேலைகள்தான்.

வெற்றிபெற வேண்டும் என்று நீங்கள் செய்த வேலைகளை நினைத்துப் பாருங்கள், அதில் வெற்றி பெற்றிருந்தால் இன்னும் பெரிய இடத்துக்குப் போக வேண்டும் என்று மனதுக்குள் வெறி வரும், போதை தலைக்கேறும், தோல்வி அடைந்திருந்தால் ஏன் தோற்றோம் என்ற கேள்விகள் உங்களை அடுத்து நகரவே விடாது. ஆனால் மனதுக்கு நெருக்கமான வேலைகளைச் செய்து பாருங்கள், வெற்றியோ தோல்வியோ அது நம் வேலையை நெருங்கவே நெருங்காது, நாம் வேலை செய்கிறோம் என்கிற நினைப்பே இருக்காது, தொடர்ந்து அதைச் செய்துகொண்டேயிருப்போம், வெற்றி நம்மைத் தேடிவரும்.

இப்போது பெரிய எழுத்தாளராவது பற்றிக் கனவு கண்டு கொண்டிருக்கிறேன்!

நீங்கள் என்னவாவதாக உத்தேசம்.

106

டபுள் 'ஏ'

தலைப்பைப் பார்த்தவுடன் மெல்லிய சிரிப்பு தோன்றினால் நீங்கள் ஆண், சின்ன முகச்சுளிப்பு வந்தால் பெண், தவறு நம்மிடம் இல்லை, எல்லாவற்றையும் பொதுவாக சிந்தனை செய்யும், எல்லாவற்றையும் ஏதாவது ஒரு தீர்ப்போடு அணுகும், 'ஓ இவ்வளவு தானா' என்று கடந்து போகும், இவனுடைய பதிவு இப்படித் தான் இருக்கும் என்கிற மனோபாவம், இதை *'Judgemental Thinking'* என்பார்கள் ஆங்கிலத்தில்,

அது போகட்டும் விடுங்கள்.

சிதம்பரம் லேனா தியேட்டர் எதிரில் இருக்கும் இந்த டபுள் 'ஏ' புரோட்டாக் கடைக்கு நண்பர்கள் பாதி சொத்தை எழுதி வைத்திருப்பார்கள். பெரும்பாலான இரவு நேரங்கள் இங்கு தான் கழிக்கப்பட்டன, அதுவும் படம் போக வேண்டுமென்றால் நிச்சயம் நிகழ்ச்சி நிரலில் புரோட்டாக் கடை இருக்கும், சிலர் விடுதி உணவை சீக்கிரமாக முடித்து விட்டு, இங்கு வந்து இரண்டாவது சப்பர் உண்ணும் பழக்கமும் கொண்டிருந்தனர்.

இரண்டு காரணங்கள், ஒன்று ஒரு ரூபாய்க்கு இரண்டு புரோட்டாக்கள், அல்லது ஒரு முட்டை புரோட்டா, சில்லறை தேத்திவிட்டால் போதும் இன்னொன்று அந்தக் கரிசனம், பை கனமாக இருந்தால் மட்டன், சிக்கன், இல்லையென்றால் ஆஃப் பாயில், சூடாக வந்து விழும் இட்லி போன்ற புரோட்டாக்களுக்கு ஈடு இணையான உணவே அன்று இல்லை.

இது எல்லாவற்றையும் தாண்டி டபுள் ஏ போனால் தரமாக பார்க்கப்படும் நம் நிலை, 'டேய் நான் டபுள் ஏ போறேன், யார் வர்றா' என்றால் நான் வெயிட்டாக இருக்கிறேன் என்று அர்த்தம், கூட வருபவர்களும் கெத்து, இப்படி வளர்ந்தது அந்த மன நிலை.

'Habit Formation' என்று உளவியலில் ஒரு கிளை உண்டு, பழக்கம் என்பது நாம் அன்றாடம் செய்யும் அல்லது செய்ய விரும்பும் ஒரு வேலையைத் தொடர்ந்து செய்து கொண்டிருந்தால் அது பழக்கமாக

மாறும். மேலும் தொடர்ந்து செய்தால் அது அனிச்சை செயலாய், நம்மை அறியாமலேயே நடக்கும். காலை எழுந்தவுடன் நம்மை அறியாமல் பற்பசையை பல்துலக்கும் துடைப்பானில் (தமிழ் பெயர்) (பிரஷ்) வைப்பதுகூட அனிச்சை செயல்தான்.

பின் எவ்வளவு செலவானாலும் இந்தப் பழக்கத்தில் இருந்து வெளிவர முடியாத ஒரு நிலைக்கு நாம் தள்ளப்படுவோம். அதை போதை என்கிறோம், தொடர்கதைகளும், விடுகதைகளும் ஆக்கிரமித்திருந்த இந்த தளத்தை இப்போது நெட்ஃபிலிக்ஸும், லாகிரி வஸ்துகளும், துரித உணவுகளும் ஆக்கிரமித்திருக்கின்றன. அன்று அறிவுக்குத் தீனி போட்ட தளங்கள் எங்கே, இன்று நம் அறிவை மழுங்கடிக்கும் தளங்கள் எங்கே, நம் அறிவை இலவசமாக வாங்கிக் கொண்டு அவர்களின் எண்ணங்களை நமக்குள் விதைக்கிறார்கள் என்பதை புரிந்துகொள்வோம்.

இரண்டு உலகம் இருக்கிறது, ஒன்று நம் காட்சி ஊடகத்தின் உள்ளே இருக்கும் உழைப்பாளிகள், எங்கோ இருந்து கொண்டு நம்மை கட்டுப்படுத்த நினைப்பவர்கள், இன்னொன்று காட்சி ஊடகத்தின் வெளியே கட்டை விரலால் (அலைபேசியையோ, தொலைக்காட்சி ரிமோட்டையோ) உலகத்தை வெறுமே நகர்த்திக் கொண்டிருக்கும் நாம். நேரத்தையும் ஆற்றலையும் விரையமாக்கிக் கொண்டிருக்கும் சாதனை விரும்பிகள்.

இதையும் கட்டை விரலால் தான் நகர்த்திப் படிக்கிறீர்கள் என்பதையும் உணர்ந்தே இருக்கிறேன், ஆனாலும் ஒரு நல்ல கருத்தை முன் வைக்கிறேன்.

நீங்கள் திரைக்கு உள்ளே இருக்க விரும்புகிறீர்களா, வெளியேவா

107
ஞாயிற்றுக் கிழமைகள்

கல்லூரிகளின் ஞாயிற்று கிழமைகள் அலாதியானவை, அதற்கு ஒரு தனி நிறமுண்டு (ஆரஞ்சு?) விடுப்பு என்கிற சோம்பலும், விட்டு வைத்த நிறைய அறிவு சாராத வேலைகளை செய்து முடிக்க வேண்டிய சுறுசுறுப்பும், நண்பர்கள் பலரோடு அளவளாவும் துறுதுறுப்பும், எதிர்பாலினத்தவரைக் கவர எத்தனிக்கும் குறுகுறுப்பும் ஒருசேரத் தோன்றும் ஒரு கலவையான நாள்.

ஞாயிற்று கிழமைகள் விடிவது ஒரு மலர் பூப்பது போன்ற ஒரு பரவசம், அதிகாலை எழுந்து ஆதவன் உதிப்பதைப் பார்க்கும் ஆசை எப்போதும் இருந்தாலும் ஞாயிற்று கிழமைகளில் தான் அது வசப்படும். பக்கத்து கிராமத்தில் மெல்ல மனிதர்கள் நடமாட்டம் அதிகரிக்கும் அந்த பொழுதுகள் இனிமையானவை, புகைப்படக் கருவியோடு மொட்டை மாடியில் ஐக்கியமானால் பல படங்கள் நம் வாழ்க்கை மொத்தத்துக்குமானவை.

சி.பி. இராமசாமி நூலகம், நடராசர், தில்லைக் காளி, டபுள் ஏ, நாட்டியா என்று புற நானூறும், துவைத்தல், ஒழுங்குபடுத்தல், திவ்யமாக சாப்பிட்டல், கணக்கெழுதுதல், எழுதுதல், வாசித்தல் என்று அகநானூறும் ஒரு ஈர்ப்போடு இயங்கும் ஞாயிற்று கிழமைகளில், மற்ற கிழமைகளை விட ஞாயிறன்று நம் வேலைகளில் வாழ்க்கைக்கும் நமக்குமான தொடர்பு அதிகரிக்கிறதோ என்று தோன்றும்,

அதுவும் பொதுத் துவைக்குமிடங்கள் நம் சக மாணவர்களுடனான நெருக்கத்தை வெகுதூரம் அழைத்துச்செல்லும்.

காண்டீன் தேநீர் அதிக ருசியானது போல் தோன்றும், விடுதி பிரட் ஜாம் கூடுதல் சுவையாகும், ஆம்லெட்கள் இரண்டு மூன்று எக்ஸ்ட்ரா செல்லும், மத்தியான புலாவ் சொர்க்கத்தைக் காட்டும், மாலை இடப்பலகாரத்துக்கு நிறையப் பேர் வர மாட்டார்கள், அதனால் அவர்கள் பங்கையும் சேர்த்து வாங்குவோம், இரவு உணவு அநேகமாக மசால் தோசை, உண்மையில் வாழ்க்கையின் வரம் அந்த

விடுதி வாழ்க்கைதான், கவலைகளற்ற அந்த ஞாயிற்று கிழமைகள் இனி எப்போதும் வராது.

ஆனாலும் இரவு துவங்கும்போது அடிவயிற்றில் ஒரு இனந்தெரியாத பயம் வரும், நாளை படிக்க வேண்டிய வகுப்புகள், முடிக்க வேண்டிய வேலைகள், தேர்வுகள் பற்றிய எண்ணங்கள் நம்மை சுற்றி வட்டமடிக்கும், அதற்கான முன்னேற்பாடுகள் ஆயத்தங்கள் பற்றி கவலைகள் தின்னும்.

இன்றும் அந்த ஞாயிற்றுகிழமை வரும் இளமாலை பயங்கள் அப்படியே இருக்கின்றன. பின்னாளில் உளவியல் படிக்கும் போது இதை Sunday Night Syndrome என்று அழைக்கிறார்கள். உலகத்தின் எண்பது சதவிகித நபர்களுக்கு இந்த மன அழுத்த நோய்குறி இருக்குமாம், இதற்கான தீர்வாக அவர்கள் சொல்வது, அடுத்த வாரத்துக்கான திட்டமிட்டு அதை எழுதி வைப்பது, அடுத்த வார இறுதிக்கான கனவு காணுதல், அரை மணி நேரம் ஒன்றுமே செய்யாமல் பழைய நல்ல நிகழ்வுகளை நினைத்துப் பார்த்தல், வெகு நேரம் முழித்திருக்காமல் விரைவாக படுக்கைக்கு செல்லல்.

ஆனால் அன்று இது போன்ற எந்த முன்னேற்பாடுகளும் செய்யாமல், இரயில் நிலையத்துக்கு கிளம்பிப் போய் பாதி ராத்திரி வரை நண்பர்களோடு அரட்டையடித்து விட்டு கடைசியாக என்விஎல்ஆர் (NVLR) ல் போய் பிரட் பட்டர் ஜாம் சாப்பிட்டு அந்த நாளை முடிக்கும் போது வாழ்க்கை வாழ்வதற்கே என்று தோன்றும், இன்று ஒரே வேறுபாடு, மன அழுத்தத்தை குறைக்கும் கல்லூரி நண்பர்கள் அரிதாகிவிட்டார்கள் அல்லது அருகாமையில் இல்லை,

ஞாயிற்றுகிழமைகள், வார வேலைப் பளுவிலிருந்து நம் மன அழுத்தத்தைக் குறைத்துக்கொண்டு ஓய்வு எடுக்க கிடைக்கும் வாய்ப்பு, ஞாயிற்று கிழமைகள் நமக்கானவை, அதிலும் நிறைய வெளி வேலைகளை வைத்துக் கொண்டு அழுத்தத்தைக் கூட்டிக் கொண்டிருக்கிறோமோ என்று தோன்றுகிறது.

உங்களுக்கு?

108
கண்ணதாசன்

எ**ன்னுடைய** முகிழ் பருவத்தில் கண்ணதாசனுடைய அறிமுகம் மிக இயல்பானதாக இருந்தது, அவர் பாட்டில் இருக்கும் இயல்பு அப்படி, உடனே சில நண்பர்கள் அவருக்கு நிறைய மனைவியர், குடிப்பழக்கம் உள்ளவர், அவருடைய வாழ்வு அறத்துக்குப் புறம்பானது என்று வரிந்து கட்டுவர்.

பசியோடு மரத்தை பார்ப்பவனுக்கு அழுகிய பழங்கள் தெரியாது, நல்ல கனிகள் தெரியாமல் போகாது, ஒரு சாதனையாளரைப் பார்க்கும் போது அவருடைய படைப்புகள் தான் உங்கள் கண்ணுக்குத் தெரிய வேண்டும். தனிப்பட்ட வாழ்க்கை அல்ல, நீங்கள் எதைப் பின் பற்ற நினைக்கிறீர்கள், அவருடைய சாதனையையா அல்லது அவருடைய தனிப்பட்ட வாழ்க்கையையா, நிச்சயம் மனிதர்களுக்கு அறம் வேண்டும். ஆனால், அவரவருடைய வாழ்க்கை சூழல், மன அழுத்தம், வெற்றியைக் கொண்டாடும் விதம், தோல்விகளில் இருந்து வெளிவர எத்தனிக்கும் வழிமுறை இதெல்லாமும் தான் ஒருவருடைய போக்கைத் தீர்மானிக்கும்.

நமக்கு அவருடைய எழுத்து போதும் பின்பற்ற, அதுவே நம் வாழ்நாளுக்கும் தீரா நதி.

மரபு கருதி வக்காலத்து வாங்குகிறேன் என்று நினைக்க வேண்டும். நாம் பின்பற்ற வேண்டியது அவருடைய கவிதைப் பாதை, எழுத்துப் பாதை அவ்வளவு தான். இயற்பெயர் முத்தையா என்றாலும் கண்ணனால் கவரப்பட்டு கண்ணதாசன் என்று பெயர் மாற்றிக் கொண்டவர், 'கலங்காதே' என்று முதல் பாடல் துவங்கி, 'கண்ணே, கலைமானே' என்று இறுதிப்பாடல் வரை 'க' மேல் பற்றுக்கொண்டவர்.

எட்டாம் வகுப்பு மட்டுமே இவருடைய கல்வித் தகுதி, ஏட்டுக் கல்விக்கும் ஏறும் உயரத்திற்கும் தொடர்பில்லை என்று தன் எழுத்தின் மூலம் அழுந்தச் சொன்னவர், ஏறுமுகத்தில் செய்யக் கூடாத தவறுகள் என்னென்ன என்று தன் வாழ்க்கை மூலம் சொல்லிச் சென்றவரும் அவரே.

"எங்கே வாழ்க்கை தொடங்கும்
அது எங்கே எவ்விதம் முடியும்?
இதுதான் பாதை இதுதான் பயணம்
என்பது யாருக்கும் தெரியாது"

'நீ நதி போல ஓடிக்கொண்டே இரு' என்று நம்மையெல்லாம் ஓடிக்கொண்டே இருக்கப் பணித்தவர் இன்னும் அவருடைய பாடல்களில் வாழ்ந்து கொண்டே இருக்கிறார். வாழ்வின் மிகச் சோகமான காலங்களில் அவருடைய பாடல் வரிகளுக்குள் புதைந்து கொள்ளுங்கள், புதிய மனிதனாக உயிர்த்தெழுவீர்கள்.

'அம்பிகை அழகு தரிசனம்' படித்தவர்கள் பாக்கியவான்கள், அவர்களுக்கு நிச்சயம் புது சக்தி கிடைக்கும். இது அனுபவத்தில் கண்ட உண்மை, பாத யாத்திரை செல்லும் போது சக்தியற்று, திராணியற்று இனி ஒன்றுமே முடியாது என்று விசனப்படும் போது, அந்த ஓம் சக்தியின் ஓங்கார சக்தி உங்களை உற்சாகப்படுத்தி பத்து கிலோமீட்டர் பறக்க வைத்துவிடும்.

இதை *Music Therapy* என்று நவீன மருத்துவம் கொண்டாடுகிறது. மன அழுத்தம், சதைப் பிடிப்பு, இருதய நோய்கள், ஞாபக மறதி, இரத்த அழுத்தம், சுய கட்டுப்பாடு இழத்தல், வலி, மனப் பதற்றம், சதைப் பதற்றம், மன வியாதிகள் போன்ற நோய்களுக்கு அருமருந்து என்று கொண்டாடுகிறார்கள். *Mood swings* உருவாக்கக்கூடிய டோபோமைன்கள் இசையிலும் பாடலிலும் இருக்கிறது என்பதே உற்சாகம்தானே.

கண்ணதாசனின் பாடல்களை சிலுவை போல சுமந்து திரிந்த கல்லூரி நாட்களில் பட்டிமன்றம் நடத்த ஒரு வாய்ப்பு வந்தது. 'கவியரசர் கண்ணதாசனின் பாடல்களில் பெரிதும் விஞ்சி நிற்பது தத்துவப் பாடல்களா! காதல் பாடல்களா! சோகப் பாடல்களா!' இந்த தலைப்பை எடுத்துக் கொண்டு ஒரு பெரிய மனிதரிடத்தில் பட்டிமன்ற தலைவர் பொறுப்பை ஏற்கச் சொல்லி சென்றேன். அவர் என்னுடைய சிந்தையின் போக்கையே மாற்றும் படியான ஒரு தலைப்பைத் தந்தார், என் சிந்தைத் தளம் விரிவடைவதற்கான ஒரு புது வெளியும் கிடைத்தது.

சொல்கிறேன்.

109

ஔவை நடராசன்

தலைப்பைத் தூக்கிக் கொண்டு யாரிடம் செல்வது என்று யோசித்துக் கொண்டிருந்த போது பல வழி சாலைகளின் நடு சந்தியில் நிற்கும் ஒரு பாலகனாக என்னை உணர்ந்தேன், தமிழ் தெரியும். ஆனால், செறிவு இல்லை. இலக்கியம் படிப்பேன். ஆனால், பாண்டித்தியம் இல்லை. கவிதை, செய்யுள் வாசிப்பேன் ஆனால், புலமை இல்லை.பட்டிமன்றப் போட்டிக்கு செல்வேன் ஆனால் பேச்சாளர்கள் பெரிய அறிமுகமில்லை. ஆதலின் யாரிடம் இதைக் கொண்டு செல்ல.

கல்லூரிகளுக்கிடையேயான பேச்சுப் போட்டிகளில் மூவர் முன்னிற்பர். மருத்துவர் சுதா சேஷையன், பொறியாளர் பாரதி பாஸ்கர், வழக்கறிஞர் சுமதி, நாங்கள் வெறுமே பேசிவிட்டு அவர்கள் வாங்கும் பரிசுகளுக்கு கை தட்டி விட்டு வருவோம். அவர்களை பேசக் கூப்பிடலாம், போட்டியாளர்களை அழைக்கும் அளவு முதிர்ச்சி அப்போது இல்லை, சாலமன் பாப்பையாவை விட பெரிய ஆளாக இருக்க வேண்டும், பல்கலையே நம்மைத் திரும்பிப் பார்க்க வேண்டும், என்ன செய்ய?

'பெரிதினும் பெரிது கேள்' என்ற பாரதியையும் என்னையும் தவிர வேறொருவரும் உதவிக்கு இல்லை. ஆனது ஆகட்டும் என்று தலைமைச் செயலகம் சென்றேன். கலைஞர் முதல்வர், முதல் முறையாக தமிழ் வளர்ச்சி மற்றும் பண்பாட்டுத் துறை ஒன்றை ஏற்படுத்தி அதற்கு செயலாளராக திரு.ஔவை நடராசனை நியமித்திருந்தார், இளங்கன்று பயமறியாது, தைரியமாக அவரைப் பார்க்கச் சென்றேன்.

என் முகவரி அண்ணாமலை பல்கலைக் கழகம். அதனால் இலகுவாக உள் நுழைய முடிந்தது. பொறுமையாக எல்லாவற்றையும் கேட்டார். தேநீர் வரவழைத்தார், நல்லது தம்பி, ஆனால் எவ்வளவு காலம் இந்த மாதிரி கிளிஷே தலைப்பையே வைத்துக் கொண்டிருப்பீர்கள், புகழின் உச்சாணியில் இருக்கும் ஒருவரை விட்டுவிட்டு அதிகம் கொண்டாடப்படாத ஆனால் தமிழர்களுக்கு

எழுத்தின் மூலம் கொடையளித்தவர்களைப் பற்றி பேசலாமே, அவர்களின் பாடல்களை மக்களிடம் கொண்டு சேர்க்கலாமே என்றார்.

எல்லோரும் வைக்கும் ஆண்களா - பெண்களா - அப்பாவா - அம்மாவா - பெரியவர்களா - சிறியவர்களா - கல்வியா - செல்வமா - கற்பில் சிறந்தவள் கண்ணகியா? மாதவியா? போன்ற தலைப்புகளில் இருந்து இளைய சமுதாயம் எப்போது வெளியே வரப்போகிறது என்றார். சிற்றின்பம் தாண்டி சமூக சிந்தனைகளை எப்போது விதைக்கப் போகிறீர்கள், வெறும் சிரிப்பதற்கு மட்டும் அல்ல பட்டிமன்றங்கள், தமிழ் வளர்ப்பதற்கும், சிந்தனை வளர்ப்பதற்கும், தலைமுறை வளர்ப்பதற்கும் தான் என்றார்.

வேறு தலைப்புகள் யோசித்துக் கொண்டு நாளை வாருங்கள் தம்பி, நிச்சயம் வந்து நடத்தித் தருகிறேன் என்று அனுப்பி வைத்தார். தலைப்பை மாற்றும் உத்தேசம் இல்லை, இப்போது என் முன் இரண்டு சாலைகள், ஒன்று அவர் சொன்னபடி தலைப்பை மாற்றி சிந்திப்பது, இன்னொன்று தலைப்பை வைத்துக் கொண்டு வேறு பட்டிமன்ற பேச்சாளரிடம் செல்வது, அப்படியே இருந்தாலும் இரவுக்குள் சென்னையிலிருந்து சிதம்பரம் செல்ல வேண்டும், மறு நாள் உள்முகத் தேர்வு.

தலை சுற்றியது, என்ன செய்ய...

ஆனால், நோக்கம் உயர்வானதாக இருந்தால் வழி நிச்சயம் பிறக்கும் என்கிறது சமூகவியல்.

110
தேவநேயப் பாவாணர் நூலகம்

பாதை தெரியாமல் பல்லவனில் ஏறி இலக்கில்லாமல் பயணித்தேன், அண்ணாசாலை தேவ நேயப் பாவாணர் நூலகம் கண்ணில் பட்டது. நடத்துனரிடம் திட்டு வாங்கிக் கொண்டு சட்டென்று இறங்கினேன். குழப்பமாக இருக்கும் போதெல்லாம் நான் நுழையும் இடம் நூலகம், இப்போது அது என்னைத் தேடி வருகிறது, விடுவேனா.

நூலகத்துக்குள் நுழைந்தேன், மாலை வரை தேநீர், ரொட்டித் துண்டுகளுடன் பல புத்தகங்கள் வாசித்தேன். பல கவிஞர்களின் புத்தகங்கள் வாசிக்கக் கிடைத்தது, புரிவது போலும் இருந்தது, புரியாதது போலும் இருந்தது, மருதகாசி துவங்கி, உடுமலை நாராயண கவி, காளிதாசன், நா.காமராசன், பட்டுக்கோட்டை கல்யாண சுந்தரம், பாபநாசம் சிவன், வாலி, மு மேத்தா, வைரமுத்து வரை எல்லோரையும் அலசி ஆராய்ந்து விட்டேன். இப்போது போல் கூகுள் இல்லை, நேர்கோட்டில் இருந்து விலகி எப்படி வித்தியாசமாக யோசிப்பது, யோசித்ததைச் சொல்லி அது குழந்தைத்தனமாக இருக்கிறது என்று சொல்லி விட்டால் வெளி உலகத்திடமிருந்து மறைக்கும் சுய தோல்விகளின் எண்ணிக்கை கூடிக்கொண்டே போகும்.

நாளையும் தங்க முடியாது, ஒரே வாய்ப்பு ஔவை நடராசன் வீட்டுக்குச் செல்வது, யோசிப்பின் எல்லையைச் சொல்லி அவரிடமே அதைத் தகர்க்கும் வழியையும் கேட்போம், முடிவெடுத்தவுடன் தலைமைச் செயலகம் சென்று, ஆட்களை சரிசெய்து, வீட்டு முகவரி வாங்கி அண்ணாநகர் ஹெச் ப்ளாக் வீட்டுக்குப் போய் அவர் முன் நின்றபோது அவர் அவ்வளவாக அதை இரசிக்கவில்லை. ஆனாலும் என் உழைப்புக்கு மரியாதை கொடுத்து எனக்கு அவகாசம் தந்தார்.

மீண்டும் தேநீர், மீண்டும் விவாதம், அவருடைய வாதம் தமிழ் வளர்ப்பதாக இருந்தது, என்னுடையது சிதம்பரம் மக்களைக் கவர வேண்டியதாக இருந்தது, அவர்களை இரசிக்க வைக்க வேண்டியதாக இருந்தது, இறுதியில் இருவருக்கும் பொதுவானதாக

ஆவிச்சி 247

ஒரு பாடலாசிரியரைத் தேர்ந்தெடுத்தார், தலைப்பைத் தேர்வு செய்தார்.

'பட்டுக்கோட்டை கல்யாண சுந்தரம்'

'பட்டுக்கோட்டை கல்யாண சுந்தரனாரின் பாடல்களில் விஞ்சி நிற்பது தனிமனித அறமா? சமூக விழிப்புணர்வா?'

பொதுவுடைமை கருத்துகள் மீண்டும் உயிர் பெற்றது. பொதுப்புத்தியிலிருந்து விலகி சமூகம் சார்ந்து, பரந்து பட்ட வாசிப்பை நோக்கி எனது பயணம் துவங்கியது, தேவநேயப் பாவாணர் நூலகம் எப்போதும் என் சென்னை பயணங்களின் கட்டாயம் போக வேண்டிய இடங்களுள் ஒன்றானது.

111
பட்டுக்கோட்டை கல்யாணசுந்தரம்

உண்மையில், உண்மையான அரசியல் கற்க வேண்டுமென்றால் அவருடைய பாடல்களைப் படிக்க வேண்டும்.

வெற்று உதாராக பட்டிமன்றத் தலைப்பைத் தாங்கிக் கொண்டு வந்து விட்டேன். பட்டிமன்றத்துக்கு ஆறு மாதம் இருந்தாலும் உள்ளுக்குள்ளே உதறல் இருந்தது, பட்டுக்கோட்டையாரைப் பற்றி ஒன்றுமே தெரியாது, எப்படி நிகழ்வை ஒருங்கிணைத்து நடத்துவது?

மதுரை சர்வோதயா இலக்கியப் பண்ணையில் புத்தகங்களோடு கண்ணாமூச்சி விளையாடியபோது கண்ணில் பட்டது, பட்டுக்கோட்டை கல்யாணசுந்தரனார் பாடல்கள் மலிவு விலைப் பதிப்பு (அதுவே அப்போது இருபத்தியெட்டு ரூபாய்), நீங்கள் முழு மனதாக ஒன்றை நினைத்துவிட்டால் ஊழ் அதை உங்களுக்கு நிகழ்த்திக்கொண்டே இருக்கும், அதை நோக்கி உங்களை நகர்த்திக்கொண்டே இருக்கும்.

தினம் ஒரு பாட்டு என்று படிக்கத் துவங்கினேன், சமூக சிந்தனைகள் தலை விரித்தாடின, தனி மனித அறத்துக்கான பாடல்கள் கணக்கிலடங்காதவை, 'தூங்காதே தம்பி தூங்காதே' பாடலை எனக்கான உதாரணமாக எடுத்துக் கொண்டேன், எல்லோருக்குமான பாடல் அது, வாய்ப்பு கிடைத்தால் ஒரு முறை அவருடைய படைப்புகளை சற்று எட்டிப் பாருங்கள், எல்லாக் காலத்துக்குமான வரிகள் அவை.

தமிழகத்தின் அரசியலை அவருடைய பாடல்களில் தெளிவாகத் தெரிந்து கொள்ளலாம். ஒடுக்கப்பட்ட ஏழை எளிய மக்களின் குரலாய் ஒலித்தாலும், உழைப்பின் மகத்துவத்தை ஒருக்காலும் விட்டுக் கொடுத்ததில்லை, இலவசங்களுக்கு வக்காலத்து வாங்காத சுயமரியாதைக்காரர்.

தூங்காதே, எழுந்திரு, புறப்படடா, பாடுபடு, செஞ்சிடுங்க, என்று நம்மை எப்போதும் ஓடிக்கொண்டே இருக்கப் பணித்தவர், செய்யும் தொழிலே தெய்வம் அதில் திறமை தான் நமது செல்வம் என்று தொழில் பக்தி போதித்தவர், புலம்பியதும் அதிகம் என்றாலும்

சமகால தோல்விகளைத் தாங்கும் தோளாக, ஒரு பாட்டாக அதை அமைத்திட்டவர்.

வெறும் 29 ஆண்டுகள் மட்டுமே வாழ்ந்த ஒரு கவிஞனுக்குள் இவ்வளவு மேன்மை இருக்குமா என்று ஆச்சரியமாக இருந்தது, இவ்வளவு முதிர்ச்சியும் எழுத்தாளுமையும் எப்படி வந்தது, சமூகத்துக்காக இவ்வளவு உழைத்தவருக்கு ஏன் இளமையில் முடிவு, சில கேள்விகளுக்கு விடை கிடையாது, ஆனால் அந்தக் கேள்விகள் துரத்தும் போது ஓடாமல் இருக்க முடியாது,

அவர் கேட்ட இன்னொரு கேள்வி என்னைத் தூங்கவிடாமல் இன்றுவரை புரட்டிக்கொண்டே இருக்கிறது.

"சித்தர்களும் யோகிகளும்
சிந்தனையில் ஞானிகளும்
புத்தரோடு ஏசுவும்
உத்தமர் காந்தியும்
எத்தனையோ உண்மைகளை
எழுதிஎழுதி வச்சாங்க
எல்லாந்தான் படிச்சீங்க
என்னபண்ணிக் கிழிச்சீங்க"

112
நியூ ப்ளாக்

இரண்டாம் வருடம் ராக்கிங் பயங்கள் இல்லாத காரணத்தால் பொறியியல் புலத்துக்கு அருகாமையிலேயே குடியமர்த்தப் பட்டோம். இடம் நியூ ப்ளாக், புதிதாகக் கட்டப்பட்ட தங்கும் விடுதி, பெயர் பஞ்சமா என்று தெரியவில்லை, கட்டும் போது அறியப்பட்ட கூப்பிடு பெயர் நிரந்தரப் பெயராகவே ஆகிவிட்டது. ஹாக்கிக் குழுவின் தலைவரை நாங்கள் காப்டன் என்றே அழைத்து அவருடைய மெய்ப்பெயர் மறந்து போய்விட்டது, பெயரைப் போலவே பழமையின் மணம் தாங்காத புதுக் கருக்கு.

எல்லோருக்கும் ஏதோவொரு இடத்தில் இடப்பெயர்ச்சி நடக்கும். நவக்கிரக பெயர்ச்சி பலன்கள் போல, நம் சிந்தனையின் ஓட்டத்தில் ஒரு முதிர்ச்சி வரும். ஆங்கிலத்தில் School of Thought என்பார்கள். நாம் சிந்திக்கக் கற்றுக் கொண்ட, நாம் பார்த்த, சொல்லிக் கொடுக்கப்பட்ட, தெரிந்துகொண்ட, பாடங்களின் வாயிலாக உணர்ந்த, நண்பர்களின் அருகாமையில் படித்த, உடன்பிறப்புகளின் வெற்றி தோல்விகளிலிருந்து பெற்ற, சூழலில் இருந்து கற்றுக் கொண்ட, பாடங்களின் கற்பிதங்கள் தான் School of Thought, ஒரு நிகழ்வை, செய்தியை, விடயத்தை எப்படி சிந்திக்கிறோம் என்னும் வழிமுறை, வாழ்வின் ஏதாவது ஒரு கட்டத்தில் இந்த சிந்தைத் தளமே மாறும், அதே நிகழ்வை, செய்தியை, விடயத்தை நாம் அணுகும் சிந்தைத் தளமே மாறியிருக்கும், மாற்றுப் பாதையில் சிந்திக்கத் துவங்குவோம்.

எப்போதும் கற்பிக்கப்பட்ட ஒழுங்கிலிருந்து நம் சிந்தை முற்றிலும் மாறுபட்ட, அல்லது சம்பந்தமில்லாத, ஒரு மாற்றுப் பாதையிலிருந்து சிந்திக்கத் துவங்குவோம். புத்தனுக்கு போதிமரம் போல ஏதோவொன்று, அதை அறிவின் முதிர்ச்சி என்றாலும் சரி, நம் வளர்ச்சி என்றாலும் சரி, நம் வாழ்வின் அடித்தளம் எழுப்பப்பட்டு, கட்டிடம் எழுவதற்கான முதல் கட்ட கட்டமைப்பு அது தான், அப்படி ஒரு ஒழுங்கை உணர்ந்தது அந்த நியூ ப்ளாக்கில் நான் தூங்கி எழுந்த முதல் காலை தான்.

கிழக்குப் பார்த்த பதினெட்டாம் எண் அறை, மூன்று பேர் தங்கும் (நன்றி நண்பர்கள் சுரேஷ் மற்றும் முருகப்பன்) நீண்ட அறை, வாழ்க்கை எங்கு என்னை அழைத்துச் செல்கிறது என்று யோசித்துக் கொண்டிருந்தேன். ஆதவனின் கரங்கள் தினமும் துயிலெழுப்பும் அதிகாலை, தினந்தோறும் அந்த வெயில் இடம் மாறிக்கொண்டே இருக்கும், ஆண்டுத் துவக்கத்தில் வடகிழக்காக விழும் வெயில் ஆண்டு முடிவில் தென்கிழக்காக விழும், இயற்கையை மருண்டு பார்த்த கணங்கள் அவை.

ஒரு ஊரில் பிறந்து, அந்த ஊரை ஒரு போதும் நீங்கக் கூடாது என்று (மதுரையைச் சுற்றிய கழுதை) நினைத்துக் கொண்டிருந்த மனது முற்றிலும் எதிர் அதிர்வுகள் கொண்ட சிதம்பரத்தில் ஒரு வருடம் தாண்டி இன்னமும் உயிரோடு பல கனவுகளைச் சுமந்து கொண்டு எதிர்காலம் பற்றிய எந்தத் திட்டமும் இல்லாமல் நண்பர்களின் அளவளாவல்கள் தான் வாழ்க்கை என்று வாழ்ந்து கொண்டு, எதை நோக்கிப் பயணப்படுகிறோம் என்று தெரியாமலேயே சென்று கொண்டிருக்கிறது, நம் வாழ்க்கைக் கோலத்தின் முதல் புள்ளியை எப்படி எங்கே எப்போது வைக்கப்போகிறோமென்று ஆவலோடு காத்துக் கொண்டிருந்தேன்.

நம்முடைய வாழ்வின் உன்னதமான முடிவுகளை பெற்றோரும் ஆசிரியர்களும் எடுத்துக்கொண்டிருந்த காலக்கட்டத்தைத் தாண்டி, நம் முடிவுகளை நாமே எடுக்க வேண்டிய அறிவியல் காலம் துவங்கியது, அதன் பின் வந்த ஒவ்வொரு நாளும் என் வாழ்வுக்கான கோலத்தை நானே தீர்மானித்தேன். இப்போது மேலாண்மைப் படிப்பில் நிதி மேலாண்மை, சந்தைப்படுத்துதல், மனித வள மேலாண்மை போன்ற துறைகளுக்கு நடுவே முடிவெடுக்கும் அறிவியல் என்று தனித் துறையே இயங்குகிறது.

உங்களுடைய முதல் புள்ளி எங்கிருக்கிறது.

113

சாதிக் கோடுகள்

*சா*திக் குறியீட்டால் அரசுப் பொறியியல் கல்லூரிகளில் இடம் கிடைக்காமல் ஏதோ ஒரு கிராமத்தில் ஏதோ ஒரு விடுதியில் குடும்பத்தைப் பிரிந்து இப்படி உழல்கிறேனே என்று கழிவிரக்கம் பிடுங்கித் தின்றது. தகுதியிருந்தும் பிறப்பின் அடிப்படையில் வாய்ப்புகள் மறுக்கப்படும் போது மனசு வலித்தது.

பள்ளி நாட்களில் சாதி இருந்தது பற்றி ஞாபகம் இல்லை, அறியாத வயசு, கல்லூரியில் என்கேசி, நான் என்கேசி என்று தரம் பிரித்து வைத்திருப்பார்கள். அது கூட நட்பு வட்டத்தில் பெரிதாகத் தோன்றாது. ஆனால், உலகத்தைக் கூர்ந்து கவனித்தால் இந்த மனிதன் ஒருவனோடு ஒருவன் வித்தியாசப்பட்டவனாகவே இருக்கிறான், ரேகைகள் கூட ஒவ்வொரு மனிதனுக்கும் வேறுபட்டே இருந்து வந்திருக்கிறது.

ஆதி மனிதனுக்கு சாதி இருந்ததா, இருந்ததென்றால் அவன் என்ன சாதி, சாதி பார்ப்பது நல்லதா, அல்லது கெட்டதா, நூலகத்தில் சாதி பற்றி தேடினேன், தமிழ் நாட்டில் 443 சாதிகள் இருப்பதாக சொன்னது மக்கள்தொகை கணக்கெடுப்பு ஆய்வு, மலைப்பாயிருந்தது.

வேறுபாடுகள் இயற்கையானது, அஃறிணை உயர்திணை என்னும் பிரிவினைதான் முதலில் மனிதன் கண்ணில் பட்டிருக்கலாம், விலங்கு மனிதன் பிரிவினைக்குப் பின் விலங்குகளுக்குள் தரம் பிரித்து ஒவ்வொரு விலங்கிற்கும் ஒரு பெயர் வைத்திருக்கலாம்.

அதன் பின் மனிதன் தன் தோல் நிறத்தை வைத்து தரம் பிரித்திருக்கலாம், இனங்களின் தோற்றம், கறுப்பினம், வெள்ளையர் (அ) காக்கேசியர்கள், செவ்விந்தியர்கள், மங்கோலியர்கள், பழுப்பிந்தியர்கள் (அ) திராவிடர்கள், இந்தப் பிரிவினை இயற்கையாக மனிதர்களின் தோற்ற வித்தியாசங்களை வைத்து உருவாக்கப்பட்டது.

நம்பிக்கைகளை வைத்து ஏற்பட்ட இனப்பிரிப்பும், செய்யும் தொழில் சார்ந்து ஏற்பட்ட இனப்பிரிவும் தான் இன்றைய

அசௌகரியங்களுக்கெல்லாம் காரணி, முதலாவதை மதம் என்றும் இரண்டாவதை சாதி என்றும் அடையாளப் படுத்தியது உலகு, இவற்றை எல்லாம் வாழ்வின் ஒரு பகுதியாகக் கடந்து வந்ததில்லை நான், பள்ளியில் ஒரு நண்பன் வீட்டில் தனித் தட்டுக் கொடுக்கப்பட்ட போது கொஞ்சம் புரிந்தது, அதே நண்பனால் அது தடுக்கப்பட்டு சமத்துவம் நிலைநாட்டப்பட்ட போது இது பழங்காலப் பஞ்சாங்கம் என்று பெரிதாக எடுத்துக்கொள்ளவில்லை.

வள்ளுவம் படித்ததால் பாகுபாடு பார்க்காமல் வளர்ந்தேன், கம்யூனிசப் பாசறை என்னைப் பக்குவமாக்கியிருந்தது, சித்திகளின் கதைகளும், கீரனின் சொற்பொழிவுகளும் எனக்கு இறை நம்பிக்கை கொடுத்தது, பொருளாதாரத் தட்டில் வளர்ந்து கொண்டிருந்த நண்பர்கள் வீட்டுக்கு அடிக்கடி போனதால் ஏழை பணக்காரன் என்கிற பாகுபாடு இல்லாமல் படிக்க முடிந்தது, வர்க்க பேதங்களும் வழிபாட்டு பேதங்களும் என்னை ஒன்றும் செய்ய முடியவில்லை.

இருந்தாலும் ஒரு சமராசம் தேவைப்படுகிறது, எங்கே நமக்குப் பொதுவான கலாச்சாரம் தென்படுகிறதோ அதை அனுசரித்தே வாழ முற்படுகிறோம், ஆளே இல்லாத பாலைவனத்தில் ஒரு மனிதனைப் பார்த்தால் அவனோடு இணக்கம் கொண்டு விடுகிறோம், பிரிதொரு கண்டத்தில் நாம் ஆசியர்களை விரும்புகிறோம், வேற்று தேசத்தில் இந்தியர்களை நமக்குப் பிடிக்கிறது, சொந்த தேசத்தில் தமிழர்கள், தமிழ் நாட்டுக்குள் ஊர்க்காரர்களை, ஊருக்குள் சாதிக்காரர்களை, சாதிக்குள் பிரிவுக்காரர்களை, பிரிவுக்குள் உட்பிரிவுகளை, இது இயற்கையானது தான் என்றாலும் கூட ஒரு உறுத்தல் துரத்திக்கொண்டே இருக்கிறது.

"சாதி மதம் தமிழ் இல்லை" என்று பாரதிதாசனை வாசித்த போது உற்சாகமாக இருந்தது. ஆனால், சாதி மதம் பின்னர் வசீகரிக்கப்பட்டு அதன் நீட்சி இப்படியான தகுதி அடிப்படைகளை மாற்றி விடுகிறது, கொலை பாதகங்கள் வரை போகிறது, தங்கள் பிள்ளைகளுக்கு மதம் தாங்கிய பெயர்கள் வைக்கும் போது கொஞ்சம் அச்சமாயிருக்கிறது, மதப் பெயர்களை வைக்கும் போது குழந்தைக்கு ஒரு அடையாளம் வந்து விடுகிறது, சாகும் வரை அது நீர்த்துப் போவதில்லை.

ஆனால் சாதி அப்படியல்ல, பெயர் தாண்டி, அவனுடைய நுட்பமான மரபணு குறியீடு மாற்றப்படுகிறது. அதனால் தான் சாதி

மாற முடியவில்லை யாராலும். ஆனால், மதம் மாற முடியும், எங்கள் மதத்தில் சாதி இல்லை என்று எந்த மதத்தவரும் சொல்லவொணாத படி எல்லா மதத்திலும் இரண்டறக் கலந்து விட்டிருக்கிறது சாதிக் கோடுகள்.

நம்பிக்கைகள் சார்ந்தது மதம், செய்யும் தொழில் சார்ந்தது சாதி, தன் மதம், தன் சாதி அடுத்தவரைப் பாதிக்காத வரை தவறில்லை என்னும் புரிதலோடு மெல்ல சாதியத்தின் வேர்கள் தாங்கி வளரத் துவங்கின, எல்லோரும் சமமானவரே ஆனால் வழங்கப்படும் வாய்ப்புகள் ஏற்றத் தாழ்வுகள் நிறைந்தவை, காலப்போக்கில் எல்லாம் மாறும், சமநிலை திரும்பும்.

கல்வி தான் இந்த சம நிலை ஏற்பட ஒரே வழி. அதை நோக்கி எல்லாச் சாதியினரும் முடுக்கி விடப்பட வேண்டும். என் நிலையும் அதற்குக் கொடுக்கப்பட்ட விலை என்ற புரிதலில் பல ஐயப்பாடுகள் நீங்கித் தெளிவு பிறந்தது,

சிந்தைத் தெளிவே சிவம்.

●

ஆவிச்சி

114
கச்சேரி

சமத்துவம் பொங்கும் கல்லூரிகளில் நிறைய விளையாட்டுப் போட்டிகள் நடக்கும், கூடைப் பந்து அண்ணாமலைப் பல்கலையின் மிக முக்கியமான விளையாட்டு. ஆனால், மராத்தான் போல் வெள்ளிக் கிழமை மாலை துவங்கி திங்கட்கிழமை காலை வரை நிற்காமல் ஒரு விளையாட்டு விளையாடுவோமேயானால் அது சீட்டுக் கச்சேரி தான்.

இரண்டு பாய்கள், மூன்று சீட்டுக் கட்டு, ஒரு வெள்ளைத் தாள் கொஞ்சம் பணம் இது தான் முதலீடு. சிரிப்புக்கும், குதூகலத்துக்கும் கொஞ்சமும் பஞ்சம் இல்லாத விளையாட்டு, லோக்கல் சினிமா முதல் உலக அரசியல் வரை அங்கு பேசப்படாத செய்திகளே இல்லை, தொகுதிக் கிசுகிசு முதல் பகுதிக் கசமுசா வரை அத்தனையும் தண்ணீர் மாதிரி ஓடும், கூடவே ஒரிஜினல் சரக்கும், கணக்கிலடங்கா சிகரெட்டும்.

வேடிக்கை பார்க்கும் கூட்டம் வந்து வந்து போகும் ஆனால் விளையாட்டு வீரர்கள் கர்மவீரர்கள், எல்லைப் பாதுகாப்புப் படை வீரர்கள் எப்படி கண்ணும் கருத்துமாக வேலை செய்வார்களோ அப்படி துடிப்பாக இருப்பார்கள். என்ன பேசினாலும் விளையாட்டில் கவனமாக இருப்பார்கள். சாப்பிடவும், இயற்கை அழைப்பையும் தவிர வேறு எதற்கும் அசையாத மன உறுதி படைத்தவர்கள், தூக்கம் என்றால் என்ன என்று கேட்பார்கள், ஆடு மாடுகள் குளிப்பதில்லை என்னும் சித்தாந்தத்தில் உறுதியாக இருப்பவர்கள், ஆடைகள் மானத்தை மறைக்கவே அதை அடிக்கடி மாற்ற வேண்டிய அவசியமில்லை என்னும் தெளிவு மனம் உடையவர்கள், கைலி பனியன் தான் தேசிய சீட்டு விளையாட்டு உடை, பல் துலக்குவதைக் கூட பக்குவமாக செய்வார்கள், மொத்தத்தில் அந்த இடம் ஒரு நவீன போதை தவ மேடை.

பேசப்படும் வார்த்தைகளில் அங்கதமும் நகைச்சுவையும் நிச்சயம், கேலியும் நையாண்டியும் நூறு சதவிகித அக்மார்க் ரகங்கள், *Mood elevators* என்று நவீன உளவியல் சொல்லும்

அத்தனை அம்சங்களும் அந்த இடத்தில் இருக்கும், சேர்க்கை அறிவியலும் கணக்குப் பாடமும் இந்த விளையாட்டில் அதிகரிக்கும் என்பது திண்ணம், கவுண்டமணியும் செந்திலும் வந்து போகாத சொல்லாடல்களே இருக்காது, காசில்லாமல் விளையாடினால் கழுத்து வலிக்கும் என்னும் நகைச்சுவைகள் இன்னும் எதிரொலித்துக் கொண்டே இருக்கிறது.

ஐம்பத்திரண்டு சீட்டு, நாலு பூக்கள், ஒவ்வொன்றிலும் பதின்மூன்று இரண்டிலிருந்து பத்து வரை எண்கள் போக ஆஸ் எனப்படும் கிங் மேக்கர், ராஜா, ராணி, ஜாக்கி, இவற்றை வைத்துக் கொண்டு ரம்மி எனப்படும் ஆட்டம் ஆடும் சீட்டுக் கச்சேரி இன்று வரை மனத்திலிருந்து அகலாது நிற்குமானால் அது அந்த இடமும் நட்பும், கூட்டும், சேர்க்கையும், காலக்கட்டமும் தான். இன்று தனியாக அலைபேசியில் சாலிட்டேர் விளையாடும் மாணவர்களைக் கண்டால் பாவமாயிருக்கிறது.

நண்பர்களின் அருகாமையில் தோல்வி பற்றிய பயமே இல்லாமல் கூட்டாக விளையாடிய சீட்டுக் கச்சேரி உண்மையில் ஒரு உளவியல் விளையாட்டு. தோல்வியை வார்த்தைகளில் ஒளித்துக் காட்டும் ஒரு வடிகால், வெற்றித் தொகையில் ஒரு பகுதியை (சில சமயங்களில் வெற்றித் தொகையை விட அதிகமாக) விளையாடிய எல்லோருக்கும் செலவழித்து விடுவது ஒரு பொது உடைமைக் கருத்து.

ஐந்து நாள் பாடத்திட்ட மன அழுத்தத்தை அறவே மறக்கச் செய்யும். இது போன்ற Stress busters வெகு அரிது, அஸைன்மெண்டுகளையும், உள்முகத் தேர்வுகளையும் மறந்து விட்டு திங்கட்கிழமை காலை அடிச்சுப் புடிச்சு ஓடிய ஞாபகங்களும் உண்டு. வழி தவறிய ஆடுகளுக்குத் தானே நல்ல மேய்ப்பர் கிடைப்பார். ஒழுங்காக மேயும் ஆடுகளுக்கு சரித்திரமும் இல்லை நினைத்து நினைத்துக் கொண்டாடும் நினைவலைகளும் இல்லை, மசாலா இல்லாத சாப்பாடு ருசிக்குமா என்ன?

விடுதி வாழ்க்கையின் இன்னொரு மறக்க முடியாத அச்சாணி

115
அறை எண் 13

விடுதி அறைகளில் ஒவ்வொரு அறைக்கும் ஒரு ஆன்மா இருக்கும். சில அறைகள் படி படி என்று படிக்கும் படிப்பாளிகள் வசமிருக்கும், சில அறைகள் பக்தி சொல்லும், சில முக்தி சொல்லும், சில அறைகளில் உள் நுழையமுடியாத படி புகை மண்டலம், சில வார்டன்களின் கண்காணிப்பின் உச்சியில் இருக்கும், சில சாதாரணமாகவும் சில தன் பொருளாதார நிலைப்பாட்டைப் பிரகடனப்படுத்தும் எத்தனத்தில் இருக்கும், எல்லா படி நிலைகளிலும் அறைகள் இருக்கும், மாணவர்கள் இருப்பார்கள், ஒரு அறை போல் இன்னொன்று இருக்காது, இது தானே வாழ்வின் சாரம் , All human beings are unique, no two are identical.

கடவுள் சில சமயம் சில விடுதி அறைகளில் குடி இருப்பார். அது ஒரு போதி மரம் போல, நல்லது கெட்டது எல்லாம் அந்த அறையில் போதிக்கப்படும். அப்படி ஒரு அறை தான் அறை எண் 13, உண்மையில் இது போன்ற அறைகளில் தான் நாம் பட்டதாரி ஆகிறோம், உலக நடைமுறைகள் முதல் லோக்கல் நடைமுறைகள் வரை அத்தனை பழக்கங்களும் அங்கு கற்றுக் கொடுக்கப்படும்.

No one is perfect in this world என்று ஒரு சித்தாந்தம், தவறு செய்பவர்கள் அதை அடிக்கடி பயன்படுத்துவார்கள். சிலர் எப்போதாவது (அப்போது தவறு செய்யப் போகிறார்கள் என்று அர்த்தம்) நான் என்ன சொல்ல வருகிறேன் என்று புரிந்திருக்கும். அந்த அறையில் தான் வாழ்வின் இன்னொரு பக்கத்தை எல்லா நண்பர்களும் விவாதிப்பார்கள். பையன்களில் சிலர் மாத்ருபூதமாக மாறி மற்ற நண்பர்களின் கேள்விகளுக்குப் பதிலளிப்பர், விடை தெரியா வாழ்க்கை அங்கு இல்லவே இல்லை, எல்லாவற்றிற்கும் பதிலிருக்கும்.

மிகச் சரியானது அதாவது Perfection என்று ஒன்று இல்லவே இல்லை என்கிறது உளவியலும், ஒவ்வொரு மனிதனும் தனக்குள் இருக்கும் சரியான மனிதனை இனம் கண்டு கொள்ள முயல்கின்றான்,

அதன் முடிவு தெரியும். முன்னே சிலர் மரித்துப் போய்விடுகின்றனர், சிலர் தெரிந்ததும், தான் அப்படி என்கிற சுவாதீனம் செய்யத் துவங்கி விடுகின்றனர், அப்போதே அது மிகச் சரியானதாக இல்லை என்று ஆகி விடுகிறது.

ஒரு மாணவன் படிக்கத் துவங்கி முதல் தர வரிசையை நோக்கி முன்னேறத் துவங்கி, அப்படியே முதல் மாணவனாக ஆகிவிடும் போது, தன்னை மிகச் சரியானவனாக நிரூபித்து முடிப்பதற்குள் வேறு ஒருவன் அவனை முந்தி விடும் போது அந்த நிலைப்பாடு சரிந்து விடுகிறது. அப்போது அவன் மிகச் சரியானவன் இல்லை என்று ஆகிவிடுமா, அல்லது மிகச் சரியானது நம் சிந்தையின் உயரத்தின் எல்லை என்று சொல்லலாமா, எல்லை விரிவாக விரிவாக மிகச் சரியானது எது என்பதும் மாறிக்கொண்டே இருக்கும்தானே.

நாம் போகும் பாதையை நல்லதா? கெட்டதா? என்று தீர்மானிக்கவே சில கெட்டதுகள் கண்டிப்பாகத் தெரிந்திருக்க வேண்டும். அப்படித் தெரிந்து கொள்ள மிக முக்கியமான வகையில் உடனிருப்பவர்கள் நண்பர்கள், அப்படி நிறைய நண்பர்கள் வந்து போகும் இடம் தான் அந்த அறை.

உங்கள் வாழ்விலும் அப்படி ஒரு அறை இருக்கும் தானே, நம் அந்தரங்கக் கேள்விகளுக்கான விடையாக, இச்சைகளின் விடிவாக, எது சரி? எது தவறு? என்று தீர்மானிக்கத் தெளிவு தந்த ஒளியாக, எவர் ஒருவரும் தவறு செய்யாத அரிச்சந்திரன் அல்ல என்று பறைசாற்றி தவறு செய்யத் தூண்டியதாக, அதே தவறுகளை நியாயப்படுத்தக் கூடாத அளவு எது? என்று புரிய வைத்த நட்பாக, புரிந்தும் புரியாமலும் இருந்த பல புதிர்களுக்கு விடையாக, நமக்கு எது நல்லது,

மாட்டிக் கொள்ளாமல் தவறு செய்யும் எல்லை எது என்று தீர்மானிக்க வைத்த அந்த அறை எது,

அந்த அறையிலிருந்து தான் நம் பறத்தலின் துவக்கமும் இருக்கிறது

●

116
நாட்டியா

கோலம் போட புள்ளிகள் அவசியமில்லை என்று எப்போதாவது உணர்ந்திருக்கிறீர்களா? அப்படி பல பேர் கோலம் போட்ட இடம் தான் நாட்டியா.

இதை எழுதலாமா வேண்டாமா என்று பல முறை யோசித்து அடித்தடித்து எழுதப்பட்ட இளைஞர்களுக்கான மடல் தான் இந்த அத்தியாயம்.

சிதம்பரம் ஊர்க்காரர்களுக்கு இந்த இடம் நன்கு பரிச்சயமாயிருக்கும். பேருந்து நிலையத்திற்கு எதிரே உள்ளது ஹோட்டல் சாரதாராம், நாட்டியா என்பது அதன் தாக சாந்திக்கான பிரத்யேக இடம். இருப்பதோ அடித்தளம் (Underground) அதனால் தானோ என்னவோ இதன் உள்ளே போனவர்கள் மேலே எழுவதேயில்லை.

கெட்ட பழக்கங்கள் ஒரு விருந்தாளி போல் உள்ளே வரும், நம்மை நன்றாகப் பார்த்துக் கொள்ளும், கவனிக்கும், நாம் பலவீனமாக இருக்கும் தருணத்தில், பாதிக்கப்படக் கூடிய மன நிலையில் நம்மை அடித்து வீழ்த்தி அடிமைப் படுத்தி விடும், அதை நன்கு உணர்ந்தவர்களுக்கு எப்போது உள்ளே நுழைய வேண்டும், எப்போது வெளி வர வேண்டும் என்று நன்கு தெரிந்திருக்கும், உங்களுக்கு அந்த வித்தை தெரிந்திருந்தால் மட்டும் மேற்கொண்டு படியுங்கள்.

நாட்டியாவிற்குப் போக ஆள் சேர்க்கும் முன் காசு சேர்க்க வேண்டும். கணேஷ் வைன்ஸ் போலல்ல நாட்டியா, நடுத்தர மற்றும் மேல் வர்க்கப் பாகுபாடுகள் மட்டுமே அங்கு உள்நுழைய முடியும். நேரக் கட்டுப்பாடு இல்லாத காலமாதலால் இரவு பதினொன்று, பனிரெண்டு என்று நேரம் கடந்து கொண்டே இருக்கும், சிப்பந்திகள் கெஞ்சத் துவங்கும் போது தான் கிளம்புவது பற்றியே யோசிப்போம். போதையின் மறுபக்கம் கேளிக்கையும் கொண்டாட்டமும்தான்.

நிறைய நாட்கள் 'Bottoms up' என்னும் போட்டி நடக்கும், வெற்றி பெறுபவர்களுக்கு பில் தொகை செலுத்துவதிலிருந்து

விடுதலை. இன்னும் நன்றாக நினைவிருக்கிறது. ஸ்ரீவத்ஸ் என்னும் நண்பனுக்கும் எனக்கும் நடந்த இறுதிப் போட்டி, வெற்றி பெறுவது தான் நோக்கம் ஆனாலும் உடலும் மனமும் இடம் கொடுக்கவேண்டும். இந்த விளையாட்டில் நிலையான நம் நிலையும் இடம் கொடுக்க வேண்டும். ஒவ்வொரு பாட்டம்ஸ் அப்பும் நம் நிலை இழக்கச் செய்யும், மீண்டும் நம் நிலைக்குத் திரும்புவதற்குள் அடுத்த போட்டிக்கான அழைப்பு காத்திருக்கும், ஒவ்வொரு படி தாண்டும் போதும் நம்கதி அதோகதி தான், நண்பர்களின் ஆர்ப்பாட்டம் ஒரு பக்கம், தூண்டுதல் மறுபக்கம், ஏத்தி விட்டு வேடிக்கை பார்ப்பார்கள்.

வெற்றி பெற்றதற்குப் பின் நடந்தது ஞாபகம் இல்லை, அதிகாலை சிதம்பரம் இரயில்வே நிலையத்தில் கண்டெடுக்கப் பட்டோம், வெற்றி பெற்றவனும் தோல்வியடைந்தவனும் கட்டிப் பிடித்துக் கொண்டு சரிந்திருந்தோம். நட்பின் விளிம்பது யாதெனக் கேட்டால் வெற்றியைப் பகிர்தல் எனச் சட்டென்று சொல்லுங்கள்.

யார் நிலை தவறிப்போனாலும் புகலிடம் தருவது அந்த இரயில் நிலையம் தான். முகம் கழுவி ஒரு பால் டீ அடித்த பிறகு தான் தெளியும். வாழ்நாளில் பின் எப்போதும் அப்படி ஒரு நிலை தவறியது இல்லை, எல்லாப் போட்டியிலும் வெற்றி பெற வேண்டிய அவசியமில்லை என்று உணர்ந்ததும் அப்போது தான்.

களவும் கற்று மற என்று சொல்லாடலுக்கு அர்த்தம் புரிவது போல் இருந்தது. ஆனால், எப்போதும் ஒரு சமன்பாடு வைத்துக் கொள்வேன், அது மனநிலை > போதை.

இந்த சமன்பாடு நிலை = போதை என்று வரும் போதே அந்த இடத்தை விட்டு நீங்கள் விலகவேண்டிய நேரம் வந்து விட்டது, அதையும் தாண்டி, நிலை < போதை என்கிற சமன்பாடு வரும் போது அந்த நண்பர்களை, அந்தச் சூழலை விட்டு நீங்கள் விலக வேண்டிய காலக்கட்டத்துக்கு வந்து விட்டீர்கள் என்று அர்த்தம். அதற்கு மேல் அந்த சுற்றம் உங்களை வாழ்வின் கீழ் நிலைக்கு அழைத்துச் செல்லும் என்று உணருங்கள்.

உண்மை தானே?

117

மட்டன் விண்டல்

ஒரு உணவு, உங்கள் வாழ்வில் மறக்க முடியாதது என்றால் எதைச் சொல்வீர்கள்? எங்களைக் கேட்டால் மட்டன் விண்டல் என்று டக்கென்று சொல்வோம். அப்படி என்ன இருக்கிறது அதில் என்று கேட்டால், உயிர் என்பேன் நான். முப்பது ஆண்டுகள் கழித்தும் இந்தப் பெயருக்கு இன்று வரை உயிர் இருக்கிறது, இன்றும் அந்தப் பேரைக் கேட்டவுடனே ஜெர்க் ஆகும் நண்பர்கள் இருக்கிறார்கள்.

பிறவிச் சைவமான நான் இந்த மட்டன் விண்டலைச் சாப்பிடுவதற்காகவே சைவ மெஸ்ஸில் இருந்து அசைவ மெஸ்ஸிற்குத் தாவினேன் என்றால் பார்த்துக் கொள்ளுங்கள். அவ்வளவு ருசி இருக்கிறது இந்த மட்டன் விண்டலுக்கு. ருசி மட்டுமல்ல, அதன் அறுசுவையும் தான். என்ன அறுசுவையா என்பீர்கள், உவர்ப்பு, காரம், புளிப்பு கலந்த உணவு அது, அதன் பெயர் இனிக்கும், சாப்பிடாமல் விட்டால் கசக்கும், நண்பர்களுக்கு மட்டும் கிடைத்து நமக்கு எக்ஸ்ட்ரா கிடைக்கவில்லை என்றால் துவர்க்கும், இப்போது சொல்லுங்கள் அது தித்திப்பான அறுசுவை உணவு தானே.

வியாழக்கிழமைக்கென்று ஒரு தனி ருசி பிறந்து விடும் எங்களுக்கு. அன்று இரவு உணவு தான் பூரி மட்டன் விண்டல், காலையிலேயே அதற்கான ஆயத்தங்கள் ஆரம்பமாகிவிடும், ஏழரை மணிச் சாப்பாட்டுக்கு ஏழு மணிக்கே முழு ஆக்ரமிப்புக்கு உள்ளாகிவிடும் மொத்த பந்தியும், முதல் பந்திக்கு மட்டுமே கூடுதல் விண்டல் கிடைக்கும் என்பதால் பனிரெண்டு பேர் உட்காரும் பத்தியில் பதினைந்து பேர் அடைத்துக்கொண்டு உட்கார்ந்திருப்போம், இலையை மடக்கிப்போட்டுக் காத்திருப்போம்.

(இலை போட்டு சாப்பாடு பறிமாறும் ஒரே விடுதி தமிழ் நாட்டிலேயே அண்ணாமலைப் பல்கலைக் கழகம் தான் என்று பெருமையாகச் சொல்வோம். இன்று வரை அந்தப் பெருமைக்குப்

போட்டியாகச் சொல்ல ஒருவரும் இல்லை வயிற்றுக்குணவில்லாத போது சிறிது செவிக்கும் பாடம் படித்தோம் பசி காணாத பெரும் கல்வி நிறுவனம் எமது).

சம்பந்தம் ரைட்டருடைய ஞாபக சக்தியில் தீ வைக்க வேண்டும். ஒரு தடவை கேட்டுக் கொண்டால் நம் பெயரை சாகும் வரை ஞாபகம் வைத்திருப்பார். சரியாக நாம் வாங்கும் கூடுதல் விண்டலை, கூடுதல் உணவை ஞாபகம் வைத்து கணக்கில் சேர்த்து மாதாந்திர பில்லில் சேர்த்து விடுவார். நாம் ஞாபகம் இல்லாதது போல் கணக்குக் கேட்டால், யார் பக்கத்தில் உட்கார்ந்திருந்தோம் என்பது வரை படம் போட்டு கதை சொல்வார், அந்த மாதிரி ஆச்சர்ய மனிதர்களை இனி வாழ்வில் எங்காவது சந்திப்போமா?

குருமா போல ஆனால் குருமா இல்லை, சுக்கா போல ஆனால் சுக்கா இல்லை, கிரேவி போல ஆனால் கிரேவி இல்லை, மசாலா போல ஆனால் மசாலா இல்லை, எப்படி செய்தார்கள் என்று இன்று வரை தெரியவில்லை, இன்றும் என் இணையர் கேட்பார் அந்த மட்டன் விண்டல் எப்படித் தான் செய்வது என்று, இன்று வரை அதற்கான ரெசிப்பியும் தெரியவில்லை, கூகுள் ஆண்டவருக்கும் அப்படி ஒரு உணவு இருந்ததாக நினைவில்லை. ஆனால் அந்த உணவின் ருசி இன்னும் அடி நாக்கில் இருந்துகொண்டே இருக்கிறது, சிற்றெலும்புத் துண்டுகள் இன்னும் தொண்டையை அடைத்துக் கொண்டு இருக்கிறது.

வாழ்வில் மீண்டும் அந்த ருசிக்காக நடுச் சந்தியில் காத்திருக்கிறேன். இறந்த காலத்தை மீட்டெடுக்கும் கருவிகள் இன்னும் கண்டுபிடிக்கப்படவில்லை. மீண்டும் சைவமாவதைத் தவிர வேறு வழியுமில்லை.

●

118
சைக்கிள் - டை

அண்ணாமலைப் பல்கலைக்கழக புகைப்படச் சங்கம் ஆண்டுதோறும் ஒரு புகைப்பட போட்டி நடத்தும், அதில் புகழ் பெற்ற சினிமா புகழ் ஒளிப்பதிவாளர்களை அழைத்து வந்து தேர்வு நடத்துவோம், அப்படி ஒரு முறை பி.சி.ஸ்ரீராம் வந்திருந்தார், காத்திருக்கும் தலைவர்கள் பட்டியலில் என் பெயரும் இருந்ததால், கூடுதல் முனைப்புடன் வேலை பார்த்துக் கொண்டிருந்தேன், எந்த வேலையாக இருந்தாலும் எங்களைப் போன்றவர்களை வேலை வாங்குதல் எளிது.

இருக்கும் மேலாண்மைக் குழுவுக்கு, ஆகப்போகும் தலைவர் பட்டியல் எப்போதும் உவகை தரக்கூடியது. எந்த வேலை கொடுத்தாலும் செய்து விடுவோம், மற்றவர்களுக்கு முன்னால் செய்யத் தயாராக இருப்போம், தலைப்பை அடையத் துடிக்கும் அருமையான கதைகள் போல சேவை என்பதை மட்டுமே குறிக்கோளாகக் கொண்ட விந்தை மனிதர்கள் நாங்கள். பின்னாளில் சிலர் ஏமாற்றப் பட்டதாக உணர்வர், அது காலத்தின் கட்டாயம், எல்லோரும் தலைவர்களாக ஆகி விட முடியாது, காத்திருக்கும் தலைவர்களில் ஒருவர் தலைவர் ஆகிவிட்டால் மற்றவர்கள் அவருக்குப் பகையாளி ஆகிவிடுவர்.

தான் செய்ய வேண்டும் அல்லது மற்றவர் செய்து விடக் கூடாது, இது தான் இன்றைய மந்திரம் அல்லது தந்திரம். பெரும்பாலான அரசியல் சாரா இயக்கங்களின் குறிக்கோளாக இருக்கிறது. நல்ல வேளை வளரும் பருவத்தில் இது போன்ற மனமாச்சர்யங்கள் என்னைப் பாதிக்கவில்லை, அப்படி எல்லா வேலைகளையும் முடித்து விட்டு, மேடையில் நிற்பதற்காக, கோட், சூட், டை சகிதம் அரங்கில் நின்றிருந்தேன், தேர்வு செய்யப்பட்ட முடிவுகளை அறிவித்து விட்டு சிறப்புரை ஆற்றுவதற்காக பி சி ஸ்ரீராமும் தயார், கூட்டம் முடிந்தவுடன் லேப்பில் ஃபிலிம் கழுவுவது எப்படி என்கிற பயிற்சி பட்டறை, எல்லாமும் தயாராக இருக்க ஆலம் எனப்படும் ஒரு கெமிக்கல், ஸ்டுடியோவில் காலியாகிவிட்டது, ஃபிக்ஸர் என்னும்

அந்த வேதிப்பொருள் பயிற்சிக்கு மிக முக்கியம், ஆட்சியாளர்கள் கவனிக்காமல் விட்டதனால் தடுமாறிப்போனார்கள்.

ஆபத்பாந்தவன் கண்ணன், எப்போதும் தயார் நிலையில் இருக்கும் என்னிடம் வந்தது பணி, சைக்கிளைத் தவிர வேறு வாகனம் இல்லாததால், சைக்கிளில் புறப்பட்டேன், கோட், சூட், டை போட்டுக் கொண்டு சைக்கிளில் பறந்தேன், வித்தியாசமாக இருந்தது, வழி நெடுக நண்பர்களின் கிண்டல், கேலி, நட்பு தானே, போனால் போகட்டும், எதிர்பாலரின் நமுட்டுச் சிரிப்பு, போனால் போகட்டும், ஊருக்குள் மக்களின் வித்தியாசப் பார்வை, போனால் போகட்டும், ஆனால் ஊருக்குள் ஒரு ஸ்டுடியோவும் திறந்திருக்கவில்லை, அன்று ஞாயிற்றுக்கிழமை.

திரும்பி வந்த போது தலைவர்கள் அழுவது போல் ஆகிவிட்டனர். ஓராண்டு மூத்தவர்கள் தானே, உள்ளே (வெளியேறிக் கொண்டிருந்த) குழந்தைமையும், பெரிய ஒளிப்பதிவாளர் முன் அவமானப்படுப் போகும் கையாலாகத் தனமும், அவர்களால் கையாள முடியாத ஒரு சமூகவியல் தருணத்தை எதிர் நோக்கி இருந்தனர்.

யோசிக்கத் துவங்கினேன், தலைவர்களுக்கு தன்னைத் தலைவர்களாக உணரவைப்பதற்கான தருணங்கள் மிக முக்கியம், சீனியர்களின் துயர் துடைத்தாக வேண்டும், அதில் பல்கலையின் கௌரவமும் அடங்கி இருக்கிறது, கூட்டம் துவங்கி விட்டது, தலைவர்களும், காத்திருக்கும் தலைவர்களும் மேடையில் ஏறியாகிவிட்டது, என் பெயரை அழைக்கும் போது நான் அங்கு இல்லை.

ஆலம் எனப்படும் ஃபிக்ஸரைத் தேடி களத்தில் இறங்கி விட்டேன், எங்கோ அந்தப் பொருளை பார்த்திருக்கிறோமே என்று பொறி தட்டியது, டீக்கடை பெஞ்சில் உட்கார்ந்து தீவிரமாக சிந்திதேன், பல்பு எரிந்தது, சலூனில் இருக்கும் படிகாரம், ஆஹா என்று அருகில் இருந்த சலூனுக்கு ஓடினேன், பைசா செலவில்லாமல் பழகி வைத்திருந்த சலூன் கடைக்காரர் மகிழ்வாக கொடுத்தார், வாங்கி வந்து பொடி செய்து சீனியர்களை அசத்தினேன், '*Presence of Mind*' என்று பாராட்டினார்கள், அடுத்த தலைவராகப் போகும் மமதை தலைக்கேறியது.

●

ஆனால் வழக்கம் போல் காலம் அதற்கு சதி செய்தது. இரண்டாம் கட்டத் தலைவராகவே என்னை வழிமொழிந்தனர்.

தலைவர்கள் பிறப்பதில்லை, உருவாக்கப்படுகிறார்கள், இது போன்ற தருணங்கள் தான் நம்மைக் கண்டெடுக்கும். நம் எல்லைகள் விரிவாக உதவும், எல்லையில்லா பிரபஞ்சத்தின் தீர்வுகள் உணர்த்தும், மனம் கட்டுப்பாட்டோடு பறக்கத் துவங்கும், உங்களுக்கும் உங்களின் திறமையை இனங்காணும் இது போன்ற தருணங்கள் வாய்த்திருக்கும் தானே,

தலைப்பை விடுங்கள், திறந்திருக்கிறது வானம்.

119

நேஷனல் செல்லையா

சங்கம் எங்கள் கைகளில் வந்தவுடன் தான் உண்மையான தலைமைப் பண்புகளுக்கான அர்த்தம் புரிந்தது. புதிய அத்தியாயங்களுக்கான திட்டமிடுதல் மிகப் பெரிய வேலையாக இருந்தது. புது ஆண்டு, புது புகைப்படப் போட்டிகள், புது பயிற்சி பட்டறை, புது மாணவர்கள், எல்லாமே புதிதாக இருக்கும் போது ஒரு புது உற்சாகம் வரும் தானே, புது மணப்பெண்ணோடு ஒரு புது வாழ்க்கையை வாழப்போகும் மகிழ்ச்சி போல.

புது சிந்தனைகளோடு தோழர்கள் எல்லாம் வாராவாரம் ஐக்கியமாகி அந்த ஆண்டுக்கான புகைப்படத் தேர்வாளரைத் தேர்ந்தெடுக்க வேண்டும், முதல் வருடம் பி.சி.ஸ்ரீராம் வந்து அலங்கரித்த மேடை, அவரைவிடப் பெரிய ஒரு ஒளிப்பதிவாளரைத் தேர்ந்தெடுக்க வேண்டும், அதேசமயம் கையைக் கடிக்காமல் விழாவை நடத்த வேண்டும்.

மற்ற எல்லா வேலைகளையும் முடித்தவுடன் பேருந்தில் ஏறி கோடம்பாக்கத்தில் இறங்கி விட்டேன், என்ன தான் *OD (on Duty)* போட்டாலும் உள்முகத் தேர்வுகள் எழுத முடியாமல் கெஞ்ச வேண்டி வரும் என்று சங்கத்தலைவர் என்னைப் பார்த்துக் கொள்ளச் சொல்லி ஒதுங்கி விட்டார், நாம் தான் ஊர்சுற்றி ஆயிற்றே, எதற்கும் கவலைப்படாத தற்குறி, "பார்த்துக்கலாம்" என்று விக்ரம் பட டயலாக்கை வீரமாகச் சொல்லிக் கொண்டலைந்த ஒரு சில பேரில் நானும் ஒருவன் என்கின்ற முறையில் கோடம்பாக்கத்தில் அலைந்து திரிந்தேன், ஒரு ஸ்டுடியோக் கதவும் திறக்கவில்லை, திறந்திருந்த ஒரு கதவு நேஷனல் ஸ்டுடியோ, மத்தியான வேளையில் ஒரு சிப்பந்தி மட்டும் பிலிம் ரோல்களுடன் போராடிக் கொண்டிருந்தார்.

அவரிடம் என் தேவையைச் சொன்னேன், ஒளிப்பதிவாளர்கள் நிச்சயம் காசு கேட்பார்கள், நிலைப் புகைப் படக் கலைஞர் *(Still Photographer)* வந்தால் போதுமா என்று கேட்டார், இனியும் அலைய முடியாது என்று ஓகே சொன்னேன், உங்கள் முதலாளி நேஷனல்

செல்லையா கூட ஒரு அற்புதமான நிலைப் புகைப்படக் கலைஞர், கேள்விப்பட்டிருக்கிறேன், அவர் வருவாரா என்று கேட்டேன். நிச்சயம் வருவார் என்றார். அவர் வரும் வரை இருந்து பேசிவிட்டுச் செல்கிறேன் என்றேன், அவரிடம் தான் பேசிக் கொண்டிருக்கிறீர்கள் என்றார், ஆச்சரியமாயிருந்தது.

உள்ளே அழைத்துச் சென்றார், எல்லா சூப்பர் ஸ்டார்களுடனும் நிலைப் புகைப்படம் இருந்தது, 'மிஸ்ஸியம்மா'வில் துவங்கிய பயணம், எல்லா சினிமா பெரியவர்களும் கூப்பிடும் தூரத்தில், பராசக்தி முதல் சிந்து பைரவி வரை பார்த்துவிட்டார். நிலைப் புகைப்பட சங்கத்தின் தலைவர் என்பதை பின்னாளில் தெரிந்துகொண்டேன். அவரால் பெரிய ஒளிப்பதிவாளர்களைக் கொண்டுவர முடியுமே என்றேன். வளரும் மனிதர்களிடையே எனக்கே பேச விருப்பம் என்றார், மற்றுமொரு வியப்பு, ஒரு பைசா வேண்டாம் என்றார், சொந்த செலவில் வந்து போகிறேன் என்று தேதி வாங்கிக் கொண்டு வழியனுப்பி வைத்தார், எளிமையான மனிதர்கலெல்லாம் பெரிய மனிதர்களா என்று தெரியாது ஆனால் பெரிய மனிதர்களின் ஒரு குணம் எளிமையாக இருப்பது.

விழா நாளில் வந்திறங்கினார், தமிழ் நாடு சுற்றுலா விடுதியில் தங்க வைத்து விழாவுக்கு அழைத்துச் சென்றோம், விகடனுக்காக ஒரு பேட்டிகூட எடுத்தேன், ஒரு மணி நேரம் பேசினார், அந்தப் பேச்சைக்கேட்ட ஒரு மாணவன் புகைப்படக் கலையை தன் பொழுது போக்காக எடுத்துக் கொள்வான், அதன்மேல் ஈர்ப்பு இருக்கிறவன் வேகமாகக் கற்றுக் கொள்வான், வெறி இருக்கிறவன் நிச்சயம் அந்தக் கலையில் உயர் நிலையைப் பெற்றுவிடுவான், பெருமைக்காக சொல்லவில்லை, முதல் வருடத்தைவிட அருமையாக இருந்தது அந்தப் பேச்சு, சீனியர்கள் ஜூனியர்கள் எல்லோரும் அவருடன் எடுத்துக் கொண்ட புகைப்படம் இன்னும் அந்தச் சங்கத்தில் இருக்கிறது, எங்கள் எல்லோருடைய இல்லத்திலும் உள்ளத்திலும்தான்.

வாழ்வின் எவ்வளவு உயரத்துக்குப் போனாலும் மறக்கக் கூடாத இரண்டு செய்திகள், ஒன்று எளிமையாக இருக்க வேண்டும், இன்னொன்று எப்போதும் இளைஞர்களுடன் நெருக்கமாக இருக்க வேண்டும்.

●

120
தென்னிந்திய சுற்றுலா

பொறியியல் புலத்தில் இரண்டு நிகழ்வுகள் கட்டாயமாக்கப் பட்டிருந்தது. ஒன்று மூன்றாம் ஆண்டில் தென்னிந்திய சுற்றுலா, இன்னொன்று நான்காம் ஆண்டில் முழு இந்தியச் சுற்றுலா, பெரிய கற்பனை எல்லாம் செய்ய வேண்டாம், முதலாவது ஒரு வாரம், இரண்டாவது இரண்டு வாரம், அதற்குள் எவ்வளவு ஊர்கள் முடியுமோ அவ்வளவு, கூட்டுப் பறவைக்கு வானத்தைக் காட்டினால் போதும் அளவை அது தீர்மானித்துக் கொள்ளும்.

மூன்றாம் ஆண்டு தென்னிந்திய சுற்றுலாவைத் தலைமையேற்று நடத்தும் பொறுப்பு நம்முடையது, உதவிச் செயலாளர் இராச விசயன், வகுப்பு பிரதிநிதி ஸ்ரீவத்ச் இருவரும் என்னுடன் ஒருங்கிணைந்து கேரளா, தமிழ்நாடு, கர்னாடகா ஒருங்கிணைந்த ஆந்திரா என்று வழக்கம் போல் ஒரு வாரத்தில் அதிகபட்ச மூச்சு முட்டும் திட்டத்தோடு பயணம். எல்லாவற்றிலும் எல்லை வரை சென்றுவிடுவதை வழக்கமாக வைத்திருந்தேன். 'சின்ன கல்லு பெத்த லாபம்'

இயந்திரவியலில் வாளியில் ஊற்றி தீபமேற்றுவார்கள், எல்லோரும் பையன்கள் என்பதால் தாகசாந்தி செய்து விட்டுத் தான் பேருந்திலேயே ஏற முடியும், இங்கு இணைக் கல்வி என்பதால் அதற்கெல்லாம் சாத்தியமில்லை, பேருந்து முதல் திட்ட வரையறை மொத்தமும் மாணவர்களுடையது, பொறியியலில் மேலாண்மையும் சொல்லிக் கொடுத்தது என் கல்லூரி, எங்களுடன் பேராசிரியர்கள் வருவார்கள், ஆனால் எங்கள் பாதுகாப்புக்கு மட்டும், பயணம், நிதி, திட்டம், அதில் மாற்றம் என்று எதிலும் தலையிட மாட்டார்கள்.

முதல்நாள் காலை திருவனந்தபுரம், விடுதியில் ஐக்கியமாகி குளித்து முடித்து பத்மநாப சாமி கோயில், அருங்காட்சியகம், கலங்கரை விளக்கம், உயிரியல் பூங்கா என்று நிற்கவிடாமல் அத்தனையும் பார்க்க வைத்து, இரண்டு மணிநேர ஓய்வுக்குப் பின் கோவளம் பீச்சில் ஐக்கியமானோம், உற்சாகத்திற்கு அளவில்லை, களிப்புக்கு பஞ்சமில்லை, உலகின் சொர்க்கம் நண்பர்களுக்குப்

பணி செய்வதே, சமீபத்தில் அதே நண்பர் இராசவிசயன் மகள் திருமணத்திற்கு அதே திருவனந்தபுரத்திற்குப் போன போது அத்தனை இடங்களுக்கும் மீண்டும் பயணப்பட்டபோது மனம் நிறைவாக இருந்தது, மீண்டும் துவங்கிய இடம்?!

மறுநாள் காலையில் கொச்சியில் போய் இறங்கிய போது, துவங்கியது முதல் தகராறு, சொல்லிய அளவு அறைகள் தரவில்லை, காரணம் நாங்கள் திட்டமிட்ட அளவைவிட கூடுதலாக கடைசி நிமிடத்தில் நண்பர்கள் பயணத்திற்கு வந்துவிட்டனர். விடுதிக் காரர்களை ஒத்துக்கொள்ள வைப்பதற்குள் மலையாளம் கற்றுக் கொண்டுவிட்டேன், ஒவ்வொரு பிரச்சினைக்கும் தீர்வு அதனுள்ளே இருக்கிறது என்று எங்கோ படித்ததாக ஞாபகம்.

கொச்சி துறைமுகம், மட்டன்சேரி அரண்மனை, கோட்டை கடற்கரை, மீன் பிடித் துறைமுகம், வரலாற்று சிறப்பு மிக்க கொச்சி மீன்பிடி வலைகள், பரதேசி சினகாக் (யூதர்களின் கோயில்) என்று சுற்றுலா புத்தகத்தில் உள்ள அனைத்து இடங்களுக்கும் சென்று மகிழ்ந்தோம்,

இளமை, நண்பர்கள், உற்சாகம், பயணம், குடும்ப மற்றும் கல்லூரி என்கிற அழுத்தம் தாண்டிய பரந்த வெளி, சுயமாக முடிவெடுக்கும் அதிகாரம், எதற்கென்றாலும் நம் பெயரை அழைக்கும் போது வரும் போதை, பேருந்தில் வழி நடத்துவதற்காய் முன்னால் உட்காரும் வாய்ப்பு, சராசரியிலிருந்து சற்றே முன் நகரும் வாய்ப்பு, இனி வானமே எல்லை.

●

121

மூன்றாம் ஆண்டு

பெனல்ட்டிமேட் இயர் என்று ஆங்கிலத்தில் கூறுவார்கள், இறுதிக்கு முந்தைய ஆண்டு, வாழ்க்கையில் கடப்பதற்கு மிகக் கடினமான ஆண்டு அது, முடிவெடுக்கும் இயந்திரத்தில் மிகக் குழப்பமான ஆண்டும் அதுவே.

ஒரு பக்கம் கல்லூரி வாழ்வு முடிந்து விடப்போகிறது அனுபவிக்க வேண்டுமே என்கிற ஏக்கம், இன்னொரு பக்கம் குறைந்து வரும் கிரேடுகள் பற்றிய பயம், மறுபக்கம் எடுத்துக் கொண்ட தலைப்புகளுக்கு (பதவிகள்) நியாயம் செய்ய வேண்டுமே என்கிற பதைபதைப்பு, எதிர்பக்கம் எதிர்பாலின ஈர்ப்புக்கு ஒன்றுமே செய்யாமல் இருக்கிறோமே என்கிற பரிதவிப்பு, மேலே இந்தப் பல்கலை நம்மை என்னவாக்கி அனுப்பும் என்கிற எதிர்பார்ப்பு, கீழே இந்த உலகத்துக்கு நாம் ஏதாவது நல்லதாக செய்வோமா என்கிற ஆர்வம், உட்பக்கம் உளவியல் ரீதியான மனமாச்சரியங்கள், வெளியே சக மாணவர்களுடனான ஒப்பீடுகள்.

உண்மையிலேயே மிகக் குழப்பமான ஆண்டு மூன்றாம் ஆண்டு, மதில் சுவரில் உட்கார்ந்து எந்தப் பக்கம் குதிப்பது என்று தெரியாமல் முழிக்கும் பூனை, அதற்காவது இரை வழிகாட்டும், நமக்கு இறை கூட சுத்தலில் விட்டு வேடிக்கை பார்க்கும்.

உண்மையில் வாழ்க்கையில் முதல் பகுதிலேயே வெற்றி பெற்ற பல நண்பர்கள் இந்த மூன்றாம் ஆண்டில் சரியான முடிவெடுத்தவர்களாக இருப்பார்கள். மற்றவர்கள் எல்லாம் தட்டுத் தடுமாறி வாழ்வின் பின் பகுதிகளில் வெற்றி பெற்றவர்களாக இருப்பார்கள், வெற்றி பெற வேண்டும் என்று நினைப்பவர்களுக்கு வெற்றி உறுதி, ஆனால் முடிவெடுக்கும் முனைப்பு தான் காலத்தைத் தீர்மானிக்கும்.

இன்னும் ஓராண்டு இருக்கும் தைரியத்தில் நான் படிப்பை விட்டு வெளியே சென்றேன், என் பெயருக்கு எதிரே 'ஆன் ட்யூட்டி' எனப்படும் 'எப்போதும் கடமையில்' என்று தான் இருக்கும் வருகைப் பதிவேட்டில், பத்து சதவிகிதத்துக்கும் குறைவான

இருப்புக்கு உள்ளாகி ஒவ்வொரு முறையும் துறைத் தலைவர் அனுமதியுடன் தான் உள்முகத் தேர்வு, இறுதி தேர்வு எழுத வாய்ப்புக் கிடைக்கும். அப்போதெல்லாம் நினைத்துக் கொள்வேன் 'என்னடா பொல்லாத வாழ்க்கை.'

எதை வேண்டுமானாலும் வெளியே போய் சாதித்து விட்டுப் பின் தேர்வும் எழுதி விடலாம் என்கிற நம்பிக்கையைக் கொடுத்து என்னைக் கெடுத்தது பல்கலைக் கழகம். வாழ்க்கையில் எவ்வளவு பெரிய சரிவு வந்தாலும் துணிவோடு எதிர்கொள்ளலாம் என்று தாங்கிப் பிடித்ததும் அந்தப் பல்கலைக்கழகம்தான்.

மூன்றாம் ஆண்டு பாடம் ஒன்றுகூட இன்றுவரை நினைவில்லை ஆனால் என்னுடைய பாடம் படிக்கும் முறையை வைத்து ஒருவழியாய் அரியர்ஸ் இல்லாமல் தப்பித்து வந்தேன். நான் பொறியியலைவிட்டு விலகிச் சென்றதும் அந்த மூன்றாம் ஆண்டு தான்.

நாம் விரும்பித் தேர்ந்தெடுத்த துறையை, புலத்தை, விடாமல் கெட்டியாய் பிடித்துக்கொண்டு அதில் சாதிக்க வேண்டுமானால் மூன்றாம் ஆண்டு கண்டிப்பாகப் படிப்பை மட்டும் கெட்டியாகப் பிடித்துக் கொள்ளுங்கள், இது நான் கொடுக்கும் பரிந்துரை. இல்லையென்றால் நீங்கள் எது எதுவாக ஆகி ஒரு இது வாக மாறி விடுவீர்கள், நிச்சயம் வாழ்வில் பொறியாளராக மட்டும் ஆக மாட்டீர்கள், பொறியியல் வேலை கிடைக்கும். ஆனால் மிளிர மாட்டீர்கள். பொறியாளராக நீங்கள் உங்களை உணர வேண்டுமானால் மூன்றாம் ஆண்டு, படிப்பில் மட்டுமே கவனமாயிருங்கள்.

மூன்றாம் ஆண்டு மிக முக்கியம் பாஸ்.

122

விகடன் தாத்தா

என் வாழ்வின் சிரித்த பகுதிகளில் மிக முக்கியமான பகுதி விகடன் தாத்தாவுடனானது.

நிறைய பணிகள், அதில் முக்கியமானது "ஜூனியர் போஸ்ட்" என்னும் விகடனின் கனவுத் திட்டத்திற்கு ஒரு புள்ளியாய் இருந்தது, தினந்தோறும் கொண்டு வருவதாய் திட்டமிடப்பட்டுப் பின் வாரமிருமுறையாக மாற்றப்பட்டு தினசரிப் பேப்பர் வடிவில் வெளிவந்த ஒரே விகடன் குழுமப் பத்திரிகை 'ஜூனியர் போஸ்ட்.'

அதில் வெளிவந்த என்னுடைய கட்டுரைகள் மிக இனிமை யானவை (எனக்குத்தான்) பெயருக்குச் செய்யாமல் பிரியத்துக்குச் செய்த கட்டுரைகள் தான் இடம் பிடித்தது. நிருத்திய ஹம்பம் என்று ஏதோ சொல்வார்கள், மனதுக்குப் பிடித்த வேலைகள் தான் உயரிய இடத்தைப் பிடிக்கும். இக்கிகய் என்று ஜப்பானியத் தத்துவமும் அதைத் தான் சொல்கிறது.

சிதம்பரத்தின் பால்ய விவாகம், செஞ்சி பழங்குடியின மக்களின் ஆட்டுக் கடன் கொள்ளை, பழனியின் பக்தர்கள் சந்திக்கும் அன்றாடப் பிரச்னைகள், சிதம்பரம் கக்கூஸ் ஏலத்தில் நடக்கும் அட்டூழியங்கள், அந்தக் கக்கூஸில் மறைந்து கிடக்கும் மிகப் பெரும் பொருளாதாரம், ஒரே வீட்டில் அரசியல் ஆதாயத்துக்காக அத்தனைக் கட்சியிலும் இருக்கும் உறவினர்கள் என்று நிறைய ஆணிவேர்களை அசைத்திருக்கிறோம், ஒவ்வொன்றும் ஒரு காவியம், பலவித அச்சங்களும் ஆச்சர்யங்களும் நிறைந்த OTT தொடர்கள்.

பத்திரிகையாளனின் சுதந்திரம் கூட அதன் நீட்சியில் தான் இருக்கிறது. End Fruit என்பார்கள். நம் எழுத்தைப் பத்திரிகையில் கட்டுரையாகப் பார்க்கும்போது அதை எழுதுவதற்குப் பட்ட அத்தனைப் பணிச்சுமையும் பனியாகக் கரைந்துவிடும், அது தரும் சுதந்திரம் அலாதியானது, அந்த விகடன் அடையாள அட்டை தரும் மரியாதை அந்த வயசுக்கு மிக அதிகம், அதே போல் விகடனின் கண்டிப்பும் அளவு கடந்தது, அந்த மிலிட்டரி கண்டிப்பும் பத்திரிகையாளனுக்கு மிகத் தேவை, இல்லையெனில்

தன் சுயசார்பை மிகச் சரியான விகிதத்தில் கலந்து வெளியிடும் வாய்ப்பை அது தந்துவிடும்.

நடுநிலை எது என்பதையும், எந்த செய்தியையும் வெளி மனிதனாக அணுக வேண்டிய அவசியத்தையும், ஒரு நிகழ்வின் எல்லாருடைய நிலைப்பாடுகளையும் சேகரிக்கும் அறத்தையும், வாதப் பிரதிவாத நுணுக்கங்களையும், செய்தியைத் தாண்டி அது உணர்வு ரீதியாக மக்களைத் தவறாகத் தூண்டி விடக்கூடாத கட்டாயத்தையும், எப்போதும் உணர்வு ரீதியாக மக்களைத் தூண்டிவிடக்கூடாது என்கிற அவசியத்தையும் கற்றுக் கொடுத்தார் விகடன் தாத்தா.

இன்றைய ஊடகத்தைப் பார்க்கும் போது வரும் மனமாச்சரியங்களைக் கட்டுப்படுத்த முடியவில்லை, அறம் சார்ந்த ஊடகத்தின் தேவையை இப்போதும் புரிய வைத்துக் கொண்டிருக்கிறார் விகடன் தாத்தா.

(சீதா ரவி கல்கியின் பழைய துணை ஆசிரியர் இல்லை, இவர் சிதம்பரத்தின் தினத்தூது பத்திரிகை நிருபர், என்னுடைய நெருங்கிய நண்பர், விகடனில் சேர்ந்தவுடன் என்ன செய்வதென்று திக்குத் தெரியாமல் நின்ற போது பத்திரிகையாளர் பயிற்சி வகுப்புகள் எல்லாம் தர இயலாததை நண்பர் சீதா ரவி தந்தார், சக நிருபர்கள் தடுத்த போதும் அவர் தொழில் முறை நிருபர் இல்லை, படித்துக் கொண்டே பத்திரிகையில் வேலை செய்வதால் அவரை நாம் தான் தகவல் கொடுத்து நிகழ்வுகளைப் பகிர்ந்து கொள்ள வேண்டும் என்று என்னை அரவணைத்தவர், அதற்குப் பின் அந்த நிருபர் குழாமில் நானும் ஒரு அங்கமானேன், அவருக்கும் நண்பர் சேகருக்கும் மிக மிகக் கடமைப்பட்டிருக்கிறேன், இது போன்ற மனிதர்கள் தான் நம் வாழ்வை அழகாக்குகிறார்கள்)

123
மலர்

செய்யும் தொழிலை வைத்து ஒருவருடைய பண்புகளையும், குணாதிசயங்களையும், நடத்தையையும் கணிக்க முடியுமா? சான்றிதழ்களை வழங்க முடியுமா? அப்படியானால் கசாப்புக் கடைக்காரரை கொலையாளியாகத்தான் கருத வேண்டும், செய்யும் வேலையை தன் விருப்பு வெறுப்புகளைக் களைந்து விட்டு செய்பவனே தூய்மையானவன். அப்போது தான் ஒரு மருத்துவரால் அறுவை சிகிச்சை செய்ய முடியும், நோயாளி என்ன ஆவானோ என்கிற பயம் வந்துவிட்டால் அவரால் அறுவை சிகிச்சை செய்ய முடியாது, அதே போல மற்ற நேரங்களில் அவர் சாதாரண மனிதர், செய்யும் தொழிலும் குணாதிசயங்களும் நடத்தையும் தொடர்பில்லாதவை.

தங்கியிருக்கும் விடுதிக்குப் பக்கத்தில் ஒரு குடியிருப்பு ஒன்று, அங்கு வாழும் மக்கள் சாதாரணமானவர்கள், டீக்கடைகள், சைக்கிள் பஞ்சர் கடை, தையல் கடை என்று சாமான்ய மக்களுக்கு அன்றாடம் தேவைப்படும் பொருட்களுக்கான 'தேவைப்பூர்த்தி' கடைத் தெரு, அந்தக் கடைகளோடு கூடிய அவர்களின் வீடுகள், சில வீடுகளில் மேற்படி நிகழ்வுகள் நடக்கும் என்று நண்பர்கள் சொல்லக் கேட்டிருக்கிறேன்.

அதனால் அதைக் கடக்கும் போதெல்லாம் ஒரு உதறலோடு தான் கடப்பேன். கண்கள் அலைபாயும் அதே நேரம் எதையோ பார்க்கும் குறுகுறுப்பும் நண்பனின் பைக்கை எடுத்துக் கொண்டு ஊர் சுற்றுவது எல்லாருக்கும் பிடித்தமான பொழுதுபோக்கு. எனக்கும் தான், அதுவும் பெட்ரோல் போட்டு வைத்த பைக்கை எடுத்துக் கொண்டு போவதென்றால் சொல்லவொண்ணாத மகிழ்ச்சி, அப்படி ஒரு மாலை நேரம் மாரியப்ப நகர் போகும் வழியில் குண்டும் குழியுமான தெருவில் தவறி விழுவதும் சாதாரண நிகழ்வு, கை கால்கள் சிராய்த்துக் கொண்டு விழுந்து கிடக்கும் போது இப்படியான தெருவில் உதவிக்கு வருவதும் பொதுவாக நடப்பது தான், அப்படி ஒரு பெண் ஒற்றை ஆளாக அந்த பைக்கைத் தூக்கி அதற்கு உள்ளே

இருந்த என்னை மீட்டெடுத்து ஆசுவாசப்படுத்தி டீக்கடையில் உட்காரவைத்து டீ சாப்பிட வைத்ததும் சாதாரணமானது தான், அவர் பெயர் மலர் என்று கேட்ட போது ஒரு அதிர்ச்சிக்கு உள்ளானேன்.

இப்போது புரிந்திருக்கும் மலர் யாரென்று, பெயரைப் போலவே மலர்ந்த முகம் அவருடையது, அவருடைய செயல்களின் சாயல் ஒரு தாய்மையுடைய சாயலைப் போன்றே இருந்தது, அவர் பெயர் மலர் என்று கேட்டதிலிருந்து தேநீர் தொண்டைக்குழிக்குள் இறங்கவில்லை, மண்டைக்குள் ஒரு குரல் இந்த இடத்தை விட்டு ஓடு என்று கத்திக் கொண்டே இருந்தது, வடை சாப்புடுறியா தம்பி என்ற அவரது குரல் அசரீரீ போல் ஒலித்தது, ஆனால் சாதாரண மனிதர்களின் செய்கைகள் அசாதாரண வலிமை மிக்கது, என்னை ஒரு தம்பியாக அவருடைய வீட்டுப் பிள்ளையைக் கேட்பதுபோல சாதாரணமாக இருந்தது அவருடைய பேச்சு.

உடல் வலியைவிட மனவலி அதிகமாக இருந்தது, காசு எடுத்துக் கொடுத்தேன், அடப் போங்க தம்பி, பத்திரமா வீட்டுக்குப் போங்க என்றார். வண்டி ஓட்டிருவீங்களா என்றார்? அவரவர் உயரத்தை அவரவர் தீர்மானித்துக்கொள்ளட்டும், நாம் யார் மற்றவர்களை எடை போட.

எல்லாக் கற்பிதங்களுக்கும் இன்னொரு பக்கம் இருக்கும், அதையும் படிப்பதுதான் வாழ்க்கைப் பாடம், என்னுடைய எல்லாக் கற்பனைகளின் திசையும் வேறுவேறு பாதைகளைக் காட்டத் துவங்கியது, சினிமா நடிகைகள் உட்பட எல்லாப் பெண்களைப் பற்றிய எண்ணங்களும் அவதானிப்பும் எத்தனமும் அந்த ஒரு நிகழ்வில் மாறியது,

குடும்ப இலக்கியத்தில் சார்பு இலக்கணம் என்று ஒரு புதிய அத்தியாயம் உருவானதும் அந்தப் பொழுதுதான்.

●

124
அழுகை

நண்பன் ஒருவன் எங்களிடமிருந்து வேறொரு கல்லூரிக்குப் புலம்பெயர்ந்து போனான். இன்னொரு பள்ளி நண்பன் உலகத்தைவிட்டே போனான், தாங்க முடியாமல் வலி மிகுந்ததாக இருந்தது அந்தப் பிரிவுகள், பின்னும் இறுதி ஆண்டில் இந்தச் சரணாலயத்தில் இருந்து பிரிந்து, பறந்து போகத்தானே வேண்டும் பறவைகள்.

ஆண்கள் அழக்கூடாது என்று பெரியவங்க சொல்லி சொல்லி வளர்த்தாங்க. எங்க அப்பா அழுது நான் பார்த்ததே இல்லை, ஏன் எந்த ஆணும் அழுது பார்த்ததே இல்லை சினிமா தவிர, அழுகை வந்தால் அவர்கள் என்ன செய்வார்கள், அடக்கிக் கொள்வார்களா அல்லது கட்டுப்படுத்திக் கொண்டு தனிமையான இடத்தில் வெளிக்காட்டுவார்களா அல்லது இயற்கையிலேயே அவர்களுக்குக் கண்ணீர் சுரப்பிகள் வேலை செய்யாதா?

எனக்கு ஆண்கள் அழக்கூடாது என்பதில் உடன்பாடு இல்லை, எதற்கெடுத்தாலும் எனக்கு அழுகை பொத்துக் கொண்டு வரும், மூன்று பெண்களுடன் வளர்ந்ததனால் இருக்கலாம், எப்போதெல்லாம் அழுகை வரும், ஹூம், விளையாட்டில் தோற்றுப் போனால், நினைத்தது கிடைக்காமல் போனால், கடின உழைப்பிலும் வெற்றி விளையாமல் போனால், விரும்பியது வாய்க்காமல் போனால், என்ன படித்தும் மண்டையில் ஏறவில்லை என்றால், அவ்வளவு ஏன் சினிமாவில் அழுகை சீன் வந்தாலே அழுது விடுவேன், அது கூட வேண்டாம் ஒரு துளி பாசத்தைக் காட்டினாலே அழுது விடுவேன்,

அதனாலேயே கிண்டல் கேலிக்கு ஆளாகிக் கொண்டிருக்கிறேன் இன்றுவரை (அண்ணாத்தே படத்துக்குக் கொண்டு போன இரண்டு கைத்துண்டும் ஈரமாகிவிட்டது). யார் சொல்லிச் சென்றது ஆண்கள் அழக்கூடாது என்று, அந்த உணர்ச்சி பெண்களுக்கு மட்டும் சொந்தமா என்ன, அப்படி என்றால் பெண்கள் தான் பாக்கியசாலிகள், தன்னுடைய உணர்ச்சியை உடனே காட்ட

முடிந்தவர்கள் தானே உயர்ந்தவர்கள், அடக்கிக் கொள்ள வேண்டும் என்றால் அது நடிப்புத்தானே!

இஸ்ரோ தலைவர் சிவனை எனக்கு ரொம்பப் பிடிக்கும், விக்ரம் லேண்டர் தோல்வியுற்ற போது மீடியா பற்றி எந்தக் கவலையும் இல்லாமல் கண்ணீர் சிந்திய அந்த உள்ளம் தூய்மையானது, அவர் மிக நல்லவர். உண்மையில் அழும் ஆண்களுக்கு உயர் இரத்த அழுத்தம் குறைகிறது, நான் சொல்லவில்லை உளவியல் சொல்கிறது.

ஆண் என்பவன் எப்போதும் தன் உணர்வுகளைக் கட்டுக்குள் வைத்து உறுதியாக இருக்கவேண்டும். அப்படி இருந்தால்தான் அவன் ஒரு சிறந்த குடும்பத் தலைவனாக இருந்து முழுப் பொறுப்பையும் ஏற்க முடியும் என்று சமூகம் கருதுகிறது. அப்படி அவன் அந்த நிலையிலிருந்து தளரும் பொழுது மனது தன் இறுக்கங்களையெல்லாம் துறந்து ஒரு நிர்வாண நிலைக்குப் போகிறது, அப்படி ஒரு நிலையில் மன அழுத்தம் வெகுவாக குறைகிறது என்று சொல்கிறது நவீன உளவியல்.

குளோபஸ் உணர்வு, அனுதாப நரம்பு மண்டலம், குளோட்டிஸ் விரிவாக்கம், பாராசிம்பாட்டிக் நரம்பு மண்டலம் என்றெல்லாம் உங்களை போரடிக்க விருப்பமில்லை, அழுகையின் மற்ற பயன்கள் மட்டும் உங்கள் பார்வைக்கு:

1. மனசு இலகுவாகும்
2. வலி குறையும் (புறவலி அகவலி இரண்டும்)
3. மன நிலை மேம்படும்
4. உடலிலிருந்து நச்சுப் பொருட்கள் வெளியேறி மன அழுத்தம் குரையும்
5. தூக்கம் சீராகும்
6. நுண்ணுயிரிகளைக் கொல்ல உதவும்
7. கண் பார்வை சீராகும்
8. மற்றவர்களின் ஆதரவு கிடைக்கும்

நான் ஏதோ நீங்களெல்லாம் அழ வேண்டும் என்று நினைக்க வில்லை, அந்த நிலை ஒருபோதும் வரக்கூடாது, படம் பார்த்து அழலாம், இணையரிடம் அடி வாங்கி அழுவது போல் நடிக்கவாவது செய்யலாம், இல்லையென்றால் மாறாக ஆனந்த அழுகைகூட முயற்சிக்கலாம், அதுவே எல்லோருக்கும் வாய்க்கட்டும்.

125
செஞ்சிக் கோட்டை

தமிழகத்தில் எஞ்சி இருக்கும் கோட்டைகளுள் ஒன்று செஞ்சிக் கோட்டை. பழைய வட ஆற்காடு மாவட்டம், இன்றைய விழுப்புரம் மாவட்டத்தின் பெருமை, கர்வம், வரலாற்று சான்று இப்படி எது வேண்டுமானலும் சொல்லலாம், இன்னும் சரியான வார்த்தை கிடைக்கவில்லை.

மண், பிசின், கற்களால் கட்டப்பட்ட கோட்டைகள் வரலாற்றில் வீரத்தின் சின்னம் (அதை அழியாமல் பாதுகாத்தால்), வட இந்தியா போல் தென்னிந்தியாவில் கோட்டைகள் கம்மி என்கிற வருத்தம் எனக்குண்டு. ஆனால், கோயில்கள் அதிகம், பேரரசன் இராசராசன் கூட கோட்டை கட்டாமல் கோயில் ஏன் கட்டினான், ஒரு வேளை எதிர்காலம் பற்றிய புரிதலாக இருக்கலாம். எதிரி நாட்டு மன்னன் வென்றால் எவ்வளவு பெரிய கோட்டையும் மண்ணாகும், ஆனால் கோயிலைத் தொடக்கூட மாட்டான், அப்படி சைவம் தழுவிய மன்னர்கள் தமிழகம் முழுவதும் கோயிலை நிறுவினர். சோழர் காலக் கட்டிடக்கலையும் பல்லவர்களின் கட்டுமானக் கலையும் தமிழனின் தொலை நோக்குப் பார்வைக்குச் சான்று, போகட்டும் இந்த எஞ்சி நிற்கும் செஞ்சிக் கோட்டைக்கு வருவோம்.

வரலாற்றில் சிங்கபுரி என்றழைக்கப்பட்ட செஞ்சியில் கிருட்டிணகிரி, இராசகிரி, ஆனந்த கிரி என்கிற மூன்று மலைகளுக்கு (கிரிமலை) இடையே கட்டப்பட்ட கோட்டை, கோனார் வம்ச *(Konar Dynasty?)* ஆட்சிக் காலத்தில் ஆனந்தக் கோனார் என்னும் மன்னரால் கட்டப்பட்டது.

சரித்திரப் புகழ் பெற்ற ராசா தேசிங்குவைத் தோற்கடித்ததும், ஆற்காடு நவாப்பால் வெற்றி கொள்ளப்பட்டதும், பின் சிவாஜியால் வெற்றி கொள்ளப்பட்டதும் இந்த கோட்டை, சிவாஜி இந்தக் கோட்டையை வென்றவுடன் *'most impregnable fortress'* யாராலும் உட்புக முடியாத கோட்டை, இது பாரதத்தின் பெருமிதம் என்று வர்ணித்ததாகக் கூறப்படுகிறது.

வேலூர் வாசல், பாண்டி வாசல் என்று இரு வாயில்கள் மூலமாக கோட்டைக்குள் உள் நுழையலாம், எதில் நுழைந்தாலும் 24 அடி அகலமும் 60 அடி ஆழமும் கொண்ட கணவாய் வழியாகச் செல்ல வேண்டும். இப்போது அது சுற்றுலாப் பயணிகளுக்குத் திறப்பார்களா என்று தெரியாது, அப்போது அது ஒரு புதிய அனுபவம், சுற்றி இருக்கும் கும் இருட்டும் தூரத் தெரியும் ஒற்றை வெளிச்சமும் வரலாற்றின் சுவடுகள்.

பின்னும் இதில் எட்டு அடுக்கு மாடிகளைக் கொண்ட திருமண மண்டபம், தானியக் களஞ்சியம், சிறைச்சாலை, படையினர் பயிற்சிக்கூடம், செஞ்சியம்மன் கோயில் எல்லாம் இருக்கிறது, இதோ எண்பதடி அகழி, ஆனைக் குளம், பள்ளிவாசல், வெங்கட்டரமணி சாமி கோயில், அரங்க நாதர் கோயில், இழுவைப் பாலம் இப்படி நிறைய இருக்கிறது பார்க்க.

அதில் எல்லாவற்றிலும் அந்த இழுவைப் பாலம் ஒரு அதிசய அற்புதம், இரண்டு குன்றுகளுக்கு நடுவே இருக்கும் இந்த இழுவைப் பாலம், போர் முற்றுகைக்காலத்தில் எதிரிகள் உள்ளே நுழையாதவாறு தடுக்கும், போர்காலத்தில் கோட்டைக் காவலர்கள் இந்த பாலத்தை அகற்றிவிடுவர் அப்போது எதிரிகள் உள்ளே நுழைய இயலாமல் திண்டாடுவர்.

மூன்று மலைகளை இணைக்கும் படி அமைந்திருப்பதால் நீண்ட நடைப் பயணத்துக்கு தயாராகுங்கள், தமிழனின் வீரத்தையும், கட்டிடக் கலை நுணுக்கத்தையும், உழைப்பையும், நுண்ணறிவையும் ஒரு எட்டுப் பார்த்து விட்டு வரலாம்

அது சரி இப்படி யாருமே பரிந்துரை செய்யாமல் நான் ஏன் செஞ்சிக் கோட்டைக்கு வந்தேன்?

126

ஆட்டுக் கடன்

சிதம்பரத்தில் திறந்த வெளித் திரையரங்கில் பார்த்த வட ஆற்காடு பழங்குடியின தந்தை மகன் இரட்டையர்கள் என்னைப் பார்க்க பல்கலைகழகத்துக்கு வந்தனர்,

அவர்களுக்கு தேவையே இல்லாத ஆட்டுக்கடன் வாங்கித் தருவதாகச் சொல்லி (தமிழகத்தில் ஆட்டுக் கடன், மாட்டுக் கடன் அப்போது பிரசித்தம் அதற்கு மானியம் கூட உண்டு, கால் நடை வளர்ப்பை ஊக்குவிக்கவும் கடை நிலை பழங்குடியினரை முன்னேற்றி மடை மாற்றவும் கலைஞர் முதல்வராக இரண்டாம் முறை பொறுப்பேற்ற போது பதிவேற்றிய திட்டம்) எல்லாரிடமும் கை நாட்டு வாங்கி, வங்கியிலே காட்டி கடனை ஒரே நபர் வாங்கிக் கொண்டு விட்டார்,

மானியம் உள்ளதால் வங்கி ஊழியர்கள் யாரும் கடனைத் திரும்பக் கேட்டு வரவில்லை, அந்த நபரோ வங்கியில் இழுக்கிறார்கள் கடன் இன்னும் தரவில்லை என்று ரீல் ஓட்டிக் கொண்டிருக்கிறார், இவர் அதே வங்கிக்கு வேறு கடன் வாங்கச் செல்லும் போது வெளிப்பட்டது இந்த ஊழல், இதனை அவர்களுக்குத் தெரிந்த தமிழில் கூறினர், எனக்குத் தெரிந்த குறும்பா மொழியில் புரிந்துகொண்டேன்.

அப்படி அவர்கள் வசிக்கும் செஞ்சிக்கு அருகே உள்ள மலைப் பகுதிக்குச் சென்ற போது தான் கேளிக்கைக் குறுக்கீடாக கோட்டைக்குச் சென்றேன். உபயம் நண்பர் அழகப்பன், கோட்டைக்குச் சென்று பின் இவர்கள் வசிப்பிடம் தேடி மலையேறிச் சென்ற போது இருட்டி விட்டது. முப்பது நாற்பது வருடப் பழமையான நாகரிகத்தில் வாழ்ந்து கொண்டிருந்த அவர்களைப் பார்த்த போது அதிசயமாயிருந்தது. சுதந்திரம் என்றால் என்ன வென்றே தெரியவில்லை, காந்தி தெரியாது, காமராசர் தெரியாது, ஏன் எழுதப் படிக்கத் தெரியாது அந்த ஒரு கல்லூரி மனிதரைத் தவிர, கலப்படமில்லாத அக்மார்க் தமிழர்களை முதன் முறையாக சந்தித்தேன், இரவு தங்கி குறும்பர் இன உணவையும் குறும்பா மொழியையும் அசைபோட்டவாறே தூங்கிப்போனோம்.

மறுநாள் பகலெல்லாம் தேடி மாலை அந்த நபரைப் பிடித்தோம், பத்திரிகையாளர் அட்டை ஒரு ஜெர்க் கொடுக்கப் பயன்பட்டது, மற்றபடி இந்தக் கலையெல்லாம் பல முறை கற்றுத் தேர்ந்தவர், கட்சி செல்வாக்கு வேறு, அதையெல்லாம் விட அவரைச் சந்தித்த இடம் ஒரு கல் குவாரி, சுற்றி அவரது ஆட்கள், மெல்ல கவிழும் இருட்டு, ஒரு சினிமாப் பட அதிர்வுக்கு உள்ளானோம்.

பின்னும் அவரிடம் நல்ல படியாகப் பேசி, யார் கோள் சொன்னது என்றும் காட்டிக் கொடுக்காமல், அந்த இனத்துக்கு தொந்தரவு செய்யா வண்ணம், அவரிடம் இறைஞ்சி, பத்திரிகைகளின் வீச்சைச் சொல்லி, அமைப்பு சாரா இயக்கங்கள் துணையோடு எல்லா மக்களும் அந்தக் கடன் பட்டியலில் இருந்து வெளியே வர உதவி செய்தோம், எங்களால் மட்டும் ஆனது என்று சொல்ல மாட்டேன், அவருடைய புரிதலும் அதற்கு வழி வகுத்தது, அதற்கு தூண்டுதலாக இருந்தோம் என்கிற பெருமிதத்தோடு விடை பெற்றோம்.

நிறைவாய் இருந்தது, சிதம்பரத்துக்குத் திரும்பிய அந்த நடு நிசிப் பேருந்து, நடுவில் சாப்பிட்ட புரோட்டாக்கள், குடித்த பருத்திப் பால், எண்ணி வியந்த அந்த வெள்ளந்தி மக்கள், இன்னும் நினைவிருக்கிறது அந்த சாகசப் பயணம், நீங்களும் இந்த மாதிரி ஒரு நிறைவை எப்போதாவது பெற்றிருப்பீர்கள் தானே, அது தான் நம்மை எப்போதும் இயங்க வைக்கும் தொலையியக்கி (Remote Control)

●

127
வைர விழா

அது அண்ணாமலைப் பல்கலைக் கழக வைர விழா ஆண்டு, புது உடை உடுத்திக்கொண்டது போல மாறியது கல்லூரி, நாள்தோறும் விழாக் கோலம், சரித்திரக் கதைகளில் இந்திர விழா படித்திருக்கிறீர்களா, அதுபோல பார்ப்பவரிடத்திலெல்லாம் பரவசம், எந்த எதிர்பார்ப்பும் இல்லாத சிரிப்பு, பல ஆண்டுகள் பழகியது போல ஒரு சிநேகம், நம் வீடு என்பது போல உரிமை, என் வீட்டுப் பண்டிகை என்பதான பெருமிதம், உள்ளபடியே உள்ளக் களிப்புக்கான மிகச் சிறந்த உதாரணம் அந்த வைர விழா ஏற்பாடுகள்

என்சிசி, கருவியியல் சங்கம், புகைப்பட சங்கம் என்று பல்வேறு அமைப்புகளில் (நாங்கள்லெள்ளாம் அப்பவே அப்புடி) இருந்ததால் அடிக்கடி நிர்வாகக் குழுக் கூட்டத்துக்குக் கூப்பிடுவார்கள், வேலை ஒன்றும் பெரிதாக இருக்காது, அவர்கள் சொல்லும் திருத்தங்களை செய்வதும், சுத்தப்படுத்தலை மேற்பார்வை செய்வதும், வெள்ளையடிக்கும் வேலையை கண்காணிப்பதும் தான். அதற்கு ஒரு அறிக்கை தயாரித்து அவ்வப்போது கொடுக்க வேண்டும், ஒரு பெரிய வேலையை சிறு சிறு வேலையாகப் பிரித்து, என்னைப் போன்ற அரை வேக்காடுகளை வைத்து சாதிப்பது எப்படி என்று எங்கள் டீனிடமும், துணை வேந்தரிடமும் பாடம் கற்றுக்கொண்டேன்.

ஒவ்வொரு நாளும் ஒரு புதுப்பிரச்னையோடு வரும் ஆசிரியர் குழாம், ஒரு புதிய உள்நாட்டுக் குழப்பத்தோடு வரும் ஆசிரியரல்லாத ஊழியர் குழு, தேவையில்லாத தேவையாக உள்ளூர் அரசியல் பிரமுகர்கள், இதுதான் சமயம் என்று ஊதிய உயர்வு கேட்டுக் குரல் உயர்த்தும் துப்புரவுப் பணியாளர்கள், வெள்ளையடிக்கும் வேலையால் பாதிக்கப்படும் முகவர்கள், வங்கி ஊழியர்கள், எனத் தினந்தோறும் ஒரு போர்க்களம் போலக் காட்சியளிக்கும் துணைவேந்தர் அலுவலகம்.

கல் போன்ற முகமுடையவர் திரு.சேது நாராயணன், ஒரு நோக்கத்தையும் அல்லது முகபாவத்தையும் வெளிக்காட்ட

மாட்டார், என்ன நினைக்கிறார் என்பதே ஒரு கேள்விக்குறி, அவர் முகமே ஒரு கேள்விக்குறி போலத் தான் இருக்கும், அவருடன் நெருங்கிப் பழகியவர்களுக்குத் தெரியும், பார்த்தவர்களுக்கும்,

எந்தப் பரிந்துரைக்கும் பதில் சொல்ல மாட்டார், பதற மாட்டார், மெல்ல ஒரு தாளை எடுத்து எழுதத் துவங்குவார், பின் அதைப் படிப்பார், ஒவ்வொன்றுக்கும் ஒரு தீர்வு வைத்திருப்பார், 'Crisis Management' என்று சொல்லக் கூடிய நெருக்கடி மேலாண்மையை அவரிடம் தான் கற்றுக் கொண்டேன், நான் கற்று கொண்டது, உங்களுக்கும் பயன்படும்:

முதல் விதி - பதறக்கூடாது

இரண்டாம் விதி - ஒவ்வொரு பிரச்னையையும் தரவரிசைப்படுத்தி எழுத வேண்டும்.

மூன்றாம் விதி - மிகவும் சாத்தியமான தீர்வுகளை வரிசைப் படுத்த வேண்டும்.

நான்காம் விதி - அதை, அதற்கான குழுவுடன் விவாதிக்க வேண்டும், ஒரு தீர்வைப் பரீட்சிக்கப் பரிந்துரைக்க வேண்டும்.

ஐந்தாம் விதி - தீர்வுகள் நல்லது கெட்டது என்று இரு வினை ஆற்றும் என்று முன்னாலேயே சொல்லி விடும் சாதுரியம். ஆனால் நல்லதைக் கொண்டுவர உன்னால் மட்டுமே முடியும் என்று நம்பிக்கை தருவது.

ஆறாம் விதி - எல்லாவற்றுக்கும் நம்மிடம் தீர்வு உண்டு என்று குழுவை நம்ப வைக்க வேண்டும் (இதுதான் மிக முக்கியம்).

இன்றும் நாங்கள் பெரிய மேலாளர்கள் இல்லை ஆனால் நெருக்கடி மேலாண்மையில் எங்களை மிஞ்ச இன்னொருவர் பிறந்துதான் வரவேண்டும், இறப்பு தவிர எப்பேர்ப்பட்ட நெருக்கடியையும் சமாளிக்கும் வித்தையைக் கற்றுக்கொடுத்து அனுப்பியது அண்ணாமலைப் பல்கலைக் கழகம்.

அறிவு சார்ந்த செய்தி போல அன்பு சார்ந்த செய்தி ஒன்றையும் கற்றுக் கொடுத்தது வைர விழா.

128

வைர விழா (ஆ)

இரண்டு நடு வயதுக்காரர்கள் காலையில் அறை வாசலில் நின்று கதவைத் தட்டினர், எழுந்து திறந்த போது ஒரு சிரிப்பை உதிர்த்தனர், வாடகை வீட்டுக்காரரை எழுப்பிவிட்டு வீட்டுக்காரர் சிரிப்பாரே அந்த சிரிப்பை ஒத்தது அது.

வாசலை அடைத்துக் கொண்டு நின்ற என்னை அசால்ட்டாக தள்ளிவிட்டு உரிமையோடு உள் நுழைந்தனர். அனுமதியில்லாமல் என் நாற்காலியில் உட்கார்ந்தனர், ஜன்னலில் சாய்ந்து தூரப் பார்த்தனர், மேசையை இழுத்துப்போட்டு அதில் படுத்தனர், என்னென்னவோ பேசிக் கொண்டனர், ஆனால் எனக்கோ அறை நண்பனுக்கோ கோபமே வரவில்லை, ஏனென்றால் எங்களைப் போலவே முப்பது ஆண்டுகளுக்கு முன்னால் அந்த அறையைப் பயன்படுத்திய மாணவர்கள், இன்று நரை உதித்து, வயிறு தள்ளி, வயதாளி ஆகி விட்டாலும் அன்றைய ஆர்வத்துக்கும், ஞாபகத்துக்கும், உற்சாகத்துக்கும் சற்றும் குறைவில்லை.

எங்களையே டைம் மெஷினில் ஏறிப் போய் பார்த்த மாதிரி இருந்தது. இரண்டு சம்பந்தமில்லாத கிராமங்களில் இருந்து வசதியில்லாத விவசாயக் குடும்பத்தில் பிறந்து, இங்கு வந்து சேர்ந்து, தங்கி, தட்டுத்தடுமாறிப் படித்து, பட்டம் பெற்று, பின் கடின உழைப்பால் இன்று வசதிமிக்க, வெற்றி பெற்ற இரண்டு தொழிலதிபர்களாக உருமாறி இருந்த அந்த இருவரையும் பார்த்த போது நம்பிக்கையின் (கீற்று அல்ல) ஒளிக் கற்றையே எங்கள் மீது வீசியது.

வைர விழாவின் முன்னணி நிதியுதவியாளர்கள் எங்கள் அறையில் தங்கிப் படித்தவர்கள் என்னும் நினைப்பே குதூகலமானது, எங்களையே முப்பது ஆண்டுகள் கழித்துப் பார்ப்பது போல் இருந்தது, அன்று முழுவதும் எங்களோடேயே இருந்தனர், அவர்களை மெஸ்ஸுக்கு அழைத்துச் சென்று சாப்பிட வைத்தோம்,

பின் எங்களை ஒரு ஊர்வலம் போல பல்கலை முழுவதும் அவர்கள் கூட்டிச் சென்றார்கள், அவர்கள் வாழ்ந்த எல்லா

இடத்துக்கும், உருமாறிய இடத்துக்கு வரலாறு சொன்னார்கள். உரு மாறாத இடத்தின் மகோன்னதம் சொன்னார்கள், கற்றுக் கொண்ட பாடம் சொன்னார்கள், கற்காமல் விட்ட படிப்பினை சொன்னார்கள், கைவிட்ட காதலை மறக்கச் சொன்னார்கள், ஒரு தலைக் காதலை உரக்கச் சொன்னார்கள், சண்டைகள், உறவுகள், களிப்புகள், உணவுகள், உடைகள், அதிகாலை பொறியியல் பயிற்சி வகுப்புகள் என ஒவ்வொன்றும் ஒரு நெடுங்கதை, அவர்களின் சிறகுகள்.

என்ன உதவி வேண்டுமானாலும் கேளுங்கள் என்றனர், படித்து முடித்தவுடன் எங்களுக்குக் கட்டாயம் வேலை அப்போதே போட்டுக் கொடுத்தனர், ஏதாவது செய்ய வேண்டுமென்கிற முனைப்பு அவர்களின் ஒவ்வொரு அசைவிலும் தெரிந்தது.

மாலை அறை திரும்பிய போது பேச்சு நின்றது, பிரிவின் மொழி மௌனம் தானே, அந்த அறையின் ஒவ்வொரு இடத்தையும் தடவித் தடவிப் பார்த்தனர், ஜன்னலில் உலகத்தின் அந்தம் தெரிந்ததோ என்னவோ, எழுத்துப் பலகையில் எங்கள் எதிர்காலம் தெரிந்தது, போய் வருகிறேன் என்று அவர்களால் சொல்லக்கூட முடியவில்லை, அழுகை கொப்பளித்து நின்றது, கலங்கிய கண்களுடன் மெல்லிய சிரிப்புடன் என் கன்னத்தைத் தட்டி விடைபெற்றனர்.

முப்பது ஆண்டுகள் முடிந்தும் என்னால் அந்த நிகழ்வை மறக்க முடியவில்லை, இதோ நானும் அதே அறைக்குப் பயணப்படப் போகிறேன்.

அந்த ஊருக்கு, அந்தப் பாடசாலைக்கென்று ஒரு மரபுத் தொடர்ச்சி உண்டு, அது மரபணுக்களை விட பலமானது, இதமானது, சுகமானது.

129

கூடைப் பந்து

எங்கள் கல்லூரியின் மிக உயர்ந்த விளையாட்டு கூடைப்பந்து, தேசிய அளவில் அண்ணாமலை பல கோப்பைகள் வாங்கியிருக்கிறது, நண்பர் பிரேம் சந்தர் அதில் பிஸ்தா, இன்றும் தமிழ்நாடு கூடைப்பந்து சங்கத்தின் நிர்வாகிகளுள் ஒருவராக இருக்கிறார்,

கூடைப்பந்தைப் பற்றி உனக்கு என்னடா தெரியும் குட்டையா என்கிறீர்களா? விளையாடத்தான் தெரியாது, இரசிக்கத் தெரியும், அதுவும் இரண்டு விடுதிகளுக்கு நடுவே உள்ள கூடைப்பந்து மைதானம் தான் மாநில அளவிலான போட்டிக் களம், அதனால் அறை சாளரம் வழியாகவும் பார்க்கலாம், சாளரத்தின் மழைத் திட்டு மேல் உட்கார்ந்தும் பார்க்கலாம்.

அணிக்கு ஐந்து பேர், நிற்க முடியாமல் ஓடிக்கொண்டே இருக்க வேண்டும், பந்தை ஒரு இடத்தில் நிற்க விடாமல் உருட்டிக்கொண்டே இருக்க வேண்டும், மதிப்பீட்டுப் பலகை மாறிக்கொண்டே இருக்கும், வீரர்களின் கைகள் பந்தில் வித்தை காட்டும் அது ஒரு தனி விளையாட்டு, சின்ன வயதில் விளையாண்டிருந்தால் உயரமாக இருந்திருக்கலாம் என்று பல நாள் கவலைப் பட்டதுண்டு, கால்பந்தும் கூடைப்பந்தும் பார்ப்பதற்கு ஓகே, ஹாக்கி தான் நம் ஆதர்சம், நீங்களும் ஆம் என்பீர்கள், தேசிய விளையாட்டாச்சே.

ஆனால் கனடாவில் பிறந்த இந்த கூடைப்பந்து ஒரு குழு விளையாட்டு, நன்றாக ஷூட் செய்யும் வீரர் ஒருவரை எதிரிகள் உள்ளடக்கத் துவங்கி விட்டால் அவர் பந்தைக் கடத்துபவர் ஆக வேண்டும், அடுத்த கட்ட வீரர் கூடையில் போடும் வேலையை செய்ய வேண்டும், இந்த சுழற்சி மாறிக் கொண்டே இருக்கும், இது ஒரு மேலாண்மைக் கல்வி, 'பெருமையைப் பகிர்ந்துகொள்'.

ஒரு புதிய வீரர் அல்லது இருப்பதிலேயே துவக்க நிலையில் உள்ள ஆட்டக்காரர், அவர் ஆடும் ஆட்டமும் விளையாட்டில் மிக முக்கியம், ஆகவே அவரையும் உதாசீனப்படுத்தாமல் அவருக்கும் அதிகாரம் அளிக்கவேண்டும், 'எல்லோருக்கும் அதிகாரம்'.

எப்போதும் தொடர்ந்து விளையாட்டில் பேசிக்கொண்டே இருக்க வேண்டும், ஏதாவது அறிவுறுத்திக் கொண்டே இருக்க வேண்டும், சலசலப்பை உருவாக்கிக் கொண்டே இருக்க வேண்டும், அது நம் வீரர்களுக்கான துப்பாகவும் எதிரிகளுக்குப் புரியாத போர் வியூகமாகவும் இருக்க வேண்டும், 'தொடர்பு வளர்ப்பு'

ஐந்து பேரின் விளையாட்டு சேர்ந்தால் குழு விளையாட்டின் வெற்றி ஒரு மடங்கல்ல இரு மடங்காக வேண்டும். தொழிலில் ஒவ்வொரு வேலையாளின் வேலையும் சிறிதளவு அதிகரித்தால் தொழிலின் வளர்ச்சி பன்மடங்கு அதிகரிப்பது போல, 'தன்னலமற்ற குழு முதலீடு'

இப்படி ஒவ்வொரு விளையாட்டும் ஒரு வேடிக்கை காட்டும், மறக்க முடியாத அந்த இரவு நேர கூடைப் பந்து ஆட்டங்கள் அழிக்க முடியாத இப்படியான சித்திரங்களை நம்முள் வரைந்து விட்டுப் போய்விடுகின்றன.

130

சிரிப்பு

சிரிப்பு என்றவுடன் உங்களுக்கு என்ன தோன்றுகிறது, சிரிப்பு என்கிற அந்த உணர்ச்சி வெளிப்பாடு தான் விலங்குகளிடமிருந்து நம்மை வித்தியாசப்படுத்திக் காட்டுகிறது. இன்றளவும் அந்த உணர்ச்சி இருப்பதால் தான் நாம் உயிருடன் உயர்வுடன் இருக்கிறோம். மகிழ்ச்சியின் வெளிப்பாடு (ஆனந்தக் கண்ணீரையும் மீறி) என்று தான் சிரிப்பை நினைக்கிறோம். ஆனால், சில சமயம் மற்றவர்களின் தேவைக்காகவும் அதைச் செய்ய வேண்டியிருக்கிறது, இணையரின் தேர்வைப் பற்றிய நம் எண்ணங்களின் போர்வையாகக் கூட இதைப் பயன்படுத்துகிறோம்.

சிரிப்பு எத்தனை வகைப்படும், கூகுளில் தேடிக் கொண்டிருக்கிறேன், இன்னும் கிடைத்த பாடில்லை, சிரிப்பு உலகளாவிய மானுட சொற்களஞ்சியத்தின் ஒரு பகுதி, குழந்தையாக இருக்கும்போதே சிரிக்கத் துவங்கிவிடுகிறோம், அழுகைக்குப் பின் பேச்சுக்கு முன் இந்த சிரிப்பு நம்மைத் தொற்றிக்கொண்டு விடுகிறது.

கூச்சத்தின் துவக்கமான புன்னகையில் துவங்கி பேரின்பத்தின் வெளிப்பாடான அதிரடி சிரிப்புவரை பல்வேறு வகையான சிரிப்புகள் இருக்கிறது. அசட்டு சிரிப்பு, ஆணவச்சிரிப்பு, ஏளனச்சிரிப்பு, சாககச் சிரிப்பு, நையாண்டி சிரிப்பு, புன் சிரிப்பு, மழலை சிரிப்பு, நகைச்சுவை சிரிப்பு, அசத்தல் சிரிப்பு

ஸ்ட்ரோக் எனப்படும் பக்க வாதத்தை ஓரளவு வர விடாமல் தடுக்கும் சிரிப்பு என்கிறது நரம்பியற்பியல் துறை, எண்டோர்பின்களை உருவாக்கும் வென்ட்ரோமீடியல் ப்ரீஃப்ரொன்டல் கோர்டெக்ஸின் செயல்பாட்டுடன் சிரிப்பு இணைக்கப்பட்டுள்ளது. சிரிப்பு இரத்த நாளங்களின் உட்புற புறணி, எண்டோடெலியத்தை விரிவுபடுத்துகிறது என்றெல்லாம் தொழில் நுட்ப ரீதியாகச் சொன்னால் எனக்கும் புரியாது, உங்களுக்கும் போரடிக்கும், இரத்த ஓட்டத்தை அதிகரிக்கிறது அவ்வளவு தான், மேலும் எண்டோர்பின் என்பது வலி மறக்கச் செய்யும் ஒரு வேதிபொருள், அது சிரிக்கும் போது அதிகம் சுரப்பதனால் நம் வலிகளை மறந்து போகிறோம்.

சிரிப்பதற்கு நேர்மறை வினைகள் வருவது போல எதிர்வினைகளும் வரும். அது கேலிச் சிரிப்பிலும், கிண்டல் சிரிப்பிலும் நண்பர்கள் தவறாகப் புரிந்து கொள்கையில், தற்செயலான, எதிர்பாராத நட்பை முறிக்கும் வகையிலான ஒரு எதிர்மறைக் கோட்பாட்டையும் உருவாக்கிவிடுகிறது.

சிரிப்பைப் பற்றி எழுதுவதில் இரண்டு காரணங்கள், ஒன்று, அந்த நான்கு ஆண்டுகள் நண்பர்களுடன் நான் சிரித்த சிரிப்பு என் வாழ்க்கையின் வேறு எந்த காலக்கட்டத்திலும் இல்லை, நண்பர்களுக்கு நன்றி. இரண்டு, என்னுடைய சிரிப்பால் நண்பர்கள் யாராவது காயப்பட்டிருந்தால் அதற்கு நிபந்தனையற்ற மன்னிப்புக் கோருகிறேன், உங்களிடமும் தான், அந்த சிரிப்புகளுக்கு உள்ளார்ந்த எந்த முனைப்பும் இல்லை, உங்கள் அன்பைக் கோருவதைத் தவிர.

மனதில் இறுக்கம் தளர்ந்து விட்டாலே மெல்ல புன்னகை தோன்றும், மெல்ல இரத்த நாளங்களில் புதுக் காற்று நுழைந்து, நம்மைப் பரவசப்படுத்தி, நிலை மாற்றி, மெல்ல புவி ஈர்ப்பு விசையிலிருந்து நம்மை உயரே தூக்கும்.

சிரித்துக்கொண்டே பறப்போம்...

131

ராத்திரி ரவுண்ட் அப்

விகடனின் அந்நாளைய பிரபல கட்டுரைகள் 'மிஸ்டர் கழுகும்', 'ஆந்தையாரின் ராத்திரி ரவுண்ட் அப்", சிறகுகள் என்றவுடன் பறவைகளை மையமாக வைத்து வந்த கட்டுரைகளைப் பற்றி எழுதாமல் எப்படி?

கழுகார் அரசியல் சம்பந்தப்பட்டவர், ஆந்தையார் இரவு நேர நிகழ்வுகளை வெளிச்சம் போட்டுக் காட்டுபவர், இரண்டுமே தடதடக்கும் திரில்லர் காட்சிகள் நிறைந்தவை, கொஞ்சம் அசகாய சூரத்தனம் வேண்டும், மீதம் அசட்டுத்தனமான வீரமும் பயம் கலந்த துடுக்குத் தனமும் இருக்க வேண்டும். கழுகாருக்குப் பெரிய அரசியல்வாதிகள் வேண்டும், சென்னையிலேதான் அதற்கான வாய்ப்பு என்பதால் ஆந்தையார்தான் மற்ற எல்லா ஊரிலும் இருப்போம்.

அப்படி ஆந்தையாராகி பெரிய கனவுகளோடு ஐந்து நண்பர்களோடு இரவு டபுள் ஏ வில் புரோட்டா சாப்பிட்டு விட்டுப் புறப்பட்டோம். கொஞ்ச நேரம் சைக்கிள், கொஞ்ச நேரம் நடை பயணம், கொஞ்ச நேரம் டீக்கடை என்று சாதாரணமாகப் போய்க் கொண்டிருந்தது அந்த இரவு. ஆயிரத்தொரு அரேபிய இரவுகள் கதைகள் படித்திருக்கிறீர்களா? அதுபோல ஒரு திரில்லிங்கும் இல்லை, தெரு நாய்களிடம் இருந்து தப்பிக்கும் சில பேருபாயங்களைத் தவிர வேறு சுவாரசியமில்லாமல் மிகச்சாதாரணமாகப் போய் கொண்டிருந்தது இரவு.

மெல்ல மெல்ல சத்தங்கள் அடங்கிக் கொண்டிருந்தது, நாம் பேசுவதே பெரு சப்தமாக ஆகிய போது மணி பனிரெண்டு, பேய்கள் உலா வரும் நேரம் என்று சித்திகள் சொன்ன கதைகளில் கேட்டிருக்கிறேன், அப்படி எந்தப் பேய்களும் வரவில்லை, நம்பினாருக்கு நடராசர் தெய்வம், எங்களுக்கு பேய்கள் பற்றிய எந்தப் பயமும் இல்லை, தில்லைக் காளி துணையிருப்பாள், இரவு கவிழக்கவிழ மெல்ல லோக்கல் நண்பர்கள் வீடுகளுக்குப் போக விடைபெற்றனர், அறுவர் இருவரானோம், போரடிக்கத் துவங்கியது.

இரவு ஒரு போதகர், நாமே நம் உள்ளே சென்று பார்க்கக் கூடிய ஒரு ஊடுருவல் சக்தி அந்த இருட்டுக்குண்டு. ஒரு பேரமைதி நம்மைச் சூழும், அந்தப் பேரமைதிக்குள் நம் வாழ்வின் சூட்சுமங்கள் நிறைந்திருக்கும். நம் பார்வை விரியும் (அதனால் தான் ஆந்தைகளுக்கு பெரிய கண்களோ?) நம் புலன்கள் விழிக்கத்துவங்கும், எச்சரிக்கை உணர்வுகள் தயார் நிலையில் இருக்கும், எதையும் ஊன்றிப் பார்க்க வைக்கும், திறன்கள் உச்சத்தில் இருக்கும், அதனால் தான் படைப்பளிகள் இரவில் விழித்திருப்பார்கள், ஆஹா நானும் ஒரு படைப்பாளி.

தேவையில்லாமல் சுத்திக் கொண்டிருக்கிறோமோ என்று தோன்றியது, இரவு நேரம் ரோந்து போன காவல்துறைக்கும் அதே போலத் தோன்றியிருக்கும் போல, எங்களைத் தூக்கி காவல் நிலையத்தில் உட்கார வைத்தனர். அவசரத்தில் அடையாள அட்டையை எடுத்து வரவில்லை, அள்ளு விட்டது, துறுதுறுப்பு, குறுகுறுப்பு, பரவசம் எல்லாம் போய் மறுதலிப்பு என்னும் உணர்ச்சி மட்டுமே இருந்தது அன்று, ஆந்தையாராவது, ராத்திரி ரவுண்ட் அப்பாவது, இப்படி மாட்டிக்கொண்டோமே, நம் பரம்பரையே காவல் நிலைய வாசற்படி மிதித்ததில்லையே என்ற கழிவிரக்கம் வேறு,

என்ன செய்வதென்று தெரியவில்லை, விடுதிக்கு ஃபோன் போட்டு நண்பர்கள் அனைவரும் அழைக்கலாம், காவல் நிலையத்தை ஸ்தம்பிக்க வைக்கலாம் என்று நண்பர் யோசித்துக் கொண்டிருக்கையில் எப்படியாவது இங்கிருந்து கழண்டு கொண்டால் போதும் என்று எனக்குத் தோன்றியது, ரோந்து போய் திரும்பி வந்த வட்ட ஆய்வாளருக்கும் அதே போலத் தோன்றியிருக்கும் போல, தேநீர் வாங்கிக் கொடுத்து ஒழுங்கா விடுதிக்குப் போய்ச் சேருங்கள் என்று அனுப்பி வைத்தார், (அதன் பின் பல செய்திகளுக்கு உதவியாயிருந்தார், இந்த நிகழ்வில் நாங்கள் உட்கார்ந்திருந்த தொனியையும் என் முக பாவனையையும் சொல்லி சொல்லி கிண்டலடிப்பார், காவல் துறை நிச்சயம் நண்பன்).

விடுதிக்குப் போனால் நண்பர்கள் ஓட்டுவார்கள், எப்போதும் போல் சிதம்பரம் இரயில் நிலையத்தில் ஐக்கியமானோம், அது நம்ம ஏரியா ஒருத்தரும் அசைக்க முடியாது, பன் பட்டர் ஜாம், ஆம்லெட் என்று இரவு முழுவதும் அங்கேயே பழி கிடந்து விட்டு, காலையில்

காலரைத் தூக்கி விட்டுக்கொண்டு விடுதிக்குள் நுழைந்தோம், குப்புற விழுந்தாலும் மீசையில் மண் ஒட்டவில்லை என்று நண்பர்களிடம் சொல்லக் கற்பனைக் கதைகள் ஆயிரம் இருக்கு, அப்போதும் அதற்குப் பின்னும் நண்பர்களிடம் எடுத்துவிட்ட கதைகள் இன்னும் என்னைத் துரத்திக்கொண்டே இருக்கிறது.

ஒரு நண்பன் கூட ஏன் என் கட்டுரை பிரசுரமாகவில்லை என்று கேட்கவேயில்லை,

வடிவேல் சொல்வது போல அவர்கள் எல்லோரும் என் *Beshht Friends*.

132
இடை நிலை மனிதர்கள்

தேசிய சமூக சேவை எனப்படும் NSS நண்பர்களோடு மாலை நேர முதியோர் பள்ளியில் கற்றுக்கொடுக்கும் வாய்ப்பு வந்தது. எல்லோரும் எங்களைவிட வயதானவர்கள், (சிலர் கையெழுத்துக்கூடப் போடத் தெரியாதவர்கள்), நம்மைவிட வயதானவர்களுக்குப் பாடம் எடுக்கும்போது நாம் எவ்வளவு உயர்ந்தவர்கள், கர்வத்தோடு பாடம் எடுத்தேன், இரவுப் பாடசாலை என்று பெயர்.

கேள்வி நேரம் முடிந்ததும் ஒரு வயதான பாட்டி என் கன்னத்தைக் கிள்ளி முத்தம் கொடுத்து விட்டுப் போனார். தன் பேரன் என்று நினைத்தாரோ, நான் சொல்லிக் கொடுத்தது அவருக்குப் பயனளிக்கும் என்று நினைத்தாரோ, எனக்குத் தெரியாது. ஆனால், பண்பாட்டின் துவக்கப் பாடத்தைக் கற்றுக்கொண்டேன் என்றுதான் சொல்லவேண்டும், இரவு முழுவதும் தூக்கம் வரவில்லை,

மனிதர்களைப் பற்றிய எண்ணம் துளைத்து எடுத்தது, வர்ணம் என்னும் அரசியலுக்குள் போகாமல் சிந்திக்கத் துவங்கினேன், சமூக தளத்தில் தங்களை உயர்ந்த தளத்தில் அல்லது இடத்தில் பழகும் மனிதர்களாக அல்லது தங்களுக்கு எல்லாம் தெரியும் என்று நினைத்துக் கொள்பவர்களுக்கு கர்வமும், தங்களை தாழ்ந்த இடத்தில் பழகும் மனிதர்களாக அல்லது தங்களுக்கு எதுவும் தெரியாது என்று நினைத்துக்கொள்பவர்களுக்கு தாழ்வு மனப்பான்மையும் இயற்கையாகவே தங்கள் மனோபாவமாக மாறிவிடுகிறது.

உயர்வு நிலையிலிருப்பவர்கள் தங்களை ஆசிரியர்களாக நினைத்துக் கொண்டு மற்றவர்களுக்கு சொல்லிக் கொடுக்கத் துவங்கி விடுகின்றனர், தாழ்வு நிலையிலிருப்பவர்கள் கேட்கும் மன நிலைக்கு நகர்த்தப்படுகின்றனர், உயர்வு தாழ்வு என்கிற படி நிலை கல்வியாக இருக்குமானால் இது மிகச்சரி, நிதிநிலையாக இருக்குமானால் இது சரி, சமூக விழுமியங்களாக இருக்குமானால் அது சரியா? என்று கேள்வி எழுகிறது, அந்தக் கட்டமைப்பை

உருவாக்கியவர்கள் யார், யார் பண்பாட்டில், கலாச்சாரத்தில் உயர்ந்தவர்,

சிலர் தங்களை உயர்ந்த மனிதர்களாகவும், சிலர் தங்களைத் தாழ்ந்த மனிதர்களாகவும் நினைத்துக் கொண்டு விடுகின்றனர். இந்த ஏற்றத் தாழ்வுகள் இயற்கையின் படைப்புகளில் யதார்த்தம் தான் என்றாலும் அவர்கள் சமதையை நோக்கிப் பயணிப்பதே வாழ்க்கை என்பதாக இருந்தது என் புரிதல், எல்லோரும் இடை நிலை மனிதர்கள் தான், எல்லோரும் இந்த அண்டத்தின் ஒரு சிறு பிண்டம், மேட்டிலிருந்து பள்ளத்துக்குப் பாய்ந்து கடலோடு கலப்பது தானே நீரின் குணம், வெற்றிடம் முழுவதும் தன்னை நிரப்பிக் கொள்வது தானே காற்றின் மணம், விருப்பமோ இல்லையோ காட்டை தனதாக்கிக் கொள்வது தானே தீயின் வேட்கை.

ஆனால் உயர் நிலையில் இருப்பவர்கள் தொடர்ந்து தங்களை ஆசிரிய மன நிலையிலேயே வைத்துக் கொள்வதும், தாழ் நிலையில் இருப்பவர்கள் தொடர்ந்து உயர் நிலையில் இருப்பவர்களைக் குறை சொல்லிக் கொண்டே இருப்பதும் இருவருக்கும் பயன் தராது, அவர்கள் தங்களிடம் இல்லாததை அடுத்தவர்களிடமிருந்து கற்றுக் கொண்டு இடை நிலை மனிதர்களாக தங்களை நிலை நிறுத்துவதே இந்த பூமிப் பந்தின் நோக்கம்,

இங்கே கல்வி மூலமாக நிதிச் சுதந்திரம் அடைந்து அதன் மூலம் எல்லோரும் ஒரு சுயசார்பு நிலைக்கு உயர்ந்து தனக்கு அடுத்து வரப்போகும் தலைமுறையை தம்மை விட உயர்ந்ததாக ஆக்க உழைப்பதே இந்த இயற்கையின், இறைவனின், வாழ்க்கையின் நோக்கமாக இருக்கும்.

ஏனென்றால் இந்த உலகம் எல்லோருக்குமானது, இங்கே எல்லோரும் இடை நிலை மனிதர்களாக மாறுவதற்கான காலவெளி தான் வாழ்வு, இடை நிலையின் நிலையைத் தொடர்ந்து உயர்த்துவது தான் வாழ்வின் சாரம்.

இயற்கை எனப்படுவது யாதெனக் கேட்டால் எல்லோரும் அதனுள் நீக்கமறக் கலத்தல் என்பேன்.

உயரம் எனப்படுவது யாதெனக் கேட்டால்..?

எல்லோரும் சேர்ந்து உழைத்தல் என்போம்.

●

133
தேடல்

ஒவ்வொரு படைப்பாளிக்கும் ஒரு இலகு களமும் ஒரு கடுங்களமும் இருக்கும். எந்தக் களத்தில் அவர் சுலபமாக கம்பு சுத்த முடியுமோ அது இலகு களம். எதில் முடியாதோ, எது அவருக்கு வராதோ அது கடுங்களம். ஆனால், அந்தக் களம் தான் அவரின் பேராசையாக இருக்கும், வராததைத் தேடிப்போவது தானே தேடல், தேடல் உள்ள வரை தான் வாழ்வில் ருசியிருக்கும், தேடல்தானே வாழ்வின் சாரம்.

உங்கள் எல்லாத் தேவைகளும் முடிந்து போய் விட்டால் இந்த வாழ்வு போரடிக்கும் தானே, 'என்ன இந்த வாழ்வு' என்று முடித்துக்கொள்ளலாம் என்று தோன்றிவிடும்தானே, அதுவே நமக்கு வராததை வரவழைக்க முயற்சிக்கும்போது வாழ்க்கை சுவாரசியமானதாக மாறிவிடுகிறது,

ஒரு நல்ல தலைவன் வெற்றியையோ தோல்வியையோ கொண்டாட மாட்டான். ஆனால், அந்த இலக்குக்கான பயணத்தைக் கொண்டாடுவான். அந்த இலக்கை அடைய அவன் பட்ட துயரத்தைக் கொண்டாடுவான், இலக்கின் உயரம், அடையும் முறை, வளர்த்துக் கொள்ள வேண்டிய திறமை, குழு நிர்மானிக்கும் முறை, அவர்களின் திறனாய்வு, தன் நோக்கை குழுவுக்குப் புரியவைக்கும் ஆற்றல், இலக்கின் மேல் சிதறல் இல்லாத கவனம், பெறப்போகும் வெற்றியின் முக்கியத்துவம், இதை எல்லாவற்றையும் கொண்டு செலுத்தும் ஆளுமை, அதுதான் அவனுக்கு இன்பமானது.

வென்றால் அது மற்றவருக்கான அறிவியல், தோற்றால் அந்த அறிவியல் நமக்கானது அவ்வளவுதான்.

தேடல் இரண்டு வகைப்படும், ஒன்று புரிதலுக்கான தேடல், கற்கும் கல்வியிலும் அறிவியல் கருத்துக்களிலும் கூட உண்மையின் தன்மையை உறுதிச் செய்வதற்கான இந்தத் "தேடல்" ஒரு வகை. ஒவ்வொரு பொருள்கள் (பொருள் பன்மை), கருத்துக்கள், அறிக்கைகள், ஆய்வுகள் தொடர்பிலும் மேலதிக "தேடல்" அவசியம். இந்த "தேடல்" ஒரு மனிதனை நெறிப்படுத்தும்.

இன்னொன்று அங்கீகாரத்துக்கான தேடல், நமக்குள் இருக்கும் திறமை என்ன, அதன் உயரம் என்ன, அளவீடுகள் என்ன, நம்மை நாம் வெற்றி கொள்வது எப்படி, அந்த திறமை மூலம் எதிர் பாலினத்தவரைக் கவர முடியுமா, அடுத்த தலைமுறையை நம்மை விட உயர்ந்ததாக வழிப்படுத்த முடியுமா, இந்த தேடல் ஒரு மனிதனை நிலைப்படுத்தும்.

முதல் தேடல் பொருள் சார்ந்ததாக, நமது படிப்பு, திறமை, எழுத்து, பதிவு, பணம் என்பது போன்ற அளவீடுகள் செய்வதாக, அளவீட்டு அளவீடுகள் செய்ய ஏதுவானதாக, பொருண்மை சார்ந்ததாக (existent, measurable, Consistent) இருக்கும்.

இரண்டாவது தேடல் உணர்வு சார்ந்ததாக, நமது இன்பம், அமைதி, மதிப்பு, சமூக அங்கீகாரம், என்பது போன்ற அளவீடுகள் செய்ய முடியாததாக, கணிக்க முடியாததாக, மாறும் தன்மை உடையதாக (Unjustifiable, non measurable, inconsistent) இருக்கும்.

அப்படி எனக்கான கடுங்களம் இரண்டாவது தேடல் - நடிப்பு நாடகம், கதை, கட்டுரை, கவிதை முயன்று பார்த்தாகிவிட்டது நடிப்பு வருமா? நாடகம் எழுத வருமா? என்று சந்தேகம், அதை முயற்சிப்பதற்கான களம் அந்தக் காலத்திலே, கல்லூரியிலே இல்லை, உங்களுக்கும் இதுபோன்ற தேடல் இருக்கும்தானே.

வாய்ப்புகள் இல்லையென்றால் அதை உருவாக்கிக் கொள்வதுதானே மனிதனின் இயல்பு.

●

134
நாடகம்

உலகமே ஒரு நாடக மேடை என்பதெல்லாம் பொய், இங்கு நிறைய பேருக்கு நடிக்கத் தெரியாது, நடிப்பதாக நினைத்துக் கொண்டிருப்பார்கள், தன் நடிப்பால் பிறரைக் கவர்ந்துவிட்டதாக, பிறரை ஏமாற்றிவிட்டதாக இறுமாந்து கொள்வார்கள். ஆனால், இங்கு ஏமாறுபவர்கள்தான் அதிகம்.

இரண்டு வாய்ப்புகள் நாடகம் போட, (ஒன்று சிதம்பரம் நகரத்தார் சங்க ஆண்டு விழாவில் கெஞ்சி வாங்கிய வாய்ப்பு, இன்னொன்று பல்கலையின் பொறியியல் புல உருவாக்கப்பட்ட புதிய இலக்கிய விழா) இரண்டும் குழு விளையாட்டு, ஆறு முதல் பத்து பேர் நடிக்கக் கூடிய கதைக் களம், வாய்ப்பு கிடைத்தவுடன் தான் பதற்றமே வரும், சும்மா இருந்திருக்கலாமோ என்று தோன்றும், சொதப்பி விட்டால் மானம் போகுமே என்று பதறும், எப்படியாவது வாய்ப்பு தந்தவர்களின் பெயரைக் காப்பாற்ற வேண்டுமே என்று மணியடிக்கும், சும்மாவே தூக்கம் வராது, இப்போது கேட்கவே வேண்டாம்.

சிதம்பரம் இரயில் நிலையத்தின் சைவ மற்றும் அசைவ உணவகத்துக்கு நன்றி சொல்லவேண்டும். அங்கு வைத்து எழுதிய கதைகள் தான் அவையிரண்டும், முதலில் எழுதியதைக் கதைகள் என்று சொல்ல முடியாது, எல்லோரையும் சிரிக்க வைக்க, வெங்காய பஜ்ஜி போல துணுக்கு தோரணங்களாகத் தொங்கவிட்ட கலர் கண்ணாடிகள் என்று வேண்டுமானால் சொல்லலாம். ஒய்.ஜி. மகேந்திரேன், எஸ்.வீ.சேகர், காத்தாடி இராமமூர்த்தி, மௌலி, கிரேசி மோகன் போன்றவர்களின் நாடகங்களால் கவரப்பட்டு, நகைச்சுவை இருந்தால் தான் நாடகம் என்றெண்ணியிருந்த காலம் அது.

ஒத்திகையில் இரண்டு வெளியீடுகள் புரிந்தது, ஒன்று யாருக்கும் நடிக்க வரவில்லை, இரண்டு கதை என்று ஒன்று அதில் இல்லை, இலவு காத்த பல இரவுகளும், எழுதி அடித்த காகிதங்களும், மூளைச்சாவு அடைந்த கதைகளும், கனவுகளில் என்னை அடிக்க

வந்த அந்த கதாபாத்திரங்களும், பாடத்தில் வந்து பயமுறுத்திய கதை நிகழ்வுகளும், நேரம் தெரியாமல் கொடுக்கப்பட்ட அஸைன்மெண்ட்டுகளும், தப்புத்தப்பாய் செய்த காரியங்களும், இரவு பகல் என்ற பேதம் புரியாமல் உறங்கிக் கழித்த நாட்களும், திரும்ப திரும்ப என்னை கையாலாகாதவனாகவே காட்டியது, திட்டமிடல் என்ற ஒன்று அன்று இல்லவே இல்லை.

நாட்கள் நெருங்கும்போது, நேர்மறை அழுத்தம் ஒன்று நம்மையறியாமல் தொற்றிக்கொள்ளும், நூலகப் பயன்பாட்டில் ஒரு கதை கிடைத்தது, தன்னைப் பற்றி தந்தை புரிந்து கொள்ளவில்லையே என்று கவலைப்படும் மகனும், மகனைப் பற்றி அதிகம் அக்கறை கொண்ட ஆனால் அதைப் புரிய வைக்கத்தெரியாத தந்தையும் என்னும் அதரப் பழசான கதை, அதில் துணுக்கு தோரணம் கட்டி ஒரு மாதிரி சமாளித்து அரங்கேற்றினால் அடிக்கடி வசனத்தை மறந்து வெறுப்பேற்றினர் நண்பர்கள்.

அப்போது ஒரு உத்தி வந்தது, அசரீரீ என்று ஒரு கதாபாத்திரம், யார் வசனம் மறந்தாலும் அந்த அசரீரீ வந்து வசனத்தைச் சொல்லி மண்டையில் தட்டும் என்று இயக்குனர் வேலையில் இருந்து அசரீரீ வேலைக்கு பதவி உயர்வு பெற்றேன். கதாநாயகன் வேடத்தையும் தியாகம் செய்ய வேண்டி வந்தது, மானத்தைக் காக்க தியாகம் செய்ய முற்பட்டேன்.

ஆனால் ஒரே வசனத்தை ஒரே மாதிரி மறக்க மாட்டார்களே, மறக்கும் வசனம் மாறிக் கொண்டே இருக்குமே, பார்க்கும் நேயர்களுக்கு போரடிக்கவும் கூடாது, இந்த ஒட்டு வேலை தெரியவும் கூடாது, எந்த வசனம் மறந்தால் எப்படி அந்த அசரீரீ அதை ஒட்டு வேலை செய்து மக்களை சிரிக்க வைக்க வேண்டும் என்று நாடகத்தை மாற்றியமைத்தோம்,

இடையிடையே விளம்பர இடைவேளை என்று சின்ன சின்ன சித்து வேலை செய்தோம், மம்மி டாடி என்று ஒரு கடை அப்போது பிரபலம், ஓயாமல் 'மம்மி டாடி... மம்மி டாடி... என்று உயர் குரலிலிருந்து கீழ் குரல் வரை கத்தும் விளம்பரம் போட்டு சாகடிப்பார்கள், அதை உல்டா செய்து 'ஆயா அப்பத்தா... ஆயா அப்பத்தா... ஆயா அப்பத்தா' என்று அசரீரீயைக் கத்த வைத்தோம், இரும்பாலான ஆஜானுபாகு சிலையுடைய

ஆவிச்சி 299

எம்.ஆர்.எஃப். விளம்பரமும் பேர் போனது. அதற்கு ஒரு ஒல்லிப்பிச்சான் நண்பரைப் பிடித்து சைக்கிள் டயரைத் தூக்கிக்கொண்டு சுற்ற வைத்தோம்.

இறுதியில் நாடகம் முடிந்த போது, இது போன்ற அசரீரீ நம் வாழ்விலும் இருந்தால் இறந்து போன கனங்களை உயிர்ப்பிக்கலாம், உறவுகளைப் புதுப்பிக்கலாம், தோற்றுப்போன தேர்வுகளில் நூற்றுக்கு நூறு வாங்கலாம் என்று முடித்தபோது இரண்டு நிகழ்விலும் கைதட்டல் பலவித அதிர்வுகளை உண்டாக்கியது, நடித்த நண்பர்கள் அனைவரும் ஆட்டோகிராஃப் வாங்கும் இடத்திலிருந்து கொடுக்கும் இடத்துக்கு இடம் பெயர்ந்தோம்.

நூற்றுக்கு நூறு

135

போர்ட்ட நோவா என்னும் பரங்கிப் பேட்டை

சுற்றுலா தாகம் இருப்பவர்களுக்கு எப்போதும் புதுப்புது இடங்கள் தென்படும், தேடுபவர்களுக்கான உலகம் தானே இது, கொலம்பஸ், வாஸ்கோடகாமா என்று ஊர் சுற்றியவர்களின் பார்வையிலே தானே இந்த உலகின் வரலாறு எழுதப்பட்டிருக்கிறது. தேடல் இல்லாதவர்களை, தேங்கி இருப்பவர்களை பழங்குடிகள் என்று இந்த உலகம் அழித்திருக்கிறது, அதனால் தான் தேசாந்திரியாக இந்த உலகை வலம் வர ஆசைப்பட்டேன், ஆனால் என்னை வளர்த்த சமூகமும், வளர்ந்த சூழலும் அந்த வாழ்க்கை முறையை அனுமதிக்கவில்லை.

ஆனாலும் சின்னச் சின்ன சுற்றுலா மூலம் அனுபவங்களின் பரிணாமத்தையும் அளவுகோல்களையும், விஸ்தீரணங்களையும் இன்றும் அளந்து கொண்டு தான் இருக்கிறேன்.

அன்று அப்படிச் சென்ற இடம் தான் *Porto Novo* என்கிற பரங்கிப் பேட்டை, சிதம்பரத்தில் படித்ததால் அதன் மிக அருகில் இருக்கும் ஒரு அருமையான சிறு கிராமம். ஆனால் கிராமம் என்று சொல்லமுடியாதபடி நகரத்தின் சாயலும் இருக்கும், இந்தியாவை பல நாடுகள் ஆண்டிருக்கின்றன, ஆங்கிலேயே ஆட்சியைப் பற்றி மட்டுமே படித்த எனக்கு, ஃபிரெஞ்சுக்காரர்கள் ஆண்ட பாண்டிச்சேரியும், போர்ச்சுகீசியர்கள் ஆண்ட பரங்கிப் பேட்டையும் ஆச்சர்யமூட்டுவதாக இருந்ததில் ஆச்சர்யமில்லை.

வடக்கே கோவாவையும் தெற்கே பரங்கிப் பேட்டையையும் தங்களுடைய துறைமுகங்களாக வைத்திருந்தனராம் போர்ச்சுகீசியர்கள். சிதிலமடைந்த கலங்கரை விளக்கமும், பாழடைந்த கோட்டை மதில்களும், இடிபாடுடன் காட்சி தரும் இரும்புத் தொழிற்சாலையும் (ஆசியாவின் முதல் என்கிறது இங்கிருக்கும் பெயர்ப்பலகை) அதன் வரலாற்றின் சாட்சியங்களாக இன்றும் நின்று கொண்டிருக்கின்றன. வெள்ளைக்காரர்களை பரங்கியர் என்றும் அவர்கள் அதிகம் வாழ்ந்த இடத்தை பரங்கிப் பேட்டை என்று அழைத்ததையும் புரிந்து கொள்ள முடிகிறது.

ஆனால் பரங்கிப் பேட்டையின் கலந்து பட்ட கலாச்சாரம் இன்றும் புரியாத புதிராக இருக்கிறது.

பழுப்பு கலந்த வெள்ளையர்கள் ஒரு பக்கம், அரேபிய வாசம் கலந்த தமிழ் முஸ்லீம்கள் இன்னொரு பக்கம், ஆப்பிரிக்க வம்சம் கலந்த முஸ்லீம்கள் மற்றொரு பக்கம், புலம் பெயர்ந்து வாழும் தமிழ் முஸ்லீம்கள் வேறொரு பக்கம், சொந்த மண்வாசம் மிகுந்த தமிழர்கள் கடைசிப் பக்கம், ஒருமைப்பாட்டிற்கு ஒத்த இடத்தைப் பார்க்க வேண்டுமானால் இந்த இடத்தைப் பார்க்கலாம்.

வருணபுரி என்று வரலாற்றால் அழைக்கப்பட்ட இடம் பின் கிருஷ்ணபுரியாக உருமாறி பின் பரங்கியர் பேட்டையாக சொல்லேறி, வாயில் நுழையாததால் நோவாத் துறைமுகம் என்று டச்சுக்காரர்களால் ஆளப்பட்டு கடைசியில் போர்ச்சுகீசியர்கள் வசம் வந்து 'போர்ட்டோ நோவோ' வாக இன்று அறியப்படுகிறது. சோழர் காலத்தில் அரேபியர்களுடனான கடல் வர்த்தகத்தில் மிக நுட்பாக அறியப்பட்ட இடம் இந்த வருணபுரி. ஆற்காடு நவாபின் காசுப்பட்டறையாகவும் கஜானாவாகவும் இருந்திருக்கிறது.

பத்துப் புலங்கள் கொண்ட அண்ணாமலைப் பல்கலையின் *Marine Biology* எனப்படும் கடல்சார் உயிரியல் கல்லூரியும் இங்கு இருக்கிறது. அதன் கடல் சார் உயிரினங்களின் அருங்காட்சியகத்தையும் இங்கு பார்க்கலாம், கலந்துபட்ட கலாச்சார சின்னங்களையும் மக்களையும் பார்க்கும்போது அதன் பின்னணியில் நடந்திருக்கும் போர்களையும் அதன்பின் நடந்திருக்கும் கலாச்சார திணிப்புகளையும், மக்களின் மாறும் பண்பாட்டையும், கலப்பின மக்கள் தங்களின் பாரம்பரியத்தின் வேர்களை உணரமுடியாத வலியையும் எப்போதும் இங்கே உணரமுடியும்.

எப்போது மழை வரும் எப்போது மழை நிற்கும் என்று சொல்ல முடியாத வருணபுரியிடம் பிரியாவிடை பெற்று பேருந்தில் ஏறும் போது வரலாற்றுக் காற்று நமக்குள் புகுந்து கொள்வதை நம்மால் தடுக்கவே இயலாது.

136

விகடன் பயிற்சிப் பட்டறை

மூன்று நாட்கள் சென்னை தியாகராய நகர் மீனாட்சி திருமண மண்டபத்தில் நடந்த விகடன் பயிற்சி பட்டறை தான் நான் பங்குபெற்ற முதல் கல்விசாரா பயிற்சி வகுப்பு. மூன்று நாட்களும் சாப்பிடும் நேரம் தவிர நம்முள் ஒரு தணியாத தாகத்தை, தமிழ் ஊற்றை, (ஒரு நிகழ்வைப் பற்றிய) அறிக்கை தயார் செய்யும் உத்தியை, வேகமாக செயல்படும் முறையை, அதையும் அழகாகச் செய்யும் நேர்த்தியை நம்முள் ஊற்றி விடுவார்கள்.

பொம்மை செய்யும் கலையைப் போல, களிமண்ணை நன்றாக பிசைந்து பிசைந்து ஒரு இசைவான பக்குவத்துக்குக் கொண்டு வருவது போல, வெல்லப்பாகைக் கிண்டிக் கிண்டிப் பதப்படுத்துவது போல, சப்பாத்தி மாவை நீருற்றி நீருற்றி கெட்டிப்படுத்துவது போல (மூன்றும் வெவ்வேறு நிலை மாற்றிகள்).

பொறியியல் கலைச் சொற்களில் சொல்வதானால் இரும்பைக் காய்ச்சி அதை தேவையான வார்ப்பில் விட்டு அச்சு எடுக்கும் ஃபவுண்டரியை ஒத்தது, அது ஒரு அழகான கலை, கொஞ்சம் அதிகமானாலும் மூளைச் சலவையாக ஆகிவிடக் கூடிய அபாயம் இருப்பதால் பதம் முக்கியம்.

எஸ்பா என்று அன்பாக அழைக்கப்பட்ட ஆசிரியர், எல்லோருக்கும் எப்போதும் பிடித்த துணை ஆசிரியர் மதன் (கார்ட்டூனிஸ்ட் மதன்), அந்தக்காலத்தின் ரோல் மாடல் என்றறியப்பட்ட அசோகன் அண்ணா (இப்போதைய தமிழ் இந்து ஆசிரியர்) ஆதர்ஸ நிருபர் சுபா மேடம், துப்பறியும் சிங்கம் சௌபா அண்ணன், அஞ்சா நெஞ்சன் ஆரோக்கியவேல், திரைத்துறைக் கதவு தட்டிக் காத்திருந்த சு.கணேசன் அண்ணன், தம்பி திருப்பதிசாமி, இப்படி நிறைய ஆளுமைகள் சந்திக்கக் கிடைப்பார்கள், அவர்களைச் சாதாரண மனிதர்களாக அறிவதே பெரிய வித்தை, கண்கள் விரிய அவர்களை அவதானிப்பதை விட்டுவிட்டு அவர்கள் சொல்வதை உள்வாங்குவது பெரிய காரியமாக இருந்தது.

நாம் எப்போதும் அப்படித்தான், வெற்றி பெற்றவர்கள் சொல்வதை விட்டுவிட்டு அவர்களை அவதானிப்பதையே மதமாகக் கடைப்பிடிப்போம், அவர்கள் நகர்ந்து விடுவார்கள் நாம் அவர்கள் இடத்துக்குப் போக வேண்டும், அல்லது அவர்களைத் தாண்டி, இந்த அறிவியலை ஏற்படுத்துவது தான் இந்த பயிற்சி பட்டறைகளின் நோக்கம்.

அயன்புரம் சத்திய நாராயணன் என்று ஒரு வாசகர், அவர் ஆண்டு தோறும் நன்றாகப் பணியாற்றிய ஒரு மாணவ நிருபருக்குப் பேனா பரிசளிப்பார், அதை வாங்கவில்லையே என்று நாள்தோறும் கவலைப்பட்ட சீனியர்களைக் கண்டு ஆச்சர்யப்பட்டிருக்கிறேன். கடையில் சாதாரணமாக வாங்கக்கூடிய வெறும் ஒரு பேனா எவ்வளவு தாக்கத்தை ஏற்படுத்தி விடுகிறது, சமீபத்தில் உருவான பேனா சிலை அரசியலுக்கும் இதற்கும் துளிகூட சம்பந்தமில்லை என்று நீங்கள் நம்பித் தான் ஆகவேண்டும்.

உலகம் முழுதும் காற்று நிரம்பி இருந்தாலும் நமக்குத் தேவையான காற்றை மட்டும் நுரையீரல் உள்வாங்கிக் கொள்வதைப் போல, தன் போக்கில் இயங்கிக் கொண்டிருக்கும் உலகத்திடமிருந்து மக்களுக்கு வேண்டிய செய்தியை மட்டும் உருவி மக்களிடம் தரும் பத்திரிகையாளனாக உருவான தருணம் என் வாழ்வின் ஒரு பேரொளி என்றால்,

அதில் நம் விருப்பு வெறுப்புகளை ஒரு துளி கூட சேர்க்காமல் ஒரு மூன்றாம் மனிதன் போல் அதை எழுத வேண்டிய அவசியத்தையும், படிப்பவனுக்கு மிதமிஞ்சிய வாசிப்பனுபத்தைத் தர வேண்டிய எழுத்துச் சித்தியையும் கற்றுக் கொடுத்த அந்த பயிற்சிப் பட்டறை ஒரு பேருளி.

நீங்கள் அனுபவித்த ஆகச்சிறந்த பயிற்சி பட்டறை எது?, வாழ்க்கை என்றால் அது பொய்யில்லை.

137

பட்டிமன்றம்

ஔவை நடராஜன், மற்றும் குழுவினரை ஏற்பாடு செய்த பட்டிமன்றத்திற்கு நாள் நெருங்கிவிட்டது. பிட் நோட்டீஸ், சுவரொட்டி, ஆட்டோ விளம்பரம் என்று ஊரையே அல்லோல கல்லோலப் படுத்தி விட்டு திரும்பிப் பார்த்தால் பதினைந்து பைசா தபால் கார்டில் 'என்னால் வர இயலாமைக்கு வருந்துகிறேன்' என்று எழுதி அனுப்பிவிட்டு என்னுடைய அரசியல் எதிர்காலம் பற்றியெல்லாம் கவலையில்லாமல் ஒதுங்கிக் கொண்டார் ஔவை நடராஜன்.

வாழ்க்கை எப்போதெல்லாம் உங்கள் முன் சவால்களை நிறுத்துகிறதோ கூடவே இரண்டு மூன்று பாதைகளையும் வைக்கும். ஆனால் எல்லாப் பாதைகளும் முட்டுச் சந்துகளாகவே தெரியும், அந்தச் சந்துகள் வழியே போவதை விட திரும்பிப் போவதே மேல் என்று சொல்லும், திரும்பிப் போனால் உங்களால் எங்கேயும் போய் சேர முடியாது, இருக்கும் நிலையிலிருந்து பின்னுக்குத் தள்ளப்படுவீர்கள்.

துணிந்து ஏதாவது ஒரு பாதையைத் தேர்ந்தெடுத்து அதன் முட்டும் சுவர்களைப் பெயர்த்தெடுத்தால் அது தான் உங்கள் எதிர்காலம். கீழ் வானத்தை நோக்கி உங்களை அழைத்துச் செல்லும் வெட்ட வெளி.

அப்படியான ஒரு சந்தர்பத்தில், ஒரு வாரத்தில் நடக்கவிருந்த பட்டிமன்றத்திற்கு நடுவரும் பேச்சாளர்களும் வரவில்லை எனும் போது எனக்கும் அந்த முட்டுச் சந்துகள் தெரிந்தன.

கல்லூரி உணவகத்தின் தேநீருக்கும் காப்பிக்கும் ஒரு தனிச் சுவை உண்டு, ஒரு ஸ்பூன் துணிச்சல், ஒரு ஸ்பூன் உத்வேகம், ஒரு ஸ்பூன் பேரார்வம், ஒரு ஸ்பூன் வெறி, அப்புறம் அழகு, மோகன் அண்ணன் போன்ற நண்பர்களை அடையாளம் காட்டும் பார்வை,

அப்புறம் என்ன, எதையும் வென்று விடலாம் இந்த பூமியில், கலங்கி நின்று கொண்டிருந்த என்னைத் தூக்கி நிறுத்தியது இந்த தூண்கள் தான். பெரிய பிரச்னைகள் வரும் போதெல்லாான்

வீரனுங்க சொல்லும் வார்த்தை என்ன தெரியுமா? பார்த்துக்கலாம்... (சொன்னது நானல்ல, என் நண்பர்கள்... நண்பேண்டா... வீரனுங்கடா)

என்னை நகர விடாமல், பட்டிமன்ற பேச்சாளர்களை ஒரு பட்டியல் தயார் செய்தனர். யாரைத் தொடர்புகொள்ள முடியும், யாரைத் தொடர்புகொள்ள முடியாது, அதிலிருந்து ஒரு புதுப் பட்டியல், மறுநாள் அதிகாலை (தொலைத் தொடர்பு அதிகம் பயன்பாட்டில் இல்லாததால்) ஆளுக்கொரு பக்கம் பயணப்பட்டனர், மாலை புதுப் பேச்சாளர்களின் ஒப்புதலோடு விடுதி வந்து சேர்ந்தனர்.

மறுநாள் காலை புது பிட் நோட்டீஸ், புது சுவரொட்டிகள், புது ஆட்டோ விளம்பரம், புது பிரச்சாரம், பம்பரமாய் வேலை செய்த அந்த நாட்களை க்ளோன் செய்து வைத்துக் கொண்டால் வாழ்க்கை முழுமைக்கும் நம்மால் உற்சாகமாக இருக்க முடியும். அரங்கம் நிறைந்த பட்டிமன்றத்தை வெற்றிகரமாக நடத்தி, கைதட்டல் வாங்கி, வயிறு குலுங்க சிரிக்க வைத்து, பட்டுக்கோட்டையாரை மீண்டும் ஒருமுறை பாமர மக்களிடம் அறிமுகம் செய்த போது கிடைத்த மன நிறைவுக்கு இன்றுவரை ஈடு தேடிக்கொண்டே இருக்கிறேன், ஜோடி கிடைக்கவில்லை.

கையில் பணமில்லாமல் கடன் வாங்கி ஒவ்வொரு பேச்சாளருக்கும் ஆயிரம் ரூபாய் கொடுத்த போது மனதில் பெரிய மிராசுதார் என்ற நினைப்பு மேலோங்கி நின்றது. நட்புக்காக பேச்சாளராக உருமாறிய அழகப்பனுக்கும், எந்த எதிர்பார்ப்பும் இல்லாமல் உதவிய சீனியர் மோகன் அண்ணனுக்கும், கூட உழைத்த நண்பர்களுக்கும் இன்னும் என் அடி நெஞ்சில் நன்றிகளை சேமித்து வைத்திருக்கிறேன்.

எந்தக் காதலும், எந்த களிப்பும், எந்த கேளிக்கையும், எந்த போதையும் தர முடியாத பேரூக்கத்தைத் தரக்கூடியது தோல்வியிலிருந்து எழுந்து நிற்கும் இது போன்ற வெற்றிகள். அதனால் தான் இன்று மேலாண்மையியலில் இதை *'Success is the biggest motivator'* என்று பாடம் எடுக்கிறார்கள்,

உங்களுக்கும் இது போன்ற தோல்வியிலிருந்து உயிர்த்தெழுந்த வெற்றிக் கதைகள் இருக்கும்தானே, இல்லை என்றால் இன்றைய

தோல்வியிலிருந்து ஒரு வெற்றியை உருவாக்குங்கள், பின் அதையே பழக்கமாக்குங்கள், தினந்தோறும் உருவாக்கும் இந்த வெற்றிகள் இணையரிடம் சாகசக் கதைகளாகப் பீற்றிக் கொள்ள உதவும், அது முடியாதெனில் குறைந்த பட்சம் பிள்ளைகளிடமாவது, அதுவும் செல்லுபடியாகவில்லையென்றால் என் போன்ற நண்பர்களிடம், நிச்சயம் என் போன்ற நண்பர்களின் செவிகளும் இதயமும் உங்கள் கதைகளுக்காகக் காத்திருக்கும்,

உங்களைப் போலவே!

138
இலக்கியச் செயலகம்

அண்ணாமலை பல்கலையும் ஆளுமைக் கட்டமைப்பும் என்று ஒரு ஆய்வு நடத்தலாம், முனைவர் பட்டத்துக்கு நிச்சயம் தகுதி வாய்ந்த ஆய்வு, தெருவோடு போய்க்கொண்டிருந்தவனை உன்னால் முடியும், உன்னால் முடியும் என்று தொடர்ந்து வாதாடி அவனை ஒரு ஆளாக்கி விடுவார்கள். நம்மைப் பற்றி நமக்கே பெரிய அபிப்ராயம் இல்லாவிட்டாலும் கூட அவர்கள் நம் மேல் வைத்த நம்பிக்கைக்காக உழைக்கத் துவங்கிவிடுவோம். அந்த உழைப்பு நம்மைத் தூக்கி நிறுத்தும், உழைப்பு நம்மை வித்தியாசப்படுத்தும், மெல்லத் தரம் உயர்த்தும், மெய் வருத்தக் கூலி தரும், உயரத் தூக்கிச் செல்லும்.

பதவிகள், கல்வி சாரா வேலைகள் இவை எல்லாவற்றையும் மூட்டை கட்டி விட்டு படிக்க வேண்டும் திரும்பவும் கிரேடுகளை உயரப் பறக்க விட வேண்டும் என்று உழைக்கக் காத்திருந்தவனைக் கூப்பிட்டு ஒரு புதிய பதவியை உருவாக்கி உட்கார வைத்தால்? அப்படித் தான் இங்கு நிறைய ஆளுமைகள் உருவாக்கப்படுகிறார்கள்.

ஐம்பெரும் திணைகள் அல்லது கூறுகள் கொண்டதாக ஆளுமை இருக்கிறது என்று பின்னாளில் உளவியல் பாடத்தில் தெரிந்து கொண்டேன், OCEAN என்று இதை ஆங்கிலத்தில் அழைப்பார்கள் *(Openness, Conscientiousness, Extraversion, Agreeableness and neuroticism)*

★ அனுபவத்துக்கான அகத்திறப்பு.

★ மனசாட்சி.

★ புறம்போக்கு (அ) மற்றவர்களுடன் பழகும் தன்மை.

★ ஒத்திசைவு (அ) ஏற்றுக் கொள்ளும் தன்மை.

★ நரம்பியல்வாதம் (அ) உணர்ச்சி நிலைத் தன்மை.

இந்த ஐந்தையும் வைத்துத் தான் ஆளுமைகள் கட்டமைக்கப் படுகின்றன என்றாலும் கூட அதற்கான வாய்ப்பு வர வேண்டுமே,

தினந்தோறும் அந்த வாய்ப்புகள் வாசலில் காத்திருக்கிறது என்றாலும் கூட அந்த பதின்வயதுகளில் அதை இனம் காண முடியாது, வலிந்து கொடுக்கப்படும் இது போன்ற வாய்ப்புகள் தான் நம்மை உருவாக்க முடியும்.

ஆறுபேர் கொண்ட பொறியியல் புல நிர்வாகக் குழு எங்களை அழைத்த போது படிப்பே தெய்வம் என்று புத்தகங்களுக்குள் மூழ்கிக் கிடந்தேன். டீன், வார்டன், முக்கியமான துறைத் தலைவர்கள் உள்ளிட்ட நிர்வாகக்குழுவில் மாணவர் நிர்வாகத்துக்கு இரண்டு புதிய பதவிகளை உருவாக்கி இருப்பதாகச் சொன்னார்கள், இலக்கியச் செயலாளர், சுகாதாரச் செயலாளர் என்கிற பதவிகளைப் பரிந்துரைத்தனர், நண்பர் மீனாட்சி சுந்தரம் தேர்தல் நடத்தி சுகாதாரச் செயலாளராகத் தேர்ந்தெடுக்கப் பட்டார். நான் இலக்கியச் செயலாளராக தேர்தலே இல்லாமல் ஒரு மனதாகத் தேர்ந்தெடுக்கப்பட்டேன். காரணம் திரு இரத்தின சபாபதி ஐயா,

பட்டிமன்றம், வழக்காடுமன்றம், நாடகம், கலந்துரையாடல், கருத்தரங்கம், கலாச்சாரத் திருவிழா (லே ஃபீனிக்ஸ்), இரண்டு மாதங்களுக்கு ஒன்று என்று கலந்து கட்டி ஆறு விழாவாகத் திட்டமிட்டு அந்த ஆண்டை மிகச் சிறப்பாக நடத்தி வெற்றி கண்டோம், என்னோடு பணியாற்றிய அத்தனை நண்பர்களாலும் மட்டுமே இது சாத்தியம்.

இதுபோன்ற காலங்களில், பூமியை விட்டு மெல்ல விலகத் துவங்குவோம், வெற்றி பெற்றவுடன் மெல்ல அரசியல் தலை தூக்கும் அப்போது சுதாரித்து வெளியே வந்து விட வேண்டும், பூமியைப் போல அல்ல வானம், பூமியில் இருந்தே விழுந்தால் சிறிய அடி உடனே எழுந்தும் விடலாம், ஆனால் வானத்திலிருந்து விழுந்தால் அடி பலமாக இருக்கும், எழுவதும் சிரமம், ஆனால் ஆளுமை என்னும் சிறகு முளைக்கத்துவங்கி விட்டால் விழாமல் பறக்கலாம், மரத்துக்கு மரம் தாவலாம், அரசியல் எட்டாத உயத்துக்குப் பறக்கலாம், அரசியலே உங்களை அண்ணாந்து பார்க்கும்.

●

139

இரத்தின சபாபதி ஐயா

வார்டனாக இருக்கும் போதிருந்து என்னுடைய நடவடிக்கைகளை கூர்ந்து கவனித்து வந்திருக்கிறார் திரு. இரத்தின சபாபதி ஐயா. நூலகம், பத்திரிகை சேவை, கல்லூரி இதழ்களில் எழுதிய கட்டுரைகள், இரவு நேர இரயில் நிலைய கிறுக்கல்கள், விடுதி மெஸ் கணக்குகள் மேற்பார்வை, அதிகாலை காய்கறி சந்தை பேரம், என்று கட்டுப்பாடில்லாத பறவையாக வாழ விரும்பிய எனக்கு ஒரு புதிய பதவியை உருவாக்கிக் கௌவரவித்தார். வேறு யாரும் போட்டியிடாமல் அறிவிப்பாகவே வெளியிட்டார், என்னை நானே நம்பியது அப்போதிருந்து தான்.

அண்ணாமலைப் பல்கலைக்கழகத்தின் முதல் இலக்கியச் செயலாளர் என்னும்போதே வானம் தெரிந்தது.

அவருடைய தொலை நோக்குப் பார்வை அளவில்லாதது, அந்த ஆண்டு தான் ப்ளேஸ்மெண்ட் செல் எனப்படும் வேலை வாய்ப்பு உள் அலுவகத்தை ஐயா தலைமையில் உருவாக்கினோம். அவருடைய முழு வெள்ளை உடையும், தங்கச் சட்டகக் (ஃப்ரேம்) கண்ணாடியும், தெத்துப் பல் சிரிப்பும் இன்றும் மறக்க முடியாதது. இன்று எல்லாக் கல்லூரிகளிலும் நடைமுறையில் இருக்கும் இந்தத் துறையை அண்ணாமலை பொறியியல் புலத்தில் உருவாக்கியது நாங்கள் என்று நினைக்கும் போது உண்மையிலேயே பெருமையாக இருக்கிறது, அவருக்குக் கீழ் வேலை பார்ப்பது ஒரு சுகானுபவம், வலிக்காமல் வேலை வாங்குவது எப்படி என்பதை இலவசமாகக் கற்றுக்கொண்டேன்.

நிறுவனங்களுக்குக் கடிதம் எழுதுவது, கேள்விகளுக்குப் பதில் போடுவது, கல்லூரியைப் பற்றி தம்பட்டம் அடிக்காத குறையாக பல உரிச் சொற்களை *(adjectives)* கண்டுபிடித்துக் கடிதத்தில் சேர்ப்பது, சரி வந்து தொலைக்கிறோம் என்னும் நிறுவன ஊழியர்களுக்குத் தங்க, சாப்பிட என்று விழுந்து விழுந்து உபசரிப்பது, அதனாலேயே அவர்கள் ஒன்று இரண்டு பேருக்கு வேலை போட்டுக்கொடுக்கும் நிலையை உருவாக்கியது, அது ஒரு அலாதியான காலகட்டம்,

இப்போது போல் மந்தை மந்தையாகவெல்லாம் அப்போது வேலை கிடைக்காது, வளாகத் தேர்வு என்பது குதிரைக் கொம்பு.

பல பேருக்கு வேலை வாங்கிக் கொடுத்த அந்த வேலை வாய்ப்பு அலுவலகம் தான் என்னுடைய முதல் காரியாலயம், இதில் நகை முரண் என்னவென்றால் எனக்கு காம்பஸில் வேலை கிடைக்கவில்லை, அரை வேக்காடு என்பதன் அர்த்தம் புரிந்திருந்தாலும் அந்த வேலை வாங்கிக் கொடுக்கும் வேலை பிடித்திருந்தது, நல்ல வேளை வேலை கிடைக்கவில்லை, இல்லையென்றால் இந்தியா ஒரு நல்ல வரி செலுத்துபவனை இழந்திருக்கும்.

Unsung Heros என்று ஆங்கிலத்தில் சொல்வார்கள், அப்படி அந்தக் காலத்தில் சரியாகப் புகழப்படாத நபர் அந்த இரத்தின சபாபதி ஐயா, ஏணி எனப்படுவது யாதெனின் யாதொரு எதிர்பார்ப்பும் இல்லாமல் நம்மை மேல் தூக்கிவிட்ட மேன்மையான மனிதர்களைத் தவிர வேறொன்றில்லை.

மனத்தின் அடி ஆழத்திலிருந்து உரக்கச் சொல்வோம் நம் வாழ்வின் இது போன்ற மனிதர்களுக்கு "எல்லாவற்றுக்கும் நன்றி"

பிரபஞ்சத்தின் ஒவ்வொரு துகள்களிலும் பட்டு இந்த அதிர்வுகள் எதிரொலிக்கட்டும், நாமும் ஏணியாவோம்.

140
டி.வி. ரூம்

தொலைக்காட்சி அறை என்று தமிழிலும் சொல்லலாம், ஆனால் நண்பர்கள் எல்லோரும் அப்படியே சொல்லிப் பழகிவிட்டோம், அங்கே ஒரே ஒரு டப்பா தொலைக்காட்சிப் பெட்டி இருக்கும், விளக்குகளை அணைத்து ஒரு விடிவெள்ளி விளக்கு மட்டும் வைத்து ஒரு மார்க்கமாக இருக்கும், வெள்ளிக்கிழமை ஒளியும் ஒலியும், ஞாயிற்றுக் கிழமை மாலை தமிழ் படம் இவற்றைத் தவிர வேறு எதுவும் பார்க்க ஆட்கள் இருக்காது. சில வெட்டி ஆஃபீஸர்கள் யூஜிசி (University Grants Commission) ஆய்வு நிகழ்ச்சிகள் பார்ப்பார்கள், ரொம்ப அடர்த்தியாக பாட சம்பந்தமாக இருக்கும். அதுவும் அவுட் ஆஃப் சிலபஸ், சும்மாவே நாம் பல கேள்விகளை சாய்ஸில் விடும் நமக்கு இதெல்லாம் சரிப்பட்டு வராது.

ஆனால் ஒரே ஒரு நிகழ்வுக்கு மட்டும் கூட்டம் அலை மோதும், அது கிரிக்கெட். என்னதான் அது குழு விளையாட்டு இல்லை, இந்தியா தேசிய விளையாட்டைவிட அதில் பணத்தைக் கொட்டுகிறது என்று சொன்னாலும்கூட அதன் இரசிப்புத் தன்மை எண்பதுகளில் ஓங்கியே இருந்தது. உலகக் கோப்பை கிரிக்கெட் 1987 என்று நினைக்கிறேன், நண்பர்கள் ஆட்டத்துக்கு அரை மணி முன்னதாகப் போய் இடம் போட்டு உட்கார்ந்து விடுவார்கள், பிதுங்கி வழியும் கூட்டத்தில் ஜன்னலில் தொற்றிக் கொண்டு பார்த்த நிகழ்வுகள் மறக்க முடியாதது, இங்கே கூட்டமாக இருக்கிறது என்று நண்பர்கள் வீட்டில் போய் ஒரு சில நாட்கள் பார்த்தாலும் மறுபடி இங்கேயே வந்து விடுவோம், கத்துவதற்கும் கொண்டாடுவதற்கும் சுதந்திரம் தருவது டிவி ரூம் மட்டுமே. அன்று வார்டன்கள் விடுமுறை எடுத்துக் கொண்டு போய் விடுவார்கள், அவர்களும் கிரிக்கெட் பார்க்க வேண்டுமே.

இந்தியா விளையாடாத ஆட்டத்தில் கூட்டம் இரண்டாகும், ஒருவரை ஒருவர் அடித்துக்கொள்ளாத குறையாக பவுண்டரிக்கும் சிக்ஸருக்கும் விக்கெட்டுக்கும் ஆர்ப்பரிப்பார்கள், உண்மையில்

அடித்துக் கொண்டு பேசாத நண்பர்கள் கூட மீண்டும் நண்பர்களாகி விடுவார்கள்.

இந்தியா விளையாடும் ஆட்டமானால் கட்டிப் பிடித்துக் கொண்டாடுவாரகள், அப்போது நகம் கடிக்காத நண்பர்கள் வெகு குறைவு, சாப்பிட மாஸ்டர் அழைத்துக்கொண்டே இருந்து விட்டு அவரும் கிரிக்கெட் பார்க்க உட்கார்ந்து விடுவார். ஆறிய தோசைகளைப் பற்றி புகாரே இருக்காது, கிரிக்கெட் ஆர்வமே இல்லாதவர்களுக்குக் கூட ஆர்வம் வந்து புள்ளியியல் தகவல் சொல்வார்கள், நோட்டுப்போட்டு புள்ளிவிவரம் கணித்து ஆச்சர்யப்படுத்துவார்கள்.

குழு இயக்கவியல் என்று சமூகவியலில் ஒரு பாடம், தனி மனித ஆளுமை செய்ய இயலாத செயல்கள் குழு இயக்கத்தில் சாத்தியம் என்கிறது. தனி மனிதனுக்குப் பிடிக்காத ஒரு செயலைக்கூட குழு செய்வதனால் தானும் செய்வார், குழுவுக்கு அந்த நடத்தையை, போக்கை மாற்றும் சக்தி இருக்கிறது.

அந்த மாதிரி நாட்கள் இனி எப்போதும் வராது, சமீபத்தில் பையன் படிக்கும் கல்லூரிக்கு சென்றிருந்தேன் டிவி ரூம் என்று ஒன்று இல்லவே இல்லை, நண்பர்கள் கூடும் இடம் கூட இல்லை, எங்கே ஒன்று கூடிப் பேசுவீர்கள் என்றால் எதற்கு ஒன்று கூடிப் பேச வேண்டும் கீழ் கண்ணில் ஏளனமாக ஒரு பார்வை பார்த்தார், நம் மேதாவித்தனங்கள் அடங்க அது போதுமானதாக இருந்தது.

அவர்கள் இறுதி ஆண்டு விடுதி சாப்பாடு நன்றாக இல்லை என்ன செய்வது என்று கையைப் பிசைந்துகொண்டு நின்றபோது, ஒருநாள் சாப்பாடு நன்றாக இல்லை என்றால் பிரளயமாய் வெடித்த நண்பர்களை நினைத்துக்கொண்டேன், குழு இயக்கத்தின் மகோன்னதம் புரிந்தது.

அதுதான் அலைபேசியிலேயே வாழ்ந்து விடுகிறார்களே, அவர்களுக்கு எதுக்கு நல்ல சாப்பாடு, மொத்த நண்பர்களையும் அறிந்து கொண்டு ஆட்டம் துவங்கிய நாம் எங்கே, வகுப்புத் தோழர்களை அடையாளம் காண்பதற்குள் படித்து முடித்துவிடும் அவர்கள் எங்கே, அவர்கள் நம்மைவிட புத்திசாலிகளாக இருக்கலாம், அறிவாளிகளாக இருக்கலாம், ஆனால், நாம் தான் உணர்வு சார் நுண்ணறிவில் கில்லாடிகள்.

ஆவிச்சி

வெறும் அனுபவமாக மட்டும் இல்லாமல் மனிதர்களைக் கற்றுக் கொடுத்த அந்த டிவி ரூம் போல இன்று இளைஞர்கள் ஒன்றுகூட இடமே இல்லை என்று நினைக்கும் போது நாம் சமூகத்தையே தொலைத்துக் கொண்டிருக்கிறோமோ என்ற பயம் வருவதைத் தடுக்க முடியவில்லை. வலைதளம் மூலமாக ஒன்று கூடி பெரும் போராட்டங்களை நடத்தி இருக்கலாம். ஆனால், அது எல்லாம் குழு இயக்கமாக இல்லாமல், நாட்பட்ட மாற்றங்களுக்கு வழிவகுக்காமல், வெகுஜன ஃபோபியாவாக, குறைகால கூக்குரலாக மட்டுமே இருக்கிறது என்பது என் பார்வை

உங்கள் அனுமானம் என்ன?

141

இரு கோடுகள்

'சரி' என்பதைத் தீர்மானிப்பது எது?

நல்லது செய்பவனுக்கு நாம் நல்லது செய்கிறோம் என்னும் எண்ணமே 'சரி' என்பதற்கு போதுமானதாக இருக்கிறது, தவறு செய்கிறோம் என்று தெரியாமல் தவறு செய்பவனுக்கும் தான் சரியானதைச் செய்கிறோம் என்கிற எண்ணம் இருக்கும், தவறு செய்கிறோம் என்று தெரிந்தே செய்பவனும் அதற்கு ஒரு நியாயம் வைத்திருப்பான், அவனுக்கு அது சரி என்றே தோன்றும்.

சிலர் வாழ்வாதாரங்களுக்காக செய்வர், சிலர் மற்றவர்களை அழுத்தி மேலே வருவதற்காக செய்வர், சிலர் தான் உயருவதற்காக, தன்னை உயர்த்திக் காட்டிக் கொள்வதற்காக செய்வர், சிலர் நண்பர்களுக்காக, அவர்களுடைய நன்மை கருதிச் செய்வர், அப்படி 'தவறு' என்று தெரிந்தே செய்யும் தவறுகள் கல்லூரிக் காலங்களில் வருபவை.

அப்படியான ஒரு தவறு இறுதி ஆண்டில் செய்த வேலை நிறுத்தப் போராட்டம், பல்கலைக் கழகத்தையே அசையாமல் நிற்க வைத்த போராட்டம், அட்மின் ப்ளாக்கிற்கு செல்லும் எல்லா பாதையையும் இயங்காமல் செய்ய வைத்த பாதையடைப்பு, விரிவுரை ஒன்றையும் நடக்கவிடாமல் அத்தனை பேரையும் நடுச்சாலைக்குக் கொண்டு வந்துவிட்டோம், போராட்டத்துக்குப் புதுப் புது முழக்கங்கள், அதை எழுதுவதற்கு, அதற்கான பலகைகள் செய்வதற்கு ஒரு குழு, போராட்டத்துக்கான நியாயங்களைச் சொல்லிக் கூட்டத்தைக் கட்டுக்கோப்பாய் வழி நடத்த ஒரு குழு, முன்னின்று கூச்சல் கோஷம் போட நாங்கள், நிச்சயமாய் ஒரே நாளில் பல்கலையே ஸ்தம்பித்தது,

கால வரையறையற்ற விடுமுறை அறிவித்தது பல்கலைக்கழகம்.

காரணம் இது தான், முதலாமாண்டு பொறியியல் மாணவனை, அதே விடுதியில் தங்கியிருந்த வேற்றுப் புல முதுகலை மாணவர் அடித்து விட்டார், பெரிய அடி கூட இல்லை ஆனால் ஈகோ தலை

தூக்கி ஆடியது, அடித்த மாணவனை இடை நீக்கம் செய்தாலும் போராட்டத்தை விடுவதாக இல்லை, டீன், துணை வேந்தர் என்று எல்லோரும் வந்து வேண்டியும் ஒத்துக் கொள்ளவில்லை நாங்கள், காலவரையறையற்ற விடுமுறை அறிவிக்கப்பட்டு மெஸ் மூடிய பிறகே நின்றது போராட்டம்,

சாப்பாட்டுக்கடை மூடுதல் என்பதே ஒரு போராட்டத்தை முடிவுக்குக் கொண்டுவர சிறந்த வழி, பசி வந்தால் பத்தும் பறந்துபோகும், இன்றும் இணையர்கள் சமைக்காமல் எடுக்கும் அறவழிப் போராட்டமே கணவர்களை வழிக்குக் கொண்டுவரும் சிறந்த அடக்குமுறை, மனிதாபிமானம் கருதி அதை யாருமே கையில் எடுப்பதில்லை அல்லது அவர்களுக்கு அந்தப் போராட்டமுறை தெரிவதில்லை.

அந்தப் போராட்டத்துக்குப் பிறகு ஒருவனைப் பற்றிய எண்ணமே கல்லூரிக்கு மாறிப்போனது, பொறியியல் புலத்தின் முகமாக இருந்த என்னை போராட்டம் கலகக்காரனாக ஆக்கியது, நியாயத்துக்காகப் போராடியவன் என்பதைத் தாண்டி, தீவிரவாத எண்ணம் உடையவனாக அடையாளப் படுத்தியது. நாம் செய்யும் சின்னத் தவறுகள் கூட நம் நன்னடத்தையை ஒரேயடியாக அழித்துப் போட்டு நம்மை வேண்டாதவனாக ஆக்கிவிடும். இரு கோடுகளில் எந்தக் கோடு பெரிய கோடு என்று தீர்மானிக்க முடியும், சின்னக் கோட்டை சற்றே இழுத்துவிட்டால் பெரிய கோட்டைவிட பெரிய கோடாக ஆக்கிவிட முடியும், ஆனால் இது மாதிரியான தவறான கோடுகள், நாம் அத்தனை காலம் வாங்கிய நன்னடத்தைக் கோடுகளை ஒரேயடியாக அழித்துவிடும் அபாயம் கொண்டது.

விகடன், வேலை வாய்ப்புப் பாசறை, இலக்கிய வாசிப்பு, மாநில அளவிலான போட்டிகள் என்று அண்ணாமலை பல்கலையை தேசிய வட்டத்தில் பெயரறியச் செய்தவனுக்கு அத்தனை கோடுகளையும் ஒரே ஆட்டத்தில் தொலைத்து விட்டு மதுரைக்கு இரயிலில் ஏறி உட்காரும் போது கூடப் புரியாமல் போனது, வீட்டுக்கு மடல் வந்த போது தான் புரிந்தது மாபெரும் தவறு செய்து விட்டோம் என்று. பெற்றோரை வரும்படியும், ஒரு ஆண்டு வீட்டில் இருக்கும் படியும், ஐயாயிரம் அபராதத் தொகை கட்ட வேண்டும் என்றும், வீடு கொஞ்சம் அதிர்வடைந்து போனது, பெற்றோர் வர

மறுத்து விட்டனர், காசும் தர மறுத்து விட்டனர், வினை செய்தவன் தான் வினை அறுக்க வேண்டும், நியாயமாகப் பட்டது.

கோஷம் போடும் போது வரும் போதை, இழந்து நிற்கும் போது தான் தெளியும். கூட நின்ற இருநூறு, முன்னூறு பேருக்கும் ஓலை வருவதில்லை, கை ஓங்கி நின்ற இரண்டு மூன்று பேருக்குத் தான் வரும். அதில் இருவர் படிப்பை நம்பி வாழவில்லை, ஒட்டு மொத்தப் பல்கலையின் உள்வட்டச் சாலையில் தனி ஒருவனாக முட்டி போட்டு நிற்பவனாக உணர்ந்தேன், பேரிடி ஒன்று அழுத்தமாகத் தாக்கியது.

தனி ஒருவனாக தாளாளரின் கதவுகளைத் தட்டினேன், ஒன்றை மனதுக்குள் செபித்தேன், இதிலிருந்து மீண்டு வந்தால், இனி ஒரு போதும் போராட்டக்காரனாக நம்மை அடையாளப் படுத்திக் கொள்ளக் கூடாது, சரியானதை மட்டுமே சரியாகச் செய்ய வேண்டும், என் அடையாளமாக இருக்கும் பல்கலைக்கு என்னால் மகுடம் மட்டுமே வரவேண்டும் ஒரு போதும் தீங்கு வரக்கூடாது என்று, இறைவன் பெருங்கருணையாளன், என்னுடைய வாதத்துக்கு மனமிறங்கி, நன்னடத்தை கருதி, பெற்றோர் வரவேண்டாமென்றும், ஓராண்டு வீட்டில் இருக்க வேண்டாமென்றும், படிப்பைத் தொடரலாமென்றும், ஆயிரம் ரூபாய் மட்டும் அபராதம் செலுத்தலாம் என்றும் மாற்றி அறிவிப்பு வாங்கினேன். கொண்டாட இரு நண்பர்கள் மட்டுமே, மற்றவர்களெல்லாம் அப்படி ஒரு நிகழ்வே நடக்காதது போலப் பதுங்கிவிட்டனர்.

போராட்டம் உணர்ச்சி மயமாய் துவங்கி தனிமனித பாதிப்பில் முடிந்தது. வாழ்க்கை என்பது ஒரு ரோலர் கோஸ்டர் ஆட்டம் போல, படு குழியில் விழுந்து விட்ட நம் முன்னே நம்மை நிரூபிப்பதற்கு எப்படியும் ஒரு வாய்ப்புக் கொடுக்கும் காலம், அதை விடாமல் பற்றிக்கொள்ள வேண்டும்.

மாநில அளவிலான கலாச்சார மற்றும் இலக்கியப் போட்டிகள், அது ஒரு திருவிழா

“லே ஃபீனிக்ஸ்”

உங்களுடைய படுகுழியும், ஏறி நின்ற மலையும் எது?

●

142

லே ஃபீனிக்ஸ்

'ஃபீனிக்ஸ்' என்பது ஒரு பறவை, சாம்பலில் இருந்து உருவாகி வெகு தூரம் பறக்கும் ஒரு பறவை, லே என்றால் ஆங்கிலத்தில் த (The) என்பதைக் குறிக்கும், பல கல்லூரிகள் கலந்துகொள்ளும் அண்ணாமலை பொறியியல் கல்லூரியின் ஆண்டு கலாச்சாரத் திருவிழாவுக்கு இந்தப் பெயர், சென்னை ஐஐடி நடத்தும் 'சாரங்', லயோலா நடத்தும் 'டௌன் ஸ்டெர்லிங்' இவற்றுக்கு இணையான ஒரு திருவிழா 'லே ஃபீனிக்ஸ்'

ஒரு வருட சீனியர், நண்பர் சாஜகானுக்கு இந்தப்பெயர் வைத்ததற்காய் நன்றி சொல்ல வேண்டும், பல ஆண்டுகள் நடக்காமல் இருந்த கலாச்சாரத் திருவிழாவை தூசி தட்டி எடுத்து நடத்தியதற்காய் அவருக்கு இன்னொரு நன்றி.

முந்தைய ஆண்டு நடத்தியதை விட பல மடங்கு அதிக அளவுகோலில் நடத்தத் திட்டுமிட்டு நடத்தினோம். நுண்கலை செயலாளர், நண்பர் ஆனந்த் உதவியாயிருந்தார். இலக்கியச் செயலகமும் நுண்கலைச் செயலகமும் அடித்துக்கொண்டு, பிடித்துக்கொண்டு நடத்தினோம். ஒரு சினிமா எடுக்கும் அளவு அடிதடி, உணர்வு, பஞ்சாயத்து, குழு மோதல்கள், இரத்தம், காயம் எல்லாம் இருக்கிறது, திரைக்கதை எழுத உட்கார்ந்தால் நட்பு காணாமல் போய்விடும், அந்த நேரத்து அறிவு முதிர்ச்சிக்கு அது தேவையாயிருந்தது, சரியென்று தோன்றியது.

எந்த ஒரு பின்புலமும் இல்லாத என்னை உருவாக்கியது அந்தக் காலகட்டமும் கல்லூரியும் தான். பணம் இருக்கும் மேல்தட்டு நண்பர்களுக்கு நிகராக வளர்ந்து பல்வேறு சென்னை நிறுவனங்களிடம் நிதி உதவி பெற்று, எதிரிகளுடைய அவமானங்களையெல்லாம் தாங்கி அவர்களுக்கு நிகராக ஏன் அளவு கூடுதலாக அதை நடத்திக்காட்டிய மன நிறைவு ஒரு வாழ்க்கைக்குப் போதுமானதாக இருந்தது. முன் வரிசையில் பெற்றோர், சொந்தங்கள், பள்ளி நண்பர்கள், மேடையில் நாம், மனித வாழ்வின் உச்சபட்ச அங்கீகாரம் அதுதான்.

பல பேச்சாளர்கள், நடிகர்கள், பல கல்லூரி மாணவர்கள், நாடகக் கலைஞர்கள், கூத்துப் பட்டறைக் கலைஞர்கள், பயிற்சியாளர்கள் என்று கலந்து கட்டி அடி பின்னி விட்டோம், வண்ணக்கலவையான ஒரு வானவில் திருவிழா அது, அண்ணாமலைன்னா சும்மாவா,

அந்த நிகழ்வுக்குப் பின் ஒரு பெரிய கலாச்சார படை உருவானது, இரு அணி நண்பர்களும் அதில் இருந்தோம், பல கல்லூரிகளின் கலாச்சாரத் திருவிழாக்களுக்குப் பயணப்பட்டோம், பல போட்டிகள், வென்றோம், தோற்றோம். ஆனால், அந்தப் பயணங்கள் எல்லாமே சுகமானவை, பறத்தல் வாழ்வைக் கற்றுக் கொண்டோம்

இன்றும் அடித்துக் கொண்ட அந்த நண்பர்களுடன் நல்ல நட்புடன் பழக முடிகிறது, உதவியாய் இருந்த சில நண்பர்கள் தான் பிரிந்துபோய் விடுகிறார்கள்.

உண்மையில் நட்பு என்றால் என்ன?

143

நட்பு

நட்பு என்றவுடன் ஆத்மா நாமின் கவிதை ஒன்று ஞாபகம் வருகிறது

"உணவில் உப்பு

உயர்வில் நட்பு"

இந்தக் கவிதையை ஒவ்வொரு முறை படிக்கும் போதும் ஒவ்வொரு அர்த்தத்தைச் சொல்லிக் கொண்டே இருக்கிறது,

உங்களுக்கு நட்பு என்றவுடன் என்ன ஞாபகம் வருகிறது, உண்மையில் நட்பு என்பது என்ன, உறவுகளுக்கு மேலா, கீழா, அது உண்மையா, பொய்யா, உணர்வா, உறுத்தலா, பூவா, முள்ளா?

உள் நோக்கு, காலம் வெளி நோக்கு காலம் என்று இரு பருவங்கள் மனிதர்களுக்கு வரும், உள் நோக்கு காலம் என்பது தன்னைப் பற்றிய சிந்தனை, சுயசார்பு, சுயநலம், சுய முன்னேற்றம் என்று, இதில் தவறில்லை, தவறே இல்லை, உங்களை நீங்களே நன்றாகப் பார்த்துக்கொண்டால் தான் மற்றவர்களை நன்றாகப் பார்த்துக்கொள்ள முடியும், அதனால் உங்களை யாராவது சுயநலவாதி என்று சொன்னால் மகிழ்வுறுங்கள், அப்போதிலிருந்துதான் இந்த உலகத்தை நேசிக்கத் துவங்குகிறீர்கள்.

இரண்டாவது வெளி நோக்கு காலம், இப்போது சுயசார்புடன் வெளி உலகத்தை கவனிக்கத் துவங்குகிறீர்கள், குடும்பம், உறவுகள், அலுவலகம், நண்பர்கள் என்று உங்கள் வானம் விரிவடைகிறது, இதில் நட்பு எங்கிருக்கிறது, நமது பங்களிப்பு என்ன, அவர்களுடைய தேவை என்ன? அவர்களுக்கான தேவை என்ன?

உப்பு இல்லாமல் உணவு ருசிக்காது. ஆனால் அளவுக்கு அதிகமானால் சாப்பிட முடியாது, உப்பு இல்லாமல் உடல் இயங்காது, அதிகமானால் படபடக்கும், இரத்தக் கொதிப்பு வரும், நண்பர்கள் தான் எல்லாமா, அல்லது நண்பர்களுடன் கலந்ததுதான் வாழ்வா?

கல்லூரிக் காலங்களில்தான் நம்முடைய வெளிநோக்கு காலம் துவங்குகிறது, நட்பு வட்டம் பெரிதாகத் துவங்குகிறது. அதன்பின் மிகப் பெரிதாகத் துவங்கும், அப்படியானால் சிறகுகளில் நிறைய நண்பர்களைப் பற்றி எழுத வேண்டும், ஏனெனில் அவர்கள் இல்லாமல் என்னால் எழுந்து நின்றிருக்கக்கூட முடியாது, பின் எப்படிப் பறப்பது, ஆனால் அப்படி நினைவு கூற வேண்டும் என்றால் 1644 அத்தியாயங்கள் எழுத வேண்டும், என்னுடைய தனிமைப் புக்ககம் (டைரி) அப்படித்தான் சொல்கிறது, வாசிப்பவர்களின் நேரத்தைக் கடன் வாங்கி எழுதப்படும் இது போன்ற தொடர்களின் வரையறையைக் கருத்தில் கொண்டு, இந்த மொத்தத் தொடரையும் நண்பர்களுக்கு சமர்ப்பிக்கிறேன்.

நண்பர்கள், உறவுகள் எல்லோருமே மனிதர்கள், எல்லாருமே மாறிக் கொண்டே இருக்கும் இயல்புடையவர்கள், உங்களுக்கு இன்று மிகப் பிடிப்பவர்கள் நாளை பிடிக்காமல் போகலாம், இன்று பிடிக்காதவர்கள் நாளை மிகப் பிடித்தவர்கள் ஆகலாம்.

ஆனால் எல்லா நண்பர்களுக்கும் என்னைப் பிடிக்க வேண்டும் என்கிற பேராசையுடன் இருப்பவன் நான், நீங்களும் தான், பேராசை பெரு நட்டம் என்பதும் உண்மை தானே, அதனாலேயே துன்பப்பட்டிருக்கிறேன், என் நண்பன் என் உரிமை என்பது போல ஒரு *possessiveness* வந்து விடுவதைத் தவிர்க்க முடியாமல் பல நாட்கள் அவதிப்பட்டிருக்கிறே.,

சில நண்பர்கள் யார் மேலும் பற்றில்லாமல் இருப்பார்கள், பார்த்தால் பேசிக் கொள்வார்கள், மற்ற நேரம் அவர்கள் வேலையைப் பார்ப்பார்கள், சில நண்பர்கள் நேரில் பார்க்கும் போது மாப்ள என்று உருகுவார்கள், விலகும் போது நம்மைப் பற்றியே மற்றவர்களிடம் தவறாகப் பேசுவார்கள், சிலரிடம் உதவி என்று கேட்டுப் பாருங்கள், தன் வேலையை விட்டுவிட்டு அந்த உதவியை செய்து விட்டுத் தான் மறுவேலை பார்ப்பார்கள், சிலர் பார்க்கிறேன் பார்க்கிறேன் என்று இழுத்தடிப்பார்கள், அவர்களின் சூழ்நிலை கூடக் காரணமாயிருக்கலாம், எல்லோரும் நண்பர்கள் தான், அக்கறை காட்டினாலும், நடித்தாலும் நாம் அந்த நட்புக்கு பாகமாயிருப்பவர்கள், நடிப்பதாகக் கூட இருக்கட்டும் நண்பர்களுக்கு அக்கறை காட்டுவதாக நடியுங்கள்.

ஆவிச்சி

காது கொடுங்கள், உண்மையில் அவர்களுக்கு பிரச்னையை சரி செய்யும் நண்பர்கள் வேண்டாம், அதைக் காது கொடுத்துக் கேட்கும் இதயங்கள் தான் வேண்டும்.

நட்பு என்பது பற்றில்லாமல் பற்றிக்கொள்ளும் (ஆதி அந்தம் இல்லாத) மரவிழுது, கீழே விழாமல் காப்பாற்றும், மேலேற, அல்லது பாதுகாப்பாக கீழிறங்க உதவும் ஒரு பற்றுகோல், அதில் வரவு செலவு கணக்குப் பார்க்கத் தேவையில்லை, நட்பில் நல்லது கெட்டது என்றெல்லாம் எதுவும் இல்லை, நல்ல நட்பு நீடிக்கும், தீய நட்புக்கு ஆயுள் கம்மி, மெல்லப் பறக்கத்துவங்குங்கள், கூடப் பறக்கும் எல்லோரும் நண்பர்கள் தான், உங்கள் இலக்குக்கு அவர்களை இழுத்துப்போக நினைக்காதீர்கள், அவர்கள் இலக்கில் உங்களுக்கு வேலையில்லை, அவர்கள் இலக்குகளை அவர்களே தீர்மானிக்கட்டும், வழி காட்டுங்கள், பறக்க உதவுங்கள்.

உப்பின் ருசி உப்பிலில்லை, அதைக் கலக்கும் அளவிலும் உணவிலும் இருக்கிறது.

●

144
வெற்றி

நிறைய முக நூல் நண்பர்கள் கேட்பார்கள், 'ஏன் தோல்வியைப் பற்றியே எழுதிக் கொண்டிருக்கிறீர்கள்? தோல்வியையே கொண்டாடிக் கொண்டிருக்கிறீர்ர்கள்? தோல்வி அவ்வளவு பிடிக்குமா? வெற்றி பிடிக்காதா?' என்று. யாருக்குத்தான் வெற்றி பிடிக்காது.

ஆனால் வெற்றி என்னை அச்சப்படவே வைக்கிறது. 1990ல் எழுதிய ஹைக்கூ ஒன்று

'அச்சப்படவே வைக்கிறது

வெற்றிக்குப் பிறகான

வெற்றிடம்'

உண்மைதானே. வெற்றி நம்மை உட்கார்த்திவிடுகிறது. தோல்விகள்தான் நம்மைத் தொடர்ந்து இயங்க வைக்கிறது. யோசித்துப் பாருங்கள்... வெற்றி பெற்ற நாட்களில் அப்பாடா என்கிற உணர்வு வருகிறதுதானே? அது நம்மை ஒரு வெற்றிடம் நோக்கிக் கொண்டுபோய் விடுகிறதுதானே? ஆனால் தோல்வியடைந்த நாட்கள் நம்மைத் தூங்க விடுவதில்லை. ஏன் தோற்றோம், ஏன் தோற்றோம் என்று மூளை இயங்கிக்கொண்டே இருக்கிறது. வெற்றி பெறுவது எப்படி என்று சளைக்காமல் யோசிக்கத் துவங்கி விடுகிறது, இயக்கம் நல்லதா? நிற்றல் நல்லதா?

ஒரு உண்மை சொல்கிறேன். நாம் எல்லோரும் வெற்றியாளர்கள் தான். அப்பாவின் விந்திலிருந்து புறப்பட்ட லட்சக்கணக்கான விந்தணுக்களில் சரியான முட்டையைத் தேர்ந்தெடுத்து கருவாகி உருவாகியிருக்கிற ஒரே ஒரு விந்தணு நாம். எனில் நாம் லட்சத்தில் ஒருவன் தானே. அப்படி லட்சம் பேரில் வெற்றி பெற்ற ஒருவன் தான் சக மனிதர்கள் ஒன்றிரண்டு பேரிடம் தோற்றுப்போகும் போது வலி தாளாமல் சுருண்டு விழுகிறோம்.

உண்மையில் தோல்விகள், வெற்றிக்கான பழகு தளங்கள். மெல்ல அந்தத் தோல்விகளைப் பழகத் துவங்குங்கள். வாழ்க்கை

ருசியாகும். எல்லாவற்றிலும் உடனே வெற்றி என்றால் போரடிக்காதா, தோல்வியிலிருந்து வெற்றிக்குப் போனால் தான் சொல்வதற்கு கதைகள் கிடைக்கும். உண்மையில் கதைகள் தானே வாழ்க்கை.

வெற்றி என்பது இலக்கு மட்டுமே, தோல்வி என்பது அதற்கான பயணம், எது ருசியானது, இலக்கு நோக்கிய பயணமா, இலக்கா, இலக்கு வந்துவிட்டால் பயணம் முடிந்து விடுமே, மீண்டும் இலக்குகள் நிர்ணயிக்கப்படாத வரை பயணம் இல்லை. பயணம் இல்லாத வாழ்க்கை தேங்கிய குட்டை போல அதிர்வுகள் இல்லாத, ஆர்வம் இல்லாத, சலிப்பான இருப்பு. ஆனால் பயணம் ஒரு நதிபோல ஓடிக்கொண்டேயிருக்கும். பல மனிதர்கள், பல கதைகள், பல அவதானிப்புகள், பல கரைகள், பலருக்கான பயன்கள்.

தோல்விகளே இல்லாத வெற்றிகள் போரடிக்கும். உணர்வோடு சொல்ல அதில் ஒன்றும் இல்லை.

கதை கேட்பவர்களுக்கும் நேரடி வெற்றிக் கதைகள் போரடிக்கும். ஆனால் வெற்றி பெறப்போகிறார் என்னும் இறுதி முடிவு தெரிந்து கொண்ட தோல்விக் கதைகளை ருசியோடு கேட்பர். இன்றைய பெரும்பாலான திரைக்கதைகள் கூட அதுதானே.

வெற்றிகளில் என்ன இருக்கிறது கற்றுக்கொள்ள? தோல்விகள் தான் அனுபவப்பாடத்தை அழகாகக் கற்றுக்கொடுக்கிறது. நமக்கு மட்டும் இல்லாமல் பார்ப்பவருக்கும் கற்றுத்தருகிறது. இந்தத் தொடர்கூட அப்படியான ஒரு மராத்தான் ஓட்டப்பயணம்தான். இதில் என்னுடைய தோல்விகளும் அனுபவங்களும்தான் மூலதனம்.

'கண்கள் இரை தேடட்டும்
இறக்கை விரிப்போம் எப்போதும்
திறந்தே இருக்கிறது வானம்"

மீண்டும் பறக்கும் வரை!

நிறைவுரை

எல்லா நல்ல நிகழ்வுகளுக்குமே ஒரு முடிவு உண்டு, அது முற்றுப்புள்ளியாகத்தான் இருக்க வேண்டிய அவசியமில்லை, அதைக் காற்புள்ளியாக்கி அதில் உங்களுடைய நினைவுகளையும் ஏற்றி வையுங்கள். அரைப் புள்ளியாக்கி அதற்கான விளக்கத்தை நீங்களோ, முக்காற்புள்ளியாக்கி அதன் தொடர்ச்சியை நானோ தொடர்வோம். வாசிப்பு என்பது துவக்கமோ முடிவோ அல்ல, அது பல இலக்குகள் கொண்ட ஒரு எல்லையில்லா பயணம். இலக்குகள் மாறிக்கொண்டே இருக்கும்... நம் பயணமும்தான். முடிவிலிதான் *(Infinity)* அதன் தீர்வு.

என் வாழ்வைச் சொல்வது இந்தப் பயணத்தின் நோக்கமல்ல. அதன் மூலம் உங்கள் வாழ்வை அசைபோட வைத்து, அதன் நீட்சியில் குளிர் காய வைத்து, என் கற்றலையும் உங்களின் கற்றலையும் சேர்த்து அடுத்த தலைமுறைக்குக் கடத்துவதுதான் உண்மையான நோக்கம். அனுபவங்கள் தான் ஒரு நல்ல துவக்கத்துக்கான ஆரம்பப் புள்ளி, வாசிப்பும் எழுத்தும்தான் அதன் சேகரம்.

துவங்கும் போது எளிதாகத் தெரிந்தது. போகப் போக ஆர்வம் கூடக்கூட எதிர்பார்ப்பும் கூடி விடுகிறது. நிறைய ஆய்வுகள் செய்ய வேண்டிய கட்டாயத்துக்குத் தள்ளப் பட்டேன் என்று தான் சொல்ல வேண்டும். இருபது முப்பது விருப்பக் குறிகள் மட்டுமே விழுந்தாலும், நண்பர்கள் எங்கே பார்த்தாலும் இந்தத் தொடரைப் பற்றி அதிலும் குறிப்பிட்ட அத்தியாயத்தில் குறிப்பிட்ட நபரைப் பற்றி அதே போன்றதொரு நபரை அவரின் வாழ்வில் சந்தித்தது பற்றி உரையாடும் போது நிறைவாய் இருக்கிறது.

இன்னும் எழுதாமல் விட்ட எத்தனையோ மனிதர்களும், நினைவுகளும், கருப்பொருளும் உண்டு. அதை எல்லாம் காலம் அனுமதித்தால் அடுத்த பாகத்தில் பகிர்கிறேன்.

மூன்று நான்கு அத்தியாயங்கள் மட்டுமே எழுதிவிட்டு பெரிய பின்னூட்டங்கள் இல்லாமல் விட்டுவிட்ட போது, நண்பர் யோக் ஆனந்த்தான் இதைக் கட்டாயம் எழுத வேண்டும் என்று நிறையப் பதிவுகள் போட்டு என்னைக் குத்திக்கொண்டே இருந்தார்.

அவருக்கு என்னுடைய மனமார்ந்த நன்றி.பின்னூட்டங்கள் இட்டும் இடாமலும் ஆதரித்த உங்கள் அத்தனை பேருக்கும் தனித்தனியாய் நன்றிகள். உந்து சக்தி என்பது இறை என்று நினைத்திருந்தேன். ஆனால் அது சில நல்ல மனிதர்கள்தான் என்பதை மறுபரிசீலனை செய்துகொண்டிருக்கிறேன்.

இது வெற்றிக்கான உங்கள் பயணத்தில், இந்தத் தொடரைத் தண்டாகப் பற்றிக் கொண்டு பயணிக்க உதவும் என்று நம்புகிறேன். தண்டை ஆயுதமாகக் கொண்ட என் நம்பிக்கை நாயகன் எனக்குப் பரிசளித்த இந்த எழுத்து, உங்களுக்கும் பயன்பட வேண்டும். புத்தக வடிவில் கொண்டுவந்துவிட்டேன். உங்களுடைய சிந்தனையும் எழுத்தாகும். உங்கள் புத்தகமும் தயாராகும், உங்களைப் போலவே நானும்.

உண்மையில் நீங்கள்தான் நான், நான் தான் நீங்கள்!

நாம் யார்? நம்முடைய அனுபவங்கள், பார்த்த மனிதர்கள், நினைவுகள், கோட்பாடுகள், எண்ணங்கள், வாசிப்பு, பிடித்தவை பிடிக்காதவை, உடல்கூறுகள் இவைதானே. இவற்றை ஒரு மைக்ரோ சிப்பில் பதிந்து வேறொரு நபருக்கு மூளையில் வைத்து விட்டால் அவர் நாமாகி விடுவார்தானே. அதற்கான சாத்திய கூறுகள் ஆய்வில் இருக்கிறது.

அது வரை நம் எண்ணங்கள் எழுத்துக்கள் மூலம் நான், நீங்கள்... இனி நாமாவோம்!

நிறைவாய் இனி வீழ்தல் எப்போதும் இல்லையென்று சொல்லி பறந்துகொண்டே இருப்போம்...

என்னைச்சுற்றி சிறகுகள் - யார் படிக்கலாம்?

1. என்னடா இது வாழ்க்கை இப்படி சுத்தி சுத்தி அடிக்குதே என்று நினைப்பவர்கள்.
2. பொழுதுபோக மாட்டேன் என்கிறதே என்று கவலைப்படுபவர்கள் என்றால்.
3. வெற்றியை நோக்கி நீங்கள் ஒரு அடி எடுத்து வைத்தால் அது உங்களைப் பார்த்துக் காத தூரம் ஓடினால்.
4. எல்லோரும் ஏதாவது சாதித்துக் கொண்டிருக்கிறார்கள், நாம் மட்டும் சும்மா உட்கார்ந்து கொண்டிருக்கிறோம் என்று தோன்றினால்
5. எதையாவது எழுதலாமா என்று யோசிப்பதாயிருந்தால்
6. நம்ம வாழ்க்கையில் ஒன்றுமே சுவாரசியமில்லையே என்று கவலைப்பட்டால்
7. எது வளர்ச்சி என்று தெரியாதவரானால்
8. வளர்ந்து விட்டோம், ஏதாவது மக்களுக்குக் கொடுக்க விருப்பம் என்றால்
9. சுய முன்னேற்றப் புத்தகங்கள் போரடித்தால்
10. உளவியல் மற்றும் சமூகவியல் பற்றி தெரிந்து கொள்ள ஆசைப்பட்டால்
11. மனைவியிடம் அடி வாங்காமல் அடி வாங்கியது போல் நடித்தால்
12. இலக்குகள் இல்லையே என்று பரிதவித்தால்
13. வாழ்க்கையில் எந்த சாதனையும் புரியாமல் என்னைப் போல் சாதாரணனாக இருந்தால்
14. வரியால் பாதிக்கப்பட்ட சராசரி இந்தியக் குடிமகனாக இருந்தால்
15. பெரிய கவனம் பெறாமல் எல்லாவற்றையும் அனுபவிக்கத் துடிக்கும் மத்தியமராக இருந்தால்.*An Itabemora perum et; hiliquis. Nossena, ut gra manum unum pares suli intrum culute perfes hos iusque ta rei puliquam pra sulicaet, culocularit. M. et vilicis, siliciocus? Pata mentent emuria ca vil terendam ia nortam dicam prari eors Catuit? Pora, facivirmisse non senterit inaritam*

ஆசிரியர் – சிறு குறிப்பு

ஆ.லெ.மு.ஆவிச்சி,

நான், ஒரு சராசரிக்கும் குறைவாக அடிமட்டத்தில் இருந்து வர்க்க பேதங்களில் தடுமாறி, நண்பர்களால் கேலிக்குள்ளாக்கப்பட்டு, பெரிய அழகோ திறமையோ இல்லாமல் மெல்லக் கையூன்றி கரணம் போட்டு வானளாவ வளர்ந்தவன் என்றெல்லாம் பொய் சொல்ல மாட்டேன்,

கிடைத்த வாய்ப்புகளைக் கெட்டியாகப் பிடித்துக் கொண்டு வளர்ந்த ஒரு நாட்டுக் கொடி மரம்,

இலை, பூ, காய், கனி, தண்டு, வேர் என்று நீங்கள் கேட்டதைக் கொடுக்கும் இன்னொரு மரம்,

கல்வித்தகுதி

- அண்ணாமலைப் பல்கலைக்கழகத்தில் பொறியியல் புலத்தில் தோன்றிய இன்னொரு பறவை, மின்னணுவியல் மற்றும் கருவியியல்
- தியாகராசர் மேலாண்மைப் பள்ளியில் முதுகலை மேலாண்மை
- விகடன் பள்ளியின் மாணவன்
- தமிழ் கூறும் நல்லுலகில் ஒரு நல்ல வாசிப்பாளன்,

தொழில்

- கணினி மூலம் தொழில் அறிமுகம்
- மருந்துத் தொழில் புலத்தில் ஜீவனம்

உப தொழில்

- எழுத்து
- முதல் மொழி அறக்கட்டளையின் காப்பாளர்
- இளைஞர்களுக்கான தொழில் பயிற்சி மற்றும் கருத்தரங்கப் பங்காளன்

சாதனை

- பறக்க முயற்சி செய்யும் உங்களில் ஒருவன்